ലോഹി

നിഴലുകൾ ഇഴചേർന്ന നാട്ടുവഴികൾ

എം. ശബരീഷ്

INSIGHT PUBLICA

Nadakkavu, Kozhikode, Kerala, 673011
www.insightpublica.com
e-mail: insightpublica@gmail.com
Lohi: Nizhalukal Izha Chernna Nattuvazhikal
Author: **M. Sabarish**
(Malayalam)
First Edition: May 2025
Cover Design: Jagadeesh Narayanan

Printed and Published by
InsightinPublica Printers & Publishers Pvt. Ltd.
ISBN: 978-93-5517-556-4

₹390

ലോഹി

നിഴലുകൾ ഇഴചേർന്ന നാട്ടുവഴികൾ

എം. ശബരീഷ്

INSIGHT PUBLICA®

പാലക്കാട് പട്ടാമ്പി സ്വദേശി. കൊടുമുണ്ട ഗവ: ഹൈസ്കൂൾ, ഷൊറണ്ണൂർ എസ്.എൻ കോളേജ്, ഒറ്റപ്പാലം എൻ.എസ്. എസ്. കോളേജ്, കേരളാ പ്രസ് അക്കാദമി, മദുരൈ കാമരാജ് യൂണിവേഴ്സിറ്റി, ബാംഗ്ലൂർ യൂണിവേഴ്സിറ്റി, ശ്രീവെങ്കിടേശ്വരാ യൂണിവേഴ്സിറ്റി തിരുപ്പതി എന്നിവിടങ്ങളിൽ വിദ്യാഭ്യാസം. ജേണലിസത്തിലും എജ്യുക്കേഷനിലും ബിരുദാനന്തര ബിരുദം, ഇംഗ്ലീഷ് സാഹിത്യത്തിൽ ബിരുദം. അഡ്വർടൈസിംഗ് & പബ്ലിക് റിലേഷൻസിൽ ബിരുദാനന്തര ഡിപ്ളോമ. ലിറ്റിൽഫ്ലവർ കോളേജ് ഗുരുവായൂർ, ഫാറൂഖ് കോളേജ് കോഴിക്കോട്, സെന്റ് ജോസഫ് കോളേജ് ദേവഗിരി, ലിസ കോളേജ് കൈതപ്പൊയിൽ, ഡിംസ് കോളേജ് ചാലക്കുടി എന്നിവിടങ്ങളിൽ ജേണലിസം അദ്ധ്യാപനം.കാലിക്കറ്റ് യൂണിവേഴ്സിറ്റി ഇന്റർസോൺ കലോത്സവത്തിലും പൂന്താനം സാഹിത്യോത്സവത്തിലും ഒന്നാംസ്ഥാനമുൾപ്പടെ ഉപന്യാസ രചനയ്ക്ക് നിരവധി അംഗീകാരങ്ങൾ. വി.ആർ. സുധീഷിന്റെ 'ദൈവത്തിന് ഒരു പൂവ്' ക്യാംപസ് ചലച്ചിത്രമാക്കി മികച്ച ചിത്രത്തിനുള്ള ഗ്രാഫിക്സ് അവാർഡ് നേടി. ദേശീയതലത്തിൽ നടന്ന വിബ്ജിയോർ ചലച്ചിത്രമേളയിൽ മികച്ച ഡോക്യുമെന്ററിയായി തെരഞ്ഞെടുക്കപ്പെട്ട 'മണ്ണ് പിളർന്നുപോയ മരം', അറ്റ്ലസ് - ജീവൻ അവാർഡ് നേടിയ 'കളിവിളക്കിന്റെ ഇടംപാതി' എന്നിവ രചനയും സംവിധാനവും നിർവഹിച്ചു. പ്രശസ്ത സംവിധായകൻ ലാൽ ജോസിന്റെ 25 വർഷത്തെ സിനിമാ ജീവിതവും വ്യക്തി ജീവിതവും ഇടകലർത്തി എഴുതിയ 'മദ്രാസിൽ നിന്നുള്ള തീവണ്ടി' 2022 ൽ ഡി.സി. ബുക്സ് പ്രസിദ്ധീകരിച്ചു. 'സിലബസ്', 'ആ മണമല്ലേ ഈ മണമല്ലേ', 'പുഴയായ് ഒഴുകിയ വഴികൾ' എന്നിവയാണ് മറ്റു രചനകൾ.

ഭാര്യ: നിമിഷ, മകൻ: ഹർഷവർദ്ധൻ. മലയാളം അദ്ധ്യാപകരായ കെ.ശ്യാമളാദേവിയും പി. മോഹനനുമാണ് മാതാപിതാക്കൾ. എം. പ്രദീപ് സഹോദരൻ.

വിലാസം: മാലേയം, കൊടുമുണ്ട(പി.ഒ), പട്ടാമ്പി, പാലക്കാട്, 679303. ഫോൺ : 9846099007

sabarishindia@gmail.com

എം. ശബരീഷ്

ഉള്ളടക്കം

ആമുഖം

ആത്മാവിൽ നിന്നുള്ള അനുഗ്രഹം

ഈ പുസ്തകത്തിന്റെ പണിയിൽ ആരാണെന്നെ കൊണ്ടെത്തിച്ചത്? അറിയില്ല. എങ്ങനെയോ കിട്ടിയ ഉൾപ്രേരണയാൽ ഒരു ദിവസം പ്രവർത്തിച്ചു തുടങ്ങുകയായിരുന്നു.

കേരള ചലച്ചിത്ര അക്കാദമി സംഘടിപ്പിച്ച പത്തു ദിവസത്തെ സിനിമാസ്വാദന കളരി. അന്ന് തൃശ്ശൂർ അയ്യന്തോളിലെ അപ്പൻ തമ്പുരാൻ സ്മാരകത്തിൽ അനുഭവങ്ങൾ പങ്കുവെയ്ക്കാൻ ലോഹിതദാസ് എത്തിയിരുന്നു. കട്ടൻചായ അല്പാല്പമായി കുടിച്ചു കൊണ്ട് അന്നദ്ദേഹം ദീർഘനേരം സദസ്സിനോടു സംസാരിച്ചു. ഒട്ടും രസം ചോരാതെ കേട്ടിരിക്കുകയും സംശയങ്ങൾ ചോദിക്കുകയും ചെയ്ത സിനിമാ വിദ്യാർത്ഥികളുടെ കൂട്ടത്തിൽ ഞാനുമുണ്ടായിരുന്നു.

വർഷങ്ങൾ കഴിഞ്ഞ് അദ്ദേഹത്തിന്റെ മരണവും കഴിഞ്ഞ് ശ്രീ. ജോൺ പോൾ ലോഹിയെക്കുറിച്ച് സഫാരി ചാനലിൽ സംസാരിക്കുന്നതു കേട്ടതിന്റെ ആകർഷകത്വം കൊണ്ടാവാം അദ്ദേഹത്തെപ്പറ്റി കുറേക്കൂടി വിവരങ്ങളറിയണം എന്ന തോന്നലുണ്ടാവുന്നത്.

അന്വേഷണത്തിന് പരിമിതികളുണ്ടായിരുന്നു. അദ്ദേഹത്തിന്റെ വ്യക്തിജീവിതത്തെ അടുത്തറിയുന്നവർ അവിശ്വസനീയമാം വിധം കുറവാണ്. സിനിമയിൽ ഏറ്റവും അടുപ്പമുണ്ടായിരുന്ന കൈതപ്രം ഒരിക്കൽ പറഞ്ഞിട്ടുണ്ട്, ലോഹിയുടെ മൃതദേഹത്തിനടുത്തിരിക്കുന്ന പ്രായമായ സ്ത്രീയെപ്പറ്റി അന്വേഷിച്ചപ്പോഴാണ് അത് അദ്ദേഹത്തിന്റെ

അമ്മയാണെന്നുള്ള വിവരം അറിയുന്നതെന്ന്. ലോഹിയുടെ അമ്മ ജീവിച്ചിരിക്കുന്നുണ്ട് എന്നു പോലും അറിയില്ലായിരുന്നുവെന്ന്. അടുപ്പമുള്ളവർക്കു പോലും അത്രയും ഗോപ്യമായ വ്യക്തി ജീവിതത്തെപ്പറ്റിയുള്ള എന്റെ അന്വേഷണവും അങ്ങനെത്തന്നെയായിരുന്നു. മരിച്ചുപോയ ഒരാളുടെ ജീവിതകഥ എഴുതുന്നത് തെളിവുകൾ ശേഖരിക്കുന്ന കുറ്റാന്വേഷകന്റെ വഴികളുടേതിന് സമമാണെന്ന് ബോധ്യമായി.

അമരാവതിയിൽ ഏകാന്തവാസത്തിലുള്ള സിന്ധുച്ചേച്ചിയെ പലതവണ കാണാൻ ചെന്നു. ഊണും ചായയും പഴുത്ത മാങ്ങയും ചക്കയുമൊക്കെ കഴിച്ച് തൊടിയിലൂടെ നടന്നു. കുളത്തിന്റെ കരയിലിരുന്നു. പടിപ്പുരയുടെ മുന്നിലുള്ള പാടവരമ്പിലൂടെ നടന്നു. ലോഹി സാറിന്റെ ചിതയെരിഞ്ഞിടത്ത് മനസ്സുകൊണ്ട് തൊഴുതു നിന്നു. അന്വേഷിച്ച വിവരങ്ങളൊന്നും കിട്ടിയില്ല. സിന്ധുച്ചേച്ചി പറഞ്ഞു

“ശബരി എന്തിനാ അദ്ദേഹത്തിന്റെ വ്യക്തിജീവിതപ്പെറ്റി എഴുതുന്നത്? ലോഹിതദാസിന്റെ സിനിമകളെപ്പറ്റി എഴുതു. അതുപോരേ?...” എന്ന്. അതായിരുന്നില്ല എന്റെ ഉദ്ദേശം.

ചാലക്കുടി കോളേജിൽ ജോലി ചെയ്തിരുന്നപ്പോൾ കൂടെയുണ്ടായിരുന്ന ബേബി വിൻസെന്റ് ടീച്ചർ സഹായിക്കാൻ സ്വമനസ്സാലേ മുന്നോട്ടുവന്നു. ടീച്ചറുടെ പരിചയത്തിൽ ലോഹിസാറിന്റെ ചാലക്കുടി ജീവിതത്തെപ്പറ്റി അടുത്തറിയാവുന്ന പലരുമുണ്ട്. ചിലരുടെ നമ്പറുകൾ തന്നു. ഫോണിൽ അവരോടൊക്കെ സംസാരിച്ചു. എന്നാൽ തുടർച്ചയുള്ള വിവരങ്ങൾ കിട്ടിയില്ല. അവിടവിടെ ഇരുട്ടായിത്തന്നെ കിടന്നു. ഒരു കാര്യം മാത്രം മനസ്സിലായി. സ്നേഹത്തിന് കൊതിച്ച കുട്ടിയായിരുന്നു, അനാഥത്വത്തിന് സമാനമായ കൗമാരമായിരുന്നു, നല്ല കുടുംബനാഥനായിരുന്നു, എല്ലാത്തിലുമുപരി മനുഷ്യത്വത്തിൽ ഊന്നിയ യഥാർത്ഥ കലാകാരനായിരുന്നു ലോഹി.

ഞാനാലോചിച്ചു, മറഞ്ഞിരിക്കട്ടെ എന്ന് ലോഹിതദാസ് ആഗ്രഹിച്ച വിവരങ്ങൾ ഞാനെന്തിന് തിരഞ്ഞു പോവണം? ഞാൻ കുറ്റാന്വേഷകനല്ലല്ലോ.

അങ്ങനെയാണ് സിനിമകളിലൂടെത്തന്നെയുള്ള യാത്രയായി ഈ പുസ്തകം മാറുന്നത്. 2020ലെ കോവിഡ്കാല ലോക്ഡൗണിൽ തുടങ്ങിയതാണ് രചന. സുഹൃത്തും ഡിസൈനറുമായ ശ്രുതിരാജ് ആവേശപൂർവ്വം കവർ ഡിസൈൻ ജോലികൾ ഏറ്റെടുത്തു. ശ്രുതിരാജ് ചെയ്ത മനോഹരമായ കവർ ആ വർഷം ജൂൺ 28 ന്, ലോഹി സാറിന്റെ വിട

പറയലിന്റെ വാർഷികത്തിന്, മലയാളികളുടെ പ്രിയതാരം കുഞ്ചാക്കോ ബോബൻ അദ്ദേഹത്തിന്റെ ഫെയ്സ്ബുക്ക് ഇൻസ്റ്റാഗ്രാം പേജുകളി ലൂടെ പ്രകാശനം ചെയ്തു. പ്രിയ സുഹൃത്ത് ജെസ്വിൻ ജെയിംസാണ് ചാക്കോച്ചന് ഈ രചന പരിചയപ്പെടുത്തുന്നത്.

യൂട്യൂബിലും ഫെയ്സ്ബുക്കിലും പത്രമാസികാ താളുകളിലും പുസ്തക ങ്ങളിലും ലോഹിയെക്കുറിച്ച് പറയപ്പെട്ടതോ എഴുതപ്പെട്ടതോ ആയ വിവരങ്ങളെല്ലാം ശേഖരിച്ച് ഉൾപ്പെടുത്തിയിട്ടുണ്ട്. ചിലപ്പോഴൊക്കെ അവരുടെ വാക്കുകൾ പോലും കടം കൊണ്ടിട്ടുമുണ്ട്. മറ്റുള്ളവരുടെ വാക്കുകളെ വിശ്വസിച്ചു കൊണ്ടല്ലാതെ ചരിത്രരചന സാധ്യമല്ലല്ലോ. സുന്ദർദാസും, എം.എ വേണുവും ധാരാളം വിവരങ്ങൾ തന്നിട്ടുണ്ട്. മനോജ് ചന്ദ്രന്റെ പുസ്തകവും ഏറെ ഗുണം ചെയ്തു.

പുസ്തകമെഴുതുന്നതിന് സ്ഥിര താല്പര്യവും ഊർജ്ജവുമാണ് വേണ്ടത്. ലോഹിയുടെ ആത്മാവിന്റെ അനുഗ്രഹം പോലെ അത് ഒരിക്കലും വറ്റിയില്ല. എഴുതിക്കൊണ്ടിരിക്കുമ്പോൾ ഫെയ്സ് ബുക്കിൽ പങ്കുവെച്ച ഭാഗങ്ങൾക്ക് ലഭിച്ചത് അത്ഭുതാവഹമായ പ്രതികരണങ്ങളായിരു ന്നു. ലോഹിതദാസിനെ സ്നേഹിക്കുകയും ആരാധിക്കുകയും ചെയ്യുന്ന നിരവധി പേർ നിരന്തരം അന്വേഷണങ്ങളും ഫോൺവിളികളുമായി കൂടെയുണ്ടായി. അമ്മയുടേയും ഏട്ടന്റേയും നിമിഷയുടേയും പിന്തുണ കൂടി ഈ സമയം ഓർക്കാതെ വയ്യ. ഒടുവിൽ ഇൻസൈറ്റ് പബ്ലിക്കയുടെ സുമേഷും ഈ ഉദ്യമത്തിന്റെ ഭാഗമാവാൻ കൃത്യസമയത്ത് വന്നുചേർ ന്നു. രേഷ്മ അക്ഷരി ടീച്ചർ പ്രൂഫ് നോക്കാൻ സഹായിച്ചതും ജഗദീഷ് നാരായണൻ കവർ ഡിസൈൻ ചെയ്തു തന്നതും ഓർക്കണം. ആരോടും നന്ദി പറയുന്നില്ല. അവർ കൂടി ഉൾപ്പെട്ട നിയോഗമായിരുന്നു ഇത്.

ആമുഖമായി ഇത്രമാത്രം. നിഴലുകൾ ഇഴചേർന്ന നാട്ടുവഴിയിലൂടെ ഇനി നമുക്കൊരുമിച്ചു നടന്നു തുടങ്ങാം.

പാല്വ് വാങ്ങാൻ വരുന്ന കുട്ടി

അടച്ചിട്ട ഗേറ്റിനു മുന്നിൽ ഒരു പയ്യൻ പരുങ്ങുന്നുണ്ട്. വീട്ടുമുറ്റത്തെ ചെടികളെ പരിപാലിച്ചു നിൽക്കുന്ന മാത്യു വക്കീൽ ആൾപ്പെരുമാറ്റമറിഞ്ഞിട്ടും തല വെട്ടിച്ച് നോക്കിയില്ല. എല്ലാ ദിവസവും സംഭവിക്കുന്ന കാര്യമാണ്. എന്താണ് ഇത്ര നോക്കാൻ എന്നാണ് അദ്ദേഹത്തിന്റെ ഭാവം. ഗേറ്റിൽ തട്ടി ശബ്ദമുണ്ടാക്കിക്കൊണ്ട് പയ്യൻ ചോദിച്ചു .

"പട്ടിയുണ്ടോ?"

" ഉണ്ടല്ലോ" വക്കീലിന്റെ മറുപടി.

" കടിക്കുവോ?"

"കടിക്കാതെ പിന്നെ?"

പയ്യൻ കുറച്ചു നേരം കൂടി പരുങ്ങി നിന്നശേഷം പതുക്കെ ഗേറ്റ് തുറന്ന് മുറ്റത്തുടെ വീടിന്റെ പിന്നാമ്പുറത്തേക്ക് ശബ്ദമില്ലാതെ നടന്നു. രാത്രി മുഴുവൻ കുരച്ച ക്ഷീണത്തിൽ ശാന്തനായി ഉറങ്ങുന്നുണ്ട് വളർത്തുനായ കൈസർ. കൂട്ടിലേയ്ക്ക് നോക്കി നോക്കി പേടിച്ചു പേടിച്ചാണ് പയ്യൻ നടക്കുന്നത്. പാത്രത്തിൽ പാലും വാങ്ങി മുറ്റവും ഗേറ്റും കടന്ന് തിരികെ റോഡിലെത്തി തിരിഞ്ഞു നോക്കാതെ ഒറ്റ ഓട്ടം.

വക്കീലിന്റെ മകൾ ആയിഷയുടെ ക്ലാസിൽ പഠിക്കുന്ന പയ്യനാണ് പാലുവാങ്ങാൻ വന്നത്. ചോറ്റാനിക്കര സർക്കാർ സ്കൂളിലെ മെയ്യമ്മ

ടീച്ചറുടെ മകൻ. ഭർത്താവ്വ മരിച്ച ശേഷം മറ്റൊരു വിവാഹം കഴിച്ചിരുന്നു മെയ്യമ്മ ടീച്ചർ. അധികംവൈകാതെ സ്ഥലംമാറ്റം കിട്ടി അവർ മരട് മാങ്കായിൽ സ്കൂളിലേക്ക് പോയി. അതോടെ കയ്യില്ലാത്ത വെള്ള ബനിയനും ഇറങ്ങിക്കിടക്കുന്ന കാക്കിട്രൗസറുമിട്ട് പാല്വ വാങ്ങാൻ വരുന്ന പയ്യനെ വക്കീലും മകളും മറന്നു.

കോട്ടയത്തുപാറ ഞെളിയത്തെ മാത്യ വക്കീലിന്റെ മകൾ വിവാഹം കഴിച്ചത് തിരക്കഥാകൃത്ത് ജോൺ പോളിനെയാണ്. ആയിടയ്ക്ക് ഏതോ വാരികയിൽ വന്ന അഭിമുഖത്തിൽ പുതുതായി സിനിമയിൽ വന്ന ഒരു തിരക്കഥാകൃത്ത് മെയ്യമ്മ ടീച്ചർ എന്ന സ്വന്തം അമ്മയെ പറ്റി പറഞ്ഞതിൽ നിന്നാണ് ആളെ തിരിച്ചറിയുന്നത്. എന്നും പേടിയോടെ പാല്വ വാങ്ങാൻ വന്ന കുട്ടി വലുതായി സിനിമയ്ക്ക് കഥ എഴുതുന്ന ആളായി മാറിയിരിക്കുന്നു.

“ഇയാളെ ഞാനറിയും, എന്റെ കൂടെ പഠിച്ചതാണ്. വീട്ടിൽ പാല്വവാങ്ങാൻ വരുമായിരുന്നു”

ഭാര്യ ഇങ്ങനെ പറഞ്ഞപ്പോഴാണ് ജോൺപോൾ ആളെ ശ്രദ്ധിച്ചത്. എ.കെ ലോഹിതദാസ്. തീക്കനൽ ഒളിച്ച് വെച്ച ആദ്യ തിരക്കഥയിലൂടെ മലയാളിയുടെ സിനിമാനുഭവത്തിന്റെ ഉള്ളുപൊള്ളിച്ച എഴുത്തുകാരൻ. “നിന്റെ കഥാപാത്രങ്ങൾ മനുഷ്യരെപ്പോലെ സംസാരിക്കുന്നവരാണ്. അത് വിട്ടുകളയരുത്” എന്ന് സാക്ഷാൽ പത്മരാജനാൽ അനുഗ്രഹിക്കപ്പെട്ട അമ്പഴത്തിൽ കരുണാകരൻ ലോഹിതദാസ്.

ഒരു വയസ്സുള്ളപ്പോൾ അസുഖം വന്ന് മരിച്ച സ്വന്തം അച്ഛനെ ലോഹിതാക്ഷന് ഓർമ്മപോലുമില്ല. പുനർവിവാഹം ചെയ്ത ടീച്ചർക്ക് മൂന്നു മക്കൾ ജനിച്ചു. അമ്മയിൽ നിന്നുള്ള സ്നേഹം പകുത്തു വാങ്ങാൻ വന്ന രണ്ടാനച്ഛനെ ഇഷ്ടപ്പെടാൻ ലോഹിതാക്ഷന് കഴിഞ്ഞില്ല. ഏകാന്തതയിലായിരുന്നു ആ കുട്ടി അധികവും. ക്ലാസിന്റെ ബഹളത്തിലൊന്നും പെടാതെ മാറിനടന്ന അവനെ മന്ദബുദ്ധിയായി മറ്റുള്ള കുട്ടികൾ കണ്ടു.

ഒടുവിൽ ദൂരെയെങ്ങോ വെച്ചുണ്ടായ ഒരു അപകടം അമ്മയുടെ ഭർത്താവിന്റെ ജീവനെടുത്തു എന്ന വാർത്തയറിഞ്ഞ് അറിയാതെ കരഞ്ഞത് ഓർമ്മയുണ്ട്. എങ്ങനെയോ താനയാളെ സ്നേഹിച്ചിരുന്നു എന്ന് ലോഹി തിരിച്ചറിയുന്നത് അയാളുടെ മരണ ദിവസമായിരുന്നു. രണ്ടാനച്ഛൻ മരിച്ച ശേഷം നന്നേ കഷ്ടപ്പെട്ട ലോഹിയും അമ്മയും സഹോദരങ്ങളും ചാലക്കുടിയിലെ അമ്മാവന്റെ തണലിലേയ്ക്ക് മാറി. അങ്ങനെയാണ് ലോഹിതാക്ഷൻ ചാലക്കുടിക്കാരനാവുന്നത്.

എലിയുടെ മരണവും മൂന്നാംക്ലാസുകാരനും

വീട്ടിനകത്ത് കണ്ട ഒരു എലിക്കുട്ടിയെ വടിയെടുത്ത് ഒറ്റ അടി. അത് ചോരചിന്തി ചത്തുപോയി. മൂന്നാംക്ലാസ്സുകാരൻ ലോഹിതാക്ഷന് സങ്കടമായി. ചെയ്യേണ്ടിയിരുന്നില്ല, പാവം എലിക്കുട്ടി. അതിന്റെ അമ്മ വിഷമിക്കില്ലേ? എലിക്കുട്ടിയുടെ ചോരയിൽ ഈർക്കിൽ തൊട്ട് വെള്ള ക്കടലാസിൽ അവനൊരു കുറിപ്പെഴുതി. എലിക്കുട്ടിയുടെ അച്ഛനമ്മമാ രോട് കുറ്റം ഏറ്റുപറഞ്ഞു കൊണ്ട് എഴുതിയ ആ കുമ്പസാരക്കുറിപ്പാണ് ലോഹിയുടെ ജീവിതത്തിലെ എഴുത്തിന്റെ ആദ്യാക്ഷരം.

കടുങ്ങമംഗലം സ്കൂളിൽ പഠിക്കുമ്പോൾ സാഹിത്യ സമാജത്തിൽ കളിക്കാൻ നാടകങ്ങളെഴുതിയിരുന്നു ലോഹിതാക്ഷൻ. ചെറുകഥകൾ എഴുതിനോക്കിയിട്ടുണ്ടെങ്കിലും നാടകത്തോടൊപ്പമായിരുന്നു വളർന്നത്. എറണാകുളം മഹാരാജാസ് കോളേജിൽ കൊമേഴ്സ് ബിരുദത്തിന് ചേർന്നു. അവിടെ വലിയ സാഹിത്യ പ്രവർത്തനങ്ങളൊന്നുമുണ്ടായില്ല. എന്നാലും കോളേജ് മാഗസിനു വേണ്ടി കഥ എഴുതിയിരുന്നു. ഒരു കുരുവിയുടെ കഥ.

കോളേജ് മാഗസിനു വേണ്ടി കുരുവിക്കഥ എഴുതിയതിൽപ്പിന്നെ ലോഹി ആവേശത്തോടെ ധാരാളം കഥകളെഴുതി. വിലാസം

അറിയാവുന്ന വാരികകൾക്കൊക്കെ അയച്ചുകൊടുത്തു. എല്ലാം പോയ പോലെ തിരിച്ചു വന്നു. ഒടുവിൽ 'അനിത, സ്റ്റാന്റേർഡ് 10 ബി' എന്ന പേരിലൊരു കഥ എഴുതിയത് ലോഹിയുടെ ആത്മവിശ്വാസം വർദ്ധിപ്പിച്ചു. അതും പ്രതീക്ഷയോടെ പ്രസിദ്ധീകരണത്തിന് അയച്ചെങ്കിലും ഒട്ടും വൈകാതെ 'പ്രസിദ്ധീകരണ യോഗ്യമല്ലാത്ത' ആ കഥയും തിരിച്ചു വന്നു. അതോടെ ലോഹി എഴുത്തു നിർത്തി, മനസ്സുകൊണ്ട് പിൻവാങ്ങി.

മഹാരാജാസിലെ പഠനം പാതിയിൽ നിർത്തിക്കൊണ്ട് കറമ്പൻ ഡോക്ടർ എന്ന സ്വന്തം അമ്മാവൻ ദയവു തോന്നി നൽകിയ തീരെ തുച്ഛമായ പണംകൊണ്ട് ലാബ് ടെക്നീഷ്യൻ കോഴ്സ് പഠിക്കാൻ തിരുവനന്തപുരത്ത് പോയി. താമസിക്കാൻ ഇടമില്ല. അക്കാലമത്രയും രാത്രി കിടന്നത് തമ്പാനൂരിലെ ട്രാൻസ്പോർട്ട് ബസ് സ്റ്റാന്റിൽ ന്യൂസ്പേപ്പർ വിരിച്ചിട്ടായിരുന്നു. പുലരും മുമ്പ് എഴുന്നേൽക്കണം. ബസ്സ്റ്റാന്റിൽ തിരക്കു വരും മുമ്പ് അവിടത്തെ കക്കൂസും കുളിമുറിയും ഉപയോഗിക്കണം.

നഗരമധ്യത്തിൽ ശബ്ദത്തിന്റേയും ആൾത്തിരക്കിന്റേയും നടുക്ക് വെറും നിലത്ത് ഉറക്കം വരാതെ ആകാശം നോക്കിക്കിടന്ന അയാൾ എങ്ങനെയാണ് ഒറ്റപ്പെടലിന്റെ കഥ പറയാതിരിക്കുക? ലോഹിതദാസ് എങ്ങനെയാണ് സാധാരണക്കാരന്റെ ജീവിതം പറഞ്ഞ തിരക്കഥാകൃത്തായത് എന്ന് ഇനി സംശയിക്കണ്ട.

ലാബും പ്രണയത്തിന്റെ ബാക്ടീരിയകളും

തിരുവനന്തപുരം മെഡിക്കൽ കോളേജിൽ ലാബ് ടെക്നീഷ്യൻ കോഴ്സ് കഴിഞ്ഞ് ഇരുപത്തിരണ്ടാം വയസ്സിൽ സർക്കാർ സർവ്വീസിൽ കയറി. ആദ്യം ചാലക്കുടി സർക്കാർ ആശുപത്രിയിലെ ബ്ലഡ്ബാങ്കിലും പിന്നീട് തൃശ്ശൂർ ജില്ലാ ആശുപത്രിയിലെ ലാബിലും ജോലിചെയ്തു. ആ സമയത്തു തന്നെ ചാലക്കുടി ബസ് സ്റ്റാന്റിനടുത്ത് അമ്പഴത്തിൽ ലബോറട്ടറി എന്ന സ്ഥാപനം തുടങ്ങി. പിന്നീട് 1972 ൽ ശ്രീകുമാർ ബിൽഡിങ്ങിൽ ലാബ് ടെക്നീഷ്യൻ കോഴ്സ് പഠിപ്പിക്കുന്ന 'മെഡിക്കൽ ലാബ് ടെക്നോളജി ഇൻസ്റ്റിറ്റ്യൂട്ട്' ആരംഭിക്കുകയും ചെയ്തു. ഷിഫ്റ്റ് അനുസരിച്ചുള്ള ജോലി ഉച്ചയ്ക്ക് ഒരു മണിക്ക് തീർത്ത് തൃശ്ശൂരിൽ നിന്ന് ലോഹി ഇൻസ്റ്റിറ്റ്യൂട്ടിൽ പഠിപ്പിക്കാനെത്തും. തിരക്കുള്ള ചില ദിവസങ്ങളിൽ എത്താൻ കഴിയില്ല. ലോഹി വരാതിരിക്കുന്നത് കുട്ടി കൾക്ക് സങ്കടമാണ്. മെഡിക്കൽ കോളേജിലെ പഠനകാല കഥകളും ജോലി ചെയ്യുന്നതിന്റെ അനുഭവങ്ങളും പൊതുകാര്യങ്ങളുമെല്ലാം ചേർത്ത് സരസമായി അദ്ദേഹമെടുക്കുന്ന ക്ലാസ്സ് കുട്ടികൾക്ക് അത്ര പ്രിയപ്പെട്ടതായിരുന്നു. അവരെ ഇടയ്ക്ക് തൃശ്ശൂർ മെഡിക്കൽ കോളേജിൽ കൊണ്ടുപോയി പഠനാവശ്യത്തിന് സൂക്ഷിച്ചിട്ടുള്ള യഥാർത്ഥ മനുഷ്യശ രീരങ്ങളൊക്കെ കാണിച്ച് പഠിപ്പിക്കും. ബെൽബോട്ടം പാന്റ്സും ഷൂസും

ധരിക്കുന്ന മുടി വളർത്തിയ ലോഹിസാറിനെ അവരെല്ലാം കാത്തിരുന്നു.

എല്ലാവരോടും എത്ര അടുത്തു സംസാരിക്കുമ്പോഴും ലോഹി തന്റെ സ്വകാര്യ സങ്കടങ്ങൾ മറച്ചുവെച്ചു. സാറിനെക്കുറിച്ച് കൂടുതലൊന്നും അവരാരും അറിഞ്ഞില്ല. നാടകത്തിൽ വലിയ താല്പര്യമുള്ളയാളാണെന്നു മാത്രം എല്ലാവർക്കുമറിയാമായിരുന്നു.

ജീവിതത്തോടുള്ള പ്രണയം ആരംഭിക്കുന്നതിനു മുമ്പ് ആത്മഹത്യ ചെയ്യാൻ തീരുമാനിച്ച ഒരു ദിവസമുണ്ട്. അനാഥത്വവും സ്വസ്ഥത ലഭിക്കാത്ത ജീവിത പരിസരങ്ങളും ചേർന്ന് അങ്ങനെയൊരു തീരുമാനത്തിലെത്തിക്കുകയായിരുന്നു ലാബിൽ നിന്ന് അല്പം വിഷം ടെസ്റ്റ്യൂബിലാക്കി പഞ്ഞി കൊണ്ട് അടച്ച് വീട്ടിൽ കൊണ്ടുവന്നു. കൈയിലുള്ള പൈസയ്ക്ക് നല്ലൊരു ഊണും പൊതിഞ്ഞു വാങ്ങി. രാത്രി കുളികഴിഞ്ഞ് ഊണ് കഴിച്ചു. വീടിന്റെ ഉത്തരത്തിൽ വെച്ചിട്ടുള്ള ടെസ്റ്റ് റ്റ്യൂബ് കൈയെത്തിച്ച് എടുക്കാൻ ശ്രമിക്കുമ്പോൾ അബദ്ധത്തിൽ നിലത്തുവീണു പൊട്ടി. നിലത്ത് ചിതറിക്കിടക്കുന്ന വിഷം നോക്കി ലോഹി തീരുമാനിച്ചു. മരിക്കാൻ സമയമായിട്ടില്ല, താൻ ജീവിക്കേണ്ടവനാണ്. വെല്ലുവിളികളെ നേരിടാനുറച്ച് അയാൾ ഉറങ്ങാൻ വേണ്ടി കണ്ണടച്ച് കിടന്നു.

ലോഹിയുടെ ഇൻസ്റ്റിറ്റ്യൂട്ടിൽ ലാബ്ടെക്നീഷ്യൻ കോഴ്സ് പഠിച്ച് ലാബിൽ ജോലി ചെയ്യാൻ വന്നതാണ് മേലൂർ പൂലാനിക്കാരിയായ സിന്ധു എന്ന പെൺകുട്ടി. എന്നും പുസ്തകങ്ങളുമായി ലാബിൽ വരികയും ധാരാളം വായിക്കുകയും കേട്ടിരിക്കാൻ തോന്നുന്ന തരത്തിൽ സംസാരിക്കുകയും ചെയ്യുന്ന ബാക്ടീരിയോളജി അധ്യാപകൻ ലോഹിതാക്ഷൻ സാറിനെ അവൾ ശ്രദ്ധിച്ചിരുന്നു. ഉച്ചഭക്ഷണ സമയത്ത് സിന്ധുവിന്റെ ചോറ്റുപാത്രത്തിൽ നിന്ന് ഉപ്പേരിക്കഷ്ണങ്ങൾ സ്വാതന്ത്ര്യത്തോടെ എടുത്തു തിന്നുമായിരുന്ന ലോഹിയിലെ പ്രണയഭാവത്തിന്റെ തെളിച്ചം അന്നേ തിരിച്ചറിഞ്ഞിരുന്നതായി സുഹൃത്ത് സുന്ദർദാസ് പിന്നീട് പറഞ്ഞിട്ടുണ്ട്.

ലോഹിയും സിന്ധുവും പ്രണയം പരസ്പരം തിരിച്ചറിയുന്നത് ലോഹിക്ക് സംഭവിച്ച ഒരു അപകടത്തെ തുടർന്നായിരുന്നു. സെക്കന്റ് ഷോ കഴിഞ്ഞ് വരുമ്പോൾ മോട്ടോർ സൈക്കിൾ ഗട്ടറിൽ വീണ് ചെറിയൊരു ആക്സിഡന്റ് ഉണ്ടായി. കൈയ്ക്ക് പരിക്കുപറ്റി. കുറച്ചു ദിവസം മെഡിക്കൽ കോളേജിലെ ജോലിക്ക് പോയില്ല. പരിക്കേറ്റ കൈ സ്ലിങ്ങിലിട്ട് ശാന്തി ലാബിലെത്തിയ ലോഹിയോട് "കൈയ്ക്ക് അല്പം ചൂടുവെള്ളം പിടിച്ചുകൂടേ?..." എന്ന് സിന്ധു ചോദിച്ചു. "അതൊക്കെ ചെയ്തു തരാൻ ആരാ..." എന്നായിരുന്നു ലോഹിയുടെ മറുപടി. ഞാൻ ചെയ്തു തരട്ടേ

എന്ന് വീണ്ടും സിന്ധു ചോദിച്ചു. എന്നും ചെയ്തു തരാൻ പറ്റുമോ എന്നായിരുന്നു ലോഹിയുടെ പ്രതികരണം.

പരിചരിക്കാൻ സിന്ധു സന്നദ്ധയായി. ചൂടുവെള്ളമുണ്ടാക്കി കൈയ്യ് ചൂടുപിടിക്കുന്ന സിന്ധുവിൽ ലോഹിക്ക് സ്നേഹം അനുഭവപ്പെട്ടു. അത്രനാളും കേട്ടുകേൾവി മാത്രമുള്ള സ്നേഹത്തെ അയാൾ അടുത്തു കണ്ടു. അനാഥത്വത്തിന്റെ മരവിപ്പിലാണ് ആ ചൂട് ഒരാശ്വാസമായി പടർന്നു കയറിയത്. പിന്നീട് അവരുടെ ബന്ധത്തിന്റെ വ്യാകരണം അങ്ങനെയായി മാറി.

ഇൻസ്റ്റിറ്റ്യൂട്ടിലെ ടീച്ചേഴ്സിൽ ചിലർ ലോഹിയെ സിന്ധുവുമായുള്ള ബന്ധത്തിൽ നിന്ന് പിന്തിരിപ്പിക്കാൻ ശ്രമിച്ചെങ്കിലും അതങ്ങനെ ചാലക്കുടിപ്പുഴപോലെ ഒഴുകിക്കൊണ്ടിരുന്നു.

ഏറെ പ്രിയപ്പെട്ട സുന്ദരസൗഹൃദം

ചാലക്കുടി റൊട്രാക്റ്റ് ക്ലബിന്റെ പ്രവർത്തകനായിരുന്ന ലോഹി അവരുടെ കലാപ്രവർത്തങ്ങളുടെ മുൻനിരയിലുണ്ടായിരുന്നു. അങ്ങനെയാണ് ബിസിനസ് ചെയ്യുന്ന സുഭാഷിനേയും, അയാളുടെ സഹോദരൻ കേരളവർമ്മ കോളേജിൽ ബി.എ ഫിലോസഫി പഠിക്കുന്ന സുന്ദരത്തിനേയും സുഹൃത്തുക്കളായി ലഭിക്കുന്നത്. സുഭാഷ് റൊട്രാക്റ്റിന്റെ സജീവ പ്രവർത്തകനായിരുന്നു. മുകുന്ദേട്ടൻ എന്ന പരിചയക്കാരനിൽ നിന്ന് ലോഹി വാങ്ങിയ മുരിങ്ങൂരിലെ ചെറിയ വീട്ടിൽ അവർ വൈകുന്നേരങ്ങളിൽ കൂടിയിരുന്ന് കട്ടൻകാപ്പിയും കപ്പപുഴുങ്ങിയതും കഴിച്ച് കലാ - സാഹിത്യ ചർച്ചകൾ പതിവാണ്. എം.മുകുന്ദന്റെ നോവലുകളും എം.ടിയുടെ കഥകളും സംഭാഷണങ്ങളിൽ നിറഞ്ഞു നിന്നു. പിന്നീട് മാതൃഭൂമിയിൽ പത്രപ്രവർത്തകനായ എം.പി സുരേന്ദ്രനും കവി സച്ചിദാനന്ദൻ പുഴങ്കരയുമൊക്കെ അക്കൂട്ടത്തിൽ പതിവുകാരായിരുന്നു.

അഭിരുചികൾ ചർച്ചയാവുമ്പോൾ എപ്പോഴും ലോഹിക്കും സുന്ദരത്തിനും സമാന അഭിപ്രായങ്ങളായിരുന്നു. അന്ന് തൃശ്ശൂർ ജില്ലാ ആശുപത്രിയിലെ നഴ്സസ് ഡേയ്ക്കും ഡോക്ടേഴ്സ് ഡേയ്ക്കുമൊക്കെ നാടകങ്ങളെഴുതുകയും പ്രധാന കഥാപാത്രമായി അഭിനയിക്കുകയും ചെയ്തു.

സുഭാഷിന്റേയും സുന്ദരത്തിന്റേയും അച്ഛൻ അശോകൻ സെൻട്രൽ എക്സൈസിൽ ഉദ്യോഗസ്ഥനും ധാരാളം ആർട്സ് ക്ലബ്ബുകളുടെ

സംഘാടകനുമായിരുന്നു. സിനിമയിൽ നിരവധി സൗഹൃദങ്ങളുള്ള അദ്ദേഹത്തിന്റെ വീട്ടിൽ നടന്മാരായ ബഹദൂറും കെ.പി ഉമ്മറുമൊക്കെ ഇടയ്ക്കിടയ്ക്ക് സന്ദർശനത്തിന് വരാറുണ്ട്. ഒരിക്കൽ ബഹദൂർക്ക വീട്ടിൽ വരുന്ന ദിവസം സുന്ദരം ലോഹിയെ വിളിച്ച് പരിചയപ്പെടുത്തിയിട്ടുമുണ്ട്.

സുന്ദരവും ലോഹിയും ചേർന്ന് ഒരിക്കൽ ചാലക്കുടി ഉത്സവപ്പറമ്പിൽ നിന്നൊരു അറുബോറൻ നാടകം കണ്ടു. നാടകം കഴിഞ്ഞ് തിരിച്ചു നടക്കുമ്പോൾ അതിനെപ്പറ്റി ചർച്ച ചെയ്യുകയും ഉത്സവപ്പറമ്പിൽ കളിക്കാൻ നല്ലൊരു നാടകം നമുക്കും ചെയ്താലെന്താ എന്ന് രണ്ടുപേരും കൂടി ചിന്തിക്കുകയും ചെയ്തു.

തീരുമാനിച്ച പോലെ ലോഹി നാടകമെഴുതി. പ്രധാന കഥാപാത്രമായ ഡോക്ടറുടെ റോളിൽ രംഗത്തുവന്നു. നാടകം സംഘടിപ്പിക്കാനാവശ്യമായ പണം സുന്ദരമാണ് ചെലവാക്കിയത്. വേറെയും രണ്ടു മൂന്നു വേദികളിൽ ആ നാടകം കളിക്കാൻ ക്ഷണം കിട്ടി.

പിന്നീടവർ പദ്ധതിയിട്ടത് സിനിമയായിരുന്നു. കലാമൂല്യം മാത്രം ലക്ഷ്യമാക്കിയുള്ള ചെറിയ സിനിമ. അതിനവർക്ക് പ്രചോദനമായത് ചാലക്കുടി സരണി ഫിലിം സൊസൈറ്റിയിൽ നിന്നു കണ്ട ബംഗാളി സിനിമകൾ തന്നെയാവും. തിരക്കഥയൊന്നും എഴുതി പരിചയമില്ലെങ്കിലും ലോഹി മനസ്സിലുള്ള കഥ സീനുകൾ പോലെ എഴുതി. 'വൈകി വന്ന വണ്ടി' എന്ന് പേരും നൽകി. അക്കാലത്തെ മികച്ച ക്യാമറയായിരുന്ന 'സൂപ്പർ 8' അന്വേഷിച്ച് തൃശ്ശൂരും പാവറട്ടിയിലുമൊക്കെ പലതവണ പോയെങ്കിലും ക്യാമറ കിട്ടിയില്ല. പതുക്കെ ആ ഉദ്യമം അവർ ഉപേക്ഷിക്കുകയും ചെയ്തു.

ബി.എ ഫിലോസഫി വിട്ട് തൊഴിലധിഷ്ഠിതമായ എന്തെങ്കിലും കോഴ്സ് ചെയ്യാൻ വേണ്ടി സുന്ദരം മദ്രാസിലേയ്ക്ക് പോയി. ബഹദൂർക്ക എല്ലാ സഹായവും ചെയ്യാമെന്ന് ഏറ്റിരുന്നു. മദ്രാസിലെത്തി കോഴ്സിനു ചേർന്ന് താമസിക്കാൻ മറ്റു സ്ഥലമൊന്നും ശരിയാവാതിരുന്ന സുന്ദരത്തെ ബഹദൂർക്ക സ്വന്തം വീട്ടിൽ താമസിപ്പിച്ചു.

ഹിസ് ഹൈനസ് അല്ലാത്തൊരു പാവം അബ്ദുല്ല

സുഹൃത്ത് തോപ്പിൽ ധർമ്മൻ അഭിനയിക്കുന്ന നാടകം കാണാൻ പെരുമ്പാവൂരിലെത്തിയ ലോഹിയെ നാടകം കഴിഞ്ഞപ്പോൾ ധർമ്മൻ മറ്റൊരു സുഹൃത്തിന് പരിചയപ്പെടുത്തി. മലപ്പുറത്ത് ഭാവനാ സ്റ്റുഡിയോ നടത്തുന്ന അബ്ദുല്ല. അബ്ദുല്ലയ്ക്ക് നല്ല സിനിമാപ്രാന്താണ്. ഏറെ ത്യാഗങ്ങൾ സഹിച്ച് 'കയം' എന്നൊരു സിനിമ 1982ൽ നിർമ്മിച്ചയാളാണ്. ശങ്കർ,ജഗതി ശ്രീകുമാർ, കൊച്ചിൻ ഹനീഫ തുടങ്ങിയവർ അഭിനയിച്ച ആ സിനിമ വിജയമായില്ലെങ്കിലും വീണ്ടുമൊരു സിനിമ ചെയ്യാൻ കഥയന്വേഷിച്ച് വന്നതായിരുന്നു ആ മനുഷ്യൻ. അത്ര ആവേശമായിരുന്നു സിനിമയോട്.

ലോഹി അബ്ദുല്ലയെ വിശദമായി പരിചയപ്പെട്ടു. അവരൊന്നിച്ചു പെരുമ്പാവൂരിൽ നിന്ന് മടങ്ങി. അബ്ദുല്ലയ്ക്ക് മലപ്പുറത്തേക്ക് ബസ് കിട്ടാത്ത കാരണം രാത്രി ലോഹിയുടെ കൂടെ ചാലക്കുടിയിൽ തങ്ങി. അവർ ഉറങ്ങാതെ രാത്രി മുഴുവൻ സംസാരിച്ച് ദീർഘകാലം പരിചയമുള്ളവരെപ്പോലെയായി. പിറ്റേന്ന് കാലത്ത് ചാലക്കുടിപ്പുഴയിൽ കുളിച്ചുകൊണ്ടിരിക്കുമ്പോൾ അബ്ദുല്ല ചോദിച്ചു.

“ലോഹി ഒരു തിരക്കഥയെഴുതി തരാമോ?”

ചെറുകഥയും നാടകവും മാത്രം വശമുള്ള ലോഹി തിരക്കഥ എഴുതുന്നതിനെപ്പറ്റി അതുവരെ ചിന്തിച്ചിട്ടേയില്ലായിരുന്നു. പലതും പറഞ്ഞ് ഒഴിവാവാൻ നോക്കിയെങ്കിലും അബ്ബുല്ല വിട്ടില്ല. വീണ്ടും വീണ്ടും നിർബന്ധിച്ചപ്പോൾ “ശ്രമിക്കാം...” എന്നൊരു മറുപടി നൽകി.

അബ്ബുല്ലയുടെ ക്ഷണമനുസരിച്ച് ലോഹി മലപ്പുറത്തെത്തി. എഴുതാനൊക്കെയുള്ള ചെറിയ സൗകര്യങ്ങൾ അബ്ബുല്ല ചെയ്തിരുന്നു. ആ സമയത്ത് മനസ്സിലുണ്ടായിരുന്ന ഒരു കഥ തിരക്കഥ പോലെ എഴുതി. അബ്ബുല്ലയ്ക്ക് ഇഷ്ടമായി. അദ്ദേഹത്തിന്റെ മറ്റൊരു സുഹൃത്ത് സംവിധായകൻ ലിസ ബേബിയും വായിച്ച് നല്ല അഭിപ്രായം പറഞ്ഞു. ‘സല്ലാപം’ എന്ന പേരിട്ട ആ തിരക്കഥ ബേബിയെ വെച്ച് സിനിമയാക്കാൻ അബ്ബുല്ല ഏറെ ശ്രമിച്ചെങ്കിലും പണം കണ്ടെത്താൻ കഴിയാത്ത കാരണം നടന്നില്ല. അബ്ബുല്ലയുമായുള്ള കൂടിക്കാഴ്ചകൾ കൃത്യമായ ഇടവേളകളിൽ നടന്നുകൊണ്ടിരുന്നു.

നാടകമെഴുത്തിൽ അറിയപ്പെട്ടു തുടങ്ങിയ ലോഹിയെ അന്വേഷിച്ച് അബ്ബുല്ല മറ്റൊരു പ്രൊജക്ടുമായി വന്നു.മദ്രാസിലുള്ള ജോത്സ്യൻ വിശ്വനാഥൻ പറഞ്ഞൊരു കഥയുണ്ട്.അതൊന്നു കേൾക്കണം. തിരക്കഥയാക്കണം. കഥ കേട്ട ലോഹിക്ക് ഒട്ടും ഉത്സാഹം തോന്നിയില്ല. തീർത്തും സാധാരണമായൊരു സിനിമാക്കഥ. ലോഹി പിന്മാറാൻ പോകുന്നു എന്ന് മനസ്സിലാക്കിയപ്പോൾ എന്തു മാറ്റവും വരുത്താനുള്ള അനുമതിയോടെ ലോഹിയെ വീണ്ടും നിർബന്ധിച്ചു.

കൂടാതെ മറ്റു ചില രഹസ്യങ്ങളും അബ്ബുല്ല പറഞ്ഞു. വിശ്വേട്ടൻ മദ്രാസിലുള്ള ഒരു മാർവാഡിയുടെ വിശ്വസ്തനാണ്. ഈ കഥ സിനിമയാക്കാൻ മാർവാഡി കുറച്ചു പണം കടമായി തരും. അതു വെച്ച് പടം തുടങ്ങാം”.

അബ്ബുല്ലയുടെ അടങ്ങാത്ത സിനിമാ ദാഹത്തിനു മുന്നിൽ ലോഹി സമ്മതം മൂളി. വിശ്വേട്ടൻ പറഞ്ഞ കഥയ്ക്ക് അടിമുടി മാറ്റങ്ങൾ വരുത്തി ‘ക്ഷണിക്കപ്പെടാതെ’ എന്ന പേരിൽ തിരക്കഥയാക്കി. ലിസാ ബേബി സംവിധായകനായി പ്രൊജക്ട് മുന്നോട്ടുപോയി. മണിയൻ പിള്ള രാജുവും ചിത്രയും നായികാ നായകന്മാരായി തീരുമാനിക്കപ്പെട്ടു. പൂജ കഴിഞ്ഞ് മദ്രാസിൽ ചിത്രീകരണം തുടങ്ങി.

പക്ഷേ ലോഹിക്ക് സിനിമയിലെത്താൻ സമയമായിട്ടില്ലായിരുന്നു.

കുതിരവട്ടം പപ്പു, ചിത്ര, ടി.ആർ ഓമന, ശാന്തകുമാരി എന്നിവരൊക്കെ അഭിനയിച്ചു കൊണ്ടിരിക്കെ മൂന്നാംനാൾ ഷൂട്ടിംഗ് അവസാനിച്ചു. മാർവാഡിയുടെ പണമൊന്നും പറഞ്ഞ പോലെ വന്നില്ല. അങ്ങനെയായിരുന്നു ആ പ്രൊജക്ടിന്റെ ജാതകം. അബ്ദുല്ലയുടെ ശ്രമങ്ങൾ വീണ്ടും പരാജയപ്പെട്ടു.

ലോഹി മദ്രാസിൽ

മദ്രാസിലൊന്നു പോവാനും സംവിധായകൻ ലിസ ബേബിയെ നേരിട്ടു കണ്ട് തന്റെ നടക്കാതെ പോയ തിരക്കഥ തിരികെ വാങ്ങാനും ലോഹി ആഗ്രഹിച്ചു.

മദ്രാസിൽ സുന്ദരമുണ്ട്. അവൻ അങ്ങോട്ടു ക്ഷണിച്ചിട്ടുമുണ്ട്. എന്നാൽ അങ്ങനെത്തന്നെ എന്നു തീരുമാനിച്ച് ലോഹി മദ്രാസിലെത്തി. ഒരു ചെറിയ ലോഡ്ജിൽ തങ്ങി പിറ്റേന്ന് സുന്ദരത്തെ കാണാൻ ബഹദൂർക്കയുടെ വീട്ടിലെത്തി. നാട്ടിൽ നിന്ന് ലോഹി വരുന്ന കാര്യവും സിനിമക്കാരെ ആരെയെങ്കിലും പരിചയപ്പെടണമെന്ന ആഗ്രഹവും സുന്ദരം ബഹദൂർക്കയോട് സൂചിപ്പിച്ചിരുന്നു. വേണ്ട സഹായം ചെയ്യാമെന്ന് അദ്ദേഹം ഏറ്റിട്ടുണ്ട്.

സുന്ദരം ലോഹിയെ ബഹദൂർക്ക അഭിനയിക്കുന്ന ലൊക്കേഷനിലേയ്ക്ക് കൊണ്ടുപോയി. പ്രേംനസീർ നായകനായ 'മുഖ്യമന്ത്രി' യുടെ ചിത്രീകരണമായിരുന്നു നടന്നിരുന്നത്. ബഹദൂർക്ക ലോഹിയേയും സുന്ദരത്തിനേയും സാക്ഷാൽ നസീർ സാറിന് പരിചയപ്പെടുത്തി. ടി.ജി. രവിയുമുണ്ടായിരുന്നു കൂടെ. "ഇയാൾ ലോഹിതാക്ഷൻ. കഥകളും നാടകങ്ങളുമൊക്കെ എഴുതാറുണ്ട്..." ബഹദൂർക്ക അത്രയും പറഞ്ഞപ്പോഴേയ്ക്കും നസീർ സാറിന്റെ മറുപടി വന്നു. "ലോഹിതാക്ഷൻ അല്ലേ? കേട്ടിട്ടുണ്ട്"

ലോഹിക്കും സുന്ദരത്തിനും ചിരി വന്നു. അതുവരെ ഒരു കഥ പോലും

എഴുതി പ്രസിദ്ധീകരിച്ചിട്ടില്ലാത്ത ലോഹിയെ നസീർ സാർ എങ്ങനെ കേൾക്കാനാണ്? പക്ഷേ അതായിരുന്നു അദ്ദേഹം. ആരെയും മുഷിപ്പിക്കാതെ പ്രോത്സാഹിപ്പിക്കുക മാത്രം ചെയ്യുന്ന പോസിറ്റീവ് എനർജി നൽകുന്ന വ്യക്തിത്വം. പ്രേംനസീർ എന്ന മഹാനടനെ അടുത്തു പരിചയപ്പെട്ട സന്തോഷത്തിൽ ലോഹിയും സുന്ദരവും അവിടെ നിന്ന് ഇറങ്ങി സംവിധായകൻ ലിസാബേബിയെ കാണാൻ പോയി. അദ്ദേഹവുമായി സംസാരിക്കുകയും ലോഹി എഴുതിയ തിരക്കഥ തിരികെ വാങ്ങുകയും ചെയ്തു.

പിറ്റേന്ന് മലയാള സിനിമാ പ്രവർത്തകർ താമസിക്കുന്ന നുങ്കമ്പാക്കത്തെ ആർ.കെ.ലോഡ്ജിലേയ്ക്ക് സുന്ദരം ലോഹിയെ കൊണ്ടുപോയി. നടൻമാരായ ജോസ്, ജോണി, കെ.എസ് സേതുമാധവന്റെ അസോസിയേറ്റ് ഡയറക്ടർ ജോർജ് കിത്തു, മങ്കൊമ്പ് ഗോപാലകൃഷ്ണൻ ഇവരൊക്കെ അന്ന് ആർ.കെ.ലോഡ്ജിലെ സ്ഥിരതാമസക്കാരായിരുന്നു. ജോസിനെ കണ്ട് സംസാരിച്ച ശേഷം ജോർജ് കിത്തുവിന്റെ മുറിയിൽ ചെന്ന് അദ്ദേഹത്തേയും പരിചയപ്പെട്ടു. ലോഹിക്ക് സിനിമയിൽ കയറാനുള്ള വഴിയൊരുക്കുക എന്ന ഒറ്റ ഉദ്ദേശമായിരുന്നു സുന്ദരത്തിന്റെ ഉള്ളിൽ. ലോഹിയെ പരിചയപ്പെട്ട ജോർജ് കിത്തു ഏതെങ്കിലും അവസരം വന്നാൽ പറയാം എന്ന് ഉറപ്പുകൊടുത്തു.

ലോഹിതദാസിന്റെ ജീവിതം വിധിയുടെ നാടകവേദിയായിരുന്നു എന്നു തന്നെ പറയണം. ഇതേ ജോർജ് കിത്തു പന്ത്രണ്ട് വർഷങ്ങൾക്ക ശേഷം ആദ്യമായി സംവിധായകനാവുന്നത് ലോഹിതദാസിന്റെ നിർദ്ദേശപ്രകാരം ലഭിച്ച പ്രൊജക്ടിൽ അദ്ദേഹത്തിന്റെ തിരക്കഥ ചിത്രീകരിച്ചുകൊണ്ടായിരുന്നു എന്നറിയുമ്പോൾ വിധിയുടെ പ്രവചനാതീതമായ വഴികളോർത്ത് അത്ഭുതപ്പെടേണ്ടി വരും.

മദ്രാസിലെ ശ്രമങ്ങളൊന്നും സിനിമയിലേയ്ക്കുള്ള വഴികൾ തുറന്നില്ല. തന്റേതായ പ്രവർത്തനങ്ങളിൽ ഊർജസ്വലനായി തുടർന്ന ലോഹി നാടകമെഴുതി തെളിഞ്ഞു. 'അവസാനം വന്ന അതിഥി' എന്ന നാടകത്തോടെ ആ മേഖലയിൽ കൂടുതൽ പ്രശസ്തനായി.

അക്കാലത്ത് ചാലക്കുടിയിൽ നാടകസംഘമുണ്ടായിരുന്നു. സാരഥി തീയറ്റേഴ്സ് എന്ന് പേരുള്ള സമിതിയുടെ റിഹേഴ്സൽ ക്യാമ്പുകളിൽ സ്ഥിരം സന്ദർശകനായിരുന്ന ലോഹിതദാസ് കൂടെ നാടകങ്ങൾ എഴുതുകയും ചെയ്യുമായിരുന്നു. ജോസ് പെല്ലിശ്ശേരി, സി.പി.സെബാസ്റ്റ്യൻ, എം.എ ആൻറണി എന്നിവരായിരുന്നു നാടകക്കൂട്ടപ്പിന്റെ മുഖ്യ

സംഘാടകർ. സാരഥിയുടെ നാടകം സംവിധാനം ചെയ്യാൻ നടൻ തിലകൻ വരുന്നതോടെയാണ് ലോഹിയുടെ കലാപ്രവർത്തനങ്ങൾക്ക് മറ്റൊരു ദിശയുണ്ടാവുന്നത്.

ഏറെ വൈകാതെ ലോഹി നിർണ്ണായകമായ ആ തീരുമാനമെടുത്തു. നാടക രചനയിൽ സജീവമാവാൻ വേണ്ടി 1985 ൽ സർക്കാർ ജോലിയിൽ നിന്ന് ദീർഘകാല ലീവിന് എഴുതിക്കൊടുത്തു. പലതും ചെയ്യാനുണ്ട് എന്ന ആത്മവിശ്വാസത്തോടെയുള്ള ഉറച്ച ചുവടായിരുന്നു ആ തീരുമാനം.

സ്വപ്നങ്ങളൊക്കെയും പങ്കുവെക്കാം

ബഹദൂർക്കയുടെ കൂടെ പല സിനിമാക്കാരും സുന്ദരത്തിന്റെ വീട്ടിൽ വരാറുണ്ടായിരുന്നു. അക്കൂട്ടത്തിൽ ഒരാളാണ് സംവിധായകൻ പി. വേണു. പ്രേംനസീർ നായകനായ 'സി.ഐ.ഡി. നസീർ' പോലുള്ള ഹിറ്റ് ചിത്രങ്ങളുടെ സംവിധായകനായ വേണു ഒരിക്കൽ സുന്ദരത്തിന്റെ വീട്ടിൽ വെച്ച നടന്ന സംഭാഷണത്തിൽ അനിയൻ പി.സുകു എന്ന സുകു മേനോന് സിനിമ സംവിധാനം ചെയ്യാനുള്ള പരിപാടിയുണ്ടെന്ന് പറഞ്ഞു. ആ സമയത്ത് സുന്ദരത്തിന്റെ മൂത്ത പെങ്ങളുടെ ഭർത്താവും ബിസിനസ്സുകാരനുമായ രാധാകൃഷ്ണനും അവിടെയുണ്ട്. സ്വന്തമായി ഇൻഡസ്ട്രിയൽ എസ്റ്റേറ്റും തടി ബിസിനസ്സുമൊക്കെയുള്ളയാളായിരുന്നു രാധാകൃഷ്ണൻ. സുകു ചെയ്യുന്ന സിനിമ നിർമ്മിക്കാൻ രാധാകൃഷ്ണൻ തയ്യാറായി. തുടർന്നു നടന്ന ചർച്ചയിലാണ് സുകു മേനോന്റെ മനസ്സിലുള്ള കഥ തിരക്കഥയാക്കാൻ ഒരാളെ വേണമെന്ന ആവശ്യം ഉയർന്നതും സ്വാഭാവികമായും സുന്ദരത്തിന്റെ വീട്ടിൽ കുടുംബാംഗത്തെപ്പോലെ അടുപ്പമുള്ള ലോഹിയുടെ പേര് ഉയർന്നു വരുന്നതും. ലോഹിക്ക് ആ അവസരം കിട്ടി. ലോഹി ഏറെ ആഗ്രഹിച്ചതു പോലെ സിനിമയിലേയ്ക്കുള്ള ഭാഗ്യവാതിൽ തുറന്നതിൽ എല്ലാവരും സന്തോഷിച്ചു.

സുകു മേനോനെ നേരിട്ടു കണ്ട് ആദ്യവട്ട ചർച്ചകൾ തുടങ്ങി. ഇതിഹാസങ്ങളിലും ക്ലാസ്സിക്കുകളിലും വേരുകളുള്ള ലോഹിയിലെ കഥാകാരനെ സുകുവിന് നന്നേ ബോധിച്ചു. സംവിധായന്റെ കൈയിലൊരു കഥയുണ്ട്.

വെല്ലുവിളികൾ നേരിടുന്ന ഒരു നാടൻ പ്രേമം അതിന്റെ പ്രതിസന്ധികൾ മറികടന്ന് വിവാഹം എന്ന സാഫല്യത്തിലവസാനിക്കുന്ന സാധാരണ കഥ തന്നെ. ലോഹി എഴുതാമെന്നേറ്റു. ലോഹി പറഞ്ഞ 'കാണാൻ കൊതിച്ച്' എന്ന പേര് സംവിധായകനും സ്വീകാര്യമായി. മധു അമ്പാട്ടിനെ ഛായാഗ്രഹണമേൽപ്പിക്കാനും ധാരണയായി. തൃശ്ശൂരിലെ എലൈറ്റ് ഹോട്ടലിലെ മുറിയിൽ ലോഹിക്ക് എഴുതാനുള്ള സൗകര്യങ്ങൾ നിർമ്മാതാവ് രാധാകൃഷ്ണൻ ചെയ്തു കൊടുത്തു.

ലോഹിയും സുകു മേനോനും കൂടി ഗാനങ്ങൾ ഉൾപ്പെടേണ്ടുന്ന കഥാസന്ദർഭം തീരുമാനിച്ചു. പ്രശ്നങ്ങളൊക്കെ തീർന്ന് വിവാഹിതരാവുന്ന കമിതാക്കളുടെ മനസ്സുകൾ സംസാരിക്കുന്നതു പോലെ ഒരു ഗാനമാണ് വേണ്ടത്. ഹൃദയസ്പർശിയായ ഒരു പാട്ടുമതി ചിത്രത്തിൽ, എന്നാണ് സംവിധായകന്റെ പക്ഷം.

ആ ദിവസം പി.ഭാസ്കരൻ മാസ്റ്റർ തൃശ്ശൂരിലുണ്ട്. സാഹിത്യ അക്കാദമിയിൽ ഒരു മീറ്റിങ്ങിനു വന്നതാണ്. ലോഹിയും സുകുവും കൂടി മാസ്റ്ററെ ചെന്നു കണ്ട് ഗാനരചനയുടെ കാര്യം സംസാരിച്ചു. അദ്ദേഹം സമ്മതിക്കുകയും ചെയ്തു.

'കല്പാന്തകാലത്തോളം' എന്ന ഹിറ്റ് ഗാനം ചെയ്ത് തിളങ്ങി നിൽക്കുന്ന വിദ്യാധരൻ മാസ്റ്ററെയാണ് സംഗീത സംവിധായകനായി കണ്ടത്. തൃശ്ശൂർ ബിനി ടൂറിസ്റ്റ്ഹോമിന്റെ ഒന്നാം നിലയിലെ മുറിയിൽ ഭാസ്കരൻ മാഷും വിദ്യാധരൻ മാഷും ശോഭന പരമേശ്വരൻ നായരും സുകു മേനോനും ലോഹിയുമടങ്ങുന്ന വലിയ സദസ്സിൽ വെച്ചാണ് സർവ്വകാല ഹിറ്റായി മാറിയ ആ പാട്ടിന്റെ പിറവി.

"സ്വപ്നങ്ങളൊക്കെയും പങ്കുവെയ്ക്കാം ദുഃഖഭാരങ്ങളും പങ്കുവെയ്ക്കാം..."

തിരുവനന്തപുരത്തെ തരംഗിണി സ്റ്റുഡിയോയിൽ പൂജയും രാധൂസ് ഫിലിംസിന്റെ ബാനറിൽ രാധാകൃഷ്ണൻ നിർമ്മിച്ച് ലോഹിതദാസ് എഴുതി പി.സുകു സംവിധാനം ചെയ്യുന്ന 'കാണാൻ കൊതിച്ച്' എന്ന ചിത്രത്തിന്റെ പൂജയും റെക്കോഡിംഗും നടന്നു. ലോഹിയും സുന്ദർദാസും കൂടി തലേന്ന് തിരുവനന്തപുരത്ത് എത്തിയിരുന്നു. തിക്കുറുശ്ശി സുകുമാരൻ നായരാണ് പൂജയ്ക്ക് ഭദ്രദീപം കൊളുത്തിയത്. യേശുദാസും ചിത്രയുമായിരുന്നു ഗായകർ. ചിത്ര അക്കാലത്ത് ശ്രദ്ധിക്കപ്പെട്ടു വരുന്നതേയുള്ളൂ.

എഴുത്തു തുടങ്ങി ഒരാഴ്ചയായപ്പോൾ ലോഹി സുകു മേനോനെ കാണാൻ ചെന്നു. തിരക്കഥ പുരോഗമിച്ചു വരുന്നു. പക്ഷേ ലോഹി

ഒട്ടും തൃപ്തനല്ല. മറ്റൊരാളുടെ കഥയായതുകൊണ്ടോ എന്തോ മുറുക്കം കിട്ടുന്നില്ല എന്നാണ് ലോഹിയുടെ നിരാശ. തിരക്കഥ പൂർത്തിയാക്കാൻ കൂടുതൽ സമയം ആവശ്യപ്പെട്ടു.

നിർമ്മാതാവ് രാധാകൃഷ്ണൻ ബിസിനസ്സിൽ ചില്ലറ പ്രതിസന്ധികൾ നേരിട്ടതിനാലും തല്ക്കാലം മറ്റൊരു മേഖലയിൽ പണമിറക്കണ്ട എന്ന് തീരുമാനിച്ചതിനാലും പതുക്കെ ജോലികളെല്ലാം നിലച്ച് പ്രൊജക്ട് മരവിച്ചു പോവുകയായിരുന്നു.

പാട്ടും ലോഹിയുടെ ഇച്ഛാഭംഗവും മാത്രം ബാക്കിയായി.

ഭാസ്കരൻ മാസ്റ്റർക്ക് വളരെ ഇഷ്ടപ്പെട്ട "സ്വപ്നങ്ങളൊക്കെയും പങ്കു വെയ്ക്കാം..." എന്ന ഗാനം തലമുറകൾക്കിപ്പുറവും ഏറെ പ്രിയപ്പെട്ടതായി തുടരുമ്പോഴും ലോഹിതദാസ് എന്ന തിരക്കഥാകൃത്തിന്റെ നടക്കാതെ പോയ അരങ്ങേറ്റത്തിന്റെ കഥ അധികമാരും അറിഞ്ഞിട്ടില്ല.

തോപ്പിലാശാന്റെ പ്രവചനം

ആയിടയ്ക്ക് വായിച്ച നാടകങ്ങളെപ്പറ്റി നടൻ തിലകനുമായി കുറച്ച് നേരമായി സംസാരിക്കുകയാണ് തോപ്പിൽ ഭാസി.

കായംകുളത്ത് കെ.പി.എ.സിയുടെ ഓഫീസിലെത്തി നാടകം വായിക്കാൻ തന്ന് അഭിപ്രായമറിയാൻ കാത്തു നിന്ന ഒരു യുവാവിനേയും അയാളുടെ നാടകത്തേയും കുറിച്ചാണ് അദ്ദേഹം അവേശത്തോടെ വിവരിക്കുന്നത്.

"ഇവിടെ എത്രയോപേർ നാടകമെഴുതി വായിക്കാൻ കൊണ്ടുവരുന്നു. ഞാനതൊക്കെ വായിക്കാറുമുണ്ട്. പക്ഷേ അതിലൊന്നും നാടകമുണ്ടാവാറില്ല. എന്നാൽ അയാൾ കൊണ്ടുവന്നത് ഒന്നാന്തരമൊരു നാടകമാണ്."

'ഏകാദശി നോറ്റ കാക്ക' എന്ന നാടകത്തിന്റെ കൈയെഴുത്തുപ്രതി വായിച്ച് അദ്ദേഹം അത്ഭുതപ്പെട്ടതായും ജീവിതം എഴുതുന്നതിലുള്ള അസാമാന്യ വൈഭവം അതിൽ വെളിപ്പെടുന്നതായും മനസ്സുതുറന്ന അദ്ദേഹം ഒന്നുകൂടി പറഞ്ഞു.

"ചെറുപ്പക്കാരനായ ആ നാടകകൃത്ത് നാടകത്തിൽ ഏറെക്കാലം തുടർന്നെന്നു വരില്ല. എഴുത്ത് ദൃശ്യങ്ങളാൽ സമ്പന്നമാണ്. അയാൾ സിനിമയിലെത്തുമെന്ന് ഉറപ്പാണ്".

തിലകൻ അത് ശ്രദ്ധിച്ചു. തോപ്പിലാശാൻ പറഞ്ഞ പേര് ഓർമ്മയിൽ

പരതി. എവിടെയോ കേട്ട പരിചയമുണ്ട്.

ഭാസിയുമായുള്ള ചർച്ചകഴിഞ്ഞ് തിരിച്ചു പോകുമ്പോഴും തിലകൻ ഓർക്കാൻ ശ്രമിക്കുകയായിരുന്നു. പെട്ടന്ന് ഓർമ്മയിൽ തെളിഞ്ഞു. ഉയരം കുറഞ്ഞ് തടിച്ച് ചുരുണ്ടമുടിയുള്ള ഒരു ചെറുപ്പക്കാരൻ. ചാലക്കുടി സാരഥി നാടക സമിതിയിൽ വെച്ച് ഒരിക്കൽ തന്റെയൊരു ഡയലോഗ് തിരുത്തിയ ആൾ. നാടകത്തിലിടപെട്ടത് അത്ര രസിക്കാതിരുന്ന തിലകൻ ആദ്യം ദേഷ്യപ്പെട്ടെങ്കിലും പിന്നീട് തണുത്തു.

ഒറ്റ ഡയലോഗിൽ ജീവിതത്തിന്റെ ചവർപ്പ മുഴുവൻ പ്രതിധ്വനിപ്പിച്ച അയാൾ സാധാരണ റിഹേഴ്സൽ കണ്ടുകൊണ്ട് നിൽക്കാറേ ഉണ്ടായിരുന്നുള്ളൂ. മാറ്റിയെഴുതിയ ആ സംഭാഷണ ശകലത്തിന്റെ കൃത്യതയും മൂർച്ചയും കൊണ്ട് അയാളെ പരിചയപ്പെട്ടത് തിലകന് ഓർമ്മ വന്നു. ലോഹി എന്നാണയാൾ പേരു പറഞ്ഞത്. സംശയമുറപ്പിക്കാൻ അന്വേഷിച്ചു. അയാൾ തന്നെയാണ് തോപ്പിലാശാൻ പറഞ്ഞ എഴുത്തുകാരൻ എന്നു ബോധ്യമായി.

പിന്നീടു കണ്ടപ്പോൾ താൻ നാടകമെഴുതിയ കാര്യം പറയാത്തതെന്താണെന്ന് തിലകൻ ലോഹിയോട് ചോദിച്ചു. വഴക്കു പറഞ്ഞെങ്കിലോ എന്ന ഭയം കൊണ്ടാണെന്നുള്ള വിനയപൂർവ്വമുള്ള മറുപടി കേട്ടപ്പോൾ തിലകന് ആ വ്യക്തിയെ ബോധിക്കുകയും ചിരിക്കുകയും ചെയ്തു.

'രാരീരം' എന്ന സിനിമയുടെ ഡബ്ബിംഗ് നടക്കുന്ന സമയത്ത് സംവിധായകൻ സിബി മലയിലുമായി സംസാരിക്കുമ്പോൾ തിലകൻ അയാളുടെ പേര് പറഞ്ഞു.

"തോപ്പിൽ ഭാസി ആശാനെ അത്ഭുതപ്പെടുത്തിയൊരു ചെറുപ്പക്കാരനുണ്ട്. അയാളുമായി ചേർന്നാൽ നല്ല സിനിമയ്ക്കുള്ള കഥയും തിരക്കഥയും ലഭിച്ചേയ്ക്കും". സിബി മലയിൽ അത് ഗൗരവമായിത്തന്നെ കേൾക്കുകയും അയാളോട് തന്നെ വന്നു കാണാൻ പറയുകയും ചെയ്തു.

തിലകൻ ഇക്കാര്യം അടുത്ത ദിവസം നേരിട്ട് അറിയിച്ചെങ്കിലും ലോഹിക്ക് വലിയ ആവേശം തോന്നിയില്ല.

സിബിമലയിൽ അത്ര നല്ല അഭിപ്രായം തോന്നിയ സംവിധായകനായിരുന്നില്ല എന്നതായിരുന്നു കാരണം. ആയിടയ്ക്ക് 'മുത്താരംകുന്ന് പി.ഒ' കാണുകയും സിബിയിലെ സംവിധായകനെപ്പറ്റി മതിപ്പുതോന്നുകയും ചെയ്ത ലോഹി, തിലകൻ പറഞ്ഞ പ്രകാരം സിബിയെ കാണാൻ തീരുമാനിച്ചു.

സിബിയെ ഫോണിൽ വിളിച്ചു. പാലക്കാട് ഇന്ദ്രപ്രസ്ഥ ഹോട്ടലിൽ ഉണ്ടെന്നറിഞ്ഞ് അവിടെപ്പോയി കണ്ടു.

അശ്രദ്ധമായ വസ്ത്രധാരണത്താലും യാത്രാക്ഷീണത്താലും അവധൂതനെപ്പോലെ തോന്നിച്ച ലോഹി നാലോ അഞ്ചോ കഥകൾ പറഞ്ഞു. ഒന്നാന്തരം കഥകൾ. ഇയാളിൽ നിന്ന് നല്ല തിരക്കഥ ലഭിക്കുമെന്ന് പ്രതീക്ഷ തോന്നിയ സിബി അടുത്ത സിനിമയുടെ ആലോചനയുടെ സമയത്ത് വീണ്ടും കാണാമെന്നു പറഞ്ഞ് യാത്രയയച്ചു.

'രാരീര'ത്തിനു ശേഷം വീണ്ടുമൊരു പ്രൊജക്ട് മമ്മൂട്ടിയുമായി ചേർന്ന് മുന്നോട്ടു കൊണ്ടുപോവുകയായിരുന്നു സിബി. പുതുമുഖങ്ങളായ രണ്ടുപേർ ചേർന്ന് എഴുതാൻ പോവുന്ന തിരക്കഥ ആറുമാസം ഭ്രാന്തും ആറുമാസം സാധാരണ മാനസികനിലയുമായി കഴിയുന്ന ഒരാളുടെ ജീവിതമായിരുന്നു. പലർക്കും കഥ പറയുന്നതുപോലെ തിരക്കഥ എഴുതാൻ കഴിഞ്ഞെന്നു വരില്ല. അതു തന്നെയാണ് സംഭവിച്ചതും. തൃപ്തികരമായ തിരക്കഥ നൽകാൻ എഴുത്തുകാർക്കായില്ല. കഥയെ വിശ്വസിച്ച് മമ്മൂട്ടിയുടെ ഡെയ്റ്റും മറ്റു കാര്യങ്ങളും ശരിയായിട്ടുണ്ട്. ഉടൻ സിനിമ ചെയ്യണം. "മമ്മൂട്ടി-കുട്ടി-പെട്ടി" എന്നൊരു സ്ഥിരം സമവാക്യമുണ്ടായിരുന്നു അന്ന്. നഗരത്തിൽ വെള്ളക്കോളർ ജോലി ചെയ്യുന്ന മമ്മൂട്ടി കഥാപാത്രങ്ങൾക്ക് സുന്ദരിയായ ഭാര്യയും ബേബിശാലിനി എന്ന കുട്ടിയും പ്രീമിയർ പത്മിനി കാറും കൂടെ സ്യൂട്ട്കേസും എന്നതായിരുന്നു സമവാക്യത്തിന്റെ വികസിത രൂപം. ആവർത്തനം കൊണ്ട് വിരസമായ സ്റ്റീരിയോടൈപ്പ് പരിസരങ്ങളിൽ നിന്ന് മാറി വ്യത്യസ്തമായ കഥാപാത്രം ചെയ്യാൻ മമ്മൂട്ടി ആഗ്രഹിച്ചതുകൊണ്ടാണ് മനോനില തെറ്റിയ നായകന്റെ കഥപറഞ്ഞ ചെറുപ്പക്കാരെ സിബിയുടെ അടുത്തേയ്ക്ക് പറഞ്ഞു വിട്ടിരുന്നത്.

പുതിയൊരാൾ വന്ന് അതിവേഗം തിരക്കഥ എഴുതിത്തീർത്തെങ്കിലേ പ്രൊജക്ട് നടക്കൂ എന്ന് ബോധ്യം വന്ന സിബി എഴുതാനൊരാളെ അന്വേഷിച്ചു തുടങ്ങി. അധികം ആലോചിക്കും മുമ്പേ പാലക്കാട്ടു വന്ന് തന്നെക്കണ്ട് കഥകൾ പറഞ്ഞയാൾ സിബിയുടെ മനസ്സിൽ തെളിഞ്ഞു.

അന്വേഷിച്ചെത്തിയ സിനിമാ 'കാർ'

ചാലക്കുടിക്കാരനാണെന്ന് പറഞ്ഞത് ഓർമ്മയുണ്ട്. ബന്ധപ്പെടാൻ ഫോൺനമ്പറോ കൃത്യമായ വിലാസമോ ഇല്ല. കാത്തിരിക്കാൻ സമയമില്ലാത്ത സിബി, അന്ന് വൈകുന്നേരം തന്നെ പ്രൊഡ്യൂസർ നന്ദകുമാറിനെ കൂട്ടി കാറിൽ ചാലക്കുടിയിലേയ്ക്ക് തിരിച്ചു. ചാലക്കുടി ടൗൺ എത്തും മുമ്പുള്ള മുരിങ്ങൂർ കവലയിൽ കാർ നിർത്തി. അടുത്തുള്ള കടയിൽ അന്വേഷിച്ചു.

കടക്കാരന് അറിയുമായിരിന്നില്ലെങ്കിലും സാധനങ്ങൾ വാങ്ങാൻ വന്നൊരാൾ വഴി പറഞ്ഞുകൊടുത്തു. "ആ നാടകം കളിക്കണ ആളല്ലേ നിങ്ങളുദ്ദേശിക്കണത്? കുറച്ചുകൂടി മുന്നോട്ടു പോയാൽ പോൾസൺ ഡിസ്റ്റലറീസ് എന്നൊരു സ്ഥാപനമുണ്ട്. അതിന് എതിരായുള്ള വഴിയിലേയ്ക്ക് തിരിച്ചാൽ ഒരു കലുങ്കുണ്ട്. കലുങ്കിനോടു ചേർന്നുള്ള ചെറിയ വീടാണ്"

കാർ കലുങ്കിനടുത്തെത്തുമ്പോൾ ഇരുട്ടിത്തുടങ്ങിയിരുന്നു. കലുങ്കിൽ രണ്ടു പേർ ഇരിക്കുന്നത് കാറിന്റെ വെളിച്ചത്തിൽ അവ്യക്തമായി കണ്ടു. തലയിൽ കെട്ടുമായി കാണപ്പെട്ടയാൾ താൻ അന്വേഷിക്കുന്നയാളാണെന്ന് സിബിക്ക് ഉറപ്പായി. കാർ അടുത്തെത്തിയതും "വണ്ടി നിർത്തി

ഇറങ്ങി വാടാ...'' എന്ന് അയാൾ കാറിലേയ്ക്ക് നോക്കി വിളിച്ച പറഞ്ഞു. സിബിയും നന്ദകുമാറും മുഖത്തോടു മുഖം നോക്കി. പെട്ടന്ന് കാറിനടുത്തു വന്ന അയാൾ സിബിയെ തിരിച്ചറിഞ്ഞ് ആളുമാറിയ അബദ്ധത്തിന് ക്ഷമ ചോദിക്കുകയും കൂടുതൽ സംസാരിക്കുകയും ചെയ്തു.

സിബി അവിടെ വെച്ചു തന്നെ വരവിന്റെ ഉദ്ദേശം പറഞ്ഞ് എറണാകുളത്തേയ്ക്ക് കൂടെ വരാൻ ക്ഷണിച്ചു. മുന്നൊരുക്കങ്ങളില്ലാതെ ബാഗിൽ ഒന്നോ രണ്ടോ തുണികൾ എടുത്തിട്ട് സിനിമയിലേയ്ക്കുള്ള ആ കാറിൽ കയറിയതാണ് എ.കെ. ലോഹിതദാസ്... അത്രയും അപ്രതീക്ഷിതമായിരുന്നു ആ വലിയ യാത്രയുടെ തുടക്കം.

യാത്രയിൽ സിബിയുമായി സംസാരിക്കുന്നതിനിടയിൽ ആളുമാറിയതിന്റെ സന്ദർഭം ലോഹി വിശദീകരിച്ചു.

“ഇന്നു രാവിലെയാണ് ശബരിമലയിൽ നിന്ന് എത്തിയത്. കുറച്ചു കാലം നൊയമ്പിലായ കാരണം മാലയൂരിയ ശേഷം തങ്കപ്പേട്ടനേയും കൂട്ടി പുളിക്കക്കടവ് ഷാപ്പിലൊന്ന് പോവാൻ നിൽക്കായിരുന്നു. ജോമോൻ എന്ന കൂട്ടുകാരൻ അവന്റെ അംബാസിഡർ കാറുമായി വരാമെന്നും പറഞ്ഞിരുന്നു. അപ്പഴാണ് നിങ്ങളുടെ കാറിന്റെ ഹെഡ്ലൈറ്റ് കണ്ടത്. ജോമോനാണെന്ന് കരുതി...”

സിബിയും നന്ദകുമാറും ചിരിച്ചു. ചമ്മലോടെ സത്യം പറയുമ്പോൾ അയാളിലുള്ള സാധാരണത്വവും നിഷ്കളങ്കതയും സിബി ശ്രദ്ധിച്ചു.

എറണാകുളത്തെ വുഡ്ലാൻഡ്സ് ഹോട്ടലിൽ എത്തിയശേഷം സിബിയുമായി സംസാരിച്ച നിർമ്മാതാവ് നന്ദകുമാറിന് സംവിധായകൻ പ്രൊജക്ടിനെക്കുറിച്ച് ആത്മവിശ്വാസം നൽകി. സ്ക്രിപ്റ്റ് റെഡിയായിക്കോളുമെന്നും അയാൾക്ക് ചെറിയൊരു തുക അഡ്വാൻസ് നൽകണമെന്നും പറഞ്ഞു.

1987 ഏപ്രിൽ 13, വിഷുത്തലേന്ന്, ലോഹിതദാസിന് സിനിമയിൽ നിന്നുള്ള ആദ്യത്തെ അഡ്വാൻസ് നൽകിയ ശേഷം നന്ദകുമാർ വിഷു ദർശനത്തിന് ശബരിമലയ്ക്ക് പോയി. സിനിമയുടെ നടയിൽ വെച്ച് നിറഞ്ഞ മനസ്സോടെ ലഭിച്ച വിഷുക്കൈനീട്ടം! ആഹ്ലാദത്തിനു പകരം ലോഹിയുടെ മനസ്സ് അപ്പോഴും അവർ ആവശ്യപ്പെട്ട തിരക്കഥയുടെ ഇടവഴികളിൽ ചുറ്റിത്തിരിയുകയായിരുന്നു.

പ്രൊഡ്യൂസർ പൊയ്ക്കഴിഞ്ഞ് ലോഹി തന്റെ മനസ്സ് സിബിയോട് തുറന്നു പറഞ്ഞു. അവർ പറഞ്ഞ കഥയ്ക്ക് യുക്തി കുറവായി തോന്നുന്നുവെന്നും ഭ്രാന്ത് പശ്ചാത്തലമായി മനസ്സിലുള്ള മറ്റൊരു കഥ

ശരിയാക്കാമെന്നുമാണ് ലോഹി വ്യക്തമായി പറഞ്ഞത്. പഴയ കഥയിൽ അത്ര ആകൃഷ്ടനല്ലാതിരുന്ന സിബി അതു സമ്മതിച്ചു. പുതിയ കഥ തയ്യാറാക്കാൻ സമയം ചോദിച്ച എഴുത്തുകാരന് അതും അനുവദിക്കപ്പെട്ടു.

വിഷു ദിവസം സിബിയെ ഉച്ചയൂണിന് ക്ഷണിച്ചിരുന്നു ബാലചന്ദ്രൻ ചുള്ളിക്കാട്. കുളിച്ച് തയ്യാറായി കൂടെവരാൻ സിബി നിർബന്ധിച്ചെങ്കിലും വരുന്നില്ലെന്നു പറഞ്ഞ് ലോഹി കട്ടിലിൽത്തന്നെ കിടന്നു.

ചുള്ളിക്കാടിന്റെ വീട്ടിൽ പോയി ഊണും കഴിഞ്ഞ് വൈകുന്നേരം വരുമ്പോഴും ലോഹി അതേ കിടപ്പ് കിടക്കുകയാണ്. ഉഷാറില്ലാതെ മടിപിടിച്ചു കിടക്കുന്നയാളെ സിബി നിർബന്ധിച്ച് എഴുന്നേൽപ്പിച്ചു. കുളികഴിഞ്ഞ് വസ്ത്രം മാറിയ ലോഹിയെ കൂട്ടി സിബി പുറത്തേയ്ക്ക് നടക്കാനിറങ്ങി.

രണ്ടുപേരും റോഡിലൂടെ നടന്ന് സുഭാഷ് പാർക്കിനപ്പുറത്തുള്ള കായൽത്തീരത്ത് ചെന്നിരുന്നു.

കായലോളങ്ങൾ മാത്രം സംസാരിച്ചു. അവർ പരസ്പരമൊന്നും പറഞ്ഞില്ല. സന്ധ്യമയങ്ങി ഇരുട്ട് വീഴാൻ തുടങ്ങുമ്പോൾ സിബി പറഞ്ഞു. "തിരിച്ച് പോവാം..."

തിരിച്ചു നടക്കുന്നതിനിടയിൽ ഭാരത് ടൂറിസ്റ്റ് ഹോമിന് മുന്നിലെത്തിയപ്പോൾ ലോഹി സിബിയോടു പറഞ്ഞു.

"ഞാൻ കഥ പറയാം..."

കൃത്യമായ തുടക്കവും മധ്യഭാഗവും ഒടുക്കവുമുള്ള ഹൃദയസ്പർശിയായ കഥ ലോഹിതദാസ് പറഞ്ഞു. മലയാള സിനിമ അന്നുവരെ കണ്ടിട്ടില്ലാത്ത മുഹൂർത്തങ്ങൾ! കഥാപാത്രങ്ങൾ! സിബിയുടെ മനസ്സിന് വല്ലാത്ത ഊർജ്ജം തോന്നി. എന്തു ചെയ്യണമെന്നതിന് വ്യക്തത വന്നു.

"മതി, ഇതാണ് നമ്മൾ ചെയ്യുന്ന സിനിമ... ഉറപ്പിക്കാം" എന്ന് സന്തോഷിച്ചു.

സിബി പോയി വരുന്നതിനിടയിൽ സംഭവിച്ചൊരു കാര്യം പിന്നീട് ലോഹി തന്നെ പലരോടും പറഞ്ഞിട്ടുണ്ട്. മീൻ കറി കൂട്ടി ഊണുകഴിക്കാൻ പുറത്തിറങ്ങിയ ലോഹി തന്റെ കഴിഞ്ഞ നാടകത്തിലെ നായകൻ സുരേഷിനെ കണ്ടിരുന്നു. എങ്ങോട്ടാണെന്ന അന്വേഷണത്തിന് അയാൾ പറഞ്ഞ മറുപടി ലോഹിയുടെ മനസ്സിൽ തൊട്ടു. "ഞാനെന്റെ മാഷെ ഒന്നു കാണാൻ പോവാ. മാഷ്ക്ക് ഭ്രാന്താണെന്നാണ് പറയണത്. ശരിക്കും ഭ്രാന്തൊന്നൂല്യ, മക്കളൊക്കെ കൂടി ഉണ്ടാക്കിയ

ഭ്രാന്താ...”

‘ഉണ്ടാക്കിയ ഭ്രാന്ത്’ എന്ന ആ ഞെട്ടലിനപ്പുറം ലോഹി മറ്റൊന്നും കേട്ടില്ല. മീൻ കൂട്ടി ഊണ് കഴിക്കുമ്പോഴും തിരികെ നടക്കുമ്പോഴും അതു തന്നെയായിരുന്നു മനസ്സിൽ. എല്ലാവരും കൂടി ഒരാൾക്ക് ഭ്രാന്തുണ്ടാക്കുന്നതിന്റെ സംഘർഷങ്ങളിലേയ്ക്ക് എഴുത്തുകാരൻ അതിവേഗം ഇടിഞ്ഞു പൊളിഞ്ഞു വീണിരുന്നു.

കഥാപരിസരങ്ങളുടെ കുറച്ചു കൂടി വിശദാംശങ്ങൾ രാത്രി പറഞ്ഞു കൊടുത്തു. പിറ്റേന്നു രാവിലെ ഇനി എന്തു ചെയ്യണമെന്ന് ചോദിച്ച ലോഹിതദാസിനോട് സിബി തിരക്കഥയുടെ വൺലൈൻ തയ്യാറാക്കാൻ ആവശ്യപ്പെട്ടു. ഉച്ചയായപ്പോ ലോഹി വന്ന് ഇങ്ങനെ പറഞ്ഞു. “ വൺലൈൻ എഴുതാൻ പറ്റുന്നില്ല. ഞാൻ സീനുകളായി എഴുതട്ടേ?'' സിബിക്ക് അത് വിചിത്രമായി തോന്നി. വൺ ലൈൻ എഴുതുമ്പോൾ ക്ലൈമാക്സ് അടക്കം പലതും ആലോചിക്കേണ്ടി വരും. അങ്ങനെയൊരു പരിസമാപ്തിയിൽ എത്തിപ്പെട്ടാൽ പിന്നീട് അതിലും നല്ലൊരു ചിന്ത വരില്ല. നോവലെഴുതും പോലെ ആദ്യം മുതൽ സീനുകൾ എഴുതുന്നതാണ് താനിഷ്ടപ്പെടുന്ന ശൈലിയെന്നും ലോഹി വിശദീകരിച്ചു. അങ്ങനെയല്ല പതിവെങ്കിലും സിബി സമ്മതിച്ചു.

വൈകുന്നേരത്തോടെ ലോഹി എഴുതിക്കഴിഞ്ഞ മൂന്ന് സീനുകളുമായി വന്നു. സിനിമയിലെ ആദ്യ മൂന്ന് സീനുകൾ തന്നെയായിരുന്നു അത്. കഥ പറച്ചിലിന്റെ രസതന്ത്രം ഒളിഞ്ഞു കിടക്കുന്ന സീനുകൾ വായിച്ച സംവിധായകൻ പൂർണ്ണമായും ആത്മവിശ്വാസമുള്ളവനായി. എഴുത്തു തുടരാൻ ലോഹിക്ക് തനിച്ചൊരു മുറി ഏർപ്പാടാക്കിയ സിബി പിറ്റേന്ന് ലൊക്കേഷനുകൾ അന്വേഷിച്ച് യാത്ര തുടങ്ങി.

മരത്തേമ്പള്ളി ബാലഗോപാലൻ എന്ന ഡ്രോയിംഗ് മാഷും ഭ്രാന്ത് ശാപമായി തലമുറകളിലേയ്ക്ക് കൈമാറുമെന്നു വിശ്വസിക്കുന്ന അയാളുടെ തറവാട്ടും അമ്മയും ഭാര്യ ഇന്ദുവും അമ്മാമനും മണിക്കുട്ടിയും അനിയൻ ഗോപിയും ശ്രീധരൻ മാമയും എഴുത്തിന്റെ മാന്ത്രിക സ്പർശം കൊണ്ട് പിറന്നു വീഴുകയായിരുന്നു. തിരക്കഥ തയ്യാറായശേഷം കാസ്റ്റിങ്ങിന്റെ കൃത്യത ഉറപ്പുവരുത്താൻ വേണ്ടി സിബിയും ലോഹിയും കൂടി തിലകനോട് കഥ ചർച്ച ചെയ്യുകയും ബാലൻ മാഷായി ആരാണ് നന്നാവുക എന്നും ചോദിച്ചു. ഒട്ടും താമസിക്കാതെ മമ്മൂട്ടി എന്ന ഉത്തരം നൽകിയ തിലകനോട് വീണ്ടുമവർ ചോദിച്ചു. “മോഹൻലാലാണെങ്കിലെന്താ?”

"ലാൽ ആണെങ്കിൽ സ്റ്റുഡന്റായിപ്പോവും. മാഷാവണമെങ്കിൽ മമ്മൂട്ടി തന്നെ വേണ"മെന്ന് ഒരു സംശയവും കൂടാതെ അദ്ദേഹം തീർത്തു പറഞ്ഞപ്പോൾ തങ്ങൾ ശരിയായ പാതയിലാണെന്ന് അവർ ഒന്നുകൂടി ഉറപ്പിച്ചു.

എഴുത്തു കഴിഞ്ഞ ശേഷം ലൊക്കേഷനുകൾ തീരുമാനിക്കാനുള്ള യാത്രയിൽ ലോഹിയും കൂടെയുണ്ടായിരുന്നു. ആ യാത്രയ്ക്കിടയിൽ എവിടെയോ വച്ചാണ് ലോഹിയുടെ മനസ്സിൽ തനിയാവർത്തനം എന്ന പേര് കടന്നു വരുന്നത്. സിബിക്കും അതിഷ്ടമായി.

കഥ നടക്കുന്ന നാലുകെട്ടിനു വേണ്ടി ചാലക്കുടിയിൽ തുടങ്ങിയ അന്വേഷണം മണ്ണാർക്കാടുവരെ നീണ്ടു. അങ്ങനെയാണ് നടി മോനിഷയുടെ അമ്മാവൻ ഉണ്ണിയും കുടുംബവും താമസിച്ചിരുന്ന വലിയ നാലുകെട്ടിൽ സിബിയും ലോഹിയും ക്യാമറാമാൻ സാലു ജോർജ്ജും എത്തുന്നത്. ധാരാളം മുറികളുള്ള വലിയ വീട്ടിലെ മൂന്നോ നാലോ മുറിയിൽ മാത്രമായിരുന്നു ആൾത്താമസമുണ്ടായിരുന്നത്. അടച്ചിട്ട മുറികളും വരാന്തകളും തുറന്ന് കാണുമ്പോൾ സിബിയുടേയും സാലുവിന്റേയും മനസ്സ് അത്ഭുതം കൊണ്ട് നിറഞ്ഞു. ലൊക്കേഷൻ മനസ്സിൽ കണ്ട് മെനഞ്ഞെടുത്ത കഥ പോലെ അത്രയും യോജിപ്പ്. വെളിച്ചം കടന്നു ചെല്ലാത്ത ഇടുങ്ങിയ ഇടനാഴികളിലൂടെ ബാലൻ മാഷ് നിസ്സഹായതയോടെ നടന്നുവരുന്ന ദൃശ്യം അവർക്ക് കാണാനായി.

സിബി മലയിൽ എന്ന സംവിധായകന് ഏറ്റവുമധികം വെല്ലുവിളി നേരിടേണ്ടി വന്ന ചിത്രമായി തനിയാവർത്തനത്തെ കരുതാം. മുൻപ് ചെയ്ത നാല് സിനിമകളിൽ നിന്നും തീർത്തും വ്യത്യസ്തമായ, അപരിചിതമായ കഥാപരിസരമായിരുന്ന ആദ്യത്തേതെങ്കിൽ രാത്രിയും പകലും ഇടതടവില്ലാതെ ഷൂട്ട് ചെയ്ത കഠിനമായ ഷെഡ്യൂളായിരുന്നു രണ്ടാമത്തേത്.

ഇരുപത് ദിവസത്തെ ഡെയ്റ്റാണ് മമ്മൂട്ടി തന്നിട്ടുള്ളത്. അതിൽ ത്തന്നെ നാലു ദിവസം കഴിഞ്ഞാണ് അദ്ദേഹം സിനിമയിൽ ജോയിൻ ചെയ്യാനെത്തുന്നത്. മമ്മൂട്ടിയ്ക്ക് അറിയാവുന്ന കഥയല്ല തിരക്കഥയായിരിക്കുന്നത്. പുതിയ തിരക്കഥ അദ്ദേഹത്തിന് സ്വീകാര്യമാവുമോ എന്നുറപ്പുമില്ല. ഫാസിലിന്റെ 'മണിവത്തൂരിലെ ആയിരം ശിവരാത്രികൾ' ചിത്രീകരണം ഇതേ സമയം നടക്കുന്നുണ്ട്. മമ്മൂട്ടി കൂടുതൽ പ്രതീക്ഷയർപ്പിക്കുന്ന ചിത്രം അതാണ്. അനിശ്ചിതത്വത്തിനിടയിലാണ് ആദ്യമായി ലൊക്കേഷനിലെത്തിയ മമ്മൂട്ടി "എവിടെ സ്ക്രിപ്റ്റ് റൈറ്റർ? കഥ പറയാൻ പറയൂ..." എന്ന് പറയുന്നത്.

തറവാട്ടു വീടിന്റെ പുറത്ത് ഷൂട്ടു ചെയ്യുമ്പോഴാണ് വീടിനകത്ത് ലോഹി മമ്മൂട്ടിയോട് കഥ പറയുന്നത്. സിബിക്ക് ടെൻഷനായിരുന്നു. കഥ ഇഷ്ടപ്പെടാതിരുന്നാൽ ഇതുവരെ ചെയ്തതൊക്കെ പ്രശ്നമാവും. ഷോട്ടുകളുടെ ഇടവേളയിൽ സിബി അകത്തേയ്ക്ക് പാളിനോക്കി അവർ ശാന്തമായി സംസാരിക്കുന്നത് കണ്ട് അല്പം ആശ്വസിക്കും.

കഥ കേട്ടു കഴിഞ്ഞ് പുറത്തു വന്ന മമ്മൂട്ടി "അയാള് പ്രശ്നമാണ്" എന്നൊരു കമന്റാണ് ആദ്യം പറയുന്നത്. അപകടം ഉറപ്പിച്ച് സിബി എന്താണെന്നു ചോദിച്ചപ്പോൾ "അയാൾക്ക് എല്ലാ ചോദ്യത്തിനും ഉത്തരമുണ്ട്, അയാളെ നമ്മള് പിടിച്ചാൽ കിട്ടില്ല" എന്നദ്ദേഹം ചിരിച്ചു കൊണ്ടു പറഞ്ഞു. പോസിറ്റീവാണ്. സിബിക്ക് സമാധാനമായി.

ദൂരെ പട്ടിക്കെട്ടിനു മുകളിൽ ഒറ്റയ്ക്കിരിക്കുന്ന ലോഹിയെ നോക്കി അടുത്തു നിന്ന സിബിയോടു മമ്മൂട്ടി പറഞ്ഞുവത്രെ " അയാളുടെ ചലനങ്ങൾക്ക് എം.ടിയുടെ ഒരു കട്ട് തോന്നുന്നില്ലേ?" എന്ന്. സിബി തിരിച്ചു പറഞ്ഞത് " അയാൾക്ക് എം ടിയുടെ കട്ടൊന്നുമില്ലെങ്കിലും അയാളുടെ എഴുത്തിന് അങ്ങനെയൊരു ഛായയുണ്ട്'' എന്നായിരുന്നു. ശരിയാണ് തിരക്കഥാകൃത്തിന് ഇന്നത്തെപ്പോലെ ജനകീയത കൈവരാത്ത അക്കാലത്ത് ലോഹിയുടെ തിരക്കഥകൾ പലതും ശൈലികൊണ്ട് എം ടി യുടേതായി തെറ്റിദ്ധരിച്ചിട്ടുണ്ട് പലരും.

ഇരുപത് ദിവസത്തെ ഡെയ്റ്റിൽ നിന്ന് നാലു ദിവസം ആദ്യം തന്നെ നഷ്ടപ്പെട്ടു. പറഞ്ഞതിൽ നിന്നും നാലു ദിവസം മുമ്പേ പോവേണ്ടിവരുമെന്നും മമ്മൂട്ടി പറയുന്നു. ആകെ പന്ത്രണ്ട് ദിവസം കൊണ്ടാണ് തനിയാവർത്തനത്തിൽ നായകന്റെ സീനുകൾ എടുത്തു തീർക്കേണ്ടത്. കോമ്പിനേഷൻ സീനുകളിൽ പോലും മമ്മൂട്ടിയുടെ ഷോട്ടുകൾ മാറ്റി വെച്ച് മറ്റുള്ളവരുടെ ഭാഗം പൂർത്തിയാക്കുകയാണ് സംവിധായകൻ ചെയ്തത്. അങ്ങനെ ചെയ്തില്ലെങ്കിൽ പടം തീരില്ല. ശ്രീധരൻ മാമയുടെ കാലിലെ ചങ്ങല ബാലൻ അഴിക്കുന്നതും അമ്മാമയും മറ്റുള്ളവരും ശകാരിക്കുന്നതുമായ അതിപ്രധാനരംഗം മമ്മൂട്ടിയില്ലാതെ മറ്റുള്ളവരുടെ പ്രതികരണങ്ങൾ ഷൂട്ട് ചെയ്തിട്ടാണ് തീർക്കുന്നത്. തിലകൻ അന്ന് സിബിയോട് വലിയ പ്രതിഷേധം പ്രകടിപ്പിച്ചു. നിങ്ങളൊരു സ്വിച്ചിട്ടാൽ വരുന്നതല്ല അഭിനയമെന്നു മനസ്സിലാക്കണമെന്നായിരുന്ന തിലകൻ തുറന്നടിച്ചത്. പ്രധാന കഥാപാത്രമില്ലാതെ ആ രംഗം മറ്റു കഥാപാത്രങ്ങൾക്ക് ഉൾക്കൊള്ളാൻ ആവില്ലെന്ന് അദ്ദേഹം പറഞ്ഞത് ന്യായം. പക്ഷേ സിനിമയെപ്പോഴും അങ്ങനെയാണ്. സമയം വലിയ പരിമിതികൾ സൃഷ്ടിച്ചേക്കാം.

സ്വപ്നത്തിൽ മുടിയേറ്റിലെ കാളിയെ കണ്ട് ഭയന്നോടുന്ന ബാലനെ ചിത്രീകരിക്കുമ്പോൾ ട്രോളി ഷോട്ട് സെറ്റ് ചെയ്യാനുള്ള സമയമില്ലാതെ ക്യാമറാമാൻ സാലു ജോർജിനെ ക്യാമറയുമായി ബെഡ്ഷീറ്റിൽ കിടത്തി നിലത്തു കൂടെ വലിക്കുകയായിരുന്നു. പക്ഷേ ആടിയുലഞ്ഞുള്ള ആ ഷോട്ട് സിനിമയിൽ കൃത്യമായി പ്ലെയ്സ് ചെയ്യപ്പെട്ടു എന്നതാണ് ഭാഗ്യം.

മനശ്ശാസ്ത്രം വിഷയമായ പല തിരക്കഥകൾക്കും യുക്തിയുടെ അടിത്തറയോ പരീക്ഷണങ്ങളുടെ തെളിവോ ഉണ്ടാകാറില്ല എന്നതാണ് അനുഭവം. ലോഹിയുടെ തിരക്കഥ കേവലം ഭാവന മാത്രമായിരുന്നില്ല. ചുറ്റുപാടുമുള്ളവർ ഒരാളിൽ ഭ്രാന്ത് ആരോപിച്ച് ചികിത്സ നിശ്ചയിക്കുന്ന പ്രവണത നിലനിൽക്കുന്നതായി സ്റ്റാൻഫോർഡ് യൂണിവേഴ്സിറ്റിയിലെ പ്രൊഫസറായിരുന്ന മനശ്ശാസ്ത്രജ്ഞൻ ഡേവിഡ് റോസൻഹാൻ പരീക്ഷണങ്ങളിലൂടെ തെളിയിക്കുകയും 1973 ൽ On being sane in insane places എന്ന പേരിൽ 'സയൻസ് ജേണലി'ൽ ആർട്ടിക്കിളായി പ്രസിദ്ധീകരിക്കുകയും ചെയ്തിട്ടുണ്ട്. മനശ്ശാസ്ത്ര വിദ്യാർത്ഥികൾക്ക് എന്നും പ്രകാശമാകുന്ന ആ വിമർശനം തന്നെയാണ് ലോഹി തനിയാവർത്തനത്തിലൂടെ തുടരുന്നതും.

നിങ്ങൾക്കെന്തും ഒരാളിൽ ആരോപിക്കാം. ശേഷം നിങ്ങൾ കണ്ടെത്തുന്നത് ആ ആരോപണം ശരിയാണെന്നതിനുള്ള നിങ്ങളുടേതായ തെളിവുകൾ മാത്രമായിരിക്കും എന്നത് മനശ്ശാസ്ത്രം.

ദുർബ്ബലമായിപ്പോവുകയാണ് നായകന്റെ പക്ഷം. ഭാര്യയും അമ്മയുമടക്കം തനിക്ക് രോഗമുണ്ടെന്ന് സംശയിക്കുന്നു എന്ന തിരിച്ചറിവ് അയാളെ ആരുമില്ലാത്തവനാക്കുന്നു. ഭ്രാന്തിന്റെ തുരുത്തിൽ അയാൾ ഒറ്റയാവുന്നു. അവിടെ നിന്ന് തിരിച്ചുവരേണ്ടതില്ലെന്ന് അയാളും തീരുമാനിക്കുന്നു. ജീവൻ നൽകിയ അമ്മയിലൂടെ തന്നെ മടങ്ങിപ്പോവുന്നു.

"ചിലന്തിവല വെച്ച് സമൂഹം കാത്തിരിക്കുന്നു. അടുത്ത ഇരയെ'' ലോഹി എഴുതിയ തിരക്കഥയുടെ അവസാനം ഈ വരികളിലാണ്.

പരിസരങ്ങളിൽ നിന്ന് കഥ കണ്ടെത്താനുള്ള ലോഹിയുടെ മിടുക്ക് തനിയാവർത്തനം മുതൽ പ്രകടമായിരുന്നു. പണ്ട് ലോഹിയും സുഹൃത്തുക്കളും വൈകുന്നേരങ്ങളിൽ ഒന്നിച്ചിരുന്ന് പല വിഷയങ്ങളെപ്പറ്റിയും സംസാരിച്ചിരുന്നത് നിത്യപൂജയില്ലാതെ അടഞ്ഞുകിടന്ന ഒരു കാവിന്റെ മുറ്റത്തായിരുന്നു. മുരിങ്ങൂർ മലഞ്ചിറക്കാവ് എന്ന ആ ഭദ്രകാളീക്ഷേത്രത്തെപ്പറ്റി പറഞ്ഞു കേട്ടിരുന്ന ചില ഐതീഹ്യങ്ങളുണ്ട്. കാവിന്റെ

തൊടിയിലൂടെ രാത്രികളിൽ വഴിനടന്ന പലർക്കും അവിടെ കാളീ സാന്നിധ്യം അനുഭവപ്പെട്ടിട്ടുണ്ടെന്നും ഒരിക്കൽ ആ വഴി വന്ന മദ്യപിച്ച് ബോധം പോയൊരു കാരണവർ അവിടെക്കണ്ട കാളീവിഗ്രഹമെടുത്ത് പൊട്ടക്കിണറ്റിലിട്ടെന്നും അയാൾക്ക് പിറ്റേന്ന് മുതൽ ഭ്രാന്തായെന്നു മാണ് കഥ. അയാൾക്കു ശേഷവും കുടുംബത്തിലൊരാൾ എന്നും ഭ്രാന്ത നായി തുടർന്നു പോന്നുവത്രെ. തലമുറകളിലേയ്ക്ക് ഭ്രാന്തിന്റെ രൂപത്തിൽ കൈമാറിപ്പോന്ന കാളീശാപത്തിന്റെ ഭയപ്പെടുത്തുന്ന വിശ്വാസകഥ തനിയാവർത്തനത്തിൽ യുക്തിഭദ്രമായി പ്രയോജനപ്പെടുത്താൻ ലോഹിതദാസിന് കഴിഞ്ഞു.

കണ്ണീരണിയാതെ കണ്ടു മുഴുമിപ്പിക്കാൻ കഴിയാത്ത ക്ലൈമാക്സ് മലയാളിയുടെ അതുവരെയുള്ള സിനിമാനുഭവത്തെ പിടിച്ചുലച്ചു. എം.ടിയും പത്മരാജനും ജോൺ പോളും ടി.ദാമോദരനും തിളങ്ങിനിന്ന സമയത്തു തന്നെയാണ് എഴുത്തിന്റെ മെയ്‌വഴക്കം തെളിയിച്ച് തിര ക്കഥയിൽ മറ്റൊരു പേരായി ലോഹിതദാസ് അരങ്ങേറിയത് എന്നത് ശ്രദ്ധേയം. തീർത്ഥയാത്ര കഴിഞ്ഞുവന്ന വൈകുന്നേരം മഹാഭാഗ്യവു മായി അന്വേഷിച്ചെത്തിയതും മനസ്സുനിറച്ച് വിഷു കൈനീട്ടം തന്നതും അനുഗ്രഹമായിരുന്നെന്ന് ലോഹി മനസ്സിൽ അടിയുറച്ച് വിശ്വസിച്ചു.

സിബി മലയിൽ അടുത്ത ചിത്രമായ എഴുതാപ്പുറങ്ങളുടെ വർക്ക് തുടങ്ങി. തനിയാവർത്തനത്തിന്റെ ഡബ്ബിംഗ് നടക്കുന്നിടത്ത് ലോഹിയുടെ കൂടെ സിന്ധുവും പോയിരുന്നു. റിലീസിനു മുമ്പേ പത്തില ധികം തവണ സ്റ്റുഡിയോയിൽ തനിയാവർത്തനം കണ്ടിട്ടുണ്ട് സിന്ധു. ഓരോ തവണ കാണുമ്പോഴും കരഞ്ഞിട്ടുമുണ്ട്. മേനാച്ചേരിയിലെ പെൺകുട്ടി അമ്മായിയായി വരണേന്ന് പ്രാർത്ഥിക്കാൻ കുന്നിൻ മുകളിൽ വെച്ച് ശ്രീധരൻമാമ ബാലനോട് പറയുന്നതോർത്ത് എത്രയോ പ്രാവശ്യം തേങ്ങിക്കരഞ്ഞു.

തനിയാവർത്തനം റിലീസിനു മുമ്പ് സിന്ധുവിനെ ലോഹി വിവാഹം കഴിച്ചു. മുപ്പത്തിരണ്ടു വയസ്സായിരുന്നു അന്ന് ലോഹിയുടെ പ്രായം. സിന്ധുവിന്റെ വീട്ടുകാരിൽ ചിലർക്ക് താല്പര്യമില്ലായിരുന്നു. മേലൂരിലെ കമ്മ്യൂണിസ്റ്റ് ശബ്ദമായിരുന്ന സഖാവ് ദാമോദരന് മകളുടെ മനസ്സ് അംഗീകരിക്കേണ്ടി വന്നു. സുബ്രഹ്മണ്യമ്മാവൻ മാത്രമാണ് വിവാ ഹച്ചടങ്ങിനു വരാൻ തയ്യാറായത്. എതിർപ്പുകളെ അവഗണിച്ച് ആലുവ അദ്വൈതാശ്രമത്തിൽ വെച്ചായിരുന്നു വിവാഹം. തനി യാവർത്തനത്തിന്റെ നിർമ്മാതാവ് നന്ദകുമാറും സിബി മലയിലും ചടങ്ങിന് എത്തിയിരുന്നു. സുന്ദർദാസിന്റെ ഭാര്യ ഷീബ വധുവിനെ

അണിയിച്ചൊരുക്കി. സുന്ദർദാസ് തന്റെ യാഷികാ ക്യാമറയിൽ ഫോട്ടോകളെടുത്തു. 'ചിന്തു' എന്ന് ലോഹി പേരിട്ട സിന്ധുവും 'മുത്ത്' എന്ന് സിന്ധു വിളിക്കുന്ന ലോഹിയും ഒരുമിച്ചുള്ള ജീവിതത്തിലേയ്ക്ക് പ്രവേശിച്ചു.

ആഗസ്റ്റ് 15 ന് റിലീസ് ചെയ്ത തനിയാവർത്തനം പ്രേക്ഷകരെ കണ്ണീരണിയിച്ചു. തീയേറ്ററുകളിലേയ്ക്ക് കുടുംബ പ്രേക്ഷകർ പ്രവഹിക്കുക യായിരുന്നു. എന്തൊരു ശക്തിയുള്ള തിരക്കഥ എന്ന് സിനിമക്കകത്തും പുറത്തും ജനങ്ങൾ തമ്മിൽ തമ്മിൽ പറഞ്ഞു.

'ഏകാദശി നോറ്റ കാക്ക' കെ.പി.എ.സി ക്കു വേണ്ടി തോപ്പിൽ ഭാസി സംവിധാനം ചെയ്യാമെന്ന് സമ്മതിച്ചതായിരുന്നു. അക്കാലത്ത് ഏതൊരു നാടകകൃത്തും സ്വപ്നം കാണുന്ന കാര്യം! ഭാസിയാശാന്റെ അഭിനന്ദനവും വാക്കും ലോഹിക്ക് ലോകം കീഴടക്കിയ സന്തോഷമാണ് നൽകിയത്.

പക്ഷേ പിന്നീട് 'ചേർത്തല തപസ്യ'യാണ് ആ നാടകത്തെ വേദിയിൽ എത്തിച്ചത്. ആ ട്വിസ്റ്റ് ഇങ്ങനെയായിരുന്നു-

കായംകുളത്തു നിന്ന് തിരികെപ്പോരുമ്പോൾ സുഹൃത്ത് തോപ്പിൽ ധർമ്മൻ നിർബന്ധിച്ചിട്ട് രണ്ടുപേരും ചേർത്തലയിൽ ഇറങ്ങി. അവിടെ തപസ്യ നാടകവേദിയിൽ ചെന്നു. ആ നാടകസംഘം കടുത്ത പ്രതി സന്ധി അനുഭവിക്കുന്ന സമയമായിരുന്നു. തൊട്ടുമുമ്പത്തെ നാടകം മോശമായ കാരണം കൊണ്ട് ട്രൂപ്പ് വല്ലാത്ത സമ്മർദ്ദത്തിലാണ്. നല്ലൊരു നാടകവുമായി ഉടൻ അരങ്ങത്തു വന്നില്ലെങ്കിൽ സംഘം പിരിച്ചുവിടേണ്ടതായി പോലും വരുമെന്ന പ്രതിസന്ധി. ലോഹിയുടെ കൈയിലുള്ള നാടകം അവർ വായിച്ച് ഇഷ്ടപ്പെട്ടു. അവരത് കളിച്ചോ ട്ടേ എന്ന് ചോദിച്ചു. ഒരു നാടക സംഘത്തിന് മുഴുവൻ തിരിച്ചുവരവാ കുമെങ്കിൽ അങ്ങനെയാവട്ടെ എന്ന് ലോഹിയും ചിന്തിച്ചു. തോപ്പിൽ ഭാസിയും കെ.പി.എ.സിയും അത്രമേൽ ആഗ്രഹങ്ങളായിരുന്നെങ്കിൽ കൂടി ലോഹിയിലെ മനുഷ്യത്വം അതിനെയെല്ലാം മറികടന്ന് നാടകം തപസ്യയ്ക്ക് നൽകി.

'ഏകാദശി നോറ്റ കാക്ക' എന്ന പേരൊന്ന് മാറ്റണമെന്ന നിർദ്ദേശം തപസ്യയുടെ ഉടമ കരീമിക്ക മുന്നോട്ടുവെച്ചിരുന്നു. അങ്ങനെയാണ് നാട കത്തിന്റെ പേര് 'സിന്ധു ശാന്തമായൊഴുകുന്നു' എന്നു മാറ്റിയത്. ടി.കെ. ജോൺ സംവിധാനം ചെയ്ത ആ നാടകം കേരളം മുഴുവൻ ഓടി നടന്ന് കളിച്ചു. 1986 ലെ മികച്ച നാടകകൃത്തിനുള്ള സംസ്ഥാന സർക്കാരിന്റെ പുരസ്കാരത്തിന് ഈ നാടകം ലോഹിയെ അർഹനാക്കി.

തനിയാവർത്തനം നിർമ്മിച്ചതും ലോഹിതദാസിനെ ചാലക്കുടിയിൽ ചെന്ന് സിനിമയിലേക്ക് കൂട്ടിക്കൊണ്ടു വന്നതും ഇരുപത്തിയാറുകാരനായ നന്ദകുമാറായിരുന്നു. തുടന്ന് അഞ്ച് ചിത്രങ്ങൾ കൂടി നിർമ്മിച്ചെങ്കിലും വിജയങ്ങളുടെ തനിയാവർത്തനം പിന്നീടൊരിക്കലും സംഭവിച്ചില്ല. നന്ദന പിക്ചേഴ്സ് ഉടമ നന്ദകുമാർ ഇന്ന് വീട്ടിൽ ദോശമാവുണ്ടാക്കി പാക്കറ്റിലാക്കി വിറ്റാണ് കഴിയുന്നത് എന്നത് ജീവിതമെന്ന ചലച്ചിത്രത്തിലെ അപ്രതീക്ഷിതമായൊരു മറ്റൊരു രംഗമാണ്.

എഴുതാപ്പുറങ്ങളിലെ പെൺജീവിതങ്ങൾ

അടുത്ത ചിത്രത്തിന്റെ എഴുത്തു തുടങ്ങാൻ സിബി നിർദ്ദേശിച്ചു. സെൻട്രൽ പ്രൊഡക്ഷൻസിന്റെ ബാനറിൽ മാത്യു ജോർജായിരുന്നു നിർമ്മാതാവായി വന്നത്.

തനിയാവർത്തനത്തിൽ നിന്നും തികച്ചും വേറിട്ടൊരു കഥാപരിസരത്തായിരുന്നു ലോഹി ലാന്റ് ചെയ്തത്. സാമൂഹ്യ ചുറ്റുപാടിൽ മുന്നിൽ നിൽക്കുന്ന മൂന്ന് സ്ത്രീകളായിരുന്നു പ്രധാന കഥാപാത്രങ്ങൾ. കോളേജ് ലക്ചററും എഴുത്തുകാരിയുമായ രാജലക്ഷ്മി, വിവാഹമോചിതയും ഒരു കുഞ്ഞിന്റെ അമ്മയുമായ അഭിഭാഷക വിമല, അസ്വസ്ഥമായ കുടുംബജീവിതം നയിക്കുന്ന കോളേജധ്യാപിക സീത എന്നീ മൂന്ന് കഥാപാത്രങ്ങളുടെ സംഘർഷങ്ങളെ കേന്ദ്രീകരിച്ചുള്ള കഥ പ്രഖ്യാപിത കമേഴ്സ്യൽ ചേരുവകളോട് സമരസപ്പെടുന്നതായിരുന്നില്ല. എസ്. കുമാറായിരുന്നു ഛായാഗ്രഹണം.

തൃശ്ശൂർ രാമനിലയത്തിൽ എഴുതാപ്പുറങ്ങളുടെ രചന നടക്കുമ്പോഴാണ് ലോഹി ബാലചന്ദ്രൻ ചുള്ളിക്കാടുമായും തിരക്കഥാകൃത്ത് ജോൺ പോളുമായും സൗഹൃദം സ്ഥാപിക്കുന്നത്. ഒ.എൻ.വി കുറുപ്പും നെടുമുടി വേണുവും ബാലചന്ദ്രൻ ചുള്ളിക്കാടും എഴുതിയ വരികൾ ഇതിൽ ഗാനങ്ങളായി ചേർത്തിട്ടുണ്ട്. ചുള്ളിക്കാടും നെടുമുടിയും പാടുകയും ചെയ്തു.

സുഹാസിനി, അംബിക, പാർവ്വതി, ശ്രീനാഥ്, ബാബു നമ്പൂതിരി, മുരളി തുടങ്ങിയവരാണ് കഥാപാത്രങ്ങളായത്.

മറ്റൊരു പ്രോജക്ടിന് ഇടയ്ക്ക് കയറി വന്നതായ കാരണം തിരക്കഥയെഴുത്തും ഷൂട്ടിങ്ങും ഒരുമിച്ച് പോവേണ്ടി വന്നു. ലോഹി ആ സാഹചര്യത്തെ വെല്ലുവിളിയായിക്കണ്ട് എഴുതിക്കൊണ്ടിരുന്നു. പക്ഷേ ചർച്ചകൾക്ക് വേണ്ടത്ര സാവകാശം കിട്ടാതിരുന്നത് സംവിധായകന് പൂർണ്ണ തൃപ്തിവരാതിരിക്കാൻ കാരണമായി. തീയേറ്ററിലും അതൊരു വിജയചിത്രമായില്ല.

അഭിനയ മുഹൂർത്തങ്ങളും എണ്ണം പറഞ്ഞ സംഭാഷണങ്ങളും കൊണ്ട് ഗൗരവം ഒട്ടും ചോരാത്ത സിനിമയായിരുന്നു എഴുതാപ്പുറങ്ങൾ. രാജലക്ഷ്മിയുടെ കഥാപാത്രം സുഹാസിനിക്ക് മികച്ച നടിക്കുള്ള സംസ്ഥാന അവാർഡ് നേടിക്കൊടുത്തു. "താലോലം പൈതൽ താലോലം..." എന്ന ഗാനത്തിലൂടെ ചിത്ര ദേശീയ അവാർഡും നേടി.

"പാടുവാനായ് വന്നു നിന്റെ പടിവാതിൽക്കൽ..." എന്ന ഗാനം ചിട്ടപ്പെടുത്തുമ്പോൾ വിദ്യാധരൻജിയുടെ കൂടെ ലോഹിയുമുണ്ടായിരുന്നു. സ്നേഹവും ബഹുമാനവും പരസ്പരം കാത്തുസൂക്ഷിച്ച അവരുടെ വലിയ ബന്ധത്തിന്റെ തുടക്കമാവുകയായിരുന്നു എഴുതാപ്പുറങ്ങൾ. പശ്ചാത്തല സംഗീതത്തിൽ ജോൺസൺ സ്പർശവുമുണ്ടായി.

പുരുഷ കേന്ദ്രീകൃതസമൂഹത്തെ നേരിടുന്ന സ്ത്രീകളെ ഫോക്കസ് ചെയ്യുന്ന സിനിമയായിട്ടും സ്ത്രീപക്ഷ സിനിമകളുടെ പല കണക്കെടുപ്പുകളിലും 'എഴുതാപ്പുറങ്ങൾ' പെടാറില്ല എന്നത് തികഞ്ഞ അനീതി മാത്രമാണ്.

സിബി-ലോഹി ഹാട്രിക് ചിത്രം

തുടർച്ചയായി മൂന്നാമത്തെ ചിത്രത്തിന് ഒരുങ്ങി ലോഹിതദാസ് - സിബി മലയിൽ കൂട്ടുകെട്ട്. രഞ്ജിനി പിക്ചേഴ്സാണ് നിർമ്മാതാക്കളായി വന്നത്. ലോഹിക്ക് രചനയ്ക്കുള്ള സംസ്ഥാന അവാർഡ് വാങ്ങിക്കൊടുത്ത 'അവസാനം വന്ന അതിഥി' എന്ന നാടകമായിരുന്നു തിരക്കഥയ്ക്ക് അടിസ്ഥാനം. എഴുതാപ്പുറങ്ങൾക്ക് സംഭവിച്ച പിഴവുകൾ സിബിയും ലോഹിയും തിരുത്തി. വ്യത്യസ്തത പുലർത്തിയ തിരക്കഥയായിരുന്നു ലോഹിയുടേത്. ഒരു ട്രേഡ് യൂണിയൻ നേതാവിന്റെ കൊലപാതക കേസ് ഏറ്റെടുക്കുമ്പോൾ സേതുമാധവൻ എന്ന അഭിഭാഷകൻ വ്യക്തിപരവും സാമൂഹികവും തൊഴിൽപരവുമായ നേരിടുന്ന പ്രശ്നങ്ങളായിരുന്നു പ്രമേയം. മമ്മൂട്ടി, മുകേഷ്, ശോഭന, സീമ, നെടുമുടി വേണു, ശ്രീനാഥ്, ലാലു അലക്സ്, പ്രതാപചന്ദ്രൻ, എന്നിവർ അഭിനയിച്ചു. രമേശൻ നായരുടെ വരികൾക്ക് ഔസേപ്പച്ചനായിരുന്നു സംഗീതം. "ഒരു പൂ വിരിയുന്ന സുഖമറിഞ്ഞു..." എന്ന ഗാനം ഏറെ ജനകീയമായി.

വിചാരണയുടെ എഴുത്തും ചിത്രീകരണവും കണ്ണൂരായിരുന്നു. തനിയാവർത്തനത്തിന്റെ എഴുപത്തഞ്ചാം ദിവസം വിചാരണയുടെ കണ്ണൂർ ലൊക്കേഷനിൽ വെച്ചായിരുന്നു ലോഹിയും സംഘവും ആഘോഷിച്ചത്. വിചാരണയുടെ അവസാന രംഗത്ത് ഒരു യൂണിയൻ നേതാവിന് ശബ്ദം നൽകിയത് ലോഹിയായിരുന്നു. 1988 ജനുവരി 15 ന് തീയേറ്ററുകളിലെത്തിയ വിചാരണ വിജയമായി.

വേറിട്ട വഴിയിൽ കുടുംബപുരാണം

സത്യൻ അന്തിക്കാട്-ശ്രീനിവാസൻ കൂട്ടുകെട്ട് സൂപ്പർഹിറ്റുകൾ മാത്രം സൃഷ്ടിച്ചിരുന്ന കാലം. ദേശീയ അവാർഡ് നേടിയ തമിഴിലെ 'സംസാരം ഒരു മിൻസാരം' എന്ന ചിത്രം മലയാളത്തിലേയ്ക്ക് പറിച്ചുനടാൻ ഒരു പ്രൊജക്ട് ശരിയായി വന്നു. കഥയിൽ അത്ര ആത്മ വിശ്വാസമില്ലാതിരുന്ന ശ്രീനിവാസൻ കത്തെഴുതി വെച്ച് അപ്രത്യക്ഷ നായതോടെ സത്യന് മറ്റൊരു തിരക്കഥാകൃത്തിനെ തേടേണ്ടി വന്നു.

തനിയാവർത്തനം എഴുതാപ്പുറങ്ങൾ എന്നീ രണ്ടു തിരക്കഥകൾ മാത്രം എഴുതിയിട്ടുള്ള ലോഹിതദാസിന്റെ പേരാണ് പലരും സത്യനോട് നിർദ്ദേശിച്ചത്. അതീവ ഗൗരവമുള്ള പ്രമേയങ്ങൾ കൈകാര്യം ചെയ്യുന്ന അയാൾക്ക് തമാശകളിലൂടെയുള്ള കഥപറച്ചിൽ കഴിയുമോ എന്ന് ഉള്ളിൽ സംശയം ബാക്കിയുണ്ടായിരുന്നെങ്കിലും ലോഹിയെ വിളിക്കാൻ സെൻട്രൽ പിക്ചേഴ്സിന്റെ ആളുകളോട് പറഞ്ഞു. "സത്യനുമായി നേരിൽ സംസാരിച്ച ശേഷം പറയാം" എന്നായിരുന്നു ലോഹിയുടെ മറുപടി. കോട്ടയത്ത് നിന്ന് തൃശ്ശൂരിലേയ്ക്ക് മടങ്ങുന്ന വഴി ചാലക്കുടിയിൽ കാണാമെന്ന് സത്യൻ ലോഹിയെ അറിയിച്ചു.

പറഞ്ഞ സമയത്തു തന്നെ ചാലക്കുടിയിലെ ഹോട്ടൽ റിസപ്ഷ നിൽ മുണ്ടും മടക്കിക്കുത്തി കക്ഷത്തൊരു ത്രീഫോൾഡ് കുടയുമായി തീർത്തുമൊരു സാധാരണക്കാരനായി ലോഹി സത്യനെ കാത്തു

നിൽക്കുകയായിരുന്നു. തമിഴ് സിനിമയുടെ കാര്യം പറയാതെ തന്നെ സത്യൻ കഥ പറഞ്ഞുകൊടുത്തു.

"തമാശ എനിക്കത്ര വഴങ്ങുമോന്നറിയില്ല" എന്നായിരുന്നു ആദ്യ പ്രതികരണം. സത്യൻ ധൈര്യപ്പെടുത്തി. ആ കൂടിക്കാഴ്ചയിൽത്തന്നെ കുടുംബപുരാണം എന്ന സിനിമയുടെ മർമ്മസ്ഥാനങ്ങൾ ലോഹി തിരിച്ചറിഞ്ഞു കഴിഞ്ഞതായി സത്യന് ബോധ്യപ്പെട്ടു. ആഴമേറിയ പരസ്പര സൗഹൃദത്തിന്റെ തുടക്കമായിരുന്നു അത്. സിനിമയ്ക്ക് പുറത്തും ധാരാളം സമയം ഒന്നിച്ചാവാൻ നിയോഗമുണ്ടായ ഏറ്റവും ആഴമുള്ളൊരു ആത്മബന്ധത്തിനാണ് അന്ന് ലോഹിയും സത്യനും തുടക്കമിട്ടത്.

സെൻട്രൽ പിക്ചേഴ്സിനു വേണ്ടി മാത്യു ജോർജ് നിർമ്മിച്ച ചിത്രത്തിന്റെ തിരക്കഥയെഴുത്തിൽ നിന്ന് മുങ്ങിയെങ്കിലും ശ്രീനിവാസൻ അഭിനയിക്കാനെത്തിയിരുന്നു. ബാലചന്ദ്രമേനോൻ, തിലകൻ, അംബിക, പാർവതി, കെ.പി.എ.സി. ലളിത എന്നിങ്ങനെ നല്ല അഭിനേതാക്കളുടെ നിര തന്നെ വന്നു. 1988ലെ വിഷുക്കാലത്താണ് 'കുടുംബപുരാണം' റിലീസാവുന്നത്.

"ചിറകറ്റപക്ഷിക്കു ചിറകുമായ് നീയിനി പിറകേ വരൊല്ലേ വരൊല്ലേ...

അവസാനമവസാന യാത്ര പറഞ്ഞു നീയിനിയും വരൊല്ലേ വരൊല്ലേ..."

അയ്യപ്പപ്പണിക്കരുടെ ഈ വരികൾ ഉറക്കെച്ചൊല്ലിക്കൊണ്ട് നടന്നുപോവുന്ന കോളേജ് പ്രൊഫസറുടെ വേഷം ശ്രീനാഥ് ഗംഭീരമാക്കി. എഴുപതുകളുടെ ക്യാമ്പസ് സംസ്കാരത്തിന്റെ അവശേഷിക്കുന്ന പ്രതിനിധിയെ സർക്കാസത്തിന്റെ കൃത്യതയോടെ അടയാളപ്പെടുത്താൻ ആ ഒറ്റ കഥാപാത്രം കൊണ്ട് ലോഹിക്ക് കഴിഞ്ഞു.

വിപിൻ മോഹനായിരുന്നു ക്യാമറ.ലോഹി കൈതപ്രത്തെ പരിചയപ്പെടുന്നത് കുടുംബപുരാണത്തിലൂടെയാണ്. സിനിമയിൽ ഏറ്റവും അടുപ്പമുള്ള ആളുകളിലൊരാളായി ആ സഹോദരബന്ധം ലോഹിയുടെ ജീവിതത്തിൽ പടർന്നു കയറുകയായിരുന്നു. കൈതപ്രമെഴുതിയ "താലോലം താനേ താരാട്ടും..." മോഹൻ സിത്താരയുടെ സംഗീതത്തിലൂടെ ഹിറ്റായി മാറി. സിബിയിൽ നിന്ന് മാറി മറ്റൊരു ടീമിനൊപ്പം വന്നതോടെ ലോഹിയുടെ സിനിമാലോകവും സൗഹൃദ ലോകവും കൂടുതൽ വിസ്തൃതമാവുകയായിരുന്നു. സത്യനും കൈതപ്രവുമടങ്ങുന്ന ആത്മബന്ധങ്ങളുടെ പുരാണവും അവിടെ തുടങ്ങി.

ഇന്നും ലോഹിതദാസ് അനുസ്മരണത്തിന് ഒരുപാട്ട പേർ സത്യൻ അന്തിക്കാടിനെ വിളിക്കുമെങ്കിലും ഒന്നിലും പങ്കെടുത്തിട്ടില്ല. സത്യനെ സംബന്ധിച്ച് ലോഹി എന്നെന്നേക്കുമായി യാത്ര പറഞ്ഞതായി തോന്നുന്നില്ല. ഷൊറണ്ണൂർ ഗസ്റ്റ് ഹൗസിലും ചെറുതുരുത്തിയിലും അകലൂരിലെ വീട്ടിലുമൊക്കെയായി ലോഹി തിരക്കിലാണ് എന്നു വിശ്വസിക്കാനാണ് സത്യനിഷ്ടം. ഷൊറണ്ണൂർ ഗസ്റ്റ്ഹൗസിലെ താമസവും സുഭാഷ് കഫേയിലേയ്ക്ക് ചായകുടിക്കാൻ വേണ്ടിയുള്ള നടത്തവും പാലത്തിനു താഴെ ഭാരതപ്പുഴയിലെ ഇളം ചൂടുള്ള വെള്ളത്തിലെ കുളിയുമെല്ലാം ലോഹിക്കുടെയുള്ള ഓർമ്മകളാണ്. ഒന്നും ഇനിയില്ല എന്ന മട്ടിൽ അടിവരയിടാനാവുന്നില്ല സത്യന്.

ഐ.വി.ശശിയോടൊപ്പം മുക്തി

ഐ.വി. ശശിയോട് ലോഹിയെപ്പറ്റി പറയുന്നത് മമ്മൂട്ടിയാണ്. തനിയാവർത്തനത്തിന്റെ അനുഭവത്തിൽ അയാളിൽ നിന്ന് നല്ലൊരു തിരക്കഥ പ്രതീക്ഷിക്കാം എന്ന് അദ്ദേഹം ഉറപ്പിച്ചു പറഞ്ഞു.

ഐ.വി. ശശിക്കു വേണ്ടി എഴുതുന്നത് ഇതുവരെ ചെയ്ത ശൈലിയിൽ നിന്നൊരു വെല്ലുവിളിയാണെന്ന് ലോഹി മനസ്സിലാക്കിയിരുന്നു. ഷൂട്ടിംഗ് തുടങ്ങുന്നതിനു മുൻപ് തിരക്കഥ പൂർത്തിയാക്കി.

സെഞ്ചുറി ഫിലിംസിനു വേണ്ടി നിർമ്മാതാവ് രാജു മാത്യുവിൽ നിന്ന് മുക്തിയുടെ അഡ്വാൻസ് ലഭിച്ചപ്പോഴാണ് ലോഹി ഒരു സെക്കന്റ്ഹാന്റ് ഫിയറ്റ് കാർ വാങ്ങുന്നത്. കാർ വാങ്ങലിന്റെ ഭാഗമായുള്ള പരിശോധന കളൊക്കെ കഴിഞ്ഞ് ദേഹത്തൊക്കെ ഡീസലിന്റെ മണവുമായി വീട്ടിൽ വന്നുകയറിയ മുത്തപ്പനോട് സിന്ധു വേഗം പോയി കുളിച്ചിട്ട് വരാൻ പറഞ്ഞു. കുളികഴിഞ്ഞ് വന്ന അദ്ദേഹത്തിനടുത്തിരുന്ന് സിന്ധു ആ സന്തോഷവാർത്ത പറഞ്ഞു. ലോഹിതദാസ് അച്ഛനാവാൻ പോവുന്നു. ജീവിതത്തിൽ ഏറെ സന്തോഷിച്ച നിമിഷമായിരുന്നു ലോഹിക്ക് അത്.

ഒറ്റപ്പാലത്ത് വിശ്വഭാരതി ട്യൂട്ടോറിയൽ കോളേജിൽ അധ്യാപക നായി ജോലി ചെയ്തിരുന്ന ചെർപ്പുളശ്ശേരിക്കാരൻ അമ്പാട്ട് ഹരിദാസൻ കോഴിക്കോട് കളക്ടറായി ചുമതലയേൽക്കുന്നതും അയാളുടെ ജീവിത ത്തിലുണ്ടാവുന്ന കയറ്റിറക്കങ്ങളുമാണ് ലോഹി കണ്ടെത്തിയ കഥ.

എം.ടിയുടെ നായകൻമാരോട് സാദൃശ്യം തോന്നുമെങ്കിലും ആൻഗ്രിയ ങ്മാൻ ശൈലിയിലുള്ള കഥാപാത്രം പക്ഷേ പതിവു വിട്ട് വൈകാരിക തയിലെത്തുകയും പൊട്ടിക്കരയുകയുമൊക്കെ ചെയ്യുന്നുണ്ട്. കുറിക്കുകൊ ള്ളുന്ന ഡയലോഗുകളായിരുന്നു തിരക്കഥയുടെ ഹൈലൈറ്റ്.

മമ്മൂട്ടിയെ കൂടാതെ എം.ജി. സോമൻ, ബാലൻ.കെ. നായർ, റഹ്മാൻ, തിലകൻ, ഉർവ്വശി, ശോഭന, സീമ, ചിത്ര, സിത്താര എന്നിങ്ങനെ സമ്പ ന്നമായ താരനിരയുണ്ടായിരുന്നു മുക്തിയിൽ. നായകന്റെ അമ്മാവൻ കഞ്ഞുണ്ണി നായരായി തകർത്താടിയ തിലകൻ മികച്ച രണ്ടാമത്തെ നടനുള്ള സംസ്ഥാന അവാർഡ് നേടി. കുടുംബ പ്രേക്ഷകരെക്കൂടി ഉദ്ദേ ശിച്ച ചിത്രമായിട്ടും ഗാനങ്ങളുണ്ടായിരുന്നില്ല എന്ന അപൂർവ്വതയും ഈ ചിത്രത്തിനുണ്ട്. പശ്ചാത്തല സംഗീതമൊരുക്കിയത് ശ്യാം ആയിരുന്നു.

കോഴിക്കോട് പുതിയാപ്പയിൽ ഷൂട്ടിംഗ് അവസാനിക്കാറാവുമ്പോ ഴാണ് പടത്തിന്റെ ക്ലൈമാക്സിനെപ്പറ്റി ഐ വി ശശി ചില അഭിപ്രാ യങ്ങൾ പറയുന്നത്. ഹരിദാസൻ വീണ്ടും പാരലൽ കോളേജധ്യാപക നായി മാറുന്നതായിരുന്നില്ല ലോഹി എഴുതിയ ക്ലൈമാക്സ്. ഐ.വി.ശശി എന്ന സംവിധായക പ്രതിഭയ്ക്കു വേണ്ടി ലോഹി മറ്റൊരു പരിസമാപ്തി കണ്ടെത്തുകയായിരുന്നു. 1988 നവംബർ 4 ന് തീയേറ്ററിലെത്തിയ മുക്തി ലോഹിക്ക് ഇൻഡസ്ട്രിയിൽ ഒരിക്കൽ കൂടി മികച്ച അഭിപ്രായം നേടിക്കൊടുത്തു.

സേതുമാധവൻ എന്ന ദുരന്തനായകൻ

രണ്ടു സുഹൃത്തുക്കൾ അവരുടെ ബിസിനസ് ബന്ധത്തിന്റെ ഇടവേളയിൽ നടത്തിയ വെറും ആലോചന മലയാള സിനിമയ്ക്ക് മഹാ സംഭാവനയായി മാറിയ ചരിത്രമുണ്ട്.

തിരുവനന്തപുരത്ത് കെൽട്രോണിൽ ജോലി ചെയ്യുന്ന ദിനേശ് പണിക്കരും സ്റ്റെബിലൈസർ ബിസിനസ് ചെയ്യുന്ന കൃഷ്ണകുമാറും ആയിരുന്നു ആ സുഹൃത്തുക്കൾ. രണ്ടുപേർക്കും മോഹൻലാലുമായി പണ്ടേ ബന്ധമുണ്ട്. ലാലിന്റെ സിനിമകൾ വൻ ഹിറ്റുകളായി മാറി കൊണ്ടിരിക്കുന്ന സമയമാണ്. മോഹൻലാലിനെ വെച്ച് ഒരു സിനിമ നിർമ്മിക്കാൻ ശ്രമിച്ചാലോ എന്നായിരുന്നു അവരുടെ ആലോചന. ലാലിനെ കണ്ട് ഡേറ്റ് ചോദിക്കാൻ തീരുമാനമായി. കൃഷ്ണകുമാർ, പണിക്കർ എന്നീ പേരുകളിൽ നിന്ന് 'കൃപ' ഫിലിംസ് എന്ന പുതിയ പ്രൊഡക്ഷൻ ബാനർ തുടങ്ങി.

തൃശ്ശൂരിലെ 'തൂവാനത്തുമ്പികൾ' ലൊക്കേഷനിലെത്തിയ രണ്ടുപേരും ഉദ്ദേശത്തെപ്പറ്റി പറഞ്ഞു. ലാൽ അവരെ നിരുത്സാഹപ്പെടുത്തിയില്ല. പക്ഷേ പതിമൂന്ന് സിനിമകൾ കരാറായി നിൽക്കുന്ന കാര്യവും പതിനാലാമത്തെ സിനിമയായി മാത്രമേ ആലോചിക്കാനാവൂ എന്ന സത്യവും അദ്ദേഹം പറയുകയും നിർമ്മാതാക്കൾ സമ്മതിക്കുകയും ചെയ്തു.

ലാലിന്റെ ചോദ്യത്തിന് മറുപടിയായി അവർ മുന്നോട്ടു വെച്ചത് മൂന്നു സംവിധായകരുടെ പേരുകളായിരുന്നു. പ്രിയദർശൻ, സിബി മലയിൽ, വേണുനാഗവള്ളി. മൂന്നു പേരിൽ ആരായാലും ലാലിന് സമ്മതമാണ്. കൃഷ്ണകുമാറിന്റെ ഭാര്യയുടെ ബന്ധു കൂടിയായ വേണുനാഗവള്ളിക്കായിരുന്നു നിർമ്മാതാക്കൾ കൂടുതൽ പരിഗണന നൽകിയത്.

ആ പ്രോജക്ട് ചെയ്യാമെന്നേറ്റ വേണു നാഗവള്ളി അച്ഛൻ ആർ.എസ് കുറുപ്പിന്റെ 'തനിക്കു താനും പുരയ്ക്കു തൂണും' എന്ന കഥ സിനിമയാക്കാമെന്ന നിർദ്ദേശം വെച്ചു. നല്ല കഥയായിരുന്നു. പക്ഷേ വേണു നാഗവള്ളിയുമായുള്ള ആശയ വിനിമയം പിന്നീട് അത്ര നന്നായി മുന്നോട്ടു പോയില്ല. അഭിപ്രായവ്യത്യാസങ്ങൾക്കൊടുവിൽ വേണു ഇല്ലാതെ മുന്നോട്ടു പോകുവാൻ നിർമ്മാതാക്കൾ തീരുമാനിക്കുകയായിരുന്നു. അവർ സിബി മലയിലിനെ കണ്ടു സംസാരിച്ചു. പ്രോജക്ട് ഏറ്റെടുക്കാൻ സിബി തയ്യാറായി. തിരക്കഥയെപ്പറ്റി ചർച്ച വരും മുമ്പേ 'ലോഹിതദാസ്' എന്ന പേര് സിബി പറഞ്ഞു. ആ പേരിൽ സിബി അത്രയധികം ആത്മവിശ്വാസമുള്ളവനാണെന്നു മനസ്സിലാക്കിയ നിർമ്മാതാക്കളും നിർദ്ദേശം അംഗീകരിച്ചു. അവരുടെ ക്ഷണമനുസരിച്ച് ലോഹി വന്നു.

പ്രൊജക്ടിന്റെ വിവരമെല്ലാം ചോദിച്ചറിഞ്ഞ ശേഷം ലോഹി മനസ്സിൽ കിടക്കുന്ന ഒരു കഥ പറഞ്ഞു. പൂർണമായും കഥയാക്കി വികസിച്ചിട്ടില്ലാത്ത ഒരു സംഭവമായിരുന്നു അദ്ദേഹം പങ്കുവെച്ചത്. സ്വന്തം നാടായ ചാലക്കുടിയിൽ നടന്ന ഒരു സംഭവം. എല്ലാവരും ഭയക്കുന്നൊരു ഗുണ്ടയെ ഒരു പ്രത്യേക സാഹചര്യത്തിൽ അടിച്ചു താഴെവീഴ്ത്തേണ്ടിവന്ന സാധാരണക്കാരനും അതോടെ പുതിയ ഗുണ്ടയായി അവരോധിക്കപ്പെടുന്ന അയാളുടെ ദുരന്തവുമായിരുന്നു പ്രമേയം. 'എഴുതാപ്പുറ'ങ്ങളുടെ രചനയുടെ സമയത്ത് ബാലചന്ദ്രൻ ചുള്ളിക്കാട് പറഞ്ഞ അനുഭവം അന്നേ ലോഹിയെ സ്വാധീനിച്ചിരുന്നു. അനിയനും ബന്ധുവായ മറ്റൊരു സഹോദരനും തമ്മിൽ യാദൃച്ഛികമായുണ്ടായ ഏറ്റുമുട്ടൽ ആ ഗ്രാമത്തെത്തന്നെ ഞെട്ടിച്ച കൊലപാതകമായി മാറിയ നാടകീയത നിറഞ്ഞ ഓർമ്മയായിരുന്നു അന്ന് ചുള്ളിക്കാട് പങ്കുവെച്ചത്. ആ കൂടിയിരിക്കൽ പിരിയുന്ന നേരത്ത് ആരും പ്രതീക്ഷിക്കാതെ ലോഹി ബാലനോട് ഇങ്ങനെ പറഞ്ഞുവത്രെ. "എന്റെ നാട്ടിലുണ്ടായ സമാനതകളുള്ള മറ്റൊരു സംഭവവും ബാലൻ പറഞ്ഞ അനുഭവവും ചേർന്നൊരു നല്ല സിനിമ ഞാൻ കാണുന്നു. അതെഴുതാൻ ബാലനെന്നെ അനുവദിക്കണം" എന്ന്. അതുകൂടി പ്രചോദനമാക്കിയാണ് ലോഹി കഥ വികസിപ്പിച്ചിരുന്നത്.

എഴുതാനിരിക്കുന്നതിനു മുമ്പ് കെ.ജി.ജോർജിനെ ഒന്നു കാണണ മെന്നു തോന്നി. അദ്ദേഹവുമായി എഴുതാനുദ്ദേശിക്കുന്ന തിരക്കഥ ചർച്ച ചെയ്തു. സന്ദേഹിയായൊരു കഥാകാരനെയല്ല, താൻ സഞ്ചരിക്കേണ്ട വഴികളെപ്പറ്റി വ്യക്തമായ ധാരണയുള്ള എഴുത്തുകാരനെത്തന്നെയാണ് അന്ന് ലോഹിയിൽ കണ്ടതെന്ന് ജോർജ് പിന്നീട് പറഞ്ഞിട്ടുമുണ്ട്. മുൻപ് ചിന്തിച്ചിരുന്നതായതുകൊണ്ടാവാം എഴുത്ത് വളരെ വേഗം മുന്നോട്ടു പോയി. ആറ് ദിവസം കൊണ്ട് എഴുത്ത് പൂർത്തിയാക്കി ബൈൻഡ് ചെയ്ത തിരക്കഥയുമായി ചാലക്കുടിയിൽനിന്ന് എറണാകുളത്തേയ്ക്ക് വണ്ടി കയറി. മറ്റൊരു കാരണം കൂടിയുണ്ടായിരുന്നു അത്രവേഗം തിരക്കഥ തീർക്കുന്നതിന്. സംവിധായകൻ സിബി മലയിലിന്റെ വിവാഹമാണ് മാർച്ച് 27 ന്. തിരക്കഥ തീർത്തില്ലെങ്കിൽ കല്യാണത്തിനു പോവില്ലെന്ന് ലോഹി തീരുമാനിച്ചിരുന്നു. കൊച്ചിയിലെ സെന്റ്.മേരീസ് ബസലിക്ക യിൽ സിബിയുടെ വിവാഹച്ചടങ്ങിൽ തിരക്കഥയുടെ എല്ലാ ജോലികളും തീർത്തശേഷമായിരുന്നു ലോഹി പങ്കെടുത്തത്.

സിബിയും നിർമാതാക്കളും തിരക്കഥ വായിച്ചു. ഒരു വരിപോലും മാറ്റം വരുത്തേണ്ടതില്ലാത്ത പരിപൂർണതയിൽ നിൽക്കുന്ന തിരക്കഥ വായിച്ച് ആവേശംകൊണ്ട അവർ പ്രൊജക്ടിന് വേഗം വർദ്ധിപ്പിച്ചു. സാമ്പത്തിക വിജയത്തിന്റെ കാര്യത്തിൽ ഒരു സംശയവും വേണ്ട.

മോഹൻലാലിന് പ്രൊജക്ടിൽ വേണ്ടത്ര താല്പര്യമുണ്ടായിരുന്നില്ല എന്നതാണ് സത്യം . സിബിയും ലോഹിയും കൂടി ലാൽ അഭിനയിക്കുന്ന നിരവധി സിനിമകളുടെ ലൊക്കേഷനുകൾ കയറിയിറങ്ങിയെങ്കിലും കഥ പറയാനുള്ള അവസരം കിട്ടിയില്ല. ലോഹിക്കും സിബിക്കും നന്നേ മുഷിഞ്ഞു. അന്ന് തിരിച്ചുപോരുമ്പോൾ സിബി ഉണ്ണിയോടും ദിനേശിനോടും പറഞ്ഞു. "ഒരു പക്ഷേ ഞാനായിരിക്കും ഈ സിനിമക്ക് നിങ്ങൾക്കൊരു തടസ്സം. എന്നോടുള്ള അകൽച്ചയാവും കാരണം. ലാലും നിങ്ങളും സുഹൃത്തുക്കളാണ്. ഞാൻ ചെയ്യുന്നതാണ് ലാലിന് പ്രശ്നമെ ങ്കിൽ ഞാൻ മാറി നിൽക്കാം. ഈ പ്രൊജക്റ്റ് നടക്കട്ടെ. അദ്ദേഹത്തിന് താൽപര്യമുള്ള സംവിധായകനെ വെച്ച് ചെയ്യട്ടെ. ഇതിങ്ങനെ നീണ്ടു പോകുകയേ ഉള്ളൂ. ഇപ്പോൾ തന്നെ അഞ്ചെട്ട് മാസമായി". അപ്പോഴും ലോഹി പ്രതീക്ഷയിൽത്തന്നെയായിരുന്നു. കഥ കേൾപ്പിക്കാൻ കഴിഞ്ഞാൽ ലാൽ സമ്മതിക്കുമെന്ന പ്രതീക്ഷ.

ചീത്തപ്പേരൊഴിവാക്കാൻ കഥകേട്ടെന്ന് വരുത്താമെന്ന് ചിന്തിച്ച് വീട്ടിലുള്ള ഒരു ദിവസം വന്ന് കഥ പറയാൻ ലാൽ അവരെ ക്ഷണിച്ചു.

അടുത്ത ദിവസം ലോഹിയും നിർമ്മാതാക്കളും മോഹൻലാലിനെ കണ്ടു. സിബി പോയിരുന്നില്ല. തിരുവനന്തപുരത്ത് മുടവൻമുകളിലെ

വീട്ടിലിരുന്ന് കഥകേട്ട ലാൽ കഥ തീർന്നിട്ടും ഒരു ഭാവവ്യത്യാസവും ഇല്ലാതെ കാണപ്പെട്ടത് നിർമ്മാതാക്കളെ സംശയിപ്പിച്ചു. ഇഷ്ടപ്പെടാത്തതാവുമോ? പക്ഷേ അവർ ശ്രദ്ധിച്ചൊരു മാറ്റമുണ്ടായിരുന്നു. കഥ കേട്ടു തുടങ്ങുമ്പോൾ മോഹൻലാൽ അലസമായി ചാരിക്കിടക്കുകയായിരുന്നു. കുറച്ചു കഴിഞ്ഞു നോക്കുമ്പോൾ കിടപ്പുവിട്ട് ഇരിപ്പായിട്ടുണ്ട്. കഥ മുന്നോട്ടു പോകുന്നതിനനുസരിച്ച് ലാൽ കസേരയിൽ കയറിക്കയറി ഇരിക്കുന്നുണ്ടായിരുന്നു. ഒടുവിൽ ക്ലൈമാക്സ് കേൾക്കുന്നത് കസേരയുടെ തുമ്പത്ത് ശ്വാസമടക്കിപ്പിടിച്ചായിരുന്നു.

സുദീർഘമായ മൗനത്തിനുശേഷം ഒരു ദീർഘനിശ്വാസത്തോടെ അദ്ദേഹം ചോദിച്ചത് ഇതാണ്. "ആ വില്ലൻ വേഷം ചെയ്യുന്നത് ആരാണ്?" തെലുങ്ക് നടൻ പ്രദീപ് ശക്തിയുടെ പേരാണ് സിബിയും നിർമ്മാതാക്കളും പറഞ്ഞത്. 'ചാമര'ത്തിൽ വില്ലനായി തിളങ്ങിയിട്ടുള്ള ശക്തിയുടെ കാസ്റ്റിംഗിൽ തൃപ്തനായ മോഹൻലാൽ മുൻപ് പറഞ്ഞതിലും വേഗം ഡേറ്റ് നൽകാൻ ശ്രമിക്കാം എന്ന് ഉറപ്പു നൽകി അവരെ യാത്രയാക്കി.

തിരക്കഥയുടെ ക്ലൈമാക്സിൽ നായകന്റെ ഹീറോയിസം കുറവാണെന്നും സേതു വിധിയ്ക്ക് കീഴടങ്ങുന്നത് മാറ്റണമെന്നും അഭിപ്രായപ്പെട്ട ഡിസ്ട്രിബ്യൂട്ടർ സെവൻ ആർട്സ് വിജയകുമാറിന്റെ അഭിപ്രായത്തെ ലോഹി പൂർണ്ണമായും നിരസിച്ചു. 'ആര്യ'നും 'നാടുവാഴിക'ളുംകഴിഞ്ഞ് ആക്ഷൻ ഹീറോ ഇമേജിൽ നിൽക്കുന്ന ലാലിനെ പരാജിതനായി കാണുന്നത് പ്രേക്ഷകർ സ്വീകരിക്കുമോ എന്ന സംശയമായിരുന്നു വിജയകുമാറിന്റേത്. തന്റെ നായകൻ മനുഷ്യനാണെന്നും സേതുമാധവന് മറ്റു വഴികളില്ലെന്നും ഉറപ്പിച്ചു പറഞ്ഞ ലോഹിതദാസ് രംഗങ്ങളിൽ ഒരു മാറ്റവും വരുത്തിയില്ല.

ചുറ്റുപാടുകൾ തലയിൽ വെച്ചു കൊടുക്കുന്ന മുൾക്കിരീടമായിരുന്നു നായകനായ സേതുമാധവന് സ്വപ്നങ്ങളെ തകർത്ത ഗുണ്ടാപരിവേഷം. ആ അർത്ഥത്തിൽ 'മുൾക്കിരീടം' എന്ന ടൈറ്റിൽ ആയിരുന്നു ലോഹിയുടെ മനസ്സിൽ. രാശിയും വിശ്വാസങ്ങളും കാരണം അങ്ങനെയൊരു ദുരന്തശീർഷകത്തിൽ അതൃപ്തി പ്രകടിപ്പിച്ച നിർമ്മാതാക്കൾക്ക് വേണ്ടി ലോഹി 'മുള്ള്' എടുത്തുമാറ്റി. 'കിരീടം' എന്ന ടൈറ്റിൽ എല്ലാവർക്കും സ്വീകാര്യമായി. ഐ.വി.ശശിക്കു വേണ്ടി ലോഹിതദാസ് തിരക്കഥയെഴുതിയ 'മുക്തി' എന്ന ചിത്രത്തിന് നൽകാനാലോചിച്ചപേരാണ് 'കിരീടം'. അന്നത് സ്വീകരിക്കപ്പെട്ടില്ല. ഇവിടെയായിരുന്നു ആ പേരിന്റെ നിയോഗം.

സിബിയും ലോഹിയും കൂടി ലൊക്കേഷനുകൾ കണ്ടുതുടങ്ങി. പാലക്കാട് നെന്മാറയിൽ ആയിരുന്നു പടത്തിലെ പ്രധാന രംഗങ്ങൾ നടക്കുന്ന കവല കണ്ടെത്തിയത്. ഛായാഗ്രഹണം എസ് കുമാറും എഡിറ്റിംഗ് എൽ. ഭൂമിനാഥനും ഏറ്റെടുത്തു. മറ്റു കഥാപാത്രങ്ങളിലേയ്ക്കുള്ള അഭിനേതാക്കളെ കാസ്റ്റ് ചെയ്തു തുടങ്ങി. സേതുവിന്റെ മുറപ്പെണ്ണും നായികയുമായ ദേവിയായി പാർവതിയായിരുന്നു ലോഹിയുടേയും സിബിയുടേയും മനസ്സിൽ. ഏഴു സിനിമകൾക്ക് കാൾഷീറ്റ് കൊടുത്ത് തിരക്കിൽ നിൽക്കുകയായിരുന്നെങ്കിലും ലോഹി എഴുതുന്ന സിബി-മോഹൻലാൽ ചിത്രത്തെ ഉപേക്ഷിക്കാൻ പാർവ്വതിക്ക് താല്പര്യം തോന്നിയില്ല. പാർവ്വതിയും ഡെയ്റ്റ് നൽകി. അമ്മാവനായി ശങ്കരാടിയും അമ്മയായി കവിയൂർ പൊന്നമ്മയും എസ്ഐ ആയി മുരളിയും തീരുമാനിക്കപ്പെട്ടു. പേടിയോടെ ജീവിക്കുന്ന ഹൈഡ്രോസ് എന്ന ഗുണ്ടയുടെ വേഷം കൊച്ചിൻ ഹനീഫയ്ക്ക് നൽകുന്നത് ലോഹിയുടെ താല്പര്യപ്രകാരമായിരുന്നു. അന്നോളം നർമ്മത്തിന്റെ സാധ്യതകൾ പരീക്ഷിച്ചിട്ടില്ലാത്ത ഹനീഫയ്ക്ക് ആ റോൾ നന്നായി ചെയ്യാൻ കഴിയുമെന്നത് ലോഹിയുടെ കണ്ടെത്തലായിരുന്നു. ജഗതി ശ്രീകുമാർ, ശ്രീനാഥ്, മണിയൻപിള്ള രാജു, ജഗദീഷ്, ഒടുവിൽ ഉണ്ണികൃഷ്ണൻ, ജോണി, ഉഷ, ഫിലോമിന എന്നിങ്ങനെ മുന്നോട്ടുപോയ കാസ്റ്റിങ്ങിൽ ഒന്നുമാത്രം ചർച്ചയായില്ല. നായകന് തുല്യമായ അച്ഛൻ കഥാപാത്രം. ഹെഡ്കോൺസ്റ്റബിൾ അച്യുതൻ നായരെ ഉരുക്കിൽ പണിതീർക്കുമ്പോൾ ലോഹിയുടെ മനസ്സിൽ തിലകനല്ലാതെ മറ്റാരുമാവില്ല എന്ന് ആർക്കാണ് മനസ്സിലാവാത്തത്!

തിലകനെ കണ്ടു സംസാരിച്ചപ്പോഴാണ് തീരുമാനങ്ങളൊക്കെ തകിടം മറിയുന്നത്. തിരുവനന്തപുരത്ത് ചിത്രീകരിക്കുന്ന രണ്ട് സിനിമകളിൽ ഒരേസമയം അഭിനയിച്ചു കൊണ്ടിരിക്കുകയാണ് അദ്ദേഹം. 'ചാണക്യ'നും 'വർണ്ണ'വും. രണ്ടും തീരാൻ സമയമെടുക്കും. ഈ പടത്തിൽ നിന്ന് തന്നെ ഒഴിവാക്കണമെന്ന് വിഷമത്തോടെ അദ്ദേഹം തുറന്നു പറഞ്ഞു. ലോഹിക്കും സിബിക്കും തിലകൻ ഇല്ലാതെ ചിത്രം ചെയ്യുന്നത് ആലോചിക്കാൻ കഴിയുമായിരുന്നില്ല.

ഒടുവിൽ തിലകൻ തന്നെ ഒരു വഴി പറഞ്ഞു. പാലക്കാട് തീരുമാനിച്ച ഷൂട്ട് തിരുവനന്തപുരത്ത് ആക്കിയാൽ രണ്ടു ചിത്രങ്ങളുടെ ഇടയ്ക്ക് സമയം കണ്ടെത്തി വന്ന് അഭിനയിക്കാം. ലോഹിയും സിബിയും അതു സമ്മതിക്കുകയും നീണ്ട അന്വേഷണത്തിനു ശേഷം നെന്മാറയ്ക്ക് പകരം ആര്യനാട്ടും പരിസരവുമായി ലൊക്കേഷൻ മാറ്റിതീരുമാനിക്കുകയും ചെയ്തു.ലൊക്കേഷനുകൾ തിരഞ്ഞുള്ള ദീർഘമായ യാത്രകൾ കഴിഞ്ഞ്

ക്ഷീണിച്ച് വീട്ടിൽ വന്നുകേറിയ ലോഹി സിന്ധുവിനെ അവിടെയൊന്നും കണ്ടില്ല. അപ്പൊഴാണ് പൂർണ്ണ ഗർഭിണിയായിരുന്ന ഭാര്യ അന്ന് പ്രസവിച്ച കാര്യം അദ്ദേഹമറിയുന്നത്. എല്ലാ തിരക്കുകളും തല്ക്കാലം മാറ്റിവെച്ച് ലോഹി ഭാര്യയ്ക്കും 'പൊന്നു' വിനുമൊപ്പം പത്തു ദിവസം സന്തോഷപൂർവ്വം ഉണ്ടായി. ശേഷം കിരീടത്തിന്റെ തിരക്കുകളിലേയ്ക്ക് പിന്നെയും സജീവമായി.

പടത്തിന്റെ പ്രധാന രംഗങ്ങൾ സംഭവിക്കുന്ന ചന്ത സിനിമയ്ക്ക് വേണ്ടി മാത്രം സജ്ജമാക്കിയതായിരുന്നു. ആര്യനാടായിരുന്നു സ്ഥലം. വെള്ളായണിയിലെ വിശാലമായ നെൽപ്പാടവും അതിനു നടുവിലുള്ള ചെറിയപാലവും 'കിരീടം'കണ്ടവർ ഒരിക്കലും മറക്കില്ല. ഗാനരംഗത്തും സുഹൃത്ത് കേശുവുമായുള്ള സേതുവിന്റെ കൂടിക്കാഴ്ചയിലും പശ്ചാത്തലമാവുന്ന പാലം പിന്നീട് 'കിരീടം പാലം' എന്ന് തിരിച്ചറിയപ്പെട്ടു. മോഹൻലാൽ പഠിച്ച മോഡൽ സ്കൂൾ മറ്റൊരു ലൊക്കേഷനായി തെരഞ്ഞെടുക്കപ്പെട്ടത് യാദൃച്ഛികമായാണ്.

ഷൂട്ടിംഗ് ദിവസങ്ങൾ അടുത്തുവന്നപ്പോഴാണ് മറ്റൊരു പ്രധാന പ്രശ്നം ജനിക്കുന്നത്. വില്ലൻ കഥാപാത്രമായി കാസ്റ്റ് ചെയ്ത് അഡ്വാൻസ് നൽകിയിട്ടുള്ള പ്രദീപ് ശക്തിയെ ബന്ധപ്പെടാൻ കഴിയുന്നില്ല. ഹൈദരാബാദിലെ വീട്ടിലേയ്ക്ക് വിളിച്ചിട്ടും എവിടെയാണ് എന്ന് കൃത്യമായ ധാരണ ലഭിച്ചില്ല. ഷൂട്ട് തുടങ്ങാൻ രണ്ടുദിവസം മാത്രം. മറ്റൊരാളെ കണ്ടെത്തിയേ തീരൂ. ആലോചനകൾ പല വഴിക്ക് പോയപ്പോൾ അസോസിയേറ്റ് ഡയറക്ടർ കലാധരനാണ് ചെന്നൈയിൽ എൻഫോഴ്സ്മെൻറ് ഉദ്യോഗസ്ഥനായ മോഹൻരാജിന്റെ പേര് പറയുന്നത്. സിബിയും ലോഹിയും താമസിച്ചിരുന്ന തിരുവനന്തപുരത്തെ 'ഗീത്' ഹോട്ടലിലേയ്ക്ക് അന്നുരാത്രി തന്നെ അയാളെ വിളിപ്പിച്ചു. രണ്ട് തമിഴ് സിനിമകളിൽ ചെറിയ വേഷങ്ങൾ മാത്രം ചെയ്തിട്ടുള്ള മോഹൻരാജ് സംവിധായകനേയും തിരക്കഥാകൃത്തിനേയും കാണാൻ ഹോട്ടൽ മുറിയിലെത്തി. ആറടി മൂന്നരയിഞ്ച് ഉയരവും പരുക്കൻ മുഖവുമുള്ള അയാളെ ഒറ്റനോട്ടത്തിൽ തന്നെ സിബിക്കും ലോഹിക്കും ബോധിച്ചു. കീരിക്കാടൻ ജോസായി മോഹൻരാജ് തീരുമാനിക്കപ്പെട്ടു.

കൈതപ്രം എഴുതി ജോൺസൺ സംഗീതം ചെയ്ത രണ്ട് പാട്ടുകളായിരുന്നു കിരീടത്തിന് വേണ്ടി റെക്കോഡ് ചെയ്തിരുന്നത്. സേതുവിന്റെയും ദേവിയുടെയും പ്രണയം വിഷയമായ 'മേടപൊന്നോടം' എന്ന് തുടങ്ങുന്ന മെലഡി പുതുമുഖ ഗായകൻ ബാലഗോപാലൻ തമ്പിയും മറ്റൊരു ഗാനം എം.ജി.ശ്രീകുമാറുമാണ് പാടിയിരുന്നത്. ഷൂട്ടിന്റെ ആദ്യ

ദിവസങ്ങളിൽ അല്പാല്പമായി ഷോട്ടുകൾ എടുത്തിരുന്നെങ്കിലും ദൈർഘ്യം കുറയ്ക്കുന്നതിനുവേണ്ടി പ്രണയഗാനം സിനിമയിൽ നിന്ന് ഒഴിവാക്കപ്പെട്ടു. പകരം മറ്റൊരു ശൈലിയിലായിരുന്ന ശ്രീകുമാർ പാടിയ പാട്ടിന്റെ ടെമ്പോ വ്യത്യാസം വരുത്തി ദുഃഖഗാനമായി ചിട്ടപ്പെടുത്തി ഉപയോഗിക്കാൻ തീരുമാനിക്കുന്നത് ലോഹിയുടെ നിർദ്ദേശപ്രകാരമായിരുന്നു. ജോൺസൺ ആ മാറ്റം മനസ്സുകൊണ്ട് ഇഷ്ടപ്പെട്ടിരുന്നില്ല. കൈതപ്രം വീണ്ടും വന്ന് "കണ്ണീർപ്പൂവിന്റെ കവിളിൽ തലോടി..." എന്ന് പുതിയ ഈണത്തിൽ വരികളെഴുതി. ജോൺസണും എം.ജി.ശ്രീകുമാറും തൃപ്തരല്ലായിരുന്നില്ലെങ്കിലും പിന്നീട് സിനിമ കണ്ടപ്പോൾ മികച്ച തീരുമാനമായി അവരും അംഗീകരിച്ചു. താനഭിനയിച്ച ഗാനരംഗങ്ങളിൽ ഏറ്റവും പ്രിയപ്പെട്ടതായി മോഹൻലാൽ തെരഞ്ഞെടുക്കുന്ന സർവ്വകാല ഹിറ്റ് ഗാനത്തിന്റെ പിറവി അങ്ങനെയായിരുന്നു.

പ്രൊഡ്യൂസർ കൃഷ്ണകുമാറിന്റെ പിതാവ് പുത്തൂർ നാരയണൻ നായരായിരുന്നു ഭദ്രദീപം കൊളുത്തിയത്.

അനുകൂലമായ സാഹചര്യങ്ങളിൽ കിരീടത്തിന്റെ ചിത്രീകരണം പുരോഗമിച്ചു. മറ്റു രണ്ട് സിനിമകൾക്കിടയിൽ സമയം കണ്ടെത്തി ഓവർടൈം വർക്ക് ചെയ്തു കൊണ്ടായിരുന്നു തിലകൻ കിരീടത്തിലഭിനയിച്ചത്.

കണ്ണീർപ്പൂവിന്റെ ഗാനരംഗത്തിൽ പാർവ്വതിയെ വിവാഹം കഴിക്കുന്നയാളായി പ്രൊഡ്യൂസർ ദിനേശ് പണിക്കരെ നിർദ്ദേശിച്ചത് ലോഹിയായിരുന്നു. പണിക്കര് വീട്ടിലെത്തി സന്തോഷത്തോടെ ഭാര്യയോടു പറഞ്ഞപ്പോൾ ഭാര്യയുടെ മുഖം മാറി. സംഗതി അബദ്ധമാവുമെന്ന് മനസ്സിലാക്കിയ ദിനേശ് പണിക്കർ രാത്രി തന്നെ മറ്റൊരു സുഹൃത്തിനെ വിളിച്ച് പിറ്റേന്ന് ലൊക്കേഷനിൽ വന്ന് ആ വേഷം ചെയ്യാൻ ഏർപ്പാടാക്കി.

ഏറ്റവുമൊടുവിൽത്തന്നെയായിരുന്നു ക്ലൈമാക്സ് ഷൂട്ടു ചെയ്തത്. സ്ഥിരം സിനിമാ സ്റ്റൈൽ സംഘട്ടനങ്ങളായിരുന്നില്ല ലോഹിയുടെ തിരക്കഥ ആവശ്യപ്പെട്ടതും സിബി സാക്ഷാത്കരിച്ചതും. സ്റ്റണ്ട് മാസ്റ്ററെ സഹകരിപ്പിച്ചു കൊണ്ട് മോഹൻലാലും സിബിയും ചേർന്നാണ് ക്ലൈമാക്സ് സംഘട്ടനത്തിന്റെ കൊറിയോഗ്രാഫി ചെയ്തത്. അനുഭവക്കുറവുള്ള മോഹൻരാജിൽ നിന്ന് ഏറെത്തവണ ലാലിന് ശരിക്കും തല്ലുകിട്ടി.

കീരിക്കാടനെ കൊല്ലുന്ന രംഗം ഷൂട്ടു ചെയ്യുന്ന ദിവസം രാവിലെ മുതൽ മാറാതെ നിന്ന ചാറ്റൽമഴ സീനിന് മറ്റൊരു മൂഡ് നൽകി. മഴയും ചെളിയും സേതുമാധവന്റെ രൗദ്രഭാവത്തിന് മികച്ച പശ്ചാത്തലമായി

മാറി. ഏറ്റവുമൊടുവിൽ കൊലപാതകം ചെയ്തശേഷം കാളവണ്ടിച്ചക്ര ത്തിൽ ചാരിയിരിക്കുന്ന സേതുവിന് എന്തോ വായിലിട്ട് ചവയ്ക്കുന്ന തരം മാനറിസം നൽകിയത് മോഹൻലാലിന്റെ അപ്പോഴത്തെ മനോധർമ്മ മായിരുന്നു. ലോഹിയുടെ തിരക്കഥയുടെ ഉള്ളിൽ നിന്നും പൂർണ്ണമായും സേതുവിനെ തിരശ്ശീലയിലെത്തിക്കാൻ ആ ഒറ്റ സവിശേഷ ഭാവം കൊണ്ട് ലാലിന് കഴിഞ്ഞു. ലോഹിയുടെ നായകൻ അപ്പോൾ സമനില തെറ്റിയവനും ഭൂതകാലത്താൽ വേട്ടയാടപ്പെടുന്നവനുമാണ് എന്ന് പ്ര തിഭാധനനായ നടൻ തിരിച്ചറിഞ്ഞ നിമിഷം.

ലോഹിയുടെ ഇഷ്ടങ്ങളിൽ ചിലത് കഥാപാത്രമായ സേതുമാധവ നും നൽകിയിട്ടുണ്ട്. രാമായണം സീരിയലിന്റെ കഥ പത്രത്തിൽ നിന്ന് വായിച്ച് കൊടുക്കുമ്പോൾ അമ്മയെക്കൊണ്ട് തലയിൽ മസാജ് ചെയ്യി ക്കുന്നുണ്ട് സേതു. ലോഹിയുടെ ശീലമാണത്.

കിരീടത്തിന്റെ ചിത്രീകരണം തീരുന്ന ദിവസം. ജോസിനെ കുത്തി ചോരയിറ്റുന്ന കത്തിയുമായി സേതുമാധവൻ നിൽക്കുന്ന വൈകുന്നേരം. മറ്റെല്ലാ ഷോട്ടുകളും എടുത്തു കഴിഞ്ഞു. ആൾക്കൂട്ടത്തെ തള്ളി മാറ്റി ക്കൊണ്ട് മുന്നിൽ വന്ന് മകനോട് അച്യുതൻ നായർ ആ പ്രസിദ്ധമായ ഡയലോഗ് പറയണം. “നിന്റച്ഛനാടാ പറയുന്നെ കത്തി താഴെയിടടാ...” പക്ഷേ തിലകൻ ലൊക്കേഷനിലില്ല. വഞ്ചിയൂരിൽ നടക്കുന്ന ‘വർണ്ണ’ത്തിന്റെ സെറ്റിൽ നിന്ന് വിടാത്ത കാരണമാണ് അദ്ദേഹം എത്താത്തത് എന്നു മനസ്സിലായി. പ്രൊഡ്യൂസർമാർ കാറുമായി വർണ്ണത്തിന്റെ സെറ്റിൽ കാത്തു കിടക്കുകയാണ്. ഒടുവിൽ “നിങ്ങൾ വിട്ടില്ലെങ്കിലും ഞാൻ പോവും...” എന്ന് അല്പം ശബ്ദമുയർത്തി പറയേണ്ടി വന്നു അദ്ദേഹത്തിന്. അങ്ങനെയാണ് ഏറെ വൈകി കിരീടത്തിന്റെ സെറ്റിലേയ്ക്ക് തിലകൻ വരുന്നത്.

പെട്ടന്ന് മേയ്ക്കപ്പ് കഴിഞ്ഞ് ഷോട്ടിനു റെഡിയായി വന്നപ്പോഴേയ്ക്കും പകൽവെളിച്ചം മങ്ങിക്കൊണ്ടിരുന്നു. സിബിയും കുമാറും സീനിന്റെ ഒടുവിലത്തെ ഷോട്ട് ടോപ്ആംഗിളിൽ തീരുമാനിക്കുന്നത് വെളിച്ച ക്കുറവുകൊണ്ടായിരുന്നു. പക്ഷേ സിനിമയിൽ ആ ഷോട്ട് തികച്ചും അർത്ഥവത്തായി.

ദേശീയ പുരസ്കാര ജ്യൂറി മോഹൻലാലിന് പ്രത്യേക പരാമർശം നൽകിക്കൊണ്ട് ഇങ്ങനെ കുറിച്ചു “for portraying young man's agony and the pain marvelously and in unique style”. സംസ്ഥാന അവാർഡ് നിർണ്ണയ ജ്യൂറികൾക്കു മുന്നിൽ ആ വർഷം രണ്ട് മലയാള ചിത്രങ്ങളാണ് കടുത്ത പോരാട്ടം കാഴ്ചവെച്ചത്. ‘ഒരു

വടക്കൻ വീരഗാഥ'യും കിരീടവും. കെ.ജി.ജോർജിന്റെ ഒറ്റ വോട്ടിന്റെ വ്യത്യാസത്തിൽ മാത്രം സംസ്ഥാന അവാർഡ് നിർണയത്തിൽ വടക്കൻ വീരഗാഥ മികച്ച ചിത്രമായി. ആ വർഷം തിരക്കഥയ്ക്കുള്ള കേരള ഫിലിം ക്രിറ്റിക്സ് അവാർഡിന് കിരീടം ലോഹിയെ അർഹനാക്കി.

തനിയാവർത്തനവും കിരീടവും ഒന്നിച്ച് പരിശോധിക്കുമ്പോൾ നിസ്സഹായത തന്നെയാണ് രണ്ടിടങ്ങളിലും സംഭവിക്കുന്നത് എന്നു കാണാം. പാരമ്പര്യത്തിന്റെ ഇരുളടഞ്ഞ തറവാടാണ് ഒരിടത്തെങ്കിൽ ആൾക്കൂട്ടത്തിന്റെ ആരവമുള്ള നട്ടുച്ചയാണ് മറ്റൊരിടത്ത്. ബാലൻ മാഷ് ശബ്ദം പുറത്തു വരാതെ കരയുന്നു. സേതു തെരുവിൽ മുട്ടുകുത്തി നിന്ന് ഉറക്കെ അലമുറയിടുന്നു. ജീവിതം മനുഷ്യനെ ഓരോ കോണുകളിലേയ്ക്ക് നിരക്കി കൊണ്ടുചെന്ന് ചലനം അസാധ്യമാക്കി ശ്വാസം മുട്ടിക്കുന്ന ക്രൂരത!

വീട്ടിൽ നിന്ന് ഇറങ്ങിപ്പോവുന്ന മകനെ തിരിച്ചുവിളിക്കുന്ന അമ്മയോട് സേതുമാധവൻ പറയുന്ന ഡയലോഗ് ഷൂട്ടു ചെയ്യുമ്പോൾ ത്തന്നെ എല്ലാവരുടേയും ഹൃദയത്തിൽ തൊട്ടു. "ജീവിതം കൈവിട്ടു പോവുന്നു അമ്മേ, എന്തായിത്തീരുമെന്നറിയില്ല."

ഇരുപത്തിമൂന്നര ലക്ഷം രൂപയായിരുന്നു ചിത്രത്തിന്റെ ബജറ്റ്. ലാലിന്റെ പ്രതിഫലം നാലു ലക്ഷം. ലോകത്തെവിടെയും ഒരേ തീക്ഷ്ണതയോടെ മനസ്സിലാക്കപ്പെടുന്നതാണ് കിരീടത്തിന്റെ തിരക്കഥയുടെ വിജയം.

അതുകൊണ്ടാവാം പകർപ്പാവകാശം വാങ്ങി നിരവധി അന്യഭാഷാ സിനിമകൾ ഈ മനുഷ്യാവസ്ഥയെ പുനർനിർമ്മിച്ചത്. ഹിന്ദിയിൽ ജാക്കി ഷെറോഫ് നായകനായി പ്രിയദർശൻ സംവിധാനം ചെയ്ത 'ഗർദ്ദിഷ്' കന്നഡയിൽ ശിവ രാജ്കുമാർ നായകനായി എം.എസ്. രാജശേഖർ സംവിധാനം ചെയ്ത ' മൊദാദ മരേയല്ലി' തമിഴിൽ അജിത് നായകനായി എ .എൽ വിജയ് ഒരുക്കിയ 'കിരീടം' എന്നുതുടങ്ങി ഒറിയ മണിപ്പൂരി ഭാഷകളിലേയ്ക്കും ലോഹിയുടെ തിരക്കഥ പറിച്ചുനടപ്പെട്ടു. പടം അന്യഭാഷകളിലേയ്ക്ക് നൽകുമ്പോൾ ലഭിച്ച പണം കൊണ്ടാണ് ചാലക്കുടി ഖന്നാനഗറിൽ 'ശാന്തിനികേതൻ' എന്ന വീട് ലോഹിതദാസ് വാങ്ങുന്നത്.

സേതുമാധവൻ ലോഹിയ്ക്ക് ഏറ്റവും പ്രിയപ്പെട്ട കഥാപാത്രമായിരുന്നു. ഒരിക്കൽ കൂട്ടുകാരുമായി വഴക്കുണ്ടാക്കി വീട്ടിൽ വന്നു കയറിയ മകൻ വിജയശങ്കറിനോട് ലോഹി പറഞ്ഞതും കഥാപാത്രത്തെ ചൂണ്ടിയായിരുന്നു. "മോനേ നീ സേതുമാധവനാവരുത്. ആ കുഴിയിൽ നീ വീഴരുത്. ഒരാളെ നമ്മൾ അടിക്കും മുമ്പ് മൂന്ന് പക്ഷത്തുനിന്ന് ചിന്തിക്കണം.

ഒന്ന് അയാളുടെ പക്ഷം, രണ്ട് നമ്മുടെ പക്ഷം പിന്നെ സമൂഹത്തിന്റെ പക്ഷവും" അച്ഛൻ തെറ്റിദ്ധരിച്ചായിരുന്ന അത്രയും പറഞ്ഞത്.വിജയശങ്കർ വഴക്കുണ്ടാക്കിയിരുന്നില്ല. എന്നാലും അച്ഛന്റെ കരുതൽ വാക്കുകൾ ആ കുട്ടിയുടെ മനസ്സിൽ തൊട്ടു.

'ചെയ്യാൻ കൊതി തോന്നിയ സിനിമ' എന്ന് സംവിധായകൻ കമൽ പിന്നീട് തുറന്നു പറഞ്ഞ ചിത്രം കിരീടമായിരുന്നു. ലോഹിയുടെ തിരക്കഥയിൽ ഒരു ചിത്രം ചെയ്യാൻ തനിയാവർത്തനം കണ്ടതു മുതൽ കമൽ ആഗ്രഹിച്ചിരുന്നതാണ്. ഒരിക്കൽ ചിത്രീകരണം തുടങ്ങിയിട്ടു പോലും കമൽ -ലോഹി കൂട്ടുകെട്ടിൽ ഒരു സിനിമ ഉണ്ടായതേ ഇല്ല.

കിരീടവുമായി ബന്ധപ്പെട്ട് ലോഹിതദാസ് സ്വകാര്യമായി വേദനിച്ചിരുന്ന ചിലത് അദ്ദേഹത്തിന്റെ ഭാര്യ സിന്ധു ലോഹിതദാസ് പങ്കുവെച്ചിട്ടുണ്ട്. പടത്തിന്റെ നൂറാം ദിവസം ആഘോഷിക്കുന്ന ചടങ്ങിൽ പ്രധാനപ്പെട്ട അണിയറക്കാരെയെല്ലാം തലയിൽ 'കിരീടം' ചൂടിച്ച് അനുമോദിച്ചിരുന്നു. ലോഹിതദാസിന് കിരീടമില്ലായിരുന്നു. ലക്ഷണമൊത്ത തിരക്കഥ നൽകിയിട്ടും ലോഹി എങ്ങനെയാണ് കിരീടത്തിനുള്ള അർഹതയിൽ നിന്ന് പിന്തള്ളപ്പെട്ടിട്ടുണ്ടാവുക? സിനിമയുടെ പല പോസ്റ്ററുകളിലും ലോഹിയുടെ പേര് എങ്ങനെയോ ഒഴിവാക്കപ്പെട്ടിരുന്നു. അവഗണനകൾ പുതിയ കാര്യമല്ലാത്ത കാരണമാവാം ലോഹി അതിന്റെയൊന്നും പിറകേ പോയില്ല. തന്റെ വിഷമം ഏറ്റവുമടുപ്പമുള്ള ചിലരോടു മാത്രം പങ്കുവെച്ചു.

കിരീടം കഴിഞ്ഞ് നിരവധി പ്രൊജക്ടുകൾ വന്നുകൊണ്ടേയിരുന്നു. ചാലക്കുടിയിലെ ഇൻസ്റ്റിറ്റ്യൂട്ട് ശ്രദ്ധിക്കാൻ സമയം കിട്ടുന്നില്ല. പലരും ഏറ്റെടുക്കാൻ താല്പര്യം പ്രകടിപ്പിച്ച് വരുന്നുണ്ട്. ലോഹി ആഗ്രഹിച്ചത് അവിടത്തന്നെ ജോലി ചെയ്യുന്ന ആർക്കെങ്കിലും കൈമാറാനായിരുന്നു.

അങ്ങനെ ശിഷ്യയും പിന്നീടവിടെ ഇൻസ്ട്രക്ടറുമായ ചാലക്കുടിക്കാരി ജെസ്സിയ്ക്ക് ഇൻസ്റ്റിറ്റ്യൂട്ട് കൈമാറി.

പൊന്നും തേനും വയമ്പുമുണ്ടോ എന്നൊരു തേങ്ങൽ

കിരീടത്തിന്റെ ചിത്രീകരണം നടന്നുകൊണ്ടിരിക്കുമ്പോഴാണ് 'ന്യൂ സാഗാ പ്രൊഡക്ഷൻ ഹൗസ്' എന്ന പുതിയൊരു ഫിലിം കമ്പനി മലയാളത്തിലെ പ്രമുഖ സംവിധായകരെ വെച്ച് പത്ത് സിനിമകൾ ചെയ്യുന്നു എന്ന അനൗൺസ്മെൻറ് വരുന്നത്. 'മഹർഷി മാത്യൂസ്' എന്ന പേരിലുള്ള ജോഷി-മോഹൻലാൽ പ്രൊജക്ടായിരുന്നു ആദ്യം തീരുമാനിച്ചിരുന്നത്. ജോഷിയും നിർമ്മാതാക്കളും തമ്മിൽ എന്തോ അഭിപ്രായ വ്യത്യാസമുണ്ടായ കാരണം മോഹൻലാലാണ് ആ പ്രൊജക്ട് സിബി മലയിലിനെ കൊണ്ടു ചെയ്യിക്കാൻ ആലോചിക്കുന്നത്. ജോഷി ഏറ്റ പ്രൊജക്ടായ കാരണം സിബി പെട്ടന്ന് മറുപടി പറഞ്ഞില്ല. ജോഷിസാറിനെ വിളിച്ചുചോദിച്ച് അനുവാദം കിട്ടിയ ശേഷം ആ സിനിമ ചെയ്യാമെന്ന് സിബി വാക്കു കൊടുത്തു. ലോഹിതദാസിൽ നിന്നുള്ള തിരക്കഥ തന്നെയായിരുന്നു സിബിയുടെ പ്രതീക്ഷ.

രണ്ട് കഥകളാണ് ലോഹിതദാസ് മുന്നോട്ടുവെച്ചത്. കൃത്രിമ ഗർഭധാരണം വിഷയമായൊരു കഥയും രാജാവിനെ കൊല്ലാൻ ആൾമാറാട്ടം നടത്തി വരുന്ന വാടകക്കൊലയാളിയുടെ മറ്റൊരു കഥയും. രണ്ട് കഥകളും സിബിക്ക് ഇഷ്ടമായി. നിർമ്മാതാക്കൾക്കും രണ്ടും സമ്മതമാണ്. മോഹൻലാലിനോട് പറഞ്ഞപ്പോഴും രണ്ടും നല്ല കഥകൾ എന്ന

അഭിപ്രായമായിരുന്നു. ലോഹിക്ക് പെട്ടന്ന് ചെയ്യാൻ പറ്റുന്നത് ആദ്യം ചെയ്യാം എന്നദ്ദേഹം പറഞ്ഞപ്പോഴാണ് രാജാവിന്റെ കഥ തല്ക്കാലം മാറ്റിവെക്കുന്നത്. രാജകൊട്ടാരത്തിന്റെ പരിസരം അല്പം കൂടി പരിചയപ്പെട്ട ശേഷമേ ആ തിരക്കഥ ചെയ്യാനാവൂ എന്ന് ലോഹി പറഞ്ഞു. കൃത്രിമ ഗർഭധാരണത്തിന്റെ കഥ തീരുമാനമായി.

കിരീടം കഴിഞ്ഞ് 'നമ്പർ 20 മദ്രാസ് മെയിലി'ൽ ജോയിൻ ചെയ്യുന്ന ലാലിന് അതു കഴിഞ്ഞുള്ള സിനിമയായി ഈ പ്രൊജക്ട് വരണമായിരുന്നു. തിരക്കഥ തീർക്കാനും ഒരുക്കങ്ങൾ തുടങ്ങാനും സമയം കുറവാണ്. ലോഹി വീണ്ടും എഴുത്തിലേയ്ക്ക് കടന്നു. ബീജസങ്കലനത്തിന്റെ പുതുമയൊന്നുമായിരുന്നില്ല ലോഹിയുടെ മനസ്സിൽ വിടർന്നത്, അമ്മയാവുക എന്ന ജൈവപദ്ധതിയുടെ അതിസങ്കീർണ്ണമായ മനോനിലയെ മുൻപു കാണാത്ത വിധത്തിൽ വരച്ചിടുന്ന സ്ത്രൈണ വികാരകാണ്ഡമായിരുന്നു.

തൃശ്ശൂർ മെഡിക്കൽ കോളേജിൽ ലാബ് അസിസ്റ്റന്റായി ജോലി ചെയ്തകാലത്തെ അനുഭവത്തിൽ നിന്നാണ് ലോഹി ആ കഥ കണ്ടെത്തിയിരുന്നത്. കൃത്രിമ ബീജസങ്കലനവും വാടക ഗർഭപാത്രവുമൊന്നും മലയാളികൾക്ക് പരിചയമില്ലാതിരുന്ന തൊണ്ണൂറുകളുടെ തുടക്കത്തിൽ അങ്ങനെയൊരു കഥയിൽ സിബിയും ലാലും നിർമ്മാതാക്കളും വിശ്വാസമർപ്പിക്കുന്നത് ലോഹി ചെയ്യാൻ പോകുന്ന ഇന്ദ്രജാലത്തിൽ ഉറപ്പുണ്ടായതുകൊണ്ടു മാത്രമായിരുന്നു.

ലോഹിക്ക് പരിചയമുണ്ടായിരുന്ന പ്രശസ്തയായൊരു ലേഡി ഗൈനക്കോളജിസ്റ്റ് കൃത്രിമ ബീജസങ്കലനത്തിനുള്ള ശ്രമങ്ങളിലാണ്. അവർ നിരവധി പേരിൽ നിന്ന് ബീജം ശേഖരിച്ചു കൊണ്ടിരുന്നു. ഡോക്ടർ കത്തിലൂടെ ആവശ്യപ്പെട്ട പ്രകാരം പലരിൽ ഒരാളായി ലോഹിയും ബീജദാനം ചെയ്തു. പല സുഹൃത്തുക്കളേയും കൊണ്ട് ബീജം നൽകിച്ചു. ഡോക്ടറുടെ പ്രത്യേക അഭ്യർത്ഥന പ്രകാരം ബീജദാതാക്കളോടൊന്നും യഥാർത്ഥ ഉദ്ദേശം പറഞ്ഞില്ല. ചില പരീക്ഷണങ്ങൾക്കു വേണ്ടിയാണ് എന്നു മാത്രം വെളിപ്പെടുത്തി. ദിവസങ്ങൾക്കു ശേഷമാണ് ലോഹിയെ അസ്വസ്ഥനാക്കിക്കൊണ്ട് ഒരു ചിന്ത പിറവി കൊള്ളുന്നത്.

തന്റെ ബീജം സങ്കലനം ചെയ്യപ്പെട്ടിരിക്കുമോ? അങ്ങനെയെങ്കിൽ ഏതെങ്കിലും ഒരു സ്ത്രീയുടെ ഗർഭപാത്രത്തിൽ അത് വളർന്നുതുടങ്ങിയിരിക്കുമോ? മനസ്സിലെ ചോദ്യങ്ങൾക്ക് ഉത്തരം കണ്ടെത്താതിരിക്കാൻ കഴിയുമായിരുന്നില്ല. ഗൈനക്കോളജിസ്റ്റിന്റെ വീടിനു മുന്നിൽ ചുറ്റിത്തിരിഞ്ഞ് നിരീക്ഷിച്ചു. ഗർഭവതികളായ പല സ്ത്രീകൾ വരുന്നും പോവുന്നുമുണ്ട്. അവരിലേതെങ്കിലുമൊരാൾ തന്റെ കുഞ്ഞിനെയായിരിക്കുമോ

ഉദരത്തിൽ പേറുന്നത്. താൻ കുഞ്ഞിനെ ചോദിച്ചാൽ അമ്മയ്ക്ക് തരാൻ കഴിഞ്ഞേക്കുമോ?

കഥാബീജം വളർച്ച തുടങ്ങിയിരുന്നു. ബീജദാനം ചെയ്ത തന്റെ സ്ഥാനത്ത് ബീജം സ്വീകരിച്ച ഒരു സ്ത്രീയെ പ്രതിഷ്ഠിച്ച് നോക്കി. അതീവ മന:സംഘർഷങ്ങളുടെ ഗർഭകാലവും ജീവൻ പകുത്തു നൽകിയ കുഞ്ഞിനെ വിട്ടുകൊടുക്കാൻ നിർബന്ധിക്കപ്പെടുന്ന പ്രസവാനന്തര മാതൃത്വവും തെളിഞ്ഞുവന്നു. പതുക്കെ 'രാജീവ് മേനോൻ' എന്ന ധൂർത്തനായ അനാഥൻ ജനിക്കുന്നു.

പതിവുപോലെ രണ്ട് ഇതിഹാസങ്ങളും കഥ പറയുമ്പോൾ വെളിച്ചം നൽകി. പുത്രകാമേഷ്ടിയുടെ പ്രസാദം കൊണ്ട് ഗർഭം ധരിച്ച ദശരഥ പത്നിമാരും നൂറു കുടങ്ങളിലേക്ക് പങ്കുവെക്കപ്പെട്ട ഗാന്ധാരിയുടെ മാംസപിണ്ഡവുമെല്ലാം ഊർജ്ജമായി.

ലോഹിയുടെ പേനത്തുമ്പിലൂടെ ആദ്യം ജന്മമെടുത്തത് നായകൻ രാജീവ് മേനോൻ. അമ്മയുടെ ലാളനകളെ നഷ്ടപ്പെട്ട് വളർന്നവൻ. ജീവിതത്തെ ആഘോഷം പോലെ വാരിവലിച്ച് ചെലവഴിച്ച് തീർക്കാൻ ഒരു മടിയുമില്ലാത്തവൻ.

അനാഥനും കോടീശ്വരനും മദ്യപനുമായ രാജീവ് മേനോന് സ്ത്രീകളോട് വെറുപ്പാണ്. അമ്മയെ ലഭിച്ചിട്ടില്ലാത്ത ഒരാൾ എങ്ങനെ സ്ത്രീകളെ സ്നേഹിക്കും? പുഴയിലൂടെ ഒഴുകുന്ന മരത്തടിപോലുള്ള ജീവിതം. അതിനിടെ സുഹൃത്തിന്റെ മകനായ തൊമ്മി എന്ന ഇളം പൈതൽ അയാളെ സ്നേഹമെന്തെന്ന് പഠിപ്പിക്കുന്നു. അല്പം അബ്നോർമലായ കഥാപാത്രത്തെ അതിസൂക്ഷ്മമായാണ് ലാൽ അഭിനയിച്ചത്.

ലാലിനൊപ്പം കഥാപാത്രങ്ങളായി രേഖയും നെടുമുടിയും മുരളിയും സുകുമാരിയും കാസ്റ്റ് ചെയ്യപ്പെട്ടു. ജോൺസൺ ഒന്നാന്തരം പാട്ടുകൾ ചെയ്തു. പൂവച്ചൽ ഖാദർ എഴുതി ചിത്രയും എം ജി ശ്രീകുമാറും ചേർന്നു പാടിയ "മന്ദാരച്ചെപ്പുണ്ടോ..." എന്ന ഗാനം വാത്സല്യമോ കാത്തിരിപ്പോ സന്തോഷമോ താരാട്ടിന്റെ സുഖമോ അതോ നഷ്ടത്തിന്റെ വേദനയോ എന്ന് തിരിച്ചറിയാൻ പറ്റാത്ത, ഇവയെല്ലാം ചേർന്ന മാന്ത്രികതയുള്ള നിത്യഹരിതഗാനമായി.

ചിത്രീകരണം ഊട്ടിയിൽ തുടങ്ങി. നന്നായി പുരോഗമിച്ചുകൊണ്ടിരിക്കെ തമിഴ്നാട്ടിൽ 'സിനിമാബന്ദ്' പ്രഖ്യാപിച്ചു. തമിഴ് സിനിമാ യൂണിയൻ സിബിയോടും സംഘത്തോടും ഷൂട്ടിംഗ് നിർത്തിവെക്കാൻ ആവശ്യപ്പെട്ടു. ലാലിന്റേയും മറ്റു താരങ്ങളുടേയും ഡേയ്റ്റ് തീർന്നു

പോകും എന്ന പ്രതിസന്ധി വന്നപ്പോൾ രാത്രി തന്നെ ഫുൾ യൂണിറ്റ് എറണാകുളത്തേക്ക് ഷിഫ്റ്റ് ചെയ്തു. ഹോസ്പിറ്റലിന്റെയും വീടിന്റെയും ഇന്റീരിയർ ചിത്രീകരണം തുടങ്ങി. ആ ഭാഗങ്ങൾ കഴിഞ്ഞപ്പോൾ വീണ്ടും പ്രതിസന്ധി വന്നു. ഷൂട്ടിംഗ് സംഘം നെല്ലിയാമ്പതിയിലേയ്ക്ക് മാറി.

മറാത്തി ഭാഷയിൽ ഡബ് ചെയ്ത് റിലീസ് ചെയ്ത ആദ്യത്തെ മലയാള ചിത്രമായിരുന്നു ദശരഥം, 'മാസാ മുൾഗാ' (എന്റെ മകൻ) എന്ന പേരിൽ.

തനിയാവർത്തനവും കിരീടവും പോലെ വലിയ സ്വീകാര്യത ഈ ചിത്രവും നേടി. മികച്ച തിരക്കഥയ്ക്കുള്ള കേരളാ ഫിലിം ക്രിറ്റിക്സ് അവാർഡ് ലോഹിതദാസിനെ തേടി വന്നു. ലോഹി പങ്കെടുക്കുന്നൊരു ചടങ്ങിൽ ഗുരുതുല്യനായ കഥാകൃത്ത് സി.വി.ശ്രീരാമൻ കിരീടത്തേയും ദശരഥത്തേയും പേരെടുത്തു പറഞ്ഞ് പ്രകീർത്തിച്ചത് കഥാകാരന്റെ കണ്ണു നിറയിച്ചു. തനിക്കു നഷ്ടമായതിനെല്ലാം കഥാപാത്രങ്ങളിലൂടെ പലതവണ ലോഹി കണക്കു ചോദിച്ചിട്ടുണ്ട്. അതിൽ പ്രധാനമാണ് ദശരഥം. പിന്നീടും ഇപ്പോഴും ആഘോഷിക്കപ്പെടുന്ന പോലെ ദശരഥം അന്ന് സ്വീകരിക്കപ്പെട്ടില്ല തീയേറ്ററിലും പുറത്തും എന്നതാണ് സത്യം.

തിയറ്ററിൽ ഇല്ലാതിരുന്ന, എന്നാൽ വീഡിയോ കാസറ്റിൽ ഉണ്ടായിരുന്ന രസകരമായ ഒരു രംഗമുണ്ട് ദശരഥത്തിൽ. സെമൻ എടുക്കാൻ പറയുമ്പോൾ രാജീവ് മേനോൻ ഡോക്ടർ ഹമീദിനോട് സംശയം ചോദിക്കുന്നതും

"തനിക്കിതുപോലും ഇത്രകാലമായി അറിയില്ലേ?" എന്ന് ഡോക്ടർ മറുപടി പറയുന്നതുമായ ആ രംഗം തീയേറ്റർ കോപ്പിയിൽ കട്ട് ചെയ്തിരുന്നു.

ദശരഥത്തിന്റെ ക്ലൈമാക്സ് ഒരു സർവ്വകാല അത്ഭുതമാണ്. ഒരുപക്ഷേ ഇന്ത്യൻ സിനിമയിലെ തന്നെ ഏറ്റവും മികച്ച ക്ലൈമാക്സ് രംഗങ്ങളിൽ ഒന്ന്.

നാലു കഥാപാത്രങ്ങൾ. ഒരു സിനിമയുടെ മൊത്തം ക്ലൈമാക്സ് ഒരു നടന്റെ മാത്രം ഭാവപ്രകടനങ്ങളിൽ എന്ന വലിയ പരീക്ഷണമായിരുന്നു അത്. നാലു മിനിറ്റോളം നീണ്ടു നിൽക്കുന്ന രംഗത്തിൽ ക്യാമറ രാജീവ് മേനോനിൽ നിന്നും മാറി നിൽക്കുന്നത് ഇടയ്ക്ക് ചില നിമിഷങ്ങൾ മാത്രം. സംഭാഷണത്തേക്കാൾ അധികമായി വരുന്നത് വൈകാരികത മുറ്റിനിൽക്കുന്ന ഭാവപ്രകടനങ്ങൾ. "ആനി മോനെ സ്നേഹിക്കുന്നതു പോലെ മാഗിയ്ക്ക് എന്നെ സ്നേഹിക്കാമോ" എന്ന് ലോഹി എഴുതി വെച്ചപ്പോൾ അത് കഴിഞ്ഞ് ഒരു ചിരി ചിരിച്ച് കഥാപാത്രത്തിന്റെ

ആത്മവേദനയെ ജ്വലിപ്പിക്കുകയാണ് ലാൽ ചെയ്തത്. കരഞ്ഞുകൊണ്ട് ചിരിച്ച മുഖം മാത്രമല്ല കൈ വിരലുകളും ചുമലുകളും കൈകളും എല്ലാം അഭിനയത്തിന്റെ പൂർണത കൊണ്ടു വന്നു. മോഹൻലാൽ ഇന്ത്യ കണ്ട മികച്ച അഭിനേതാക്കളിലൊരാളായി വിലയിരുത്തപ്പെടുന്നതിൽ ഈ സിനിമയ്ക്കും ക്ലൈമാക്സിനും വലിയ പങ്കുണ്ടാകും.

മകനെ വിട്ടു കൊടുക്കുന്ന അച്ഛന്റെ വേദനയും, തന്റെ മരണാനന്തര കർമങ്ങൾ ചെയ്യാൻ അവനെ അനുവദിക്കണം എന്ന് മറ്റൊരാളോട് അപേക്ഷിക്കേണ്ടി വരുന്ന അയാളുടെ ദുര്യോഗവും, എന്നും ഒറ്റയ്ക്കായ മനുഷ്യന്റെ പേടിയും പ്രയാസവും, അമ്മയുടെ സ്നേഹം ലഭിച്ചിട്ടില്ലാത്ത മകന്റെ മനസ്സും എല്ലാം ആ രംഗത്തെ കാലാതിവർത്തിയായ ക്ലാസ്സിക് ആക്കി നിലനിർത്തുന്നു.

അതിശക്തമായ തിരയെഴുത്തിന്റെ ജാതകം

മദ്രാസിലെ ന്യൂ വുഡ്‌ലാൻഡ്സ് ഹോട്ടലിൽ താമസിക്കുന്ന ലോഹിയെ ഒരു പയ്യൻ കാണാൻ വന്നു. ഡയറക്ടർ പത്മരാജന്റെ അസോസിയേറ്റാണെന്ന് അയാൾ സ്വയം പരിചയപ്പെടുത്തി. പേര് സുരേഷ് ഉണ്ണിത്താൻ.

ഗുരുവായ പത്മരാജന്റെ തിരക്കഥയിൽ ആദ്യ സിനിമ ചെയ്യണമെന്ന് ആഗ്രഹിച്ചു നടക്കുകയായിരുന്ന അയാൾക്ക് തന്റെ സ്വപ്നം എപ്പോൾ നടക്കുമെന്നതിന് ഒരുറപ്പുമുണ്ടായിരുന്നില്ല. മൂന്നാംപക്കത്തിന്റെ ചിത്രീകരണത്തിനിടയിൽ അടുത്തു പരിചയപ്പെട്ട സുരേഷിന്റെ അവസ്ഥ മനസ്സിലാക്കിയ നടൻ തിലകനാണ് മറ്റൊരു തിരക്കഥാകൃത്തിനെ കണ്ടെത്താനുള്ള പ്രായോഗിക ഉപദേശം നൽകുന്നത്. ലോഹിതദാസിന്റെ പേരു പറയുന്നതും അദ്ദേഹമാണ്. മലയാള സിനിമയുടെ മുൻപന്തിയിലേയ്ക്ക് അതിവേഗം സഞ്ചരിച്ചുകൊണ്ടിരിക്കുന്ന ലോഹിതദാസിനെ മദ്രാസിൽ ചെന്നു കാണണമെന്ന് സുരേഷ് തീരുമാനിക്കുന്നത് അങ്ങനെയാണ്. തിരക്കുകളിലായിരുന്ന ലോഹിയെ പലതവണ നേരിൽ കണ്ട് അഭ്യർത്ഥന ആവർത്തിച്ചു. വർഷങ്ങൾക്ക് മുമ്പ് സിനിമയിൽ വരും മുമ്പ് മദ്രാസിൽ വെച്ച് വെറുതെ ഒന്ന് പരിചയപ്പെട്ടിരുന്നു അവർ തമ്മിൽ. എന്തായാലും ലോഹിയിൽ നിന്ന്

അനുകൂലമായ പ്രതികരണം സുരേഷിന് ലഭിച്ചു.

അതേ സമയം താന്നൂർ ഒലിക്കര ചന്ദ്രശേഖര മേനോനും മരുമകൻ കൃഷ്ണകുമാറും ചേർന്ന് ഒരു സിനിമ നിർമ്മിക്കണമെന്ന ആഗ്രഹം തിലകനോട് പങ്കുവെച്ചിരുന്നു. അവരോടും തിലകൻ പറഞ്ഞത് ലോഹിതദാസിന്റെ തിരക്കഥ നേടാൻ ശ്രമിക്കാനാണ്. മേനോനും സുരേഷ് ഉണ്ണിത്താനും കൂട്ടിമുട്ടുന്നത് ലോഹിതദാസിനെ പ്രതീക്ഷിച്ചായിരുന്നു.

തൃശ്ശൂർ രാമനിലയത്തിൽ ലോഹിതദാസിനൊപ്പം സുരേഷ് ഉണ്ണിത്താൻ പത്തു പന്ത്രണ്ട് കഥകൾ ചർച്ച ചെയ്തു. ഒന്നും എങ്ങുമെത്തിയില്ല. ഒന്നുകിൽ ലോഹിയ്ക്ക് ഇഷ്ടപ്പെടില്ല. അല്ലെങ്കിൽ സുരേഷിന് ഇഷ്ടപ്പെടില്ല. നിർമ്മാതാവ് ആ സമയം പടം ചെയ്യാനായി ധൃതി കൂട്ടിക്കൊണ്ടിരുന്നു. അദ്ദേഹം കഥ ആയില്ലേ എന്നു ചോദിക്കുമ്പോൾ കഥ ആവാതെ കഥ ആയെന്ന് സുരേഷ് കള്ളം പറയും. ഇല്ലെങ്കിൽ നിർമാതാവ് വിട്ടുപോകും. അങ്ങനെയാണ് പ്രൊഡ്യൂസറെ പിടിച്ചുനിർത്താൻ വേണ്ടി കഥ ആവാതെ തന്നെ സുരേഷ് ലൊക്കേഷൻ കാണാൻ പോയത്.

ഷൊർണ്ണൂരിലെ ഭാരതപ്പുഴയും ഒറ്റപ്പാലത്തെ കുന്നത്ത് വീടുമെല്ലാം പോയി കണ്ടു. ഭാരതപ്പുഴയും മനയുമെല്ലാം സിനിമയിലുണ്ടാകുമെന്ന് ലോഹി പറഞ്ഞുവച്ചാണ് അവിടെയൊക്കെ പോയത്. നിർമ്മാതാവിന് ലൊക്കേഷനൊക്കെ ഇഷ്ടപ്പെട്ടു. മടങ്ങുമ്പോൾ അദ്ദേഹം ചോദിച്ചത് കഥയെ കുറിച്ചാണ്. "ഞാൻ കഥ പറയുന്നത് ശരിയല്ലല്ലോ. ലോഹിതദാസല്ലേ പറയേണ്ടത്. അദ്ദേഹത്തിന്റെ സൗകര്യം നോക്കി നമുക്ക് കഥ കേൾക്കാം'' എന്നു പറഞ്ഞ് സുരേഷ് ഒഴിയാൻ നോക്കി. എന്നാൽ, ലോഹിയുടെ അടുത്തേയ്ക്ക് പോകാമെന്നായി നിർമാതാവ്. അദ്ദേഹം എഴുത്തിന്റെ തിരക്കിലാണെന്ന് പറഞ്ഞ് സുരേഷ് വീണ്ടും തടിതപ്പി. നിർമ്മാതാവ് പിന്നെ നിർബന്ധിച്ചില്ല.

ഒരു ദിവസം എഴുത്തുകാരൻ മണി ഷൊർണ്ണൂർ രാമനിലയത്തിൽ വന്നു. ലോഹിതദാസിന്റെയും സത്യൻ അന്തിക്കാടിന്റെയുമെല്ലാം അടുത്ത സുഹൃത്താണ്. അദ്ദേഹം ഒരു സബ്ജക്റ്റ് പറഞ്ഞു. ലോഹിതദാസിന് അത് ഇഷ്ടപ്പെട്ടു.

മണി ഷൊറണ്ണൂർ പറഞ്ഞ കഥാപശ്ചാത്തലം പങ്കുവെച്ചു കൊണ്ട് ലോഹി ഇങ്ങനെ പറഞ്ഞു. "സുരേഷ് ഈ കഥ പത്മരാജൻ സാറിനോട് ഒന്നു സൂചിപ്പിക്കൂ. അദ്ദേഹത്തിന്റെ അഭിപ്രായമറിഞ്ഞ ശേഷം നമുക്ക് ആലോചിക്കാം"

സമയം കളയാതെ തിരുവനന്തപുരത്ത് ചെന്ന് സുരേഷ് പത്മരാജൻ

സാറിനെ കഥ കേൾപ്പിച്ചു. ജാതകത്തിൽ അതിരുകവിഞ്ഞ വിശ്വാസം പുലർത്തുന്ന തറവാടിന്റെ പശ്ചാത്തലത്തിൽ പുതുമയുള്ള കഥ. ശ്രദ്ധയോടെ കേട്ട് കുറച്ച് സമയം ആലോചിച്ചശേഷം അദ്ദേഹം പറഞ്ഞു, 'ഇത് കുറച്ച് റിസ്കുള്ള കഥയാണ്.' സബ്ജക്റ്റ് പറഞ്ഞ് ഫലിപ്പിക്കാൻ വിഷമമാകും എന്നായിരുന്നു അദ്ദേഹത്തിന്റെ അഭിപ്രായം. "തിരക്കഥാകൃത്തിൽ നിന്നും സംവിധായകനിൽ നിന്നും സബ്ജക്റ്റ് ആവശ്യപ്പെടുന്ന മിടുക്ക് ഉണ്ടാവണം" തിരക്കഥാകൃത്ത് സ്വന്തം ജോലി നന്നായി ചെയ്യുമെന്ന് പത്മരാജൻ സാറിന് തീർച്ചയുണ്ട്. തുടക്കക്കാരനായതുകൊണ്ട് സുരേഷിന്റെ കാര്യത്തിൽ ആ ഉറപ്പുണ്ടായിരുന്നില്ല.

"നിങ്ങൾ മുപ്പത് ശതമാനം നന്നായി ചെയ്യുകയാണെങ്കിൽ ഇതൊരു ഹിറ്റായിരിക്കും. ഇല്ലെങ്കിൽ ഫ്ളോപ്പാകുമെന്നും ഉറപ്പ്". പത്മരാജൻ മനസ്സിൽ തോന്നിയത് വളച്ചുകെട്ടില്ലാതെ പറഞ്ഞു. സുരേഷ് ഇത് ലോഹിയോട് പറഞ്ഞില്ല. പറഞ്ഞാൽ ടെൻഷൻ കൂടും എന്നുറപ്പ്.

"പത്മരാജൻ സാർ എന്തു പറഞ്ഞു?" എന്നു ചോദിച്ചപ്പോൾ "കുഴപ്പമില്ല മുന്നോട്ട് പോയ്ക്കോളൂ എന്നാണ് പറഞ്ഞത്" എന്ന് സുരേഷ് കള്ളം പറഞ്ഞു. ആരാധ്യനായ പത്മരാജൻ അങ്ങനെയഭിപ്രായപ്പെട്ടത് ലോഹിയെ വല്ലാതെ സന്തോഷിപ്പിച്ചു. ജാതകത്തിന്റെ തിരക്കഥ ഒരാഴ്ചകൊണ്ട് ലോഹി അതിസൂക്ഷ്മമായിത്തന്നെ വികസിപ്പിച്ചെടുത്തു. മാധവനുണ്ണി എന്ന ചെറുപ്പക്കാരൻ തനിയാവർത്തനത്തിലെ ബാലചന്ദ്രനെപ്പോലെ അന്ധവിശ്വാസങ്ങളുടെ വേട്ടമൃഗമായ ഒരാളായിരുന്നു. തിരക്കഥ വായിച്ചുകേട്ടപ്പോൾ നിർമാതാവും ഹാപ്പി.

നായികാനായകന്മാരായി ജയറാമിനെയും സിതാരയെയും നിശ്ചയിക്കാൻ ഒരുപാട് സമയമെടുത്തു. വെല്ലുവിളി നിറഞ്ഞ ഗൗരവമേറിയ ഇത്തരമൊരു കഥാപാത്രത്തെ അഭിനയിച്ച് ഫലിപ്പിക്കാൻ ജയറാമിന് കഴിയുമോ എന്നൊരു സംശയം ലോഹിയ്ക്ക് ഉണ്ടായിരുന്നു. സുരേഷ് ഉണ്ണിത്താന്റെ താത്പര്യവും വിശ്വാസവും കൊണ്ടാണ് ജയറാമിനെ കാസ്റ്റ് ചെയ്യുന്നത്.

ഉർവ്വശിയെ മനസ്സിൽ കണ്ടായിരുന്നു നായികാ കഥാപാത്രമായ മാലിനിയെ ലോഹി സൃഷ്ടിച്ചിരുന്നത്. തിരക്ക് കാരണം ഉർവ്വശിക്കു പകരം മറ്റൊരാളെ കണ്ടെത്താൻ സുരേഷും ലോഹിയും നിർബന്ധിതരായി. നായികയെ അന്വേഷിക്കുന്ന കാര്യമറിഞ്ഞ് നാനാ സിനിമാവാരികയിലെ വിമലാ രാജകൃഷ്ണനാണ് സിത്താരയുടെ പേര് നിർദ്ദേശിക്കുന്നത്. മറ്റൊരു നായികയായി ശാരിയെ തീരുമാനിച്ചു. 'ദേശാടനക്കിളി കരയാറില്ല', 'നമുക്കു പാർക്കാൻ മുന്തിരിത്തോപ്പുകൾ' തുടങ്ങിയ

പത്മരാജൻ ചിത്രങ്ങളിൽ സംവിധാന സഹായിയായിരുന്ന ഉണ്ണിത്താന് ശാരിയെ പരിചയമുണ്ടായിരുന്നു. സുകുമാരൻ, മധു, തിലകൻ, പ്രേംജി, ഇന്നസെന്റ്, ജഗതി ശ്രീകുമാർ, കവിയൂർ പൊന്നമ്മ എന്നിവർ മറ്റു പ്രധാന കഥാപാത്രങ്ങൾക്കായി തീരുമാനിക്കപ്പെട്ടു. ഭരത് പ്രേംജി അതിഥി വേഷത്തിൽ വരാമെന്നും സമ്മതിച്ചു.

ചിത്രത്തിൽ രണ്ട് ഗാനങ്ങൾ വേണമെന്ന് നേരത്തെ തന്നെ തീരുമാനിച്ചിരുന്നു. ഒ.എൻ.വി.യുടെ വരികൾക്ക് സുരേഷ് ഉണ്ണിത്താന്റെ മൂത്ത ജ്യേഷ്ഠൻ ആർ.സോമശേഖരൻ ഈണമിട്ടു. മസ്കറ്റിൽ ലാബ് ടെക്നിഷ്യൻ ആയി ജോലി നോക്കുകയായിരുന്ന അദ്ദേഹത്തെ വിളിച്ചുവരുത്തി സംഗീതസംവിധാന ചുമതല വിശ്വസിച്ച് ഏൽപ്പിക്കുകയായിരുന്നു.

ഒഎൻവിയുടെയും തിരക്കഥാകൃത്ത് ലോഹിതദാസിന്റെയും സാന്നിധ്യത്തിൽ തിരുവനന്തപുരത്ത് ഗീത് ഹോട്ടലിൽ വച്ചുള്ള കമ്പോസിംഗ്. പാട്ടുകളുടെ സിറ്റ്വേഷനുകൾക്ക് അനുസരിച്ചുള്ള ഗാനങ്ങൾ ഒഎൻവി സാർ എഴുതി കൊണ്ടുവന്നിരുന്നു. ഓരോ ഗാനത്തിന്റെയും പശ്ചാത്തലവും അർത്ഥതലങ്ങളും അദ്ദേഹം വിശദമായി വിവരിച്ചു. വരികളിൽ തന്നെ ഉണ്ടായിരുന്നു അവയുടെ സംഗീതം. രാവിലെ തുടങ്ങിയ കമ്പോസിംഗ് വൈകിട്ട് ആറ് മണിക്ക് അവസാനിക്കുമ്പോഴേക്കും മൂന്നു പാട്ടും പിറന്നു കഴിഞ്ഞിരുന്നു.

'അരളിയും കദളിയും' എന്ന പാട്ട് ഫോക് ശൈലിയിലാണ് സോമശേഖരൻ ആദ്യം ചിട്ടപ്പെടുത്തിയത്. ഈണം കേട്ട് ഒഎൻവി ഇത്രമാത്രം പറഞ്ഞു: 'നന്നായിട്ടുണ്ട്. എങ്കിലും കുറച്ചു കൂടി ലളിതമായി, കല്യാണി രാഗത്തിലോ മറ്റോ ചെയ്തിരുന്നെങ്കിൽ ഇതിലും ആസ്വാദ്യകരമാവില്ലേ?' കല്യാണി രാഗം ബെയ്സ് ചെയ്തു ഗാനം വീണ്ടും കമ്പോസ് ചെയ്തു നോക്കിയപ്പോഴാണ് കവിയുടെ സംഗീതബോധത്തിന് മുന്നിൽ നമിച്ചു പോയതെന്ന് സോമശേഖരൻ പിന്നീട് എഴുതിയിട്ടുണ്ട്.

പത്മരാജനും ബാലചന്ദ്ര മേനോനുമെല്ലാം സ്ഥിരമായി തങ്ങാറുള്ള പത്താം നമ്പർ മുറിയിൽ തന്നെയായിരുന്നു ചിത്രത്തിന്റെ സ്വിച്ചോണും. പത്മരാജൻ സാറായിരുന്നു സ്വിച്ചോൺ. ആദ്യ ക്ലാപ്പ് നൽകാനെത്തിയത് മോഹൻലാൽ. ഭദ്രദീപം കൊളുത്തിയത് സുപ്രിയ ഹരിപോത്തനായിരുന്നു.

പത്മരാജനെപ്പോലെ തന്നെയാണ് ലോഹിയേയും സുരേഷിന് തോന്നിയത്. എഴുതിയതിൽ ഒരു വരി പോലും വെട്ടാനില്ല. വൈകാരിക മുഹൂർത്തങ്ങൾ കൊണ്ട് നിറഞ്ഞ ജാതകത്തിന്റെ തിരക്കഥ ചിത്രീകരിക്കുന്നതിന് സംവിധായകന് ഏറെ ബുദ്ധിമുട്ടേണ്ടി വന്നു. ചിത്രീകരിച്ച

ഫലിപ്പിക്കാൻ ഏറ്റവും പ്രയാസം അവസാന രംഗമായിരുന്നു. മരുമകളെ കൊന്നത് തന്റെ ഭർത്താവാണെന്ന് അറിയുമ്പോഴുള്ള അമ്മയുടെ റിയാക്ഷൻ എടുക്കാൻ വല്ലാതെ ബുദ്ധിമുട്ടി. ഏത് വികാരമാവണം കവിയൂർ പൊന്നമ്മയുടെ മുഖത്ത് വരേണ്ടത് എന്ന് ആശയക്കുഴപ്പമായി. വികാര സങ്കീർണ്ണമായ മനുഷ്യാവസ്ഥകൾ വരച്ചു വെച്ച ആ തിരക്കഥ എല്ലാവർക്കും ഒരുപോലെ കടുത്ത വെല്ലുവിളിയായിരുന്നു. തിലകൻ തന്റെ ഭാഗം അയത്നലളിതമായി കൈകാര്യം ചെയ്തു.

കഥ ആവശ്യപ്പെടുന്ന തരത്തിലുള്ള സ്വാഭാവികമായ കളർ ടോണാണ് ഛായാഗ്രാഹകൻ കെ.ജി. ജയൻ നൽകിയത്. സീരിയസായ ട്രീറ്റ്മെന്റ് വേണം എന്നത് ലോഹിയും ഉണ്ണിത്താനും ചേർന്നെടുത്ത തീരുമാനമായിരുന്നു.

നിത്യജീവിതത്തിൽ ചുറ്റും കാണുന്ന ജീവിതഗന്ധിയായ കഥാപാത്ര ങ്ങൾ മാത്രമേ തിരക്കഥയിലുള്ളൂ.

ഇരുപത്തിയഞ്ച് ദിവസത്തെ ഷൂട്ടിങ്ങായിരുന്നു തീരുമാനിച്ചിരുന്നത്. ഇരുപത്തിരണ്ട് ദിവസം കൊണ്ട് ചിത്രീകരണം പൂർത്തിയായി. പഴയ 2സി ക്യാമറയിലായിരുന്നു ചിത്രീകരണം. ചെറിയ ബജറ്റിൽ സിനിമ തീർക്കാനായി

രസകരമായ പരിണിതി ഉണ്ടായി നിർമ്മാതാവുമൊത്തുള്ള പഴയ 'ലൊക്കേഷൻ ഹണ്ട്' യാത്രയ്ക്ക്. അന്ന് വൺലൈൻ കഥ പോലുമാവാതെ പോയി കണ്ട അതേ ലൊക്കേഷനിൽ വച്ചാണ് പിന്നീട് ജാതകം ചിത്രീകരിച്ചത്. ഭാരതപ്പുഴയുടെ തീരത്തുവച്ചായിരു ന്നു ആദ്യ ഷോട്ട്. "അരളിയും കദളിയും..." എന്ന ഗാനരംഗം. കുന്നത്ത് വീട് തന്നെയായിരുന്നു പ്രധാന ലൊക്കേഷൻ. ലോഹിയുടെ മനസ്സിൽ കഥാപരിസരമാണ് ആദ്യം തെളിയുന്നത് എന്നർത്ഥം. കഥയും കഥാ പാത്രങ്ങളും അവിടേയ്ക്ക് എത്തിച്ചേരുകയും ചെയ്യും. മുപ്പത്തിനാല് ലക്ഷം രൂപയ്ക്കാണ് പടം ആദ്യ കോപ്പി തയ്യാറായത്. തീയേറ്ററിൽ ജാതകം ഓടുവന്നില്ല. നിർമ്മാതാക്കളെ തന്റെ നിരാശ അറിയിച്ച ലോഹിയോട് അവർ പറഞ്ഞത് പടം നന്നാവാഞ്ഞിട്ടല്ലല്ലോ നഷ്ടമുണ്ടായത് തല്ക്കാലം അങ്ങനെ പോവട്ടെ എന്ന ആശ്വാസവാക്കുകളായിരുന്നു.

ജയറാമിന്റെ ഏറ്റവും നല്ല കഥാപാത്രങ്ങളിൽ ഒന്നായി ജാതക ത്തിലെ മാധവനുണ്ണി. ജയറാമിന് അഭിനയസാധ്യതയുള്ള കരുത്തുറ്റ വേഷങ്ങൾ കിട്ടിത്തുടങ്ങാനും ജാതകം നിമിത്തമായി.

സിനിമ ഇറങ്ങിയപ്പോൾ സുരേഷ് ഉണ്ണിത്താനേയും

ലോഹിതദാസിനേയും നിരവധി ജ്യോത്സ്യന്മാർ വിളിച്ചിരുന്നു. ജാതകക്കെട്ടുകൾ കത്തിക്കുന്ന രംഗത്തോടൊക്കെ അവർക്ക് വല്ലാത്ത എതിർപ്പ് ഉണ്ടായിരുന്നു. അതേസമയം ഒരുപാട് അഭിനന്ദനങ്ങളും ലഭിച്ചു, പ്രത്യേകിച്ചും കോളേജ് വിദ്യാർത്ഥികളിൽ നിന്ന്.

മീര ഫിലിംസ് ഇന്റർനാഷണലിന്റെ ബാനറിൽ പുറത്തുവന്ന ജാതകം സുരേഷ് ഉണ്ണിത്താനെ ആ വർഷത്തെ മികച്ച നവാഗത സംവിധായകനുള്ള സംസ്ഥാന അവാർഡിന് അർഹനാക്കി. തിലകന് പ്രത്യേക ജൂറി പുരസ്കാരം ലഭിച്ചപ്പോൾ ജാതകത്തിലേയും മഴവിൽക്കാവടിയിലേയും പ്രകടനത്തിന് ഇന്നസെന്റ് മികച്ച സഹനടനായും തെരഞ്ഞെടുക്കപ്പെട്ടു.

വീണ്ടും സിബിക്ക് വേണ്ടി

സിബി-ലോഹി കൂട്ടുകെട്ടിന്റെ നാലാമത്തെ ചിത്രം 'മുദ്ര'യായിരുന്നു. ദുർഗുണപരിഹാര പാഠശാല മലയാളത്തിൽ ആദ്യമായി സിനിമക്ക് പശ്ചാത്തലമായത് ആ ചിത്രത്തിലാണ്.

തനിയാവർത്തനത്തിനു ശേഷം നന്ദന ക്രിയേഷൻസിന്റെ ബാനറിൽ നന്ദകുമാർ നിർമ്മിച്ച രണ്ടാമത്തെ ചിത്രമായിരുന്നു അത്.

പൂർണമായും ഒരു ജുവനൈൽ ഹോം സ്റ്റോറി എന്നു പറയാം.

നിരവധി കേസുകളിൽ അകപ്പെട്ട അനേകം കുട്ടികൾ വസിക്കുന്ന ജുവനൈൽ ഹോമിലേക്ക് സൂപ്രണ്ടായി രാമഭദ്രൻ വരികയാണ്. കുട്ടികൾക്കുമേൽ അന്നുവരെ ഏല്പിച്ചിരുന്ന സ്ഥിരം ചട്ടങ്ങളും ചിട്ടകളും അയാൾ മാറ്റാൻ ശ്രമിക്കുന്നു. ചിലർക്കു അതു ഇഷ്ടമാവുന്നു എങ്കിലും ചിലർ അതിനെ തിരസ്കരിക്കുന്നുമുണ്ട്. പുറത്ത് നിന്നുമുള്ളവരുടെ സഹായത്തോടെ കുട്ടികളിൽ ചിലർ കഞ്ചാവ് ഉപയോഗിക്കുന്നതായി രാമഭദ്രൻ കണ്ടുപിടിക്കുന്നു. ഇതെല്ലാം സ്നേഹപൂർവ്വം തിരുത്താൻ രാമഭദ്രൻ ഇടപെടുന്നു. തുടർന്നുണ്ടാകുന്ന സംഭവവികാസങ്ങളായിരുന്നു തിരക്കഥ.

ജുവനൈൽ ഹോം സൂപ്രണ്ട് രാമഭദ്രനായി മമ്മൂട്ടിയും ഐ.ജിയായി മധുവും തീരുമാനിക്കപ്പെട്ടു.

കണ്ണൂരിൽ മെഡിക്കൽ റെപ്രസെന്റേറ്റീവ്സിന്റെ ട്രെയിനിംഗ് പ്രോഗ്രാമിൽ പങ്കെടുക്കാനായി ഹോട്ടൽ മുറിയിൽ താമസിച്ചിരുന്ന മഹേഷ് എന്ന പയ്യൻ തൊട്ടടുത്ത മുറിയിൽ താമസിച്ചിരുന്ന ചില സിനിമാക്കാരെ പരിചയപ്പെടുകയും ആ ബന്ധം വെച്ച് പതിവായി ഷൂട്ടിംഗ് കാണാൻ ചെല്ലുകയും ചെയ്തിരുന്നു. പയ്യന് അസിസ്റ്റന്റ് ഡയറക്ടറാവാൻ ആഗ്രഹം തോന്നി. അതിനായി പിന്നീട് തൃശ്ശൂരിലെ എലൈറ്റ് ഹോട്ടലിൽ ചെന്ന് സിനിമാ പ്രവർത്തകരെ കാണുകയും ചെയ്തു. അവൻ ചെന്ന ദിവസം ദുർഗുണ പരിഹാരപാഠശാലയിലെ പയ്യൻമാരാവാൻ വന്നവരെ തെരഞ്ഞെടുക്കുകയായിരുന്നു. ഓഡിഷനിൽ പങ്കെടുത്ത മഹേഷ് അഭിനയിക്കാൻ തെരഞ്ഞെടുക്കപ്പെട്ടു. ബാബു എന്ന പ്രധാന കഥാപാത്രമായിരുന്നു മഹേഷിന്. സംശയത്തോടെ നിന്ന മഹേഷിന് ധൈര്യം നൽകിയത് ലോഹിതദാസ് ആയിരുന്നു. അന്നത്തെ ആ ധൈര്യം കൊണ്ട് നടനും പിന്നീട് സംവിധായകനുമായ മഹേഷിന്റെ അരങ്ങേറ്റമായി മുദ്ര.

ഒപ്പം ബൈജു, സുധീഷ്, മുകേഷ്, മധു, സുകുമാരൻ, കരമന, അസീസ്, പാർവതി എന്നിവരും മറ്റു വേഷങ്ങളിലെത്തി.

കൈതപ്രത്തിന്റെ വരികൾക്ക് മോഹൻസിതാര സംഗീതം നൽകി. "പുതുമഴയായ് പൊഴിയാം..." എന്ന എക്കാലത്തേയും ഹിറ്റ് ഉൾപ്പടെ രണ്ടു ഗാനവും പാടിയത് എം ജി ശ്രീകുമാറായിരുന്നു. ജോൺസൺ മാഷ് പശ്ചാത്തല സംഗീതവും സാലു ജോർജ് ക്യാമറയും ഭൂമിനാഥൻ എഡിറ്റിംഗും കൈകാര്യം ചെയ്തു. 1989 ഫെബ്രുവരി 16ന് റിലീസ് ചെയ്ത മുദ്ര ശരാശരിയിൽ കൂടുതൽ കളക്ട് ചെയ്താണ് തീയേറ്റർ വിട്ടത്.

ചന്ദ്രു എന്ന 'ഔട്ട്സൈഡർ'

"അമ്മ ഇന്നു മരിച്ചു, അതോ ഇന്നലെയോ? എനിക്കുറപ്പില്ല!' എന്ന പ്രസിദ്ധമായ ആദ്യ വാചകത്തോടെ ആരംഭിക്കുന്ന ഒരു ക്ലാസ്സിക് നോവലുണ്ട്, അൽബേർ കമ്യുവിന്റെ 'ഔട്ട്സൈഡർ.' ഒന്നിനോടും ആസക്തി കാണിക്കാനാവാത്ത, അമ്മയുടെ മരണത്തിൽ പോലും നിർവ്വികാരതയുടെ ഉറഞ്ഞു പോയ ഭാവം ഭേദിക്കാനോ ഇത്തിരി ദുഃഖം പ്രകടിപ്പിക്കാനോ ആവാത്ത മെർസോൾ എന്ന ആന്റി ഹീറോയെ ആണ് യുദ്ധാനന്തര യൂറോപ്യൻ സംത്രാസത്തെ അവതരിപ്പിക്കാനായി നോവലിസ്റ്റ് കണ്ടെടുത്തത്. അതേ നിർവ്വികാര തയോടെ, പ്രകടമായ കാരണമേതുമില്ലാതെ അയാൾ കടൽക്കരയിൽ വെച്ച് പേരില്ലാത്ത ഒരറബിയെ വെടിവെച്ചു കൊല്ലുന്നുമുണ്ട് നോവലിൽ. അതുപോലൊരു നിർവ്വികാരതയുടെ മണ്ണു കുഴച്ചിട്ടാണ് ലോഹിതദാസ് ചന്ദ്രു എന്ന പരുക്കൻ നായകനെ സൃഷ്ടിച്ചത്.

ജോഷി വിളിച്ചിട്ട് ലോഹിതദാസ് കാണാൻ പോവുകയാണ്. തിരക്കഥ വേണം. ലോഹിയുടെ മനസ്സിൽ നൂറ് സംശയങ്ങളായിരുന്നു. 'ന്യൂഡൽഹി' പോലുള്ള ആക്ഷൻ ചിത്രങ്ങളിൽ കാണിക്കുന്ന താല്പര്യം മനുഷ്യബന്ധങ്ങളിൽ മാത്രം ഊന്നിയുള്ള തന്റെ കഥകളിൽ അദ്ദേഹ ത്തിനുണ്ടാവുമോ? തന്റേതല്ലാത്ത താല്പര്യങ്ങൾ വെച്ച് തിരക്കഥയെഴ താൻ നിർബന്ധിക്കപ്പെട്ടാൽ, അതു താൻ കഴിയില്ലെന്നു പറഞ്ഞാൽ

അദ്ദേഹം എന്തെങ്കിലും കരുതുമോ? സന്ദേഹങ്ങളോടെ, ഒട്ടും ശുഭാപ്തി വിശ്വാസമില്ലാതെ ലോഹി ജോഷിസാറിന്റെ വീട്ടിലെത്തി. മനസ്സിലു ള്ള കഥ പറഞ്ഞു.

നാട്ടിൻപുറം പശ്ചാത്തലമായി വരുന്ന ആ കഥ പണ്ടേ മനസ്സിൽ വീണിരുന്ന ഒന്നാണ്. ഒരു സ്ത്രീ കഥാപാത്രത്തെ കേന്ദ്രീകരിച്ചുള്ളത്. നാടകം തുടങ്ങിയ കാലത്ത് കൂട്ടുകാരോടൊപ്പം തെങ്ങിൻകള്ള് കുടിക്കാൻ ചാലക്കുടി അടുത്തുള്ള ഷാപ്പിൽ പോവാറുണ്ടായിരുന്നു. പിൻവാതിലിലൂടെ ഷാപ്പിൽ കേറി മറ്റാരുടേയും ശല്യമില്ലാതെ മാറിയിരിക്കാൻ ലോഹിക്കും കൂട്ടുകാർക്കും സഹായം ചെയ്തിരുന്നത് അന്നക്കുട്ടിയേടത്തിയായിരുന്നു. അവരുടെ കൈപ്പുണ്യത്തിൽ വെന്ത പോത്തിറച്ചിയും മധുരക്കള്ളും കൂട്ടി ഒരു പിടി പിടിക്കും.

അന്നക്കുട്ടിയേട്ത്തി ഒരുമ്പെട്ടിറങ്ങിയ പെണ്ണായിരുന്നു. അലമ്പു കാണിക്കുന്ന ആണുങ്ങളോട് കോർക്കാൻ ഒരു ഭയവുമില്ല. രണ്ടുതുള്ളി ഉള്ളിൽച്ചെന്ന മൂച്ചിന് ശൃംഗാരവുമായി മുട്ടാൻ ചെല്ലുന്നവന്മാർക്കൊക്കെ തേച്ചാലും കുളിച്ചാലും പോവാത്ത തെറി കേൾക്കേണ്ടി വരും. പള്ള നെറയെ കള്ളും കുടിച്ച് കാശിന് കടം പറയുന്ന നാറിത്തരത്തിനെ തന്റേതായ ശൈലിയിൽ അന്നക്കുട്ടിയേട്ത്തി നേരിടുമ്പോൾ ഓസിന് കുടിച്ചവന്റെ കള്ളൊക്കെ ആവിയായി പോവുമായിരുന്നു. മര്യാദയ്ക്കാണെ ങ്കിൽ അന്നക്കുട്ടിയേട്ത്തിയും മര്യാദയ്ക്ക്.

ഷാപ്പിൽ വല്ല അലമ്പോ തല്ലോ മണക്കുമ്പോൾ മൂലയ്ക്കിരുന്ന് കള്ള്കുടിക്കുന്ന ലോഹിയോട് വേഗം എണീറ്റ് പോവാൻ അന്ന ക്കുട്ടിയേട്ത്തി പറയും. ഒരിക്കൽ റോഡിൽ വണ്ടിയിടിച്ച് പരിക്കേറ്റ് കിടന്നയാളെ അന്നക്കുട്ടിയേട്ത്തി ഒറ്റയ്ക്ക് താങ്ങിയെടുത്ത് ഓട്ടോയിൽ കേറ്റി ആശുപത്രീൽ കൊണ്ടുപോയ സംഭവമുണ്ടായിട്ടുണ്ട്. പരിക്കേറ്റ് കിടക്കുന്നയാളെ നോക്കിക്കൊണ്ട് തടിച്ചുകൂടിയ നാട്ടുകാർ ഉണ്ണാക്കൻ മാർക്കൊക്കെ അന്ന്. അന്നക്കുട്ടിയേട്ത്തിയുടെ തെറി കിട്ടിയിരുന്നു. ആണുങ്ങൾ വാഴുന്ന ലോകത്ത് പുലർന്നു പോവാൻ അങ്ങനെയൊരു ശൈലി സ്വീകരിച്ചയാളായിരുന്നു അവർ.

ലോഹി കള്ളുംകുടവുമായിട്ടിരിക്കുന്ന ഒരു വൈകുന്നേരം ഷാപ്പിൽ വന്ന് വേഷം കാണിക്കാൻ നിന്നൊരു ലോറി ഡ്രൈവർക്ക് കണക്കിന് കൊടുത്തു അന്നക്കുട്ടിയേട്ത്തി. ഡ്രൈവർ തിരിച്ച് അസഭ്യം പറഞ്ഞു. പറഞ്ഞതേ അയാൾക്ക് ഓർമ്മയുണ്ടാവൂ. അയാളിന്നുവരെ കേട്ടിട്ടില്ലാ ത്ത മുട്ടൻ തെറികൾ അന്തരീക്ഷമാകെ പൊട്ടിച്ചിതറി. ഡ്രൈവറുടെ നാവ് തൊണ്ട വഴി ഇറങ്ങിപ്പോയി. വടിയെടുത്ത് തല്ലിയാലും

വേണ്ടില്ലായിരുന്നു എന്ന മട്ടിൽ അയാൾ നിന്ന നിൽപ്പിൽ ചീഞ്ഞുനാറി.

ചുരുങ്ങിയ വാക്കുകളിൽ കഥാപരിസരവും കഥാപാത്രങ്ങളും വിവരിച്ച ലോഹിയെ അത്ഭുതപ്പെടുത്തി ജോഷി സാറിന്റെ വാക്കുകൾ. "കൊള്ളാം, ഇതുമതി. നമുക്ക് മറ്റ് കാര്യങ്ങൾ ആലോചിച്ചു തുടങ്ങാം."

അന്നക്കുട്ടിയേട്ത്തിയുടെ സ്വഭാവങ്ങളോടെയാണ് രാജമ്മ എന്ന ചായക്കടക്കാരി പിറന്നത്. പ്രിയ സുഹൃത്ത് രവിയുടെ മൃതദേഹവുമായി നാട്ടിൻപുറത്തെത്തുന്ന പരുക്കൻ ലോറിഡ്രൈവർ ചന്ദ്രുവായിരുന്നു നായകൻ. ചീകി വെക്കാത്ത മുടിയും ചുവന്നു കലങ്ങിയ കണ്ണുകളും കൊമ്പൻ മീശയും ചുണ്ടിൽ എരിയുന്ന ബീഡിയുമായി തനിനാടൻ ഡ്രൈവറുടെ വേഷത്തിലായിരുന്നു മമ്മൂട്ടി.

സീമ അവതരിപ്പിച്ച രാജമ്മയേയും മമ്മൂട്ടിയുടെ ചന്ദ്രുവിനേയും പ്രേക്ഷകർ ഇരുകൈ നീട്ടി സ്വീകരിച്ചു. രാജമ്മയെ അവതരിപ്പിക്കുമ്പോൾ സീമ മകനെ ഗർഭം ധരിച്ചു കൊണ്ടായിരുന്നു. ശബ്ദം നൽകിയ ആനന്ദവല്ലിക്കു കൂടി അവകാശപ്പെട്ടതാണ് രാജമ്മയുടെ ക്രെഡിറ്റ്. രവിയുടെ മൃതദേഹം പായയിൽ പൊതിഞ്ഞു കൊണ്ടുവരുന്ന രംഗം പ്രേക്ഷകരെ അസ്വസ്ഥപ്പെടുത്തിയ ഒന്നായി.

ചായക്കടയിൽ വെച്ചുണ്ടായ അപമാനത്തിന് പകരം ചോദിക്കാൻ കള്ളും കുടിച്ച് രാത്രി വീട്ടിലെത്തുന്ന ചന്ദ്രുവിനെ വെട്ടുകത്തിയുമായി നേരിടാൻ വരുന്ന രാജമ്മയും അവളെ നെഞ്ചോട് ചേർത്ത് അടക്കിപ്പിടിച്ച് വെട്ടുകത്തി നിലത്ത് വീഴിക്കുന്ന ചന്ദ്രുവും സ്ത്രീപക്ഷ നിരൂപണത്തിന്റെ ഇരകളായിട്ടുണ്ട്. ചതിക്കപ്പെട്ട സ്വന്തം അനുഭവങ്ങൾ നൽകിയ ആൺ വിരോധം ഒരു നിമിഷം നിലത്തു വീണു പൊട്ടുക മാത്രമായിരുന്നു എന്നും ആത്യന്തികമായി പൗരുഷവും സ്ത്രീത്വവും തമ്മിലുള്ള പരസ്പര ബഹുമാനത്തിൽ ഊന്നിയ ഉരസലുകൾ മാത്രമാണ് സംഭവിച്ചതെന്നുമായിരുന്നു വിമർശകരോട് ലോഹി പറഞ്ഞത്. "സ്ത്രീവിരുദ്ധയുണ്ടെങ്കിൽ അത് ജീവിതത്തിലാണ്, ഞാൻ സത്യസന്ധമായി അത് പകർത്തുക മാത്രമാണ് ചെയ്തിട്ടുള്ളത്" വക്രിച്ച വിമർശനങ്ങൾക്ക് നല്ല മറുപടിയായിരുന്നു അത്. ഏതു ചോദ്യത്തിനും ലോഹിക്ക് ഉത്തരം നൽകാനുണ്ടാവുക മനുഷ്യമനസ്സ് എന്ന മഹായാനത്തിന്റെ പ്രയാണ വഴികളെ മുൻനിർത്തി കൊണ്ടു തന്നെയായിരുന്നു. ജീവിതത്തിൽ കണ്ടതു മാത്രമേ താൻ എഴുതിയിട്ടുള്ളൂ എന്ന ഉറപ്പുണ്ടായിരുന്നു ലോഹിക്ക്.

ആ വർഷത്തെ മികച്ച നടനുള്ള സംസ്ഥാന അവാർഡ് മമ്മൂട്ടിയെ

തേടിയെത്തി. ഉശിരൻ ഡയലോഗുകളിലൂടെയും ചടുലമായ ആക്ഷൻ രംഗങ്ങളിലൂടെയും കത്തിക്കയറിയ 'ചന്ദ്രു' മമ്മൂട്ടിയുടെ ഏറ്റവും മികച്ച പത്ത് കഥാപാത്രങ്ങളിലൊന്നായി ഇന്ത്യാ ടുഡേ നടത്തിയ സർവ്വേയിൽ തെരഞ്ഞെടുക്കപ്പെട്ടിരുന്നു. രാജമ്മയായി സീമയും രവിയുടെ ഭാര്യ രമണിയായി ജലജയും പ്രേക്ഷകന് മികച്ച അനുഭവം നൽകി. പ്രതിനായക കഥാപാത്രം കൊച്ചുവർക്കി പ്രതാപചന്ദ്രനായിരുന്നു. മുകേഷ്, ബാലൻ.കെ.നായർ, വിനീത്, കുഞ്ഞാണ്ടി, മാള, പപ്പു, സൂര്യ, വിജയരാഘവൻ തുടങ്ങി കഥാപാത്രങ്ങൾക്ക് തികച്ചും യോജിക്കുന്ന കാസ്റ്റിങ്ങായിരുന്നു മഹായാനത്തിന്റേത്.

മഹായാനം എന്ന പേര് പല അർത്ഥങ്ങൾ കൊണ്ട് കഥയോടു ചേർന്നു നിൽക്കുന്നു. 'യാനം' എന്നാൽ യാത്ര എന്നും വാഹനം എന്നും അർത്ഥമുണ്ട്. ചന്ദ്രുവിന്റെ ജീവിതയാത്രയായോ, ചന്ദ്രുവിന്റെ സന്തത സഹചാരിയും തിരക്കഥയിൽ കഥാപാത്രവുമായ ലോറിയായിട്ടോ, ജന്മത്തിന്റെ ലക്ഷ്യം തീർത്ത ശേഷമുള്ള പാണ്ഡവരുടെ സ്വർഗ്ഗയാത്രയായിട്ടോ വ്യാഖ്യാനിക്കാം. മറ്റൊന്നുകൂടിയുണ്ട്, ബുദ്ധമതത്തിന്റെ രണ്ടു ധാരകളാണ് നീചയാനവും മഹായാനവും. നീചയാനം കർമ്മഫലത്തിൽ വിശ്വസിക്കുമ്പോൾ മഹായാനം രക്ഷകനായ ദൈവത്തിൽ വിശ്വസിക്കുന്നു. രവിയുടെ ജഡവുമായി നാട്ടിലെത്തുന്ന ചന്ദ്രു ആ കുടുംബത്തിനും നാട്ടിൽ പലർക്കും രക്ഷകനാവുകയാണ്. ആ അർത്ഥത്തിലും മഹായാനമെന്ന ടൈറ്റിൽ കഥക്ക് യോജ്യമാണ്.

നിരവധി സിനിമകൾ ചിത്രീകരിക്കപ്പെട്ട ചാവക്കാട്ടെ മേലേപ്പുരക്കൽ തറവാട് മഹായാനത്തിന്റെ പ്രധാന ലൊക്കേഷനായിരുന്നു. എം.ടി. വാസുദേവൻ നായരുടെ ജന്മസ്ഥലമായ പാലക്കാട് ജില്ലയിലെ ആനക്കര പഞ്ചായത്തിലുള്ള കൂടല്ലൂർ ഗ്രാമത്തിലെ കവലയും പുഴക്കടവുമൊക്കെയാണ് ചിത്രീകരണം നടന്ന മറ്റ് സ്ഥലങ്ങൾ.

മഹായാനത്തിലെ രാജമ്മയ്ക്കു ശേഷം 1999ൽ ഒളിമ്പ്യൻ അന്തോണി ആദം വരുന്നതുവരെ സീമയുടെ അഭിനയ ജീവിതത്തിൽ നീണ്ട ഇടവേളയായിരുന്നു. 2003 ൽ മഹായാനം കെ.എസ് രവികുമാർ 'പാറൈ' എന്ന പേരിൽ തമിഴിൽ റീമേക്ക് ചെയ്തു. ചന്ദ്രുവിന്റെ കഥാപാത്രം ദുരൈരാജ് ആയി ശരത്കുമാറും രാജമ്മയുടെ കഥാപാത്രം വസന്തയായി രമ്യാകൃഷ്ണനും നടിച്ചു. മലയാളത്തിൽ മുകേഷഭിനയിച്ച റോളിൽ ജയറാമായിരുന്നു രംഗത്തുവന്നത്.

ജോഷിയോടൊപ്പം വർക്ക് ചെയ്യാൻ ലോഹിക്ക് പ്രത്യേക ആവേശമായിരുന്നു. സീനോ ഡയലോഗോ കൂടുതൽ ഇഷ്ടപെട്ടാൽ "അതു കലക്കിട്ടുണ്ട്... നന്നായിട്ടുണ്ട്..." എന്നു പറഞ്ഞു പ്രോത്സാഹിപ്പിക്കാൻ മടിയില്ലാത്തയാളാണ് ലോഹി ഇഷ്ടപ്പെടുന്ന ജോഷിയേട്ടൻ. മനസ്സിലുള്ളത് തുറന്നുപറയാൻ ഒരു മടിയും കാണിക്കാത്ത ഡയറക്ടർ. സീനിനെകുറിച്ച് തർക്കം ഉണ്ടായാൽപോലും എഴുത്തുകാരന് പറയാനുള്ള കാര്യങ്ങൾ കേൾക്കാനും അംഗീകരിക്കാനുമുള്ള മനസ്സ് ജോഷി കാണിച്ചിരുന്നു.

സംവിധായകൻ എന്ന നിലയിൽ യാതൊരു ടെൻഷനുമില്ലാത്തയാളാണ് ജോഷി എന്നാണ് ലോഹിയുടെ അനുഭവം. സിനിമയിൽ എഡിറ്റിംഗിന്റെ സാധ്യതകൾ ലോഹി മനസ്സിലാക്കിയത് ജോഷിയുമായി വർക്ക് ചെയ്തപ്പോഴായിരുന്നു. എഴുത്തുകാരൻ വിശദമായി എഴുതി വെച്ചിട്ടുള്ളത്, മികച്ച സംവിധായകന് എഡിറ്റിംഗിലൂടെ വളരെ കുറഞ്ഞ സമയം കൊണ്ട് പ്രേക്ഷകനെ മനസ്സിലാക്കിക്കാൻ കഴിയുമെന്ന് ജോഷിയിൽ നിന്ന് നേരിട്ടറിഞ്ഞു. മഹായാനം തിരക്കഥയിൽ മുകേഷിന്റെ കഥാപാത്രത്തിന്റെ മരണമുണ്ട്. അതിനു ശേഷം മൃതദേഹവുമായി ലോറി വരുമ്പോൾ കാവിലെ പറയെടുപ്പ് പുഴകടന്നു റോഡ് മുറിച്ചു കടക്കുന്നു എന്നായിരുന്നു ലോഹി എഴുതിവെച്ചത്. ആ രംഗം എഡിറ്റിംഗ് ടേബിളിൽ കണ്ടപ്പോൾ ലോഹി അത്ഭുതപ്പെട്ടു. രവി ലോറി ചക്രത്തിലേക്കു വരുന്ന അപകടം കഴിഞ്ഞ് ഉടനെ കട്ട് ചെയ്യുന്നത് ഒരു വെളിച്ചപ്പാടിന്റെ ഉറഞ്ഞുതുള്ളലിലേക്കായിരുന്നു. അങ്ങനെ ലോഹി സങ്കല്പിച്ചിരുന്നില്ല. എഴുതുമ്പോൾ ലോഹി അനുഭവിച്ച ഇമോഷനേക്കാൾ കൂടുതൽ ഇമോഷൻ ഉണ്ടാക്കാൻ ജോഷിയ്ക്ക് ഒരൊറ്റ കട്ട് കൊണ്ട് കഴിഞ്ഞു. ഭാരതപ്പുഴയുടേയും വള്ളുവനാടൻ ഗ്രാമത്തിന്റേയും സൗന്ദര്യം സ്വാഭാവികമായി പകർത്തുന്നതിൽ ജയാനനൻ വിൻസെന്റിന്റെ ക്യാമറയും ചടുലമായി കഥപറയാൻ ശങ്കുണ്ണിയുടെ എഡിറ്റിങ്ങും സഹായിച്ചിട്ടുണ്ട്. എസ്.പി. വെങ്കിടേഷിന്റെ പശ്ചാത്തല സംഗീതവും തീം സോങ്ങും ശ്രദ്ധിക്കപ്പെട്ടു. ശ്രീകുമാരൻ തമ്പി - ഔസേപ്പച്ചൻ കൂട്ടുകെട്ടിന്റെ "ഉറക്കം കണ്ണിൽ..." എന്ന ഗാനം എം.ജി ശ്രീകുമാറും ചിത്രയും പാടി.

പണം വാരിയ ജോഷിപ്പടം എന്നതിലുപരി ജീവിതത്തിൽ നിന്നുള്ള മറ്റൊരു കഥ കൂടി പറഞ്ഞു ഫലിപ്പിക്കുന്നതിൽ ലോഹി വിജയിച്ചു എന്ന് വർഷങ്ങളേറെ കഴിഞ്ഞിട്ടും മഹായാനത്തെ നെഞ്ചിലേറ്റുന്നവരെ കാണുമ്പോൾ വിശ്വസിക്കേണ്ടി വരും.

മനുഷ്യനും മൃഗവും തമ്മിൽ

വിശ്വാസിയല്ലാതിരുന്ന കാലം മുതൽ തുടങ്ങിയിട്ടുണ്ട് ലോഹിയുടെ ശബരിമല യാത്ര. 'ജനകോടികളുടെ യുഗസാധന'യുടെ മലമുകളിൽ എന്താണെന്ന് അറിയാനുള്ള കൗതുകം കൊണ്ടു കൂടിയാവാം അന്നൊക്കെ ലോഹി ശബരിമല ചവിട്ടിയിട്ടുള്ളത്. നാസ്തികതയുടെ പുറന്തോടിനകത്തായിരുന്നു അയാൾ. എന്നാൽ കാനനപാതകൾ താണ്ടിത്തുടങ്ങുമ്പോൾ മുതൽ അനുഭവപ്പെടാറുള്ള ശബരീശ സാന്നിധ്യം പതുക്കെ തന്നേയും സ്വാധീനിക്കുകയായിരുന്നു എന്ന് അദ്ദേഹം എഴുതിയിട്ടുണ്ട്. ശരണഘോഷത്തിന്റെ കൂടെ നെയ്യിന്റേയും കർപ്പൂരത്തിന്റേയും ഗന്ധവും മലകയറുമ്പോൾ കാതങ്ങൾക്കപ്പുറത്തു നിന്നേ കേൾക്കുന്ന യേശുദാസിന്റെ അയ്യപ്പഭക്തിഗാനങ്ങളും പതിനെട്ടാംപടിയുടെ ദിവ്യസ്പർശവുമെല്ലാം ലോഹിയിലെ അവിശ്വാസിയ്ക്ക് സ്വാമിദർശനത്തിന്റെ അവാച്യമായ അനുഭവങ്ങൾ നൽകി. പൊന്നമ്പലനടയിൽ തങ്കവിഗ്രഹം നോക്കി നിഷ്കളങ്കമായി കരഞ്ഞു കൈകൂപ്പി നിൽക്കുന്ന ആത്മീയവിശ്വാസിയായി അദ്ദേഹം മാറി. വടകരയിലുള്ള ആശ്രമത്തിലെ ചില സംന്യാസിമാരോട് അടുത്തിടപഴകാൻ അവസരമുണ്ടായതും ക്ഷേത്രാരാധനയ്ക്ക് അപ്പുറമുള്ള ആത്മീയതയെ അറിയാൻ കഴിഞ്ഞതുമാണ് തന്നെ മാറ്റിയെടുത്തതെന്ന് ലോഹി പല സന്ദർഭങ്ങളിലും പറഞ്ഞിട്ടുണ്ട്. സ്വാമി വിവേകാനന്ദൻ എഴുതിയതെല്ലാം അക്കാലത്ത് വായിച്ചു തീർത്തു. വേദാന്ത ഫിലോസഫിയിൽ ആകൃഷ്ടനായി.

വർഷങ്ങൾക്കു ശേഷം 'മുദ്ര'യുടെ ഷൂട്ടിംഗ് നടക്കുമ്പോൾ സുന്ദരം, സുഭാഷ് എന്നീ സുഹൃത്തുക്കളോടൊപ്പം ലോഹി വീണ്ടും ശബരിമലയ്ക്ക് പോയി. വനപ്രദേശത്തിന്റെ നടുവിലൂടെയുള്ള കാർ യാത്ര. റേഡിയേറ്ററിലെ വെള്ളം മാറ്റാൻ വണ്ടി ഇടയ്ക്ക് നിർത്തി. അല്പനേരം പുറത്തിറങ്ങി നിന്ന ശേഷം വീണ്ടും യാത്ര തുടങ്ങി. പരന്നു കിടക്കുന്ന പുൽത്തകിടികൾ കണ്ടപ്പോൾ അവരുടെ സംഭാഷണം പുലിയെക്കുറിച്ചായി. പുല്ലു തിന്നാൻ വരുന്ന മൃഗങ്ങളെ വേട്ടയാടാൻ പുൽത്തകിടികളിൽ പുലിയിറങ്ങാറുണ്ടെന്ന് ലോഹി പറഞ്ഞു.

സന്ധ്യ കഴിഞ്ഞിരുന്നു. വണ്ടി ഓടിക്കൊണ്ടിരുന്നു. പെട്ടന്ന് വണ്ടിയുടെ ഹെഡ്‌ലൈറ്റിന്റെ വെളിച്ചത്തിൽ പ്രത്യക്ഷപ്പെടുകയും പിന്നീട് പിന്തിരിഞ്ഞ് പോവുകയും ചെയ്തു ലക്ഷണമൊത്തൊരു പുലി. പറഞ്ഞുകൊണ്ടിരിക്കുമ്പോഴാണ് പുലി മുന്നിൽ വരുന്നത്. സംഭാഷണം കൂടുതൽ സജീവമായി. ആയിടയ്ക്ക് കോഴിക്കോട് പുലിയിറങ്ങിയ വാർത്തയും അനുബന്ധ ചർച്ചയായി.

സന്നിധാനത്തെത്തി ദർശനം കഴിഞ്ഞ് വിരിവെച്ച് വിശ്രമിക്കുമ്പോഴും ലോഹിയുടെ മനസ്സ് പുലിയിൽ ഉടക്കി നിൽക്കുകയായിരുന്നു. പുലിയിറങ്ങുന്ന ഗ്രാമത്തിന്റെ കഥ അവിടവിടെ തെളിഞ്ഞു വന്നു. ഗ്രാമത്തിലേയ്ക്ക് പുലിയെ പിടിക്കാൻ വേട്ടക്കാരൻ വന്നാലോ? കഥയുടെ പ്രസാദവും കൊണ്ടാണ് ലോഹി പിറ്റേന്ന് മലയിറങ്ങിയത്.

കണ്ണൂരിൽ മുദ്രയുടെ ലൊക്കേഷനിൽ വെച്ച് മമ്മൂട്ടിയോട് പുതിയ കഥാബീജത്തിന്റെ സൂചനകൾ നൽകി. താല്പര്യത്തോടെ കേട്ടെങ്കിലും അദ്ദേഹം സംശയാലുവായിരുന്നു. പുലിയുമായുള്ള 'ഇടപാട്' എത്രമാത്രം പ്രായോഗികമാവും എന്നായിരുന്നു മമ്മൂട്ടിയുടെ മനസ്സിൽ. എന്തായാലും എഴുത്തുമായി മുന്നോട്ടു പോവാൻ ലോഹിയെ മമ്മൂട്ടിയും നിർബന്ധിച്ചു.

വേട്ടക്കാരനെക്കുറിച്ചു ചിന്തിക്കാൻ തുടങ്ങിയപ്പഴേ ലോഹിയുടെ മനസ്സിൽ ചാലക്കുടി വച്ച് കണ്ട ഒരാളുടെ രൂപമാണ് തെളിഞ്ഞത്. തോക്കിന്റെ ലൈസൻസ് പുതുക്കാൻ പതിവായി പോലീസ് സ്റ്റേഷനിൽ വരാറുള്ള കറുത്ത് പല്ലുകളുന്തിയ ഒരാൾ. കള്ളിമുണ്ടും കാക്കി ഷർട്ടുമായിരിക്കും എപ്പോഴും വേഷം. തോക്കു കൈയിലുണ്ടെങ്കിലും പേടിച്ചരണ്ട ഭാവമായിരുന്നു അയാൾക്ക്. ഒട്ടും ആകർഷകമല്ലാത്ത രൂപമുള്ള അയാൾ ഏതെങ്കിലും മുതലാളിയുടെ തോട്ടത്തിൽ പാറാവു ജോലി ചെയ്യുന്നയാളായിരിക്കണം.

ചേറുണ്ണിയെ പ്രതീക്ഷിച്ചിരിക്കുന്ന ഗ്രാമവാസികൾക്കു മുമ്പിലെത്തുന്നത് സ്ത്രീലമ്പടനും മദ്യപനും മോഷ്ടാവുമായ വാറുണ്ണി. സിനിമയിൽ

വാറുണ്ണിയെ ആദ്യം കാണിക്കുന്ന സീൻ ഒരു കഥാപാത്രത്തിന് നൽകേണ്ട 'ഇൻട്രോ' വിന് മലയാളത്തിലെ ക്ലാസ്സിക് ഉദാഹരണ മായി. നായയോടൊപ്പം പുഴ നീന്തി വരുന്ന വാറുണ്ണി പുഴയിൽ കുളിച്ചു കൊണ്ടിരുന്ന സ്ത്രീകളെ കണ്ണുകളാൽ വ്യഭിചരിക്കുന്നുണ്ട്. ആട്ടി തുപ്പുക യാണ് കുളക്കടവിലെ പെണ്ണുങ്ങൾ അയാളെ. ഗ്രാമത്തിലെ വേശ്യാ സ്ത്രീയോടു പോലും കടം പറയുകയും കാശ് ചോദിക്കുമ്പോൾ പള്ളി മേടയിലേയ്ക്ക് പറഞ്ഞു വിടുകയും ചെയ്യുന്നവനാണ് വാറുണ്ണി. സൂപ്പർ താരപദവിയിലുള്ള മമ്മൂട്ടി ഇത്രയും നെഗറ്റീവ് ആയ കഥാപാത്രത്തെ എന്തു ധൈര്യം വെച്ചാണ് സ്വീകരിച്ചത് എന്ന് പലരും അത്ഭുതപ്പെട്ടു. മമ്മൂട്ടിയുടെ ധൈര്യത്തിന്റെ പേര് ലോഹിതദാസ് എന്നായിരുന്നു. പ്രേക്ഷകർ, പ്രത്യേകിച്ചും സ്ത്രീകൾ ഈ സിനിമ സ്വീകരിക്കുമോ എന്ന ഭയത്തിനപ്പുറം എല്ലാവരുടേയും മനസ്സിൽ ലോഹിയുടെ രചനാവൈഭ ത്തിലുള്ള ഉറച്ച വിശ്വാസം മാത്രമായിരുന്നു.

കുട്ടിക്കാലത്ത് മാത്യു വക്കീലിന്റെ വീട്ടിൽ പാലു വാങ്ങാൻ പോയപ്പോൾ അനുഭവിച്ച നായപ്പേടി അതുപോലെത്തന്നെ മൃഗയ യിലുണ്ട്. വാറുണ്ണിയുടെ നായയുടെ പേരും വക്കീലിന്റെ നായയുടേത് തന്നെയായിരുന്നു - കൈസർ. നായയോടുള്ള പേടിയുടെ അങ്ങേയ റ്റത്തെ രംഗങ്ങൾ മൃഗയയിലുണ്ട്. ഭീമൻ രഘുവിന്റെ കഥാപാത്രത്തിന് പേയിളകി കുരച്ചും ജനലഴികളിൽ കടിച്ചും നായ തന്നെ ആയി മാറുന്ന രംഗം അതിദയനീയമാണ്. പേടിയുണ്ടെങ്കിലും നായയോടുള്ള ദയവും തിരക്കഥയിൽ ഉണ്ട്. പേപ്പട്ടിയായി കരുതി നിരപരാധിയായ കൈസറിനെ കല്ലെറിഞ്ഞു കൊല്ലുന്ന ജനക്കൂട്ടത്തിന്റെ ക്രൂരതയെ കാണിക്കുന്നുണ്ട്. ഒരേ സമയം ഭയവും ദയവും മാറി മാറി തെളിയുന്ന ജീവിതനാടകത്തിന്റെ മാതൃകയായിരുന്നു മൃഗയ.

കെ.ആർ.ജി പ്രൊഡക്ഷൻസിന്റെ ബാനറിൽ കെ.ആർ.ഗംഗാധരൻ നിർമ്മിച്ച് വിതരണംചെയ്ത ചിത്രം ഐ.വി.ശശി എന്ന മഹാസംവി ധായകന്റെ റെയ്ഞ്ച് ഒരിക്കൽ കൂടി കാണിച്ചു തന്നു. ഷൂട്ട് തുടങ്ങുന്ന ആദ്യ രണ്ടു ദിവസം സാധാരണ മെയ്ക്കപ്പിൽ ഒന്നുരണ്ടു സീനുകളിൽ അഭിനയിച്ചു കഴിഞ്ഞ മമ്മൂട്ടി അതൃപ്തനായിരുന്നു. എത്രയോ മുമ്പ് ചെയ്തിട്ടുള്ളതുപോലെ മറ്റൊരു സിനിമ. അങ്ങനെയേ ഫീൽ ചെയ്യു ന്നുള്ളൂ. സെറ്റിലേക്ക് പിന്നീട് വന്ന ലോഹി മമ്മൂട്ടിയുടെ ഗെറ്റപ്പ് കണ്ട് ഞെട്ടി. മമ്മൂട്ടി എന്ന സുന്ദരപുരുഷൻ ഒരു മാറ്റവുമില്ലാതെ വാറുണ്ണിയായി നിൽക്കുന്നു. ലോഹിയും മമ്മൂട്ടിയും സംസാരിച്ചു. വിഷയം ഐ.വി ശശി യിലേയ്ക്ക് എത്തി.

നിർമ്മാതാവിനും സംവിധായകനും മമ്മൂട്ടിയെ വിരൂപനാക്കുന്നതിനോട് ഒട്ടും യോജിപ്പുണ്ടായിരുന്നില്ല. പക്ഷേ തന്റെ കഥാപാത്രം കാഴ്ചയിൽ എങ്ങനെ വേണമെന്ന നിലപാടിൽ ലോഹിയും വിട്ടുവീഴ്ചയ്ക്ക് തയ്യാറല്ല. മമ്മൂട്ടിയുടെ ഗെറ്റപ്പ് തീരുമാനമാവാതെ മൂന്നു ദിവസം മറ്റു രംഗങ്ങൾ ഷൂട്ട് ചെയ്ത് മുന്നോട്ടു പോയി. ഓരോ ദിവസവും ഓരോ തരത്തിലുള്ള മെയ്ക്കപ്പ് പരീക്ഷിക്കും.

നാലാം ദിവസം ലോഹി വീണ്ടും ഇടപെട്ടു.

വാറുണ്ണിയുടെ കഥാപാത്രത്തിന്റെ എല്ലാ വശങ്ങളും മമ്മൂട്ടിക്ക് ലോഹി വിശദീകരിച്ച് പറഞ്ഞു കൊടുത്തു. ശബ്ദത്തിൽ പോലും മാറ്റം വരുത്തിയാലേ വാറുണ്ണിയാവൂ എന്ന് ലോഹി സ്ഥാപിച്ചു. അദ്ദേഹത്തിനത് മനസ്സിലായി. എന്നിട്ടും ഉറപ്പുവരുത്താൻ മമ്മൂട്ടി ലോഹിക്ക് ഒരു ചലഞ്ച് നൽകി. "ലോഹിയുടെ മനസ്സിലുള്ള വാറുണ്ണിയോട് രൂപസാദൃശ്യമുള്ള ഒരാളെ കാണിക്കാൻ പറ്റുമോ? ഇവിടെ ഷൂട്ടിംഗ് കാണാൻ ഒരുപാടു ജനങ്ങൾ തടിച്ചുകൂടിയിട്ടുണ്ടല്ലോ. അവരിൽ അങ്ങനെയൊരാളുണ്ടോ?"

ലോഹി വെല്ലുവിളി ഏറ്റെടുത്തു. ജനക്കൂട്ടത്തിനിടയിൽ ശ്രദ്ധയോടെ അന്വേഷിച്ചു. ഒരാളുണ്ടായിരുന്നു. മിലിറ്ററി ഗ്രീൻ ഷർട്ടിട്ട, മുറുക്കി പല്ലുചുവന്ന പ്രാകൃത വേഷക്കാരനായ ഒരു കറുത്ത മനുഷ്യൻ. ഭയം നിഴലിക്കുന്ന മുഖഭാവം. ലോഹി അയാളെ കാണിച്ചുകൊടുത്തു. പിന്നീട് ഒന്നും ചോദിക്കാതെ വേഷപ്പകർച്ചക്ക് തയ്യാറാവുകയായിരുന്നു മമ്മൂട്ടി.

ദേവസ്യേട്ടനെ വിളിച്ചിട്ട് മമ്മൂട്ടി ചോദിച്ചു, "നമുക്ക് അയാളാക്കി എടുക്കാൻ പറ്റുമോ?" ദേവസ്യേട്ടൻ മമ്മൂട്ടിയെ കെട്ടിപ്പിടിച്ചു. പിന്നെ വിളിച്ചുകൊണ്ടുപോയി, പഴയ പടത്തിൽ ആരോ ഉപയോഗിച്ച ഒരു വിഗ്, ആ പടത്തിൽ ആരോ ഉപയോഗിച്ച മീശ ഒക്കെ കൊടുത്തു. നീഗ്രോ ബ്ലാക്ക് കളർ ഉപയോഗിച്ച് കറുപ്പിച്ച് മുഖത്തൊരു ഉണ്ണി വച്ചു. പല്ല് ഇല്ലാത്ത തരത്തിൽ കറുപ്പിച്ചു. ചുണ്ടും കറുപ്പിച്ചു. മിലിറ്ററി ഗ്രീൻ ഷർട്ട് കോസ്റ്റ്യൂമറെക്കൊണ്ട് തയ്പ്പിച്ചു. ആ ഷർട്ട് കല്ലിൽ ഉരച്ച് ഓയിലിലിട്ട് അലക്കി. കീറിയ പാന്റും കാലിനു സുഖമില്ലാത്തവരിടുന്ന ചെരുപ്പും കൊടുത്തു. ഒരംശം പോലും മമ്മൂട്ടിയെ ബാക്കി വെയ്ക്കാതെ വാറുണ്ണിയെ സൃഷ്ടിച്ചു ദേവസ്യ. സെറ്റിൽ ചെന്ന മമ്മൂട്ടിയെ ആരും തിരിച്ചറിഞ്ഞില്ല.

ഇതു തന്നെയാവണം വേട്ടക്കാരൻ വാറുണ്ണിയുടെ രൂപമെന്ന് ലോഹി തീർത്തു പറഞ്ഞു. എന്നിട്ടും മെയ്ക്കപ്പ് കൂടിപ്പോയെന്ന് പലരും അഭിപ്രായപ്പെട്ടു. മമ്മൂട്ടിയെ വിരൂപനാക്കിയതു കണ്ട് സംശയങ്ങളുണ്ടായി. ഇത്

പ്രേക്ഷകർ സഹിക്കുമോ? എം.ഒ ദേവസ്യ എന്ന പ്രതിഭാധനനായ മെയ്ക്കപ്പ്മാനെ രണ്ടു പേരാണ് അവിടെ പിന്തുണച്ചത്. ലോഹിതദാസും മമ്മൂട്ടിയും. പ്രൊഡ്യൂസർ സമ്മതിക്കുന്നില്ല. ഇങ്ങനെയൊരാളെയല്ല ബുക്ക് ചെയ്തത് എന്നൊക്കെ പറഞ്ഞു. കെ.ആർ.ജി എന്ന ആ പ്രൊഡ്യൂസർക്ക് മമ്മൂട്ടി ഒരു ഓഫർ വരെ കൊടുത്തു, "ഈ സിനിമ ഓടിയില്ലെങ്കിൽ അടുത്ത പടം ഫ്രീ ആയി അഭിനയിക്കാം" എന്ന്. "ഓഫറൊന്നും വേണ്ട. എന്റെ മോൻ ഇഷ്ടമാണെങ്കിൽ ചെയ്തോ'' എന്നായിരുന്നു കെ.ആർ.ജിയുടെ മറുപടി. അങ്ങനെയാണ് സിനിമയിൽ കാണുന്ന വാറുണ്ണി ഉണ്ടായത്.

ഉർവശി, സുനിത, തിലകൻ, ജഗതി ശ്രീകുമാർ, ലാലു അലക്സ്, ഭീമൻ രഘു, പപ്പു, മഹേഷ് തുടങ്ങി താരങ്ങളുടെ നീണ്ട നിര തന്നെ ചിത്രത്തിൽ അണിനിരന്നു. മലമ്പുഴയ്ക്കടുത്തുള്ള കവയായിരുന്നു പ്രധാന ലൊക്കേഷൻ. നേരിട്ട് പുലിയെ കൊണ്ടുവന്നുള്ള ചിത്രീകരണത്തിൽ നായകൻ മമ്മൂട്ടി അപകടത്തിൽ നിന്ന് തലനാരിഴയ്ക്ക് രക്ഷപ്പെടുന്ന അനുഭവം വരെയുണ്ടായി. പുലിയോടൊത്തുള്ള രംഗങ്ങളിൽ അഭിനയിക്കാൻ മമ്മൂട്ടി ആദ്യം വിസമ്മതിച്ചെങ്കിലും ട്രെയിനിംഗ് ലഭിച്ച പുലിയാണെന്ന് ബോധ്യപ്പെട്ട ശേഷം തയ്യാറാവുകയായിരുന്നു. എല്ലാവരേയും ഞെട്ടിച്ചു കൊണ്ട് ലൊക്കേഷനിൽ വെച്ച് 'ട്രെയിൻഡ് പുലി' ഷൂട്ടിന് കൊണ്ടുവന്ന ആട്ടിൻകുട്ടിയെ അക്രമിക്കുകയും ചെയ്തിരുന്നു.

പുലിയുമായുള്ള ഏറ്റുമുട്ടൽ സീനിൽ രണ്ട് വൈഡ് ഷോട്ടുകളിലൊഴികെ ഡ്യൂപ്പില്ലാതെ അഭിനയിച്ച മമ്മൂട്ടിയുടെ സാഹസികത ഐവി ശശിയെ അത്ഭുതപ്പെടുത്തിയെന്ന് അദ്ദേഹം പിന്നീടൊരു സംഭാഷണത്തിൽ പറഞ്ഞിട്ടുണ്ട്. പുലിയുടെ രംഗങ്ങൾ ചിത്രീകരിക്കാൻ ഗോവിന്ദ രാജൻ നായിഡു എന്ന അനിമൽ ട്രെയിനർ ഏറെ ബുദ്ധിമുട്ടി. വലയിൽ കുടുങ്ങിയ പുലിയെ വലിച്ചു പൊക്കുന്ന രംഗമൊക്കെ ഗ്രാഫിക്സ് പോലുള്ള ആധുനികരീതികൾ വരുന്നതിനു മുമ്പ് ജീവൻ പണയപ്പെടുത്തി ചിത്രീകരിച്ചവയായിരുന്നു. ആൾക്കൂട്ടത്തെ നിയന്ത്രിതമായി ഉപയോഗിക്കാനുള്ള കഴിവിൽ ഐ.വി ശശി എന്ന സംവിധായകൻ എത്രമാത്രം മുന്നിൽ നിൽക്കുന്നു എന്നതിന് മൃഗയ മാത്രം മതി തെളിവായി. വി. ജയറാമിന്റെ ക്യാമറയും നാരയണന്റെ എഡിറ്റിങും മൃഗയയെ കെട്ടുറപ്പുള്ള മികച്ച ചിത്രമാക്കാൻ സഹായിക്കുകയും ചെയ്തു. സാഹസിക സംഘട്ടന രംഗങ്ങളിലൂടെ മലേഷ്യാ ഭാസ്കർ പ്രത്യേക ശ്രദ്ധ നേടി. സ്വതന്ത്ര കലാസംവിധായകനായി അരങ്ങേറിയ ഐ.വി. സതീഷ് ബാബു തന്റെ ദൗത്യം അർഹിക്കുന്ന ഗൗരവത്തോടെ നിർവ്വഹിച്ചു. ശ്രീകുമാരൻ തമ്പിയുടെ

വരികൾക്ക് തമിഴ് സംഗീത സംവിധായകൻ ശങ്കർ ഗണേഷ് ഈണം നൽകിയ ഗാനങ്ങൾ യേശുദാസും ചിത്രയും പാടി. 1989 ലെ ക്രിസ്മസിന് റിലീസ് ചെയ്ത ചിത്രം തീയേറ്ററുകളിൽ ജനസഞ്ചയം തീർത്തു. ഐ.വി. ശശി മികച്ച സംവിധായകനും, മമ്മൂട്ടി മികച്ച നടനുമുള്ള സംസ്ഥാന അവാർഡുകൾക്ക് അർഹരായി.

എല്ലാത്തിനും ശക്തി പകർന്നത് സൂക്ഷ്മതയോടെ മെനഞ്ഞെടുക്കപ്പെട്ട തിരക്കഥയായിരുന്നു. മനുഷ്യമനസ്സിന്റെ ദുഷ്ടമൃഗങ്ങൾ മേയുന്ന കാട്ടുപിടിച്ച മലഞ്ചെരിവിനെ തുറന്നു കാണിച്ച് ലോഹിതദാസ് മലയാളത്തിലെ എക്കാലത്തേയും മികച്ച സിനിമകളൊന്നിന്റെ ജാതകം രചിച്ചു.

“പുലിയിറങ്ങുന്ന ഒരു ഗ്രാമം.

പുലിയെ പിടിക്കാൻ

ഒരാൾ എത്തുന്നു.

ഗ്രാമവാസികൾക്ക് അയാൾ പുലിയെക്കാൾ

ശല്യമായി മാറുന്നു.....” ഇത്രയുമായിരുന്നു മൃഗയയ്ക്ക് വേണ്ടി ലോഹി എഴുതിയ വൺലൈൻ. അതിലുണ്ടായിരുന്നു സിനിമ മുഴുവൻ.

വിവാഹക്കച്ചവടം എന്ന ആശയം

കിരീടം നിർമ്മിച്ച സുഹൃത്തുക്കളായ രണ്ടുപേർ അഭിപ്രായവ്യത്യാസങ്ങളുടെ മേൽ പിരിയുകയായിരുന്നു. ദിനേശ് പണിക്കർ കൃപാ ഫിലിംസിൽ നിന്ന് സ്വയം ഒഴിഞ്ഞു. കൃപയുടെ ബാനർ കിരീടം ഉണ്ണിയുടെ മാത്രം ഉടമസ്ഥതയിലെത്തി.

സിബി-ലോഹി കൂട്ടുകെട്ടിന്റെ മറ്റൊരു സിനിമയ്ക്കു വേണ്ടി ഉണ്ണി ശ്രമിച്ചുകൊണ്ടിരുന്നു. ലോഹി കഥ ശരിയാക്കി. ജയറാമിനേയും മുകേഷിനേയും നായകന്മാരായി കണ്ട് ഗ്രാമീണ പശ്ചാത്തലത്തിലായിരുന്നു തിരക്കഥ.

ഷൂട്ടിംഗിനുള്ള ഒരുക്കങ്ങളുമായി മുന്നോട്ടു പോകുന്ന സിബിയോട് ലോഹി ഒരു അഭ്യർത്ഥന വെച്ചു. തന്റെ അടുത്ത സുഹൃത്തും നാട്ടുകാരനുമായ സുന്ദർദാസിനെ സംവിധാന സഹായിയായി ഉൾപ്പെടുത്തണമെന്നായിരുന്നു ആ അഭ്യർത്ഥന. സുന്ദർദാസിനെ വിളിപ്പിച്ച് നേരിൽ കണ്ടശേഷം സിബി മാലയോഗത്തിന്റെ ടീമിൽ ലാസ്റ്റ് അസിസ്റ്റന്റായി ഉൾപ്പെടുത്തി.

കോഴിക്കോടിന്റെ പരിസരങ്ങളിലായിരുന്നു ചിത്രീകരണം തുടങ്ങിയത്. നിർമ്മാതാവ് കിരീടം ഉണ്ണിയുടെ ക്ഷണപ്രകാരം ദിനേശ് പണിക്കർ ആദ്യ ക്ലാപ്പ് നൽകി.

ഒരേ സമയം രണ്ട് സാമൂഹ്യ പ്രശ്നങ്ങളെയാണ് മാലയോഗം അഭിസംബോധന ചെയ്തത്. തൊഴിലില്ലായ്മയും സ്ത്രീധനവും. ചായക്കടക്കാരൻ പരമുനായരുടെ മകൻ രമേശനും കൃഷിക്കാരൻ വർക്കിയുടെ മകൻ ജോസും അനുഭവിക്കുന്ന തൊഴിലില്ലായ്മയും പണമില്ലാതെ വിവാഹം കഴിയാത്ത സഹോദരിമാരുമെല്ലാം അക്കാലത്തെ കേരളീയ ജീവിതത്തിന്റെ ഫോട്ടോഗ്രാഫുകൾ പോലെ തോന്നിച്ചു. വിവാഹ കച്ചവടത്തെ കണക്കറ്റ് വിമർശിക്കുന്ന തിരക്കഥയായിരുന്നു മലയോഗത്തിന്റേത്.

ലോഹി പരിചയപ്പെട്ട ആദ്യ സിനിമാ താരം ബഹദൂർക്ക ആയിരുന്നു. ഇത്രയേറെ തിരക്കഥകൾ സിനിമയായിട്ടും ബഹദൂർക്ക തന്റെയൊരു കഥാപാത്രത്തെ അവതരിപ്പിക്കാത്തത് ലോഹിക്ക് ഉള്ളിലൊരു വിഷമമുണ്ടാക്കിയിരുന്നു. മാലയോഗത്തിലേയ്ക്ക് പ്രതീക്ഷയോടെയാണ് ബഹദൂർക്കയെ ക്ഷണിച്ചത്. പക്ഷേ തിരക്കുകൾ കാരണം അദ്ദേഹത്തിന് വരാൻ കഴിഞ്ഞില്ല.

ഒരുപിടി ഹാസ്യതാരങ്ങളുള്ള ചിത്രം പ്രേക്ഷകരിൽ അതുപോലെ ചിരി പടർത്തുകയും ചെയ്തു. ജയറാമിനെയും മുകേഷിനേയും കൂടാതെ മുരളി, തിലകൻ, പാർവതി, ചിത്ര, ഇന്നസെന്റ്, ഒടുവിൽ ഉണ്ണികൃഷ്ണൻ, കുഞ്ഞാണ്ടി, മാമുക്കോയ, ഫിലോമിന, ജഗദീഷ്, മണിയൻപിള്ള രാജു എന്നിവരായിരുന്നു പ്രധാന നടീനടന്മാർ. നാടൻ പരിസരമുള്ള കഥാസന്ദർഭങ്ങൾ അതിനു പറ്റിയ അഭിനേതാക്കൾ വന്ന് നൂറുശതമാനം വിജയിപ്പിക്കുന്ന കാഴ്ചയായി മാലയോഗം. മുരളിയുടെ കഥാപാത്രം ചെത്തുകാരൻ ദാമോദരൻ തെങ്ങിൻ മുകളിലിരുന്ന് എല്ലാത്തിനും സാക്ഷിയാകുന്ന ഒരാളായിരുന്നു.

ഒടുവിൽ ഉണ്ണികൃഷ്ണൻ അവതരിപ്പിച്ച കലികാലം പരമുനായർ ചായക്കടക്കാരനാണെങ്കിലും 'വേദാന്തി'യാണ്.

എസ്. കുമാറായിരുന്നു ക്യാമറ. ഭൂമിനാഥൻ എഡിറ്ററും.

കൈതപ്രം-മോഹൻ സിത്താര ടീമിന്റെ പാട്ടുകൾ എം.ജി.ശ്രീകുമാറും ബാലഗോപാലൻ തമ്പിയും ചേർന്നാണ് പാടിയത്. ''പൂത്തുമ്പീ പൂങ്കുഴത്തിൽ...'' എന്ന ഗാനം അന്നത്തെ ഹിറ്റ് ഗാനങ്ങളിൽ ഉൾപ്പെട്ടു. മാലയോഗം മോശമല്ലാത്ത കളക്ഷൻ നേടുന്ന പ്രതികരണമായിരുന്നു തീയേറ്ററുകളിൽ കണ്ടത്. സ്ത്രീധനം എന്ന സാമൂഹ്യ വിപത്തിനെതിരെ സന്ദേശം നൽകുന്നത് എന്ന് വിലയിരുത്തിക്കൊണ്ട് സർക്കാർ മാലയോഗത്തിന് എന്റർടെയ്ൻമെന്റ് ടാക്സ് ഒഴിവാക്കിക്കൊടുത്തിരുന്നു. ലോഹിതദാസിന്റേത് എന്ന് പലരും തിരിച്ചറിഞ്ഞിട്ടില്ലാത്ത തിരക്കഥയായിരുന്നു മാലയോഗം. കഥാപരിസരങ്ങളിലെ വ്യത്യസ്തതയാവാം കാരണം.

മാസ്റ്റർപീസിന്റെ പരാജയം

അദ്ദേഹത്തെപ്പറ്റി ചില അപശ്രുതികൾ ലോഹി കേട്ടിരുന്നു. കർമ്മം കൊണ്ടും മനസ്സുകൊണ്ടും ഗുരുസ്ഥാനത്തു നിൽക്കുന്നയാളാണ്. ഭാര്യയല്ലാതൊരു സ്ത്രീയുമായി അദ്ദേഹം പുലർത്തുന്ന ബന്ധമായിരുന്നു കേട്ട അപശ്രുതി. തികച്ചും വ്യക്തിപരമായ കൗതുകമോ ദൗർബ്ബല്യമോ ആയി കരുതി ലോഹിയതിനെ ആദ്യം തള്ളിക്കളഞ്ഞു. പക്ഷേ വെറും കേൾവിയായി അത് മാഞ്ഞു പോയില്ല. അറിഞ്ഞതിനപ്പുറമാണ് സത്യം എന്നപോലെ 'അവിഹിത'മായി ലോകം വ്യാഖ്യാനിക്കുന്ന അവരുടെ ബന്ധം അങ്ങേയറ്റത്തെത്തി. ഒരു ദിവസം ഗുരു ആ സ്ത്രീയുടെ കൂടെ താമസമാക്കി.

ഗുരുവിന്റെ അഭ്യുദയകാംക്ഷികൾക്കിടയിൽ വിഷയം ചർച്ചയായി. അദ്ദേഹത്തിന്റെ താളം പിഴച്ച കുടുംബ ജീവിതത്തിന്റെ വിശദാംശങ്ങൾ പലരും പങ്കുവെച്ചു. പണവും പ്രശസ്തിയുമുള്ളൊരാളെ ചൂഷണം ചെയ്യാൻ മോഹിനീവേഷം പൂണ്ടുവന്ന സ്ത്രീയിൽ നിന്ന് ഗുരുവിനെ രക്ഷിക്കാൻ സദാചാരഭാരം പേറുന്ന ഗുണകാംക്ഷികൾ തീരുമാനിച്ചു. ലോഹിയെയാണ് അവരതിന് കണ്ടത്. ലോഹി ചെന്ന് അദ്ദേഹത്തെ കണ്ടു സംസാരിക്കണം. തെറ്റ് ബോധ്യപ്പെടുത്തി മാതൃകാ ജീവിതത്തിലേയ്ക്ക് തിരിച്ചു കൊണ്ട് വരണം.

അത്രയും ലോഹി പ്രതീക്ഷിച്ചിരുന്നില്ല. പ്രായം കൊണ്ടും ജീവിതാനുഭവം കൊണ്ടും തന്നേക്കാൾ വളരെ മുതിർന്നയാളാണ്. മാത്രമല്ല 'വെട്ടൊന്ന് മുറി രണ്ട്' എന്ന പ്രകൃതവുമാണ്. തനിക്കു ശരി എന്നു തോന്നുന്ന കാര്യങ്ങൾ ചെയ്യാൻ ഒരു മടിയുമില്ലാത്ത അദ്ദേഹത്തിന്റെ മുന്നിലേയ്ക്ക് ഉപദേശിയുടെ റോളിൽ താൻ ചെല്ലണമെന്നാണ് സുഹൃത്തുക്കൾ പറയുന്നത്. മുഖത്ത് ആട്ടിയെന്നു വരും. അങ്ങനെ ചെയ്തില്ലെങ്കിലും കടപ്പാടിന്റെ അകലമിട്ട് താൻ ഇത്രകാലം സൂക്ഷിച്ച ആ നല്ല ബന്ധം അതോടെ തീരും.

എന്നാലും തെറ്റിന്റെ ചുഴിയിൽ മുങ്ങിത്താഴുകയാണ് അദ്ദേഹമെങ്കിലോ? പിടിച്ചു കേറാൻ കച്ചിത്തുരുമ്പ് വേണമെങ്കിലോ? അടുക്കാതെ മാറി നിന്ന് വിമർശിക്കുകയല്ല വേണ്ടത്, തെറ്റുതിരുത്താൻ ആ വലിയ മനുഷ്യനെ സഹായിക്കുകയല്ലേ ചെയ്യേണ്ടത്? തലങ്ങും വിലങ്ങും ആലോചിച്ച് ഒടുവിൽ അദ്ദേഹത്തെ കാണാനുറച്ചു.

ലോഹി ഗുരുവിന്റെ വീട്ടിലെത്തി. അദ്ദേഹം ലോഹിയെ സ്നേഹപൂർവ്വം സ്വീകരിച്ചു. രണ്ടു പേരുടേയും സംഭാഷണത്തിൽ ഈ വിഷയം മാത്രം വന്നില്ല. ലോഹി വളച്ചുകെട്ടി ബന്ധങ്ങളെപ്പറ്റിയും സമൂഹത്തിന്റെ കാഴ്ചപ്പാടുകളെപ്പറ്റിയുമൊക്കെ പറഞ്ഞെങ്കിലും അപ്പോഴും വിഷയത്തിലെത്തിയില്ല. ഗുരു സ്ഥിരം ശൈലിയിൽ ചടുലമായി സംസാരിച്ചുകൊണ്ടിരുന്നു. രാത്രിയായി. 'അത്താഴം കഴിക്കാറായില്ലേ' എന്നു ചോദിച്ചുകൊണ്ടാണ് ആ സ്ത്രീ അവരുടെ സംഭാഷണത്തിലേയ്ക്ക് കടന്നു വരുന്നത്. കഞ്ഞിയും ഉണക്കമീൻ വറുത്തതും തയ്യാറായിരുന്നു. നാട്യങ്ങളൊന്നുമില്ലാത്ത സാധാരണ മധ്യവയസ്ക. പ്രായത്തിനു ചേർന്ന സൗന്ദര്യം.

ലോഹി ഗുരുവിനെ ശ്രദ്ധിച്ചുകൊണ്ടിരുന്നു. അദ്ദേഹം കൂടുതൽ സുന്ദരനായതു പോലെ. ആ സ്ത്രീയാവുന്ന വിളക്കിന്റെ വെളിച്ചത്തിൽ അദ്ദേഹത്തിന്റെ മുഖം കൂടുതൽ പ്രകാശിക്കുന്നതു പോലെ. സ്ത്രീ അകത്തു പോയപ്പോൾ ലോഹി വിഷയം എടുത്തിട്ടു. കൊണ്ടുവന്ന ചോദ്യങ്ങൾ പുറത്തെടുത്തു. എല്ലാ അഭ്യുദയകാംക്ഷികളുടേയും പ്രതിനിധിയായി ലോഹി ഗുരുവിനു മുന്നിൽ ഇരുന്നു.

"എന്താ ഇതൊക്കെ?"

ഗുരുവിന്റെ മുഖം മാറിയില്ല. എന്നുമാത്രമല്ല വ്യക്തതയുള്ള മറുപടി തരികയും ചെയ്തു. "ഇതെന്താണെന്നോ? ഇതാണ് ജീവിതം. സ്നേഹവും സന്തോഷവും അനുഭവിക്കുന്നു, അത് തിരിച്ചുനൽകുന്നു. അല്ലാതെ

എന്താണ് ജീവിതം? ആര് എന്തു ധരിച്ചാലും എനിക്ക് ജീവിതം ഇതാണ്."

കഞ്ഞി കുടിക്കുമ്പോൾ ലോഹി ഗുരുവിനെത്തന്നെ ശ്രദ്ധിച്ചു. ഇങ്ങോട്ട് വരുമ്പോൾ തന്റെ ഭയമെന്തായിരുന്നു? കോപത്താൽ ജ്വലിച്ചുകൊണ്ട് ഇദ്ദേഹം തന്നോട് കടുത്ത വാക്കുകൾ പറയുമെന്നായിരുന്നില്ലേ? എന്തുകൊണ്ടത് സംഭവിച്ചില്ല? ഉത്തരം തന്റെ മുന്നിൽത്തന്നെയുണ്ട്. ആ സ്ത്രീയുടെ സാമീപ്യം ഗുരുവിനെ ശാന്തനാക്കിയിരിക്കുന്നു. അദ്ദേഹം തൃപ്തിയോടു കൂടി ജീവിക്കുകയാണ്. എല്ലാ ചോദ്യത്തിനും വ്യക്തമായ ഉത്തരം ആ തൃപ്തി തന്നെയാണ്.

ഗുരുവിന്റെയും പ്രണയിനിയുടെയും കളിചിരികളാൽ ഉണർന്നിരിക്കുന്ന വീട്ടിലാണ് ലോഹി ഉറങ്ങാൻ കിടന്നത്. കൗമാരക്കാരെപ്പോലെ രണ്ടുപേർ മത്സരിച്ചു സ്നേഹിക്കുന്നു. അതിനിടയിലേയ്ക്കാണ് താൻ കുറേ ഉപദേശവുമായി കയറിവന്നിട്ടുള്ളത്. എന്തൊരു വിഡ്ഢിത്തമാണത്! ഇവിടെ വന്ന് ഇവരുടെ ജീവിതം പരിചയപ്പെട്ടില്ലായിരുന്നെങ്കിൽ സദാചാരബോധത്തിന്റെ കെട്ടുപാടുകളിൽ പെട്ട് താനും തെറ്റിദ്ധരിച്ചേനെ. ഭാര്യയുണ്ടെന്നും മക്കളുണ്ടെന്നും ശരി. പക്ഷേ ജീവിതം സ്നേഹം ലഭിക്കുന്നിടത്തേയ്ക്ക് ചാഞ്ഞു വളരുന്നതിൽ എങ്ങനെ തെറ്റുകണ്ടെത്തും? പലതും ചിന്തിച്ച് ലോഹി ഉറങ്ങിപ്പോയി.

പിറ്റേന്ന് ഗുരുവിനോടും അദ്ദേഹത്തിന്റെ മനസ്സു കവർന്ന സ്നേഹഗായികയായ സ്ത്രീയോടും യാത്ര പറഞ്ഞിറങ്ങി. പ്രായമോ സമൂഹത്തിന്റെ അംഗീകാരമോ പരിമിതപ്പെടുത്താതെ, മനസ്സുകളുടെ വെളിമ്പ്രദേശത്ത് വെറുതേ വളരുന്ന പ്രണയത്തെക്കുറിച്ച് തനിക്ക് ചില കഥകൾ പറയാനുണ്ടല്ലോ എന്നു ചിന്തിച്ചു കൊണ്ടായിരുന്നു ലോഹിയുടെ മടക്കയാത്ര. അത് പിന്നീട് തിരക്കഥയായി മാറുകയും ചെയ്തു.

എൻ.എസ്.അനന്തപത്മനാഭൻ എന്ന എഴുത്തുകാരൻ മരണത്തെ മുഖാമുഖം കണ്ടയാളാണ്. അയാൾ ജീവിതത്തിലേയ്ക്ക് തിരിച്ചു വരുന്നത് അതുവരെ പരിചയമില്ലാതിരുന്ന ഒരു സ്ത്രീയുടെ കൈപിടിച്ചായിരുന്നു. സിനിമാനടിയായ സുധയുടെ. അവർ കഴിഞ്ഞജന്മത്തിൽ അപൂർണ്ണമായിരുന്ന ബന്ധത്തെ പൂരിപ്പിക്കാൻ ജനിച്ചവരാണോ എന്നു തോന്നിക്കുമാറ് പരസ്പരം സ്നേഹത്താൽ മത്സരിച്ചു കൊണ്ടിരുന്നു. ഇതായിരുന്നു 'രാധാമാധവം' എന്ന പേരിൽ ലോഹിതദാസ് രചിച്ച തിരക്കഥ. തനിക്കേറ്റവും പ്രിയപ്പെട്ടതെന്ന് ലോഹി തന്നെ പലയിടത്തും പറഞ്ഞിട്ടുള്ള രാധാമാധവം സുരേഷ് ഉണ്ണിത്താനാണ് സംവിധാനം ചെയ്തത്. തിലകനായിരുന്നു അനന്തപത്മനാഭൻ. മധ്യവയസ്സു പിന്നിട്ട നായകനെ സൃഷ്ടിക്കുമ്പോൾ ലോഹിയുടെ മനസ്സിൽ തിലകൻ മാത്രമായിരുന്നു.

സുധയായി ഗീതയാണ് വന്നത്. തന്റെ മുൻ സിനിമ ജാതകത്തിലെ നായകൻ ജയറാമിന് ഹരിയുടെ കഥാപാത്രം നൽകാൻ നിർബന്ധം പിടിച്ചത് സംവിധായകൻ സുരേഷ് ഉണ്ണിത്താൻ തന്നെയായിരുന്നു.

മാക് പ്രൊഡക്ഷൻസിന്റെ ബാനറിൽ മഞ്ഞളാംകുഴി അലി നിർമ്മിച്ച രാധാമാധവം തീയേറ്ററിൽ പരാജയമായിരുന്നു. തന്റെ മാസ്റ്റർപീസ് എന്ന് ലോഹി വിശ്വസിച്ച തിരക്കഥ പ്രേക്ഷകർ സ്വീകരിക്കാത്തത് ലോഹിക്ക് ഏറെ വിഷമമുണ്ടാക്കി. ഭാവപ്പകർച്ചകൊണ്ട് തിലകനും അതേ തീവ്രതയോടെ ഗീതയും കഥാപാത്രങ്ങളായി ജീവിച്ച സിനിമയായിരുന്നു രാധാമാധവം. പ്രണയത്തെ ഇത്ര തീക്ഷ്ണമായും സത്യസന്ധമായും സമീപിച്ച തിരക്കഥ മലയാളത്തിൽ മറ്റൊന്നുണ്ടാവില്ല.

“നിർവചനങ്ങൾക്ക് അതീതമാണ് ഹൃദയബന്ധങ്ങൾ. അരുതാത്ത ഒരു ബന്ധവും അവർ തമ്മിൽ ഉണ്ടായിരുന്നില്ല.” രാധാമാധവത്തിന്റെ പോസ്റ്ററിനു വേണ്ടി ലോഹി എഴുതിയ പരസ്യവാചകം ഇങ്ങനെയായിരുന്നു.

മമ്മൂട്ടി ആദ്യമായി ഡബിൾ റോളിൽ എത്തിയ എസ്.എൻ സ്വാമി-സിബിമലയിൽ ചിത്രം പരമ്പര, വേണുനാഗവള്ളിയും മോഹൻലാലും ഒന്നിച്ച രാഷ്ട്രീയ ചിത്രം ലാൽസലാം, ശ്രീനിവാസന്റെ തിരക്കഥയിൽ ജയരാജ് ആദ്യമായി സംവിധായകനായ വിദ്യാരംഭം എന്നീ സിനിമകൾക്കൊപ്പം 1990ലെ ക്രിസ്മസിന് റിലീസ് ചെയ്ത രാധാമാധവത്തിന്റെ വീഴ്ച സുരേഷ് ഉണ്ണിത്താനും ഏറെ നിരാശ നൽകി.

ഇന്നസെന്റ്, ശങ്കരാടി,കെ.പി.എ.സി ലളിത,ഷമ്മി തിലകൻ, മാക് അലി, രാമു, ജി.ഗോപൻ, ഉഷ എന്നിവരാണ് ചിത്രത്തിലെ മറ്റു കഥാപാത്രങ്ങളെ അവതരിപ്പിച്ചത്. ഒ.എൻ.വി കുറുപ്പിന്റെ വരികൾക്ക് വിദ്യാധരനാണ് സംഗീതം. ഗായകരായത് ചിത്രയും എം.ജി. ശ്രീകുമാറും. കെ. രാമചന്ദ്രബാബു ഛായാഗ്രഹണവും ജി. മുരളി എഡിറ്റിങ്ങും നിർവ്വഹിച്ചിരിക്കുന്നു. മാക് പ്രൊഡക്ഷൻസിന്റെ ബാനറിൽ മഞ്ഞളാംകുഴി അലിയായിരുന്നു നിർമ്മാണം.

ആദ്യത്തെ കാസനോവ അഥവാ കുട്ടേട്ടൻ

മഹായാനത്തിന്റെ ഗംഭീര വിജയത്തിനു ശേഷം ലോഹി ജോഷിയുമായി വീണ്ടും കൈകോർക്കുന്നു എന്ന വാർത്ത സിനിമാസ്നേഹികളിൽ വലിയ ആവേശമുണ്ടാക്കി.

ഇത്തവണ ജോഷിക്ക് നൽകിയ തിരക്കഥ തികച്ചും വ്യത്യസ്തമായ ഒന്നായിരുന്നു. സ്ത്രീലമ്പടന്മാരുടെ സൗഹൃദത്തിനകത്തുള്ള വിഷ്ണുനാരായണൻ എന്ന നായകനെയാണ് ലോഹി സൃഷ്ടിച്ചത്.

വ്യത്യസ്തയുള്ള ആ വേഷം മമ്മൂട്ടിക്ക് പുതുമയായിരുന്നു. ഭാര്യയേയും കുടുംബത്തേയും സ്നേഹിക്കുന്ന, മക്കളില്ലാത്ത വിഷ്ണു സുഹൃത്തുക്കൾക്കിടയിൽ മറ്റൊരാളാണ്. പരസ്ത്രീ സംസർഗ്ഗങ്ങളിൽ തല്പരൻ. സ്ത്രീകളെ ഭോഗിക്കുന്നതിലൊന്നും അയാൾ വിജയിച്ചിട്ടില്ലെങ്കിലും പല പല ബന്ധങ്ങളുണ്ടാക്കുന്നുണ്ട്. ഒരിക്കൽ സുഹൃത്തുക്കൾക്ക് എല്ലാവർക്കുമായി കിട്ടുന്നൊരു പെൺകുട്ടിയെ തന്റെ മകളാണെന്ന് വീട്ടുകാർക്കു മുമ്പിൽ പരിചയപ്പെടുത്തേണ്ടി വരുന്നതും തുടർന്നുണ്ടാവുന്ന പ്രശ്നങ്ങളുമായിരുന്നു കഥ.

'വിഷ്ണുവിന്റെ നമ്പരുകൾ' എന്ന പേരായിരുന്നു ആദ്യം നിശ്ചയിച്ചിരുന്നത്.

യഥാർത്ഥ ജീവിതത്തിൽ പരിചയമുള്ളൊരു 'ജയേട്ടൻ' ആണ് കുട്ടേട്ടൻ ആയത് എന്ന് ലോഹി എഴുതിയിട്ടുണ്ട്. ഒരിക്കൽ ജയേട്ടന്റെ

വീട്ടിൽ സുഹൃത്തും പ്രായപൂർത്തിയായ മകളും വന്നു താമസിച്ചു. മകൾക്ക് വൈദ്യനെ കണ്ട് ആയുർവേദ ചികിത്സ നിശ്ചയിക്കാൻ വന്നതാണെന്നാണ് ജയേട്ടൻ വീട്ടിൽ പറഞ്ഞിരുന്നത്. അവർക്ക് താമസിക്കാൻ എല്ലാ സൗകര്യവും ചെയ്തത് ജയേട്ടന്റെ ഭാര്യ രമേച്ചിയായിരുന്നു. പിന്നീടൊരു മദ്യപാന സദസ്സിൽ വെച്ച് ജയേട്ടൻ സ്വന്തം വീരകഥകൾ പറയുന്നതിനിടയിൽ ഇക്കാര്യത്തെപ്പറ്റി പറയുന്നതു കേട്ട് ലോഹി ഞെട്ടിപ്പോയി. അന്നു വന്നയാൾ സുഹൃത്തല്ല, കൂടെ വന്ന പെൺകുട്ടി മകളുമല്ല. കച്ചവടത്തിന് കൊണ്ടുവന്ന ഇരയും ഇടനിലക്കാരനുമാണ് അവർ എന്ന്. പിന്നീട് ജയേട്ടനെ സ്നേഹിക്കാൻ ലോഹിക്ക് കഴിഞ്ഞിട്ടില്ലത്രെ. ഈ സ്വഭാവമുള്ള ജയേട്ടനാണ് കുട്ടേട്ടൻ എഴുതുമ്പോൾ ലോഹിയുടെ ഉള്ളിൽ കടന്നു വന്നത്.

ഹാസ്യരംഗങ്ങൾ തനിക്ക് ചേരില്ല എന്ന ധാരണയെ ആദ്യമായി മമ്മൂട്ടി മറികടക്കുന്നത് ഒരുപക്ഷേ കുട്ടേട്ടനിലൂടെയായിരിക്കും. ചിരി പടർത്തുന്ന ചമ്മൽ രംഗങ്ങളും അമളികളും സ്വാഭാവികമാക്കുന്നതിൽ മമ്മൂട്ടി വിജയിക്കുക തന്നെ ചെയ്തു. വിഷ്ണുനാരായണന്റെ ഭാര്യ, മാതൃത്വം കൊതിക്കുന്ന സീതാലക്ഷ്മിയുടെ കഥാപാത്രം സരിതയുടെ കൈയിൽ സുരക്ഷിതമായി. തിലകന്റെ പ്രതിനായക കഥാപാത്രം തോമസ് ചാക്കോയും ശ്രദ്ധിക്കപ്പെട്ടു.

മുരളി, ജഗദീഷ്, ഉർവ്വശി, ലിസി, മാതു, സുകുമാരി, ഒടുവിൽ ഉണ്ണികൃഷ്ണൻ, സുമാ ജയറാം, ശ്യാമ എന്നിവരാണ് ചിത്രത്തിലെ മറ്റു പ്രധാന അഭിനേതാക്കൾ. കൈതപ്രം ദാമോദരൻ നമ്പൂതിരിയുടെ വരികൾക്ക് രവീന്ദ്രനാണ് സംഗീതം നൽകിയത്. ജയാനനൻ വിൻസെന്റ് ഛായാഗ്രഹണവും കെ ശങ്കുണ്ണി ചിത്രസംയോജനവും നിർവ്വഹിച്ചു. തോംസൺ ഫിലിംസിന്റെ ബാനറിൽ കെ.വി.അബ്രഹാം നിർമ്മിച്ച ചിത്രം ബോക്സോഫീസിൽ പരാജയമായി. മമ്മൂട്ടിചിത്രങ്ങൾ തുടരെത്തുടരെ വിജയിക്കാതെ പോയ ഒരു സമയത്തായിരുന്നു കുട്ടേട്ടനും പരീക്ഷിക്കപ്പെട്ടത്. കുടുംബ സദാചാരത്തിന്റെ കള്ളികൾക്ക് പുറത്തുപോകുന്ന നായകനായതും പരാജയ കാരണമാവാം. കുടുംബത്തിനു പുറത്ത് മറ്റൊരു വേഷം കെട്ടുന്ന എല്ലാ കുട്ടേട്ടൻമാർക്കും പാരയായിരുന്നു വിഷ്ണുനാരായണന്റെ കഥാപാത്രം. സ്ത്രീകൾക്കു പിന്നാലെ അഴകിയ രാവണന്മാരായി നടക്കുന്നവർക്കൊക്കെ 'കുട്ടേട്ടൻ' എന്ന വിളിപ്പേരു നൽകി ഈ ചിത്രം. ലോഹിയുടേത് പഴുതുകളില്ലാത്തതും വ്യത്യസ്തവുമായ തിരക്കഥയായിരുന്നു എന്ന കാര്യത്തിൽ ആർക്കും സംശയമുണ്ടായില്ല.

സസ്നേഹം

കുടുംബപുരാണത്തിന്റെ പാറ്റേണിൽ ഒരു ചിത്രം - അതായിരുന്നു വീണ്ടും സത്യൻ അന്തിക്കാടിനോടു ചേർന്ന് വർക്കുചെയ്യാൻ തുടങ്ങുമ്പോൾ ലോഹിയിലുണ്ടായ സമ്മർദ്ദം. ശ്രീനിവാസൻ ഒരുക്കാറുള്ള പോലെയൊരു കോമഡി ഡ്രാമയായിരുന്നു സത്യന് വേണ്ടത്. മിശ്രവിവാഹിതരായ ദമ്പതിമാർക്ക് കുഞ്ഞ് ജനിക്കുന്നതോടെ വീട്ടുകാർ വന്ന് സമ്മർദ്ദമുണ്ടാക്കുന്ന ഒരു ആശയം സത്യൻ പറഞ്ഞു. ലോഹിയ്ക്കത് സ്വീകാര്യമായി തോന്നി.

പ്രൈമറിസ്കൂൾ അധ്യാപകരായ ദമ്പതിമാരുടെ കഥയിലാണ് ലോഹി എത്തപ്പെട്ടത്. തോമസ് കുര്യൻ മാഷും സരസ്വതി ടീച്ചറും രണ്ടു മതങ്ങളിൽപ്പെട്ടവരെങ്കിലും പ്രണയപൂർവ്വം ഒരുമിച്ചു ജീവിക്കാൻ തീരുമാനിച്ചവരായിരുന്നു. വീട്ടുകാരുടെ എതിർപ്പുകളൊന്നും അവർ കാര്യമാക്കിയില്ല. സരസ്വതി ഗർഭിണിയായതറിഞ്ഞ തോമസിന്റെ അളിയൻ ഈനാശു രണ്ടുപേരുടേയും വീടുകളിൽ അറിയിക്കുന്നു. സരസ്വതി ഒരു പെൺകുഞ്ഞിനെ പ്രസവിക്കുന്നു. അതോടെ ദേഷ്യമെല്ലാം മറന്ന് ഇരു വീട്ടുകാരും കുട്ടിയെ കാണാൻ വീട്ടിലേയ്ക്ക് എത്തുകയാണ്. വീട്ടുകാരുടെ യാഥാസ്ഥിതിക മതചിന്തകൾ പിന്നീട് അവരുടെ ജീവിതത്തിൽ വരുത്തിവച്ചത് അപ്രതീക്ഷിത സംഭവങ്ങളായിരുന്നു. ആൺകുട്ടിയായാൽ പുരുഷൻ എന്നും പെൺകുട്ടിയായാൽ വനിത എന്നും പേരിടണമെന്നാഗ്രഹിച്ചിരുന്ന ദമ്പതിമാർക്കിടയിലേയ്ക്കാണ് രണ്ട് മതങ്ങളുമായി ബന്ധുക്കൾ വരുന്നത്.

ബാലചന്ദ്രമേനോനും ശോഭനയും സ്വതസിദ്ധമായ അഭിനയത്തിലൂടെ കേന്ദ്രകഥാപാത്രങ്ങളെ ഹൃദ്യമായി അവതരിപ്പിച്ചു. സത്യൻ അന്തിക്കാടിന്റെ പതിവ് സംഘമായ ഇന്നസെന്റ്, കെ.പി.എ.സി ലളിത,ഒടുവിൽ, സുകുമാരി, മീന, ഫിലോമിന, മാമുക്കോയ, ശങ്കരാടി, കരമന, ശാന്താദേവി, പറവൂർ ഭരതൻ എന്നിവരും സസ്നേഹത്തെ സരസമാക്കി.

പി കെ ഗോപിയുടെ വരികൾക്ക് ജോൺസൺ സംഗീതം നൽകി. "താനേ പൂവിട്ട മോഹം..." എന്ന നിത്യഹരിത ഗാനത്തിലൂടെ മികച്ച പാട്ടുകാരനുള്ള കേരള സംസ്ഥാന ചലച്ചിത്ര അവാർഡ് ജി. വേണുഗോപാൽ നേടി. ചിത്ര പാടിയ 'മാംഗല്യപൂവിലിരിക്കും...' എന്ന പാട്ടാണ് മറ്റൊന്ന്.

വിപിൻ മോഹൻ ക്യാമറയും രാജഗോപാൽ എഡിറ്റിംഗും ചെയ്തു. കാസിൽ പ്രൊഡക്ഷൻസ് നിർമിച്ച പടം വിതരണം ചെയ്തത് സെഞ്ച്വറിയായിരുന്നു. മേജർ റിലീസിംഗ് സെന്ററുകളിൽ 100 ദിവസത്തിനുമേൽ ഓടിയ സസ്നേഹം സൂപ്പർഹിറ്റായി.

തമിഴിൽ 'മനസു റെൻഡും പുതുസു' (1994) എന്ന പേരിൽ സസ്നേഹത്തിന്റെ കഥ സിനിമയായി. ഖുശ്ബു - ജയറാം ജോഡിയാണ് നായികാനായകൻമാരായി വന്നത്. ലോഹിയുടെ കഥയ്ക്ക് തമിഴ് തിരക്കഥ തയ്യാറാക്കിയത് കലൈമണിയായിരുന്നു. സംവിധാനം ചെയ്തത് അമൃതം. തെലുങ്കിൽ 'മാസ്റ്റർ കപുരം' എന്ന പേരിലും സസ്നേഹം പുനർനിർമ്മിച്ചു.

നർമ്മത്തിന്റെ രുചിയും മണവും കലർത്തി കുടുംബകഥ തയ്യാറാക്കുന്നവർക്ക് പാഠപുസ്തകമാണ് സസ്നേഹത്തിന്റെ സ്ക്രിപ്റ്റ്. സ്നേഹബന്ധങ്ങളിൽ മതവിശ്വാസത്തിന്റെ മതിലുകളും നിയമങ്ങളും എത്ര അർത്ഥശൂന്യമാണ് എന്ന ഓർമ്മപ്പെടുത്തലു കൂടിയാണ് 1991 ൽ പുറത്തിറങ്ങിയ ഈ ചിത്രം.

കൊലയാളിയുടെ നിർമ്മലമായ മനസ്സ്

ദശരഥത്തിന്റെ ഷൂട്ടിംഗിനു വേണ്ടി നെല്ലിയാമ്പതിയിലേയ്ക്ക് കാറിൽ യാത്ര ചെയ്യുമ്പോഴാണ് മോഹൻലാൽ സിബിയോട് ആ കാര്യം പറയുന്നത്. പ്രണവം ആർട്സ് എന്ന ബാനറിൽ മോഹൻലാൽ ആദ്യ സിനിമ നിർമ്മിക്കാൻ തീരുമാനിച്ച കാര്യം. പ്രണവം ലോഞ്ച് ചെയ്യിക്കാനുള്ള ബിഗ് പ്രൊജക്ടിൽ സിബിമലയിലാണ് ലാലിന്റെ മനസ്സിലുള്ള സംവിധായകൻ. കിരീടത്തിന്റെ ചിത്രീകരണം നടക്കുമ്പോൾ ലോഹി പറഞ്ഞ രണ്ട് സബ്ജക്ടുകളിൽ രണ്ടാമത്തെ കഥയാണ് സിനിമയാക്കാൻ ഇപ്പോൾ ലാൽ ഉദ്ദേശിക്കുന്നത്.

ലോഹി അന്നു പറഞ്ഞ ആദ്യത്തെ കഥയായിരുന്നു 'ദശരഥം' സിനിമ. ആ കഥ കേട്ട് ഇഷ്ടമായി പ്രൊജക്ട് തീരുമാനമായി പ്രൊഡ്യൂസർ പോയിക്കഴിഞ്ഞപ്പോൾ മുറിയുടെ വാതിലടച്ചുകൊണ്ട് ലാൽ ലോഹിയോട് മറ്റേ കഥ ഒന്നു കൂടെ പറയാൻ പറഞ്ഞത്രേ. ലോഹി രാജാവിന്റെ കഥ വീണ്ടും പറഞ്ഞു. തന്റെ ആദ്യ നിർമ്മാണ സംരംഭമായി ലാൽ അന്നേ ആ കഥ മനസ്സിൽ കുറിച്ചിട്ടിരുന്നു.

സിബി ഏല്പിച്ച പ്രകാരം തൃശ്ശൂർ രാമനിലയത്തിൽ ലോഹി എഴുതാനിരുന്നു. രാജകുടുംബത്തിൽ നടക്കുന്ന കഥയാണ്. ബോംബെയിൽ നിന്ന് വാടകക്കൊലയാളിയെ കൊണ്ടുവന്ന് രാജാവിനെ കൊന്ന്

സ്വത്ത് തട്ടാനുള്ള ബന്ധുക്കളുടെ പദ്ധതി എന്നു മാത്രമേ ചിന്തിച്ചിട്ടുള്ളൂ. കഥയുടെ വിശദാംശങ്ങൾ രൂപപ്പെട്ടിരുന്നില്ല.

ശിവപുരാണത്തിലുള്ള ഒരു കഥയിലേയ്ക്കായിരിന്നു ലോഹിയുടെ മനസ്സിലെ കഥയുടെ വേരുകൾ ചെന്നെത്തുക. കാട്ടിൽ കൊടും വരൾച്ചയുടേയും പട്ടിണിയുടേയും സമയത്ത് വിശന്ന് ചാവാറായ ഒരു പാമ്പ് വേച്ച് വേച്ച് ഇഴഞ്ഞു പോകുന്നു. പൊടുന്നനെ മുന്നിലൊരു തവള വന്നു പെടുന്നു. പാമ്പിൽ നിന്ന് രക്ഷപ്പെടാൻ ദയനീയമായി ശ്രമിക്കുന്നുണ്ട് ആ ജീവി. പാമ്പിന് തവളയെ വിഴുങ്ങാൻ വലിയ ബുദ്ധിമുട്ടില്ല. തവളയുടെ പ്രാണവെപ്രാളം കണ്ട് പാമ്പ് ഇങ്ങനെ ചിന്തിക്കുന്നു.

"ഇത്തിരിപ്പോന്ന ഈ തവളയെ തിന്നാലും അല്പം കഴിഞ്ഞ് താൻ ചത്തുപോകുമെന്നുറപ്പ്. പക്ഷേ താനിപ്പോൾ തിന്നില്ലെങ്കിൽ തവളയ്ക്ക് കുറേക്കാലം കൂടി ജീവിക്കാൻ കഴിഞ്ഞേക്കും." പാമ്പ് തവളയെ ജീവിക്കാൻ വിടുന്നു. വേട്ടക്കാരന് ഇരയോടു തോന്നുന്ന ദയവിന്റെ കഥയിൽ നിന്നാണ് രാജാവിന്റെ കഥയുടെ തുടക്കമെന്ന് ലോഹി പിന്നീട് പറഞ്ഞിട്ടുണ്ട്.

ഒരു വൈകുന്നേരമാണ് കൈതപ്രം ലോഹിയെ കാണാനെത്തുന്നത്. ലോഹി എഴുതിക്കൊണ്ടിരിക്കുന്ന കഥയുടെ ത്രെഡ് പറഞ്ഞു. ക്ലാസ്സിക്കൽ സംഗീതത്തിന്റെ പശ്ചാത്തലം നൽകാനുദ്ദേശിക്കുന്നു എന്നു കൂടി പറഞ്ഞപ്പോൾ, കൈതപ്രം നേരത്തെ എഴുതിവച്ചിരുന്ന ചില വരികൾ മൂളി. കൃഷ്ണനെയോർത്ത് വിരഹിണിയായ രാധ പാടുന്ന പരിഭവം കലർന്ന വരികളായിരുന്നു അത്.

"ഗോപികാവസന്തം തേടി വനമാലി... നവനവ ഗോപികാവസന്തം തേടീ വനമാലി....

എൻ മനമുരുകും വിരഹതാപമറിയാതെന്തേ"

ആദ്യത്തെ രണ്ടു വരികൾ കേട്ടതേയുള്ളൂ, ലോഹി കൈതപ്രത്തിന്റെ കൈകൾ ചേർത്തുപിടിച്ചു പറഞ്ഞു. "ഗംഭീരം!ഇതാണ് നമ്മുടെ പടത്തിന്റെ സബ്ജക്റ്റ്. ഈ രാധ തന്നെയാണ് നായിക''.

'ഹിസ് ഹൈനസ് അബ്ദുള്ള' എന്ന സിനിമയുടെ കഥ എഴുത്തുകാരന്റെ മനസ്സിൽ വ്യക്തതയോടെ രൂപപ്പെട്ട നിമിഷമായിരുന്നു അത്.

ഷൊറണൂര് അടുത്തുള്ള കവളപ്പാറ കൊട്ടാരം ലൊക്കേഷൻ നോക്കുന്നതിന്റെ ഭാഗമായുള്ള യാത്രയിൽ ലോഹി സുന്ദർദാസിനെയും കൂടെ കൂട്ടി. മദ്രാസ് ജീവിതം അവസാനിപ്പിച്ച് ചാലക്കുടിയിൽ സ്ഥിരതാമസമാക്കിയിരുന്നു ആ സമയത്ത് സുന്ദർദാസ്. ലോഹിയും

സുന്ദരവും ഒരുമിച്ചായിരുന്നല്ലോ സിനിമാസ്വപ്നങ്ങൾ കണ്ടിരുന്നത്. ലോഹി ആദ്യമായി എഴുതിയ ഹ്രസ്വ തിരക്കഥ 'അഞ്ചരക്കുള്ള വണ്ടി' എന്ന ഹ്രസ്വചിത്രത്തിനായിരുന്നു. സുന്ദർദാസ് അത് സംവിധാനം ചെയ്യാനിരുന്നതാണെങ്കിലും നടന്നില്ല. ലോഹി ഇപ്പോൾ മലയാള സിനിമയുടെ ഉയരങ്ങളിലാണ്. സുന്ദരത്തിന് ഒന്നുമാവാൻ പറ്റിയിട്ടില്ല. അങ്ങനെയൊരു നിരാശ രണ്ടുപേർക്കുമുണ്ട്.

ലൊക്കേഷൻ കണ്ട് തിരിച്ചു വരുമ്പോൾ വടക്കാഞ്ചേരി റെയിൽവേ ഗെയ്റ്റ് അടച്ചിരിക്കുകയാണ്. കാറിൽ നിന്ന് ഇറങ്ങി ലോഹിയും സുന്ദരവും വെറുതെ നടന്നു. ലോഹി ഒരു സിഗരറ്റെടുത്ത് തീ കൊളുത്തിക്കൊണ്ട് സുന്ദരത്തിനോട് പറഞ്ഞു.

" ഇങ്ങനെ ആയാൽ ശരിയാവില്ല, താൻ വേഗം തന്നെ രക്ഷപ്പെടണം. തന്റെ മുന്നിൽ ഞാൻ മൂന്ന് വഴികൾ പറയാം. ഒന്ന് ഞാനൊരു അമ്പതിനായിരം രൂപ തരാം. അതു കൊണ്ട് സ്വന്തമായി ബിസിനസ് എന്തെങ്കിലും ചെയ്യുക. രണ്ട്, കിരീടത്തിന്റെ പ്രൊഡ്യൂസർ ഉണ്ണിയോട് പറഞ്ഞ് അയാളുടെ സ്റ്റെബിലൈസർ കമ്പനിയുടെ ഒരു ഏജൻസി തരപ്പെടുത്താം..." മൂന്നാമത്തെ വഴി പറയുന്നതിനു മുമ്പേ ട്രെയിനിന്റെ ഹോൺ മുഴങ്ങി. അവർ കാർ നിർത്തിയിടത്തേയ്ക്ക് തിരിച്ചു നടന്നു.

നടക്കുന്നതിനിടയിൽ ലോഹി മൂന്നാമത്തെ വഴിയും പറഞ്ഞു.

" താൻ പഴയ പയ്യനല്ല എന്നറിയാം. കല്യാണമൊക്കെ കഴിഞ്ഞ് അല്പം സീനിയറാണ്. പഴയ പോലെ അസിസ്റ്റന്റ് ഡയറക്ടറാവുകയൊന്നും എളുപ്പമല്ല. സംവിധായകനു മുന്നിൽ തല ചൊറിഞ്ഞ് നിൽക്കേണ്ടി വരും. തെറിവിളിയും വഴക്കുമൊക്കെ കേൾക്കേണ്ടിയും വരും. അതിന് കുഴപ്പമില്ലെങ്കിൽ ഞാൻ സിബിയോട് പറയാം, അബ്കാരി കഴിഞ്ഞ് അടുത്ത പടത്തിൽ സംവിധാന സഹായികളിൽ ഒരാളായി നിർത്താൻ. പഴയ സിനിമാ താല്പര്യങ്ങൾ അതുപോലെ ഉണ്ടെങ്കിൽ മാത്രം. എന്തു പറയുന്നു..?"

പതിവിലധികം നീളമുള്ള ഒരു ചരക്കു വണ്ടി അവിടമാകെ കുലുക്കിക്കൊണ്ട് കടന്നു പോവാൻ തുടങ്ങി. ഒരു പക്ഷേ പ്രിയ സുഹൃത്ത് തന്റെ ജാതകം മാറ്റിയെഴുതുന്നതിന്റെ തുടക്കമാവാം ഈ നിമിഷമെന്ന് സുന്ദരത്തിന് തോന്നി. അയാൾ മൂന്നാമത്തെ വഴി തെരഞ്ഞെടുത്തു. ലോഹി അയാളുടെ നിശ്ചയത്തെ അഭിനന്ദിച്ചു കൊണ്ട് കാറിലേയ്ക്ക് കയറി. സഹയാത്രികനാവാൻ ഉറച്ചുകൊണ്ട് സുന്ദരവും കയറിയിരുന്നു.

ലാലിന്റെ നായികയാവാൻ തെരഞ്ഞെടുക്കപ്പെട്ടത് തമിഴ് - തെലുങ്ക്

- കന്നഡ സിനിമകളിലൂടെ പ്രശസ്തിയുടെ ഉന്നതിയിൽ നിന്ന ഗൗതമി യായിരുന്നു. രാധിക എന്ന കഥാപാത്രം മലയാളത്തിൽ ഗൗതമിയുടെ അരങ്ങേറ്റമായി.

ഒരു കുറവും വരുത്താത്ത 'റിച്ച്' പ്രൊഡക്ഷനായിരുന്നു അബ്ദുള്ള യുടേത്. സി.കെ.സുരേഷായിരുന്നു കലാസംവിധായകൻ. സ്വർണ്ണ നിറത്തിന്റെ ടോണിൽ മനോഹരമായി ദൃശ്യങ്ങൾ പകർത്താൻ ഛായാഗ്രാഹകൻ ആനന്ദക്കുട്ടന് കഴിഞ്ഞു. കന്യാകുമാരിയിലെ പത്മനാഭപുരം കൊട്ടാരത്തിലും, വർക്കലയിലും ബോംബെയിലുമായി നാല്പത്തഞ്ച് ദിവസത്തെ ചിത്രീകരണം പൂർത്തിയായി. നെടുമുടി വേണു, ശ്രീനിവാസൻ, തിക്കുറുശ്ശി, എം.ജി.സോമൻ, കരമന, ജഗദീഷ്, മാമുക്കോയ, ശങ്കരാടി, മണിയൻ പിള്ള രാജു, കെ.പി.എ.സി ലളിത, വത്സല മേനോൻ തുടങ്ങി വമ്പൻ താരനിര അണിനിരന്നു.

എൽ. ഭൂമിനാഥന്റെ എഡിറ്റിങ്ങ് ടേബിളിൽ ഫസ്റ്റ് കട്ട് കഴിഞ്ഞ പ്പോൾ സിനിമ മൂന്നേമുക്കാൽ മണിക്കൂർ നേരം ദൈർഘ്യമുണ്ടാ യിരുന്നു. ഒരു മണിക്കൂർ സമയമെങ്കിലും വെട്ടിക്കുറയ്ക്കണം. സിബി ആശയക്കുഴപ്പത്തിലായി. വൻ സെറ്റുകളിട്ട് ചെയ്ത വമ്പൻ സീനുകളാണ് എല്ലാം. പക്ഷേ വെട്ടിമാറ്റാതെ വയ്യ. ലോഹിയുമായി ചർച്ച ചെയ്ത് പ്ര ധാനപ്പെട്ടവയെങ്കിലും മാറ്റാവുന്ന സീനുകളുടെ ഒരു ലിസ്റ്റുണ്ടാക്കി. രണ്ട് മണിക്കൂർ മുപ്പത്തിയാറ് മിനിറ്റായി റീ എഡിറ്റ് ചെയ്യുമ്പോൾ സിബിക്ക് മനസ്സിൽ നല്ല സംശയമുണ്ടായിരുന്നു. കഥയുടെ ഒഴുക്ക് പോകുമോ മെയ്ക്കിങ്ങിലെ 'റിച്ച്നെസ്' നഷ്ടപ്പെടുമോ എന്നൊക്കെ. പക്ഷേ 1990 മാർച്ച് 30ന് റിലീസ് ചെയ്ത നിമിഷം മുതൽ ആൾക്കൂട്ടം ഇരച്ചു വരുന്ന റിസൾട്ടായിരുന്നു പ്രദർശനശാലകളിലെല്ലാം.

'ഗോപികാവസന്ത'ത്തിന്റെ കമ്പോസിങ് സമയത്ത് സിറ്റ്വേഷൻ വിവരിച്ചു കേട്ടപ്പോൾ സംഗീതസംവിധായകൻ രവീന്ദ്രൻ പറഞ്ഞു "ഒരു മെയ്മാസപ്പുലരിയിൽ എന്ന പടത്തിനു വേണ്ടി മുൻപ് ഞാൻ ഒരു പാട്ട് ചെയ്തിട്ടുണ്ട്. ഭാസ്കരൻ മാഷുടെ വരികളാണ്. പാട്ട് എല്ലാവർക്കും ഇഷ്ടപ്പെട്ടെങ്കിലും വിചാരിച്ചപോലെ ഹിറ്റായില്ല. ആ പാട്ട് ബെയ്സ് ചെയ്ത പുതിയൊരു ഈണം കമ്പോസ് ചെയ്താൽ നന്നായിരിക്കും എന്ന് തോന്നുന്നു..."

പാട്ട് കേൾക്കട്ടെ എന്നായി ലോഹിതദാസ്. പരുഷവും ഹൃദ്യവുമായ ശബ്ദത്തിൽ രവീന്ദ്രൻ പാടി. "ഇരു ഹൃദയങ്ങളിൽ ഒന്നായ് വീശി നവ്യ സുഗന്ധങ്ങൾ...."

ലോഹിക്ക് പാട്ട് ഇഷ്ടപ്പെട്ടു. ആ ഗാനത്തിന്റെ ചുവടു പിടിച്ച് രവീന്ദ്രൻ ഉണ്ടാക്കിയ പുതിയ ഈണത്തിന് കൈതപ്രം വരികൾ എഴുതി 'പ്രമദവനം വീണ്ടും ഋതുരാഗം ചൂടി...'

യേശുദാസിന് മാത്രം എല്ലാ വർഷവും പുരസ്കാരം കിട്ടുന്നു എന്ന പരാതിയിൽ നീരസം വന്ന് അദ്ദേഹം പിന്നണി ഗാനരംഗം വിട്ട സമയം. രവീന്ദ്രൻ പലതവണ നിർബന്ധിച്ചു. പ്രമദവനം പാടാൻ. ഒടുവിൽ അദ്ദേഹം സമ്മതിച്ചു. രവീന്ദ്രൻ മാഷുടെ പ്രിയപ്പെട്ട ജോഗ് രാഗത്തിലായിരുന്നു ഗാനം. സംഗീതപ്രധാനമായ സിനിമയിൽ ആറു പാട്ടുകളിൽ അഞ്ചും പാടിയത് ദാസേട്ടനായിരുന്നെങ്കിലും ലഭിച്ച ഒറ്റ പാട്ടിലൂടെ മികച്ച ഗായകനുള്ള ദേശീയ അവാർഡ് നേടിക്കൊണ്ട് എം.ജി.ശ്രീകുമാർ എല്ലാവരേയും അത്ഭുതപ്പെടുത്തി. "നാദരൂപിണീ ശങ്കരീ പാഹിമാം..." എന്ന ഗാനമായിരുന്നു ശ്രീകുമാറിന്റെ ഭാഗ്യഗാനമായത്.

ദേവസഭാതലം എന്ന ഗാനം തിരക്കഥയ്ക്കനുസരിച്ച് മത്സരസ്വഭാവത്തിൽ സൃഷ്ടിച്ചെടുത്തതാണ് രവീന്ദ്രൻ. ഒന്നും രണ്ടുമല്ല ഒമ്പതു രാഗങ്ങളിലൂടെയാണ് ഈ ഒറ്റ ഗാനം സഞ്ചരിക്കുന്നത്. ഹിന്ദോളം, തോഡി, പന്തുവരാളി, ആഭോഗി,മോഹനം,ഷണ്മുഖപ്രിയ,കല്യാണി,ചക്രവാകം, രേവതി എന്നീ രാഗങ്ങളെ അസാമാന്യ ചാരുതയോടെ ചേർത്തുവെച്ച ദേവസഭാതലം ഇന്ത്യൻ സിനിമാ ചരിത്രത്തിലെ തന്നെ വേറിട്ടൊരു പരീക്ഷണമായി.

യേശുദാസും എം.ജി ശ്രീകുമാറും രവീന്ദ്രൻമാഷും സുജിത് എന്ന പേരിൽ അന്ന് അറിയപ്പെട്ടിരുന്ന ഇന്നത്തെ സംഗീതസംവിധായകൻ ശരത്തും ചേർന്നായിരുന്നു ദേവസഭാതലം പാടിയത്.

മോഹൻ സിത്താരയുടെ പശ്ചാത്തലസംഗീതം തിരക്കഥയുടെ താളത്തെ മുറിയാതെ പിന്തുടർന്നു. പിന്നീട് സാന്ത്വനം എന്ന ചിത്രത്തിൽ "സ്വരകന്യകമാർ വീണമീട്ടുകയായ്...'' എന്ന ഗാനമായ് തീർന്നത് മോഹൻ സിത്താര അബ്ദുള്ളക്കു വേണ്ടി ചെയ്ത ബി.ജി.എം ആയിരുന്നു.

ലാലും നെടുമുടിയും മത്സരിച്ചഭിനയിച്ചു. മികച്ച സഹനടനുള്ള ദേശീയ പുരസ്കാരത്തിന് നെടുമുടിയെ അർഹനാക്കി. സാക്ഷാൽ പി. ഭാസ്കരൻ മാഷ് മനസ്സു തുറന്ന് അഭിനന്ദിച്ചിരുന്നു ഹിസ് ഹൈനസ് അബ്ദുള്ളയെ. മലയാള സിനിമയിലേയ്ക്ക് ശുദ്ധസംഗീതത്തെ തിരിച്ചു കൊണ്ടുവന്നതിനായിരുന്നു അദ്ദേഹത്തിന്റെ അഭിനന്ദനം.

"അസ്സലാമു അലൈക്കും..

ഞാൻ ആണ് അബ്ദുള്ള. ഹിസ് ഹൈനെസ്സ് അബ്ദുള്ള. മനസ്സിലായില്ലേ..

നമസ്കാരം.മോഹൻലാൽ ആണ്.നിങ്ങൾ വളർത്തി വലുതാക്കിയ മോഹൻലാൽ. കാലബിന്ദുവിൽ എവിടെ നിന്നോ ആരംഭിച്ച മഹാപ്രവാഹത്തിൽ ഞെട്ടറ്റു വീണ പൊന്നശോകപ്പൂവ് പോലെ ഞാനും...

ലക്ഷ്യമറിയില്ല. ഒഴുക്കായിരുന്നു, എങ്ങോട്ടെന്നറിയാത്ത ഒഴുക്ക്...

തുരുമ്പ് വന്ന വീണക്കമ്പികളിൽ ഏതോ നഷ്ടസംഗീതം ഉണരുന്നതു കേട്ടു കിടന്നു. മൂർദ്ധാവിൽ ഇറ്റു വീണ കണ്ണുനീർതുള്ളികളിൽ അമ്മയുടെ ഹൃദയരക്തം കലർന്നിരുന്നു. മഴമേഘങ്ങൾ കാത്തിരിക്കുന്ന ആകാശത്തിനു താഴെ, വേനലിൽ നീറുന്ന വരണ്ട ഭൂമിയിലൂടെ ഉടഞ്ഞ അസ്ഥികഷ്ണങ്ങൾക്കും കിനാവുകളുടെ ജീർണ്ണ ജഡങ്ങൾക്കും ഇടയിലൂടെ എങ്ങോട്ടാണീ യാത്ര... ശാന്തിതീരം എവിടെയാണ്... ഇവിടെയാണോ?..."

'പ്രമദവനം വീണ്ടും' എന്ന ഗാനം ഓഡിയോ കാസെറ്റിൽ തുടങ്ങുന്നതിനു മുൻപ് മോഹൻലാലിന്റെ ശബ്ദത്തിൽ ഇങ്ങനെ ആമുഖം ചേർത്തിരുന്നു... ലോഹിതദാസ് എഴുതിയ ഈ വരികളിൽ തമ്പുരാന്റെ ചങ്ങാതി അമീർഖാൻ സാഹിബിന്റെ മകൻ അബ്ദുള്ളയുടെ ഭൂതകാലമാണ്. തിരക്കഥയിൽ പറയാത്ത ആ വിശദാംശങ്ങളിലും ലോഹി സ്വന്തം ഒറ്റപ്പെടലിന്റെ ഭൂതകാലം വരച്ചു വെച്ചത് കാണാം...

അബ്ദുള്ളയുടെ കഥയിൽ നിന്ന് പ്രചോദനമുൾക്കൊണ്ട് 'മേട്ടുക്കുടി' എന്നൊരു സിനിമയുണ്ടായി തമിഴിൽ. കാർത്തിക് നായകനായ ആ സിനിമ ഒമ്പതാം നൂറ്റാണ്ടിലെ രാജ രാജ ചോളൻ എന്ന രാജാവിന്റെ വാൾ മോഷ്ടിക്കാനുള്ള ദൗത്യവുമായെത്തുന്നയാളെ കൊച്ചുമകൾ പ്രണയിക്കുന്ന കഥയായിരുന്നു പറഞ്ഞത്. അതിന്റെ കഥയും തിരക്കഥയും ലോഹിയായിരുന്നില്ല ചെയ്തത്.

റൗഡിയുടെ ജീവിതവും ഓമനയുടെ പ്രണയവും

കോക്കേഴ്സ് ഫിലിംസിന്റെ ബാനറിൽ സിയാദ് കോക്കർ നിർമ്മിക്കുന്ന പുതിയ ചിത്രത്തിന് സത്യൻ അന്തിക്കാട് തേടിയത് ലോഹിതദാസിന്റെ തിരക്കഥയായിരുന്നു. ചർച്ചകളിൽ ഒരിക്കൽ കൂടി ഒരു തെരുവു ഗുണ്ടയുടെ കഥ പറയാനുള്ള സാധ്യതക ളാണ് ലോഹി അവതരിപ്പിച്ചത്. സത്യനും സമ്മതം. മമ്മൂട്ടിക്കുവേണ്ടി 'നത്ത് നാരായണൻ' എന്ന കഥാപാത്രം ഒരുങ്ങി.

കൊച്ചി ലൊക്കേഷനായി ചിത്രീകരിച്ച കനൽക്കാറ്റിൽ ജയറാം, മുരളി, കെ.പി.എ.സി ലളിത, ഉർവശി, ശാരി, ഒടുവിൽ ഉണ്ണികൃഷ്ണൻ, ഇന്നസെന്റ്, മാമുക്കോയ, മോഹൻരാജ്, ശങ്കരാടി ' എന്നിവരാണ് മറ്റു കഥാപാത്രങ്ങളെ അവതരിപ്പിച്ചത്. ഗാനരചന കൈതപ്രം, സംഗീത സംവിധാനം ജോൺസൻ. "ചെത്തിക്കിണങ്ങിയാടടേ..." എന്ന തമിഴ് ശൈലിയിലുള്ള പാട്ട് യേശുദാസാണ് പാടിയത്.

നത്ത് നാരായണൻ എന്ന റൗഡിയുടെ കഥാപാത്രം മമ്മൂട്ടിയുടെയും ഓമന എന്ന സാധാരണക്കാരി കഥാപാത്രം കെ.പി.എ.സി ലളിതയു ടേയും അഭിനയ ജീവിതത്തിലെ അവിസ്മരണീയ പ്രകടനങ്ങളായി. ഹാസ്യത്തിലൂടെ കഥ പറഞ്ഞ് പറഞ്ഞ് ഒടുവിൽ വലിയ സങ്കടങ്ങൾ ധ്വനിപ്പിപ്പിക്കുകയായിരുന്നു തിരക്കഥ.

"ഓമനേ ഈ വെളിച്ചം നമുക്ക് വേണോ?"

എന്ന് നത്ത് നാരായണൻ ഓമനയോട് ചോദിക്കുന്ന ഡയലോഗും മുരളിയുമായി തല്ലുകഴിഞ്ഞ് രണ്ടുപേരും വീണ്ടും ഒന്നാവുന്ന സീനിലെ "ഉള്ളി താളിച്ചൊഴിച്ചല്ലേ, നല്ല മണം കിട്ടി..." എന്ന ചോദ്യവും മൂപ്പരോട് മാത്രമായിട്ട് ഞാനൊന്നു സംസാരിച്ചോട്ടെ?..." എന്ന് ഓമന ബോംബെയിലേയ്ക്ക് അടുക്കളപ്പണിക്ക് പോകുന്ന കാര്യം നത്തിനോട് പറയാൻ വരുന്ന സീനിലെ വികാരം മുറ്റിനിക്കുന്ന അഭ്യർത്ഥനയും കഥാപാത്രങ്ങളുടെ മനസ്സ് പ്രേക്ഷകന് തുറന്നുവെച്ചു കൊടുക്കുന്ന തരത്തിൽ ഹൃദയസ്പർശികളായിരുന്നു.

കൊച്ചി ഗാന്ധിനഗറിലെ ചെറിയൊരു ചായക്കടയിൽ 'നത്ത് നാരായണൻ' ഊണുകഴിക്കുന്ന രംഗം ഷൂട്ടു ചെയ്യുമ്പോൾ മമ്മൂട്ടി ആ കടയിലെ ഭക്ഷണം തന്നെ കഴിച്ച് ചിത്രീകരിക്കാം എന്നു നിർബന്ധം പിടിച്ചതും ഷൂട്ടു തീരുമ്പോഴേക്കും കടയിലെ ഊണു മുഴുവൻ സ്വാദോടെ കഴിച്ചു തീർത്തതും പിന്നീട് സത്യൻ അന്തിക്കാട് ചിരിയോടെ പറഞ്ഞിട്ടുണ്ട്.

'കനൽക്കാറ്റി'ലൂടെ തികച്ചും അവിചാരിതമായിട്ടാണ് നടി ബീനാ ആന്റണിയുടെ സിനിമാ പ്രവേശം. പഠിച്ചു കൊണ്ടിരുന്ന സമയത്ത് ഒരു ടെസ്റ്റ് എഴുതാൻ പോയ വഴിക്ക് സിനിമയുടെ ചിത്രീകരണം കൗതുകത്തോടെ നോക്കി നിന്നു ബീനയും കൂട്ടുകാരികളും. അവരുടെ കൗതുകം കണ്ടിട്ടാകണം പ്രൊഡക്ഷൻ കണ്ട്രോളർ ഷണ്മുഖൻ അടുത്തേക്ക് വന്നു. അദ്ദേഹത്തോട് ആരുടെ സിനിമയാണ് ആരാണ് അഭിനയിക്കുന്നത് എന്നൊക്കെ കൂട്ടുകാരികൾ ചോദിച്ചു. മറുപടി പറഞ്ഞ പ്രൊഡക്ഷൻ കൺട്രോളർ ചെറിയൊരു വേഷത്തിനു വേണ്ടി അവരെ ക്ഷണിക്കുകയും ചെയ്തു. അങ്ങനെ അവിചിരിതമായി ബീന എന്ന പെൺകുട്ടി കനൽക്കാറ്റിൽ അഭിനയിക്കുകയായിരുന്നു. ചിത്രം തീയേറ്ററുകളിൽ ശരാശരി വിജയം നേടി.

അത്ഭുത സിനിമയും ആഘാതമുണ്ടാക്കിയ വിയോഗവും

മദ്രാസിലേക്കുള്ള തീവണ്ടി യാത്രയിലാണ് നെടുമുടി വേണു ലോഹിയോട് മനസ്സിലുള്ള ആ കഥാതന്തു പറയുന്നത്. നാടകക്കാരായ ഒരു അപ്പനും മകനും അവരുടെ ഹൃദയബന്ധങ്ങളും പശ്ചാത്തലമാക്കിയ കുടുംബകഥ. നടൻ ഇന്നസെന്റും അദ്ദേഹത്തിന്റെ അപ്പനും തമ്മിലുള്ള ബന്ധത്തിൽ നിന്നായിരുന്നു നെടുമുടിക്ക് കഥയുടെ പ്രചോദനം കിട്ടിയിരുന്നത്.

ലോഹിയും സിബിയും ചർച്ചചെയ്ത് അതിനെ പ്രൊജക്ടാക്കി. കൃഷിക്കാരനായ അപ്പനും അയാളുടെ മകനും എന്ന നാടൻ പശ്ചാത്തലത്തിലാണ് ലോഹി കഥ ഒരുക്കിയത്. മോഹൻലാലിനെ നായകനാക്കി കോഴിക്കോട്ടു വെച്ച് ഷൂട്ടിംഗും തീരുമാനിക്കപ്പെട്ടു. മദ്രാസിലെ ആർ ആർ തീയേറ്ററിൽ രണ്ട് ഗാനങ്ങളുടെ റെക്കോഡിംഗ് രവീന്ദ്രൻ മാഷ് തീർത്തിട്ടുണ്ട്.

പടം തുടങ്ങുന്നതിന് രണ്ടു ദിവസം മുമ്പ് കോഴിക്കോട് മഹാറാണി ഹോട്ടലിൽ മോഹൻലാലും സിബിയും ലോഹിയും രവീന്ദ്രനുമടക്കം എല്ലാവരും ഒത്തുചേർന്നു. മോഹൻലാൽ അഭ്യർത്ഥിച്ചതു പ്രകാരം കഥ ഒന്നുകൂടി വിശദമായി പറഞ്ഞു കൊടുക്കുകയും ചെയ്തു ലോഹി. പൂജയുടെ

അന്ന് രാവിലെയാണ് ഇതുമായി സാദൃശ്യമുള്ള മറ്റൊരു കഥ ഉണ്ടെന്ന് എല്ലാവരും അറിയുന്നത്. ബാലചന്ദ്രമേനോന്റെ 'ഒരു പൈങ്കിളിക്കഥ' എന്ന സിനിമയുടെ കഥയാണ് എങ്ങനെയോ ഈ കഥയുമായി സാമ്യത യിൽ വന്നിരുന്നത്. സിബിയുടെ അസിസ്റ്റന്റായിരുന്ന പിന്നീട് സംവിധാ യകനായ ജോസ് തോമസായിരുന്നു സാദൃശ്യം കണ്ടെത്തിയത്. 1984 ൽ പുറത്തിറങ്ങിയ ആ ചിത്രത്തിലെ "ആന കൊടുത്താലും കിളിയേ ആശ കൊടുക്കാമോ?..." എന്ന ഗാനം എല്ലാവർക്കും അത്രയേറെ പരിചിതമായിരുന്നിട്ടും കഥയിലെ ഈ സാദൃശ്യം സംവിധായകനും തിരക്കഥാകൃത്തും ശ്രദ്ധിച്ചിരുന്നില്ല. ലോഹിയും സിബിയും ഇക്കാര്യം സംസാരിച്ചു. തല്ക്കാലം പൂജ നടക്കട്ടെ എന്ന് സിബി തീരുമാനിച്ചു. പൂജയ്ക്കു ശേഷം നിർമ്മാതാവ് സെവൻ ആർട്സ് വിജയകുമാറുമായും ലാലുമായും സിബി ഈ പ്രതിസന്ധി ചർച്ച ചെയ്തു.

വിവരം പതുക്കെ എല്ലാവരും അറിഞ്ഞു. പുതിയ കഥയും തിരക്ക ഥയുമായി ഷൂട്ടിംഗ് തുടങ്ങാൻ ഒരു വർഷമെങ്കിലും താമസിക്കുമെന്നും തല്ക്കാലം ഈ പ്രൊജക്റ്റ് ഉപേക്ഷിക്കേണ്ടി വരുമെന്നും എല്ലാവരും ഉറപ്പിച്ചു. ഉത്സവത്തിരക്കിൽ നിന്ന മഹാറാണി ഹോട്ടൽ മരണവീടു പോലെ നിശ്ശബ്ദമായി.

"ഒരാഴ്ചയ്ക്കുള്ളിൽ മറ്റൊരു കഥ കണ്ടെത്താൻ കഴിഞ്ഞാൽ പ്രൊജക്റ്റ് നടക്കും. അല്ലെങ്കിൽ ഇതു നടക്കില്ല. എന്തു പറയുന്നു?" ഇതായിരുന്നു മോഹൻലാലിന്റെ ചോദ്യം. അങ്ങേയറ്റം വിഷമിപ്പിക്കുന്ന ചോദ്യ മാണെങ്കിലും സിബി പറഞ്ഞ മറുപടി കേട്ട് ലാലും വിജയകുമാറും ഞെട്ടി. ഉച്ചയ്ക്ക് ഒരു മണിക്കു മുൻപ് പുതിയ കഥയുമായി വരുമെന്ന് ഉറപ്പു പറഞ്ഞ് സിബി ലാലിന്റെ മുറിയിൽ നിന്നിറങ്ങി. തന്റെ വജ്രായു ധമായ ലോഹിതദാസ് എന്ന പ്രതിഭയിലുള്ള അകമഴിഞ്ഞ വിശ്വാസം മാത്രമാവണം സിബിയെക്കൊണ്ട് അങ്ങനെ ചെയ്യിച്ചത്.

സിനിമ നടക്കണമെങ്കിൽ മണിക്കൂറുകൾക്കുള്ളിൽ പുതിയ കഥ കണ്ടെത്തണം. കടുത്ത പ്രതിസന്ധിയുടെ മുന്നിലും കീഴടങ്ങാൻ ലോഹിയിലെ പ്രതിഭ തയ്യാറായില്ല. സിബിയും ലോഹിയും കൂടി കാറിൽ പുറത്തു പോയി. കോഴിക്കോട് ബീച്ചിലൂടെ നടന്ന് കുറഞ്ഞ സമയത്തി നുള്ളിൽ കുറേ കാര്യങ്ങൾ അവർ ചർച്ച ചെയ്തു.

ലോഹിക്ക് പ്രധാനമായും സിബിയിൽ നിന്ന് വേണ്ടത് ഒരു അനുമ തിയായിരുന്നു. മുമ്പ് സിബിയുടെ കുടുംബത്തിലുണ്ടായ ഒരനുഭവം തിര ക്കഥയിൽ ഉപയോഗിക്കാനുള്ള സമ്മതം. സിബിയുടെ കുടുംബത്തിലെ ഒരു പ്രധാന ചടങ്ങ് ആഘോഷപൂർവ്വം നടക്കുമ്പോൾ മുതിർന്ന ഒരു

കുടുംബാംഗം മറ്റൊരിടത്ത് മരിച്ചു കിടക്കുകയായിരുന്നു. മാറ്റിവെച്ചാലുള്ള വലിയ ബുദ്ധിമുട്ടുകളാലോചിച്ച് മരണവാർത്ത അധികമാരെയും അറിയിക്കാതെ ചടങ്ങ് നടത്തി. പത്രത്തിൽ വന്ന മരണവാർത്ത മറ്റാരും കാണാതിരിക്കാൻ ആ ഭാഗം ആരോ ഒരാൾ മുറിച്ചെടുത്തത് സിബി ഓർമ്മിച്ചിരുന്നു. സിബി പറഞ്ഞു കേട്ട ആ അനുഭവം ലോഹിയെ വല്ലാതെ സ്വാധീച്ചു. അതാണിപ്പോൾ ലോഹിക്ക് വേണ്ടത്. തീർത്തും തന്റെ കുടുംബത്തിനകത്ത് മാത്രമറിയാവുന്ന ആ സംഭവം സിനിമയിലുപയോഗിക്കുന്നതിന്റെ അനൗചിത്യമോർത്ത് സിബി ലോഹിയെ പിന്തിരിപ്പിക്കാൻ നോക്കി. ലോഹിയാവട്ടെ താൻ പറഞ്ഞതിന്റെ സാധ്യതകൾ സിബിയെ മനസ്സിലാക്കിക്കാനും ശ്രമിച്ചുകൊണ്ടിരുന്നു. ഒടുവിൽ ലോഹിയുടെ വാക്കുകളിൽ അതിഗംഭീരമായൊരു സിനിമയുടെ സാധ്യതകൾ കണ്ടറിഞ്ഞ സിബിയിലെ സംവിധായകന് പിന്നെ കൂടുതലൊന്നും പറയാനുണ്ടായിരുന്നില്ല.

ഒന്നോ രണ്ടോ മണിക്കൂറിനുള്ളിൽ അവർ തിരിച്ചു വന്നത് പുതിയ കഥയുമായിട്ടായിരുന്നു. ലാലിനോട് പുതിയ കഥ പറഞ്ഞു. "ഇത്രയും നല്ല കഥയുണ്ടായിട്ടായിരുന്നോ നിങ്ങൾ വെറുതെ മറ്റു കഥകൾ ആലോചിച്ചത്?" എന്നായിരുന്നു മോഹൻ ലാലിന്റെ പ്രതികരണം. ഉണ്ടായിരുന്ന കഥയല്ല, ഇപ്പൊ ഉണ്ടാക്കിയ കഥയാണെന്ന് ലോഹി ചിരിച്ചുകൊണ്ട് പറഞ്ഞു.

മറ്റൊരു പ്രതിസന്ധി കൂടി ഉണ്ടായിരുന്നു. മുമ്പ് തീരുമാനിച്ച കഥയ്ക്ക് വേണ്ടി മോഹൻലാലിനെ കൂടാതെ കാസ്റ്റ് ചെയ്തിരുന്നത് മുരളി, തിക്കുറുശ്ശി, കവിയൂർ പൊന്നമ്മ, കെ.പി.എ.സി ലളിത, സുചിത്ര, ഒടുവിൽ ഉണ്ണികൃഷ്ണൻ, എം.എസ്. തൃപ്പൂണിത്തുറ, ബോബി കൊട്ടാരക്കര തുടങ്ങിയവരെ ആയിരുന്നു. അവരെല്ലാം ഷൂട്ടിനു വേണ്ടി വരികയും ചെയ്തിട്ടുണ്ട്. ആരെയും മടക്കിയയക്കാൻ പറ്റില്ല. എഴുതാൻ പോകുന്ന തിരക്കഥയിലും ഇവരെയൊക്കെത്തന്നെ അഭിനയിപ്പിക്കേണ്ടി വരും.

പറഞ്ഞ് കാസ്റ്റ് ചെയ്തതുപോലെ എല്ലാവർക്കും യോജിച്ച വേഷങ്ങൾ തന്നെ സൃഷ്ടിക്കാൻ രചനയുടെ മാന്ത്രികനായ ലോഹിക്ക് കഴിഞ്ഞു. നെടുമുടിയുടെ ജോഡിയായ ചേട്ടത്തിയമ്മയായി അഭിനയിക്കാൻ മാത്രം ഒരാളെ അന്വേഷിച്ചു. നടി ലക്ഷ്മിയെ ഉറപ്പിച്ചു. ഫോൺ ചെയ്തന്വേഷിച്ചപ്പോൾ അവർ ഹൈദരാബാദിൽ ഒരു തെലുഗ് ലൊക്കേഷനിലേയ്ക്ക് പോവാൻ നിൽക്കുകയാണ്. സംഭവിച്ച കാര്യങ്ങളെല്ലാം പറഞ്ഞ് ബോധ്യപ്പെടുത്തി മൂന്നാം ദിവസം കോഴിക്കോട്ടെത്തണമെന്ന് ഉറപ്പിച്ചു. തെലുഗ് സിനിമ ഓവർടൈം എടുത്ത് തീർത്ത് ഷൂട്ടിങ്ങിന്റെ രണ്ടാം

ദിവസം ലക്ഷ്മി തന്റെ കരിയറിലെ ഏറ്റവും തിളക്കമുള്ള കഥാപാത്രമാവാൻ കോഴിക്കോട്ടെത്തി.

സീനുകൾ എഴുതിത്തുടങ്ങി. കല്ലൂർ രാമനാഥൻ എന്ന പ്രശസ്ത സംഗീതജ്ഞനും കല്ലൂർ ഗോപിനാഥൻ എന്ന സഹോദരനും തമ്മിലുള്ള ഹൃദയബന്ധത്തിന്റെ കഥ ശാസ്ത്രീയ സംഗീതത്തിന്റെ പശ്ചാത്തലത്തിൽ ഇഴചേർത്തു. അക്കാലത്ത് സിനിമാ ഇൻഡസ്ട്രി മുഴുവൻ സംസാരവിഷയമായിരുന്ന ഗോസിപ്പായിരുന്നു എം.ജി.രാധാകൃഷ്ണൻ - എം.ജി ശ്രീകുമാർ സഹോദരങ്ങൾക്കിടയിലെ ഈഗോ ക്ലാഷ്. സംഗീതജ്ഞരുടെ കഥ മെനയുമ്പോൾ ലോഹിയുടെയുള്ളിൽ അതും ഒരു ഘടകമായിട്ടുണ്ടെന്ന് വിശ്വസിക്കുന്നവരുണ്ട്.

ഷൂട്ടിംഗ് തുടങ്ങും മുമ്പ് അസിസ്റ്റൻറ് ഡയറക്ടേഴ്സിന് കഥ പറഞ്ഞുകൊടുക്കുകയായിരുന്നു ലോഹി. രാമനാഥൻ എന്ന വലിയ പാട്ടുകാരന് കച്ചേരി തുടങ്ങുന്ന നേരം ശബ്ദം നഷ്ടമാവുന്നതും ആളുകളെ തൃപ്തിപ്പെടുത്താൻ അനിയൻ ഗോപിനാഥൻ കയറി പാടുന്നതുമായ രംഗം പറഞ്ഞുകഴിഞ്ഞു. അപ്പോഴാണ് ലോഹിയുടെ പ്രിയ സുഹൃത്തും സിബിയുടെ അസിസ്റ്റന്റ് ഡയറക്ടറുമായ സുന്ദർദാസ് ഒരു പ്രശ്നം ചൂണ്ടിക്കാണിച്ചത്. ശങ്കരാഭരണം എന്ന പ്രശസ്തമായ ചിത്രത്തിൽ ഇതുപോലൊരു രംഗമുണ്ട്. അത് പ്രശ്നമാവില്ലേ? ലോഹി ചിന്തിച്ചപ്പോൾ ശരിയാണ്. ശബ്ദം നഷ്ടമാവുന്നത് മാറ്റിയേ പറ്റൂ. അതിനുള്ള പോംവഴിയായിട്ടാണ് മദ്യലഹരിയിൽ ശ്രുതിയും താളവും കൈവിട്ടു പോവുന്ന രാമനാഥന്റെ അവസ്ഥ ലോഹി സൃഷ്ടിക്കുന്നത്. അത് കഥയിൽ നന്നായി ഇണങ്ങുകയും ചെയ്തു.

മഹാറാണിയിലെ ഒരു മുറിയിൽ തിരക്കഥയെഴുത്തു നടക്കുന്നു മറ്റൊരു മുറിയിൽ കൈതപ്രം ഗാനങ്ങൾ എഴുതുന്നു. അടുത്ത മുറിയിലിരുന്ന് രവീന്ദ്രൻ സംഗീതം ചെയ്യുന്നു. പുതിയ കഥാപാത്രങ്ങൾക്കുള്ള വസ്ത്രങ്ങൾ തയ്യാറാക്കുന്ന പണി, ചാർട്ടിംഗ്... എല്ലാവരും എന്തോ വെല്ലുവിളി ഏറ്റെടുത്തതുപോലെ തകൃതിയായി ജോലികൾ ചെയ്തതുകൊണ്ട് നിശ്ചയിച്ച ദിവസം തന്നെ ഷൂട്ടിംഗും തുടങ്ങി. ശാസ്ത്രീയസംഗീതത്തിന്റെ പശ്ചാത്തലമുള്ള പുതിയ കഥ സംഗീത സംവിധായകന് കടുത്ത ഉത്തരവാദിത്തമാണ് നൽകിയത്. പ്രതിഭകൊണ്ടും പാണ്ഡിത്യം കൊണ്ടും രവീന്ദ്രൻ അതിനെ മറികടക്കുകയായിരുന്നു.

മലയാളത്തിലെ ഏറ്റവും മികച്ച തിരക്കഥകളിലൊന്നായ ഭരതം പിറവിയെടുക്കുന്നത് ആരും ഭയന്ന് പിന്മാറുന്ന ആ സമ്മർദ്ദത്തിൽ

നിന്നായിരുന്നു. സമ്മർദ്ദം ലോഹിയുടെ എഴുത്തിന് ശക്തി കൂട്ടാറേ ഉള്ളൂ എന്ന് പത്നി സിന്ധു ലോഹിതദാസും സാക്ഷ്യപ്പെടുത്തുന്നു.

സമ്മർദ്ദത്തെ വെല്ലുവിളിയായെടുത്ത് അതിജീവിക്കാൻ ലോഹിക്കുള്ള സിദ്ധി ഭരതത്തിന്റെ രചനയിൽ പലയിടത്തും വെളിപ്പെട്ടിട്ടുണ്ട്. കോഴിക്കോട് പന്നിയങ്കരയിലെ വീട്ടിൽ ചിത്രീകരണം നടന്നുകൊണ്ടിരിക്കുമ്പോൾ സിബി മലയിൽ അസിസ്റ്റന്റായ സുന്ദർദാസിനെ വിളിച്ച് ഒരു ജോലിയേൽപ്പിച്ചു. ആ വീട്ടിൽ അന്ന് ചെയ്യേണ്ട ഡേ സീനുകൾ ഷൂട്ടു ചെയ്ത് കഴിഞ്ഞു. ഉർവ്വശിയുടെ വീടായ മറ്റൊരു ലൊക്കേഷനിൽ അന്ന് രാത്രി ഷൂട്ടു ചെയ്യാനുള്ള സീനും റെഡിയാണ്. പക്ഷേ പന്നിയങ്കര വീട്ടിൽ നിന്ന് ഷിഫ്റ്റ് ചെയ്ത് മറ്റൊരു ലൊക്കേഷനിൽ അടുത്ത രാത്രി സീൻ തുടങ്ങുന്നതിനിടയിൽ നാലഞ്ച് മണിക്കൂർ ഗ്യാപ്പുണ്ട്. മോഹൻലാൽ, നെടുമുടി വേണു, തിക്കുറിശ്ശി, ഒടുവിൽ ഉണ്ണികൃഷ്ണൻ, ലക്ഷ്മി, കെ.പി.എ.സി ലളിത എന്നിങ്ങനെ ഒട്ടുമിക്ക ആർട്ടിസ്റ്റുകളും അത്രയും സമയം വെറുതെ ഇരിക്കണം. ഈ വീട്ടിൽ ഷൂട്ടു ചെയ്യാനുള്ള ഒരു പകൽ സീൻ പെട്ടന്ന് ലഭിക്കുകയാണെങ്കിൽ ഷൂട്ടിംഗ് സമയം പാഴാവാതെ നോക്കാം. ലോഹിയെ കണ്ട് സീൻ കിട്ടുമോ എന്നു ചോദിക്കാനാണ് സിബി സുന്ദറിനെ വിളിച്ചത്.സുന്ദർദാസ് അപ്പോൾത്തന്നെ ലൊക്കേഷനിൽ നിന്ന് വണ്ടിയുമെടുത്ത് ലോഹിയെ കാണാൻ ചെന്നു. പതിവുപോലെ ഇടത്തരം ഒരു ലോഡ്ജിലിരുന്നാണ് ലോഹി സീനുകൾ എഴുതുന്നത്. ലക്ഷ്വറി ഹോട്ടലുകളിലിരുന്നാൽ പുള്ളിക്ക് ടെൻഷൻ വന്ന് എഴുത്തു നടക്കില്ല. തലയിലൊരു കെട്ടുമായി ബീഡിവലിച്ചിരുന്ന് എഴുതുന്ന ലോഹിയോട് സുന്ദർദാസ് വന്ന കാര്യം പറഞ്ഞു. വൺലൈൻ എഴുതി റെഡിയാക്കി വെച്ചിട്ട് സീനുകളെഴുതുന്ന ശൈലിയാണെങ്കിൽ ഇതത്ര പ്രശ്നമുള്ള കാര്യമല്ല. പക്ഷേ ലോഹിയുടെ ശൈലി മറ്റൊന്നാണ്. കഥ മനസ്സിലിട്ട് നേരിട്ട് സീനുകൾ എഴുതുന്ന രീതി. ഇടയ്ക്ക് ഒരു സീൻ ചോദിച്ചാൽ ഏതു വലിയ തിരക്കഥാകൃത്തും പ്രതിസന്ധിയിലാവുന്ന സന്ദർഭം. പക്ഷേ

"ഞാനൊന്നാലോചിക്കട്ടെ. താനവിടെ ഇരിക്ക്" എന്നായിരുന്നു ലോഹിയുടെ മറുപടി. ഒരു കഷ്ണം കടലാസെടുത്ത് എന്തൊക്കെയോ കുത്തിക്കുറിക്കാനും കണക്കു കൂട്ടാനും തുടങ്ങിയ ലോഹിയെ നോക്കി സുന്ദർദാസ് ഒന്നും മനസ്സിലാവാതെ ഇരുന്നു. അല്പസമയം കഴിഞ്ഞ് സീനുകളെഴുതുന്ന കടലാസെടുത്ത് ലോഹി എഴുതിത്തുടങ്ങി. ബൈ സീനുകളടക്കം നാലു സീനുകൾ അതിവേഗം എഴുതി പൂർത്തിയാക്കി നൽകി. സീൻ വായിച്ച സുന്ദർദാസ് അത്ഭുതപ്പെട്ടു. എഴുതിയിട്ടില്ലാത്ത

പത്തിരുപത് സീനുകൾ മനസ്സിൽ കണ്ട് അതിനപ്പുറത്തുള്ള നാലു സീനുകളാണ് എഴുതിയിട്ടുള്ളത്. ഒരു റഫറൻസുമില്ലാതെ വരാനിരിക്കുന്ന രംഗങ്ങൾ ക്രമം തെറ്റാതെ മനസ്സിൽ ഗണിച്ചെടുത്ത ലോഹിയുടെ അപാരമായ കഴിവു കണ്ടാണ് സുന്ദർദാസ് അമ്പരന്നത്. ഉടൻ തന്നെ സീനുകൾ സിബിയുടെ കൈയിൽ എത്തിക്കുകയും ഒട്ടും നഷ്ടം വരാതെ അന്നത്തെ ദിവസത്തെ പൂർണ്ണമായി സിബി ഉപയോഗപ്പെടുത്തുകയും ചെയ്തു. ലോഹിതദാസിന്റെ മനസ്സിൽ താനെഴുതുന്ന തിരക്കഥയുടെ ഏതു ഭാഗവും സ്ഫടികം പോലെ വ്യക്തതയുള്ളതായിരുന്നു എന്നർത്ഥം.

മറക്കാനാവാത്ത പല ഓർമ്മകളും നൽകിയ അത്ഭുത സിനിമയായിരുന്നു ഭരതം. 'രാമകഥാ ഗാനലയം..." എന്ന ഗാനത്തിന്റെ ദൃശ്യങ്ങൾ ചിത്രീകരിച്ചത് ശരിക്കും മോഹൻലാലിനെ തീയിന്റെ നടുവിൽ ഇരുത്തിയിട്ടായിരുന്നു. മറ്റെന്തെങ്കിലും ഓപ്ഷൻ ഉണ്ടോ എന്നു നോക്കാനൊന്നും അദ്ദേഹം സമ്മതിച്ചില്ല. ഒറ്റ ഷോട്ടിൽ പെർഫെക്ടായി ചിത്രീകരിക്കുന്നതിനായി 'പഞ്ചാഗ്നി' മധ്യത്തിൽ ഇരിക്കാൻ അദ്ദേഹം തയ്യാറായി. പാട്ടിന്റെ ദൈർഘ്യമുള്ള വരിയാണ്. ആ സമയം മുഴുവൻ ചൂടിനു നടുവിലിരുന്ന് ഷോട്ടുകഴിയുമ്പോഴേയ്ക്കും ശരീരത്തിലെ രോമങ്ങളൊക്കെ കരിഞ്ഞിരുന്നു. ചർമ്മം ചുളിഞ്ഞിരുന്നു. ലാൽ തന്റെ പ്രഫഷണലിസം പ്രകടിപ്പിച്ച മറ്റൊരു സന്ദർഭം കൂടിയായി ഭരതത്തിലെ ആ സീൻ.

കഥ തീരുമാനിക്കപ്പെട്ട് അമ്പത്തിനാലാമത്തെ ദിവസം റിലീസ് ചെയ്ത് ഒരു പക്ഷേ ലോകറെക്കോഡ് സൃഷ്ടിച്ച സിനിമയായിരുന്നു ഭരതം. അങ്ങനെ ചിന്തിക്കുമ്പോൾ എല്ലാം നല്ലതിനായിരുന്നു. മറ്റൊരു കഥയുമായി സാദൃശ്യം വന്നതും, ലോഹിതദാസ് സമ്മർദ്ദത്തിലായതും പ്രതിസന്ധിയുടെ കടലിൽ നിന്ന് 'ഭരതം' എന്ന മുത്തുമായി ലോഹി പൊങ്ങി വന്നതുമെല്ലാം.

രാമനാഥനും ഗോപിനാഥനും അഭിനയസാധ്യതയുള്ള ഉജ്ജ്വല കഥാപാത്രങ്ങളാണെങ്കിലും രാമനാഥൻ താരതമ്യേന ഒരേ ട്രാക്കിൽ പോകുന്ന വേഷമാണ്. ഗോപിയുടേത് സങ്കീർണ്ണമായ ഭാവമാറ്റങ്ങളും അഭിനയത്തിനകത്ത് അഭിനയവും വേണ്ട 'മൾട്ടിട്രാക്ക്' കാരക്ടറായിരുന്നു. നെടുമുടിയും ലാലും അഭിനയത്തിന്റെ മത്സരമാണ് പുറത്തെടുത്തതും. ലക്ഷ്മിയും ഉർവ്വശിയും എക്കാലത്തും സ്മരിക്കപ്പെടുന്ന തരത്തിൽ കഥാപാത്രങ്ങൾക്ക് അക്ഷരാർത്ഥത്തിൽ ജീവൻ നൽകി.

തിരക്കഥയ്ക്ക് കയറാവുന്ന പരമാവധി ഔന്നത്യങ്ങളിലേയ്ക്ക് ഭരതം എത്തിപ്പെട്ടു. റിലീസ് കേന്ദ്രങ്ങളിലെല്ലാം ജനസഞ്ചയമുണ്ടായി. അഭിനന്ദനങ്ങളുടെ പ്രളയമായിരുന്നു സിബി - ലോഹി - ലാൽ കൂട്ടുകെട്ടിന്. നേട്ടങ്ങളുടെ ആ യാത്ര അവസാനിച്ചത് മോഹൻലാലിന്റെ ആദ്യ 'ഭരത്' അവാർഡ് നേട്ടത്തിലായിരുന്നു. ഇന്ത്യൻ സിനിമയിലെ മികച്ച അഭിനയ മുഹൂർത്തമായി പിന്നീട് ഫോക്സ് മാഗസിൻ തെരഞ്ഞെടുത്ത പ്രകടനമായിരുന്നു ലാലിന്റേത്. ദേശീയതലത്തിൽ മികച്ച ഗായകനായി യേശുദാസും ജൂറിയുടെ പ്രത്യേക പരാമർശത്തിന് സംഗീത സംവിധായകൻ രവീന്ദ്രനും അവാർഡുകൾക്ക് അർഹരായി.

ഭരതത്തിന്റെ എഴുത്തും ചിത്രീകരണവും കോഴിക്കോട് നടക്കുമ്പോഴാണ് ആ മഹാനഷ്ടമുണ്ടാവുന്നത്. നഗരത്തിലെ പ്രശസ്തമായ പാരാമൗണ്ട് ഹോട്ടൽ മുറിയിൽ വെച്ച് ഹൃദയാഘാതമുണ്ടായി പി.പത്മരാജൻ ലോകത്തോടു വിട പറഞ്ഞു. കോഴിക്കോടു തന്നെയുണ്ടായിരുന്ന ലോഹിയടക്കമുള്ള സിനിമാ പ്രവർത്തകരെല്ലാം ഓടിച്ചെന്നു. ലോഹിതദാസിന്റെ മനസ്സിന് കനത്ത ആഘാതം നൽകുന്നതായി ആരാധനാപാത്രമായ 'ഫയൽവാന്റെ' അന്ത്യം. പ്രകാശഗോപുരവും ഗുരുസ്ഥാനീയനുമായിരുന്നു ലോഹിക്കു പത്മരാജൻ. ഒരിടത്തൊരു ഫയൽവാനും കള്ളൻ പവിത്രനും ലോഹിയുടെ ഏറ്റവും പ്രിയപ്പെട്ട സിനിമകളായിരുന്നു.

ദിവസങ്ങളോളം ഉറങ്ങാൻ കഴിഞ്ഞില്ല. കണ്ണടച്ചാൽ കഥയുടെ ഗന്ധർവ്വൻ വന്ന് അടുത്തിരിക്കുന്നതായും തന്നോടു സംസാരിച്ചു തുടങ്ങുന്നതായും തോന്നും. നാളേറെ കഴിഞ്ഞിട്ടാണ് ആ വിയോഗം നൽകിയ സങ്കടത്തിൽ നിന്ന് ലോഹി മോചിതനാവുന്നത്.

വികാരനൗകയുമായ്

ഭരതനെ പരിചയപ്പെടണമെന്നത് ലോഹിയുടെ വലിയ ആഗ്രഹമായിരുന്നു. മമ്മൂട്ടിയും മുരളിയും മറ്റും പല അവസരങ്ങളിലും തന്നെപ്പറ്റി പറയുമായിരുന്നു എന്ന് ലോഹി പിന്നീടറിഞ്ഞിട്ടുണ്ട്. പരിചയപ്പെട്ട് അധികമാവും മുമ്പേ അദ്ദേഹം തിരക്കഥ ചോദിച്ചു. കടലിന്റെ പശ്ചാത്തലത്തിലുള്ള കഥയായിരുന്നു അദ്ദേഹം ആഗ്രഹിച്ചിരുന്നത്. ഉടനടി പറയാൻ കടലിന്റെ കഥയൊന്നും കൈയിലില്ലായിരുന്നു. ശ്രമിക്കാം എന്ന് ഉറപ്പു നൽകി.

ലോഹി നല്ല കഥയുടെ ആലോചനയിലായിരുന്നെങ്കിലും നിർമ്മാതാവ് ബാബു തിരുവല്ലയുടെ സമ്മർദ്ദംകൊണ്ടാവാം ഭരതൻ കൂടെക്കൂടെ അന്വേഷിച്ചുകൊണ്ടിരുന്നു. ഒടുവിൽ ഭരതേട്ടന്റെ മുഷിച്ചിൽ ഇല്ലാതാക്കാൻ കടലിന്റെ പശ്ചാത്തലത്തിൽ ഒരു തട്ടിക്കൂട്ട് കഥ പറഞ്ഞ് തല്ക്കാലം രക്ഷപ്പെട്ടു. തൃപ്തി തരുന്ന കഥ കിട്ടാനായി ലോഹി തൃശ്ശൂർ ജില്ലയിലെ കടൽത്തീരങ്ങളിലും പരിസരങ്ങളിലും ചുറ്റിത്തിരിഞ്ഞു തുടങ്ങി. വാടാനപ്പള്ളിയിലും ചാവക്കാട്ടും നാട്ടികയിലും കടലിൽ പോവുന്നവർക്കിടയിൽ സമയം ചെലവഴിച്ചു. ഒരാഴ്ചയായിട്ടും കഥാബീജങ്ങളൊന്നും കിട്ടിയില്ല.

ഒരു ദിവസം രാവിലെ നാട്ടിക കടപ്പുറത്തിരിക്കുമ്പോൾ കണ്ട കാഴ്ച ലോഹി ശ്രദ്ധിച്ചു. സ്കൂളിൽ പോവാൻ മടിയുള്ള ഒരു പെൺകുട്ടിയെ അച്ഛൻ അടി കൊടുത്ത് കൈപിടിച്ച് ധൃതിയിൽ നടത്തിക്കൊണ്ടു പോവുന്നു. നടക്കുമ്പോൾ അച്ഛൻ ആവലാതിയായി പറയുന്നുണ്ട്.

"സ്കൂളിൽ പോയി വല്ലതും നാലക്ഷരം പഠിച്ച് വല്ല ജോലീം സമ്പാദിക്കാൻ നോക്കാതെ പെണ്ണ് കടപ്പുറം നെരങ്ങി നടക്കാണ്.'' അച്ഛനും മകളും തന്റെ മുന്നിലൂടെ കടന്നുപോയെങ്കിലും ലോഹി അയാളുടെ വാക്കുകൾ മറന്നില്ല. ജോലി സമ്പാദിക്കണം. കടപ്പുറം നെരങ്ങുകയല്ല വേണ്ടത്. അച്ഛന്റെ സ്വപ്നമതാണ്. അതിനെ മകൾ തകിടം മറിച്ചാൽ അയാൾ എത്ര വേദനിക്കും!

കൃഷ്ണേട്ടൻ എന്ന മറ്റൊരച്ഛൻ ഒരിക്കൽ തന്നെ കെട്ടിപ്പിടിച്ച് കരഞ്ഞ സംഭവം കൂടി ലോഹിയുടെ മനസ്സിൽ വന്നു. മകൾ കാമുകനോടൊപ്പം ഒളിച്ചോടിപ്പോയ ദിവസം കൃഷ്ണേട്ടൻ നിലവിട്ട് കരഞ്ഞ സംഭവം.

കൃഷ്ണേട്ടന്റെ മകൾ രാധിക പോയത് ലോഹിയുടെ സുഹൃത്ത് വേണുവിന്റെ കൂടെയായിരുന്നു. തുടക്കം മുതൽ അവരുടെ ബന്ധത്തിന് എല്ലാ ഒത്താശയും ചെയ്തു കൊടുത്തയാളാണ് ലോഹി. അത് കൃഷ്ണേട്ടനറിയില്ല. രാധിക പോയ ദിവസം ഒന്നുമറിയാത്ത പോലെ കൃഷ്ണേട്ടനെ ആശ്വസിപ്പിക്കാൻ ചെല്ലുമ്പോഴും പ്രണയസാഫല്യത്തിനു വേണ്ടി തികച്ചും ന്യായമാണ് ആ പെൺകുട്ടി ചെയ്തതെന്ന കാര്യത്തിൽ ലോഹിയുടെ മനസ്സിൽ സംശയമുണ്ടായിരുന്നില്ല. പക്ഷേ കെട്ടിപ്പിടിച്ചു കരഞ്ഞ തന്തയുടെ കണ്ണീര് ലോഹിയെ പൊള്ളിച്ചു. പോറ്റി വളർത്തി സ്വപ്നങ്ങൾ കണ്ട അച്ഛനോട് അവൾ ചെയ്തത് അരുതാത്തതാണെന്നു തോന്നി. കാമുകന്റെ സ്നേഹം ത്യജിക്കണമെന്നല്ല, അച്ഛന്റെ നെഞ്ചു പൊട്ടിയുള്ള കണ്ണീര് വീഴരുതായിരുന്നു എന്ന്. ആ 'ഡബിൾ സ്റ്റാന്റി'ന്റെ പ്രതിസന്ധിയാണ് കടലിന്റെ പശ്ചാത്തലത്തിലുള്ള കഥയായി രൂപപ്പെട്ടത്.

എഴുത്തിന്റെ ആവശ്യങ്ങൾക്കായി ആലപ്പുഴ ഗവ. ഗസ്റ്റ്ഹൗസിൽ താമസമാക്കാൻ ചെല്ലുമ്പോൾ ലോഹിയുടെ കൂടെ കിരീടം ഉണ്ണിയുമുണ്ടായിരുന്നു. കഥ പറഞ്ഞു കേട്ടപ്പോൾ ഉണ്ണി ലോഹിയോട് അഭ്യർത്ഥിച്ചു. "ലോഹി എങ്ങനെയെങ്കിലും ഈ കഥ മാറ്റിവെച്ചാൽ നമുക്കിത് ചെയ്യാമായിരുന്നു. ഈ തിരക്കഥ എനിക്ക് നിർമ്മിക്കണമെന്നുണ്ട്." ഭരതേട്ടനോട് വാക്കു പറഞ്ഞ കാരണം ലോഹി ഉണ്ണിയോട് അങ്ങനെയൊരാലോചന സാധിക്കില്ലെന്ന് പറഞ്ഞു. ഗസ്റ്റ്ഹൗസിൽ താമസിക്കുമ്പോൾ ഓമനപ്പുഴ കടപ്പുറത്ത് ഇടക്കിടെ പോകുമായിരുന്നു ലോഹിയും

ഉണ്ണിയും. ഒരാഴ്ചകൊണ്ട് തിരക്കഥ പൂർത്തിയാക്കി.

അമരത്തിന്റെ എഴുത്ത് നടക്കുന്നതിനിടയിലാണ് നവംബർ മൂന്നിന് സിന്ധു രണ്ടാമത്തെ മകന് ജന്മം നൽകുന്നത്.

'ചെമ്മീൻ' എന്ന ഇതിഹാസ സിനിമ ലോഹിക്കും ഭരതനും മുന്നിൽ കടമ്പയായിരുന്നു. പ്രമേയത്തിലും ചിത്രീകരണത്തിലും കഥാപാത്രങ്ങളുടെ മിഴിവിലും ഇതേ പരിസരത്തുണ്ടായ ചെമ്മീന് ഒപ്പമെത്തുകയെങ്കിലും വേണം. അതുപോലെ പുതിയൊരനുഭവമായിരുന്നു ഭരതൻ എന്ന സംവിധായകനോടൊപ്പമുള്ള ദിവസങ്ങൾ. തന്റെ കഴിവിൽ തികഞ്ഞ ആത്മവിശ്വാസമുള്ള ഭരതൻ ചിത്രീകരണം അടുത്തവരുന്തോറും ഹിസ്റ്റീരിയ ബാധിച്ച പോലെ പെരുമാറുമായിരുന്നു. സിനിമയെപ്പറ്റിയും കഥയെപ്പറ്റിയും ഏറെ ചർച്ച ആഗ്രഹിക്കുന്നയാൾ. ലോഹി നേരെ മറിച്ചും. എഴുത്തിന്റെ സമയത്ത് ഒരാളുമായും ചർച്ച ചെയ്താൽ ശരിയാവില്ല. തന്നെ പൂർണ്ണമായി വിശ്വസിക്കുന്ന സിബിയെപ്പോലുള്ള ഒരാളെ പ്രതീക്ഷിച്ച ലോഹിയുടെ അനുഭവം അങ്ങനെയായിരുന്നില്ല. അവർ തമ്മിൽ തർക്കവും പൊരിഞ്ഞ വാഗ്വാദങ്ങളുമുണ്ടായി. എഴുത്തിന് മേലുള്ള തന്റെ പരിപൂർണ്ണ സ്വാതന്ത്ര്യത്തെ തരിമ്പും വിട്ടു കൊടുക്കാൻ ലോഹി തയ്യാറായില്ല. എന്നാലും രണ്ട് ജീനിയസ്സുകൾ തമ്മിലുള്ള ആ കലഹം സിനിമ എന്ന ഔട്ട്പുട്ടിനെ ജ്വലിപ്പിക്കുകയായിരുന്നു എന്ന് രണ്ടു പേരും മനസ്സിലാക്കിയിട്ടുമുണ്ട്.

സംഭാഷണങ്ങൾ എഴുതുന്നതായിരുന്നു കടുത്ത വെല്ലുവിളി. കഥ ചിത്രീകരിക്കുന്ന ഓമനപ്പുഴ ഭാഗങ്ങളിലെ കടപ്പുറം ഭാഷ ലോഹി അവിടെ താമസിച്ച് അടുത്തു നിന്നു കേട്ടു. അപരിചിതർക്ക് മനസ്സിലാവുക പോലും ചെയ്യാത്ത അത്ര തനിമയുള്ള മറ്റൊരു ഭാഷയായിരുന്നു അത്. ആ ഭാഷയിൽ സിനിമ ചെയ്താൽ ആർക്ക് മനസ്സിലാവാനാണ്? ഒടുവിൽ പലേടത്തു നിന്നും കടം കൊണ്ടവ വെച്ച് കൂടിക്കലർന്ന ഒരു തരം പുതിയ ഭാഷയായിരുന്നു ലോഹി തിരക്കഥയിലുപയോഗിച്ചത്.

'അരയൻ' എന്ന പേരായിരുന്നു സിനിമയ്ക്ക് ആദ്യം തീരുമാനിക്കപ്പെട്ടതെങ്കിലും കൂടുതൽ കാവ്യാത്മകമായ 'അമരം' എന്ന ടൈറ്റിലിൽ ലോഹി തന്നെയാണ് എത്തിപ്പെട്ടത്. തോണിയുമായി ബന്ധപ്പെട്ട് 'അമരം' പലമാനങ്ങളുള്ള അത്രയും പ്രധാനപ്പെട്ടൊരു വാക്ക് തന്നെ.

അച്ചൂട്ടിയായി മമ്മൂട്ടിയേയും കൊച്ചുരാമനായി മുരളിയേയും ചന്ദ്രികയായി ചിത്രയേയും നേരത്തേ ഉറപ്പിച്ചിരുന്നു. ചോരത്തിളപ്പുള്ള രാഘവൻ എന്ന ചെറുപ്പക്കാരൻ കഥാപാത്രത്തിന് വൈശാലിയിൽ

ഋശ്യശൃംഗനായി അഭിനയിച്ച സഞ്ജയിനെ കൊണ്ടുവരാനായിരുന്നു ഭരതൻ ആഗ്രഹിച്ചിരുന്നത്. ലോഹിയും നിർമ്മാതാവ് ബാബുവും അസോസിയേറ്റ് ജോർജ് കിത്തുവും മലയാള സിനിമയിൽ നിന്നൊരാളാവുകയാണ് നല്ലതെന്ന് അഭിപ്രായപ്പെട്ടെങ്കിലും സഞ്ജയ് തന്നെ തീരുമാനിക്കപ്പെട്ടു. പക്ഷേ ഷൂട്ട് തുടങ്ങാൻ രണ്ടു ദിവസം ബാക്കി നിൽക്കുമ്പോൾ നിർമ്മാതാവ് ബാബുവിന് സഞ്ജയിന്റെ ടെലഗ്രാം മെസേജ് ലഭിച്ചു. മഞ്ഞപ്പിത്തം ബാധിച്ചതു കാരണം വരാൻ കഴിയില്ല എന്നായിരുന്നു ആ സന്ദേശം. പിന്നീടാണ് അശോകനെ രാഘവന്റെ കഥാപാത്രത്തിന് തീരുമാനിക്കുന്നത്. മമ്മൂട്ടിയുടെ മകൾ കഥാപാത്രത്തിന് പുതുമുഖമായൊരു പെൺകുട്ടിയെയാണ് കാസ്റ്റ് ചെയ്തിരുന്നത്. എന്നാൽ മമ്മൂട്ടി ജോയിൻ ചെയ്യുന്നതിന് രണ്ടു ദിവസം മുമ്പ് ഷൂട്ട് ചെയ്തു തുടങ്ങിയ രംഗങ്ങളിൽ ആ കുട്ടി അഭിനയിച്ചുവെങ്കിലും ഭരതന് ഒട്ടും തൃപ്തി വന്നില്ല. നിയോഗിക്കപ്പെട്ട പ്രകാരം അസോസിയേറ്റ് ജോർജ് കിത്തുവാണ് എഴുതി വന്നപ്പോൾ കഥാപാത്രം മാറി എന്നൊക്കെ കള്ളം പറഞ്ഞ് ആ കുട്ടിയെ മാറ്റുന്നത്. പകരം ആര് എന്ന പ്രശ്നവുമുയർന്നു.

തിരുവനന്തപുരത്ത് കുട്ടേട്ടന്റെ സെറ്റിൽ മമ്മൂട്ടിയെ കാണാൻ ചെന്ന ഭരതനും ബാബുവും അവിടെ വെച്ച് മാതുവിനെ കണ്ടു. ആ കുട്ടിയായാൽ നന്നാവും എന്ന അഭിപ്രായം രണ്ടുപേർക്കുമുണ്ടായി. അന്വേഷിച്ചു വന്നപ്പോഴേക്കും ഷൂട്ട് കഴിഞ്ഞ് അവർ തിരിച്ച് ഹൈദരാബാദിലേയ്ക്ക് പോയിരുന്നു. മാതു കേരളത്തിലെ ഷൂട്ട് തീർന്ന് വീട്ടിൽ വന്ന് കയറുമ്പോഴാണ് അമരത്തിനു വേണ്ടിയുള്ള ഫോൺ കോൾ എത്തുന്നത്. പിറ്റേന്ന് തന്നെ മാതു അമരത്തിൽ ജോയിൻ ചെയ്യാനായി തിരിച്ച് പുറപ്പെടുകയായിരുന്നു.

കഥ സൃഷ്ടിക്കുന്ന സ്വാധീനങ്ങൾക്ക് നിരവധി അനുഭവങ്ങൾ പറയാനുണ്ട് ലോഹിക്ക്. അതിലൊന്ന് അമരവുമായി ബന്ധപ്പെട്ടു കിടക്കുന്നതാണ്. വയനാട്ടിൽ നിന്ന് ഒളിച്ചോടിയ കാമുകനും കാമുകിയും രാത്രി കോഴിക്കോട് നഗരത്തിലെത്തുന്നു. പിറ്റേന്ന് സുഹൃത്തുക്കളുടെ സഹായത്തോടെ രജിസ്ട്രാപ്പീസിൽ വെച്ച് വിവാഹിതരാവാനാണ് അവരുടെ തീരുമാനം. വിവാഹിതരാവാൻ പോകുന്ന സന്തോഷത്തിൽ രാത്രി അവർ സിനിമയ്ക്കു കയറി. അമരമായിരുന്നു ചിത്രം. മകൾ പോയ ദുഃഖത്തിൽ പിടയുന്ന അച്ഛന്റെ സങ്കടം പെൺകുട്ടി കണ്ടു. അവൾക്കത് സഹിക്കാനായില്ല. കാമുകനുമായി സംസാരിച്ചു. പിറ്റേന്നത്തെ വിവാഹ തീരുമാനത്തിൽ നിന്ന് അവർ ഒരുമിച്ച് പിന്മാറി. പെൺകുട്ടി അച്ഛനടുത്തേക്ക് തിരിച്ചു പോയി. വീട്ടുകാർ പിന്നീടവരുടെ വിവാഹം

നടത്തിക്കൊടുത്തു. നോക്കണം, മനുഷ്യന്റെ കഥ മനുഷ്യനെ കീഴടക്കു ന്ന വിധം.

ഒന്നിനൊന്ന് മികച്ച പ്രതിഭകളായിരുന്നു അമരത്തിനു പിന്നിൽ. പിൽക്കാലത്ത് ഇന്ത്യൻ സിനിമ മുഴുവൻ അറിയപ്പെട്ട സാബു സിറിൽ സ്വതന്ത്ര കലാസംവിധായകനായത് അമരത്തിലൂടെയായിരുന്നു. (ആദ്യ റിലീസ് 'അയ്യർ ദ ഗ്രേറ്റ്')

ഛായാഗ്രഹകനായി മധു അമ്പാട്ട് വന്നു. കെ.നാരായണനെയാണ് എഡിറ്ററായി കണ്ടത്. ആലപ്പുഴയിൽ ഷൂട്ട് ചെയ്ത ചിത്രത്തിന്റെ ബജറ്റ് പ്രതീക്ഷകൾ കടന്ന് അമ്പത്തെട്ടുലക്ഷം രൂപയിലാണ് നിന്നത്. ഒരു ലക്ഷത്തോളം അടി ഫിലിം ഷൂട്ടിങ്ങിന് വേണ്ടി വന്നത് ചെലവ് കൂടാൻ കാരണമായി. ഒടുവിൽ ചാകര വരുന്നത് മാത്രം ഷൂട്ട് ചെയ്യാൻ ബാക്കി വെച്ച് ചിത്രീകരണം കഴിയാറായി. നിർമ്മാതാവിന് സാമ്പത്തിക പ്രതി സന്ധി വന്നു തുടങ്ങിയിരുന്നു. ഷൂട്ടിങ്ങിനായി ചാകര സെറ്റ് ചെയ്യാൻ നല്ല ചെലവ് വരികയും ചെയ്യും. എന്തു വേണമെന്ന് അറിയാത്ത അങ്ക ലാപ്പിലായി പ്രൊഡ്യൂസറും ഡയറക്ടറും.

അമ്പലപ്പുഴ കടപ്പുറത്ത് ഷൂട്ടിംഗ് ഇടവേളയിൽ ഉച്ചയ്ക്ക് മമ്മൂട്ടി അല്പം വിശ്രമിക്കുകയായിരുന്നു. വാഹനങ്ങൾ പാർക്ക് ചെയ്ത സ്ഥലത്തേ ക്ക് കുറച്ചധികം ദൂരം നടക്കണം എന്നതുകൊണ്ട് അദ്ദേഹം ഷൂട്ടിംഗ് സെറ്റിട്ട ഒരു പട്ടപ്പുരയിലാണ് കിടന്നത്. ബ്രെയ്ക്ക് കഴിഞ്ഞുള്ള ഷോട്ടിനു വേണ്ടി ക്യാമറ ക്രെയിനിൽ സെറ്റു ചെയ്യുന്നുണ്ടായിരുന്നു യൂണിറ്റംഗ ങ്ങൾ. പെട്ടന്ന് കടപ്പുറത്ത് ഒച്ചപ്പാടും ബഹളവും കേട്ട് സിനിമക്കാർ നോക്കുമ്പോൾ മത്തി ചാകര വന്നിരിക്കുകയാണ്. ഉടൻ എല്ലാവരും സജീവമായി. മമ്മൂട്ടിയും വേഗം റെഡിയായി. അച്ചൂട്ടിയും തോണിയും ഉൾപ്പെടുത്തിയുള്ള ഒറിജിനൽ ചാകര ഷൂട്ട് ചെയ്തു. അതൊരു മഹാഭാഗ്യ മായും കടലമ്മയുടെ കനിവായും എല്ലാവർക്കും തോന്നി. തോണിയുമായി മമ്മൂട്ടിയെ വെച്ച് ഒരു ട്രയൽ ഷോട്ടിന് ശ്രമിച്ചതായിരുന്നു. പക്ഷേ പരിചിതനായ ഒരു അരയനെപ്പോലെ അദ്ദേഹം തോണി തുഴഞ്ഞ് തിരമാലകൾ കടന്നു പോവുന്നതു കണ്ട് സെറ്റിൽ എല്ലാവർക്കും ഭയം തോന്നി. ട്രയൽ ഷോട്ട് ഒ.കെ ഷോട്ടായി മാറി. കഥാപാത്രത്തോടുള്ള ആ നടന്റെ കമ്മിറ്റ്മെൻറ് അപാരമായിരുന്നു. ചെമ്പ് എന്ന സ്വന്തം നാടിന്റെ തുഴച്ചിൽ സംസ്കാരം മമ്മൂട്ടിയിൽ നിന്ന് അനായാസം പ്രകട മായ നിമിഷമായിരുന്നു അത്.

അമരത്തിലെ പാട്ടുകൾക്കു സംഗീതം നൽകിയത് രവീന്ദ്രനാണ്. കവിത തുളുമ്പുന്ന വരികൾ നൽകിയത് കൈതപ്രവും. "അഴകേ നിൻ

മിഴിയിൽ..."പാട്ട് പാടാൻ ആദ്യം തീരുമാനിക്കുന്നത് യേശുദാസിനെയായിരുന്നു. പിന്നീട് മാറ്റിത്തീരുമാനിച്ച് എസ്.പി. ബാലസുബ്രഹ്മണ്യത്തെ വിളിച്ചു. മദ്രാസിൽ നിന്ന് എസ്.പി.ബി വന്നു. പാട്ട് പാടിക്കേൾപ്പിച്ച രവീന്ദ്രനോട് "ഇത് നിങ്ങൾ ആർക്കു വേണ്ടി ചിട്ടപ്പെടുത്തിയതാണെന്ന് കേൾക്കുമ്പോഴേ എനിക്കറിയാം. അയാൾ തന്നെ പാടിയാൽ മതി" എന്നാണദ്ദേഹം സ്നേഹപൂർവ്വം ചിരിച്ചുകൊണ്ട് പറഞ്ഞത്. എന്നിട്ടദ്ദേഹം തിരിച്ചുപോയി. ''വികാരനൗകയുമായ്..." എന്ന ഗാനത്തിൽ തിരമാലയിൽ ആടിയുലയുന്നൊരു തോണിയുടെ താളം ധ്വനിപ്പിക്കാൻ കഴിഞ്ഞു എന്ന് രവീന്ദ്രൻ വിശ്വസിച്ചിരുന്നു. പശ്ചാത്തലസംഗീതം ജോൺസണായിരുന്നു. പാട്ടുകൾ പോലെത്തന്നെ ഓർമയിൽ നില്ക്കുന്നതായി അമരത്തിന്റെ പശ്ചാത്തലസംഗീതവും

മകളെ ആനി ഡോക്ടറെപ്പോലെ വലിയ ഡോക്ടറാക്കണം എന്ന മോഹം അച്ചൂട്ടി പറയുന്നുണ്ട്. അത് ലോഹിയുടെ നാടായ ചാലക്കുടിയിൽ ജെ.എ ആശുപത്രി തുടങ്ങിയ പ്രസിദ്ധയായ ഡോക്ടറുടെ പേരു തന്നെ ആയിരുന്നു. സ്വന്തം അമ്മയുടെ പ്രസവത്തിന് മേൽനോട്ടം വഹിക്കുക എന്ന അപൂർവ്വ അവസരം കിട്ടിയ ആളായിരുന്നു ഡോക്ടർ ആനി.

തീയേറ്ററിൽ ജനത്തിരക്കിന്റെ തിരമാലകളുയർന്നു. എല്ലാ റിലീസ് കേന്ദ്രങ്ങളിൽ നിന്നും മികച്ച റിപ്പോർട്ടുകൾ കിട്ടിക്കൊണ്ടിരുന്നു. അമരം പ്രേക്ഷകശ്രദ്ധകൊണ്ടും പ്രദർശനവിജയം കൊണ്ടും എക്കാലത്തെയും മികച്ച മലയാള സിനിമകളുടെ പട്ടികയിലേയ്ക്ക് തുഴഞ്ഞു കയറുകയായിരുന്നു.

ഭാഷയുടെ കാര്യത്തിൽ ചിത്രീകരണ സമയത്ത് കടപ്പുറത്ത് പ്രതിഷേധങ്ങളുയർന്നിരുന്നു. അരയസമൂഹത്തെ അപമാനിക്കുന്നു എന്നാരോപിച്ച് സമരം പോലും നടന്നു. പക്ഷേ ലോഹിക്ക് ഉറപ്പുണ്ടായിരുന്നു, ഭാഷയുടെ കടുംപിടുത്തത്തിനപ്പുറം അമരത്തിന്റെ മുഹൂർത്തങ്ങളിൽ, അത് കാഴ്ചക്കാരിലുണ്ടാക്കുന്ന അനുഭവങ്ങളിൽ. അതു തന്നെയാണ് പിന്നെ സംഭവിച്ചതും. "അച്ചനെ ആരൊക്കെ കൈവിട്ടാലും കൈവിടാത്ത ഒരാളുണ്ട്. കരയണ കണ്ടാ സമാധാനിപ്പിക്കും ചിരിക്കണ കണ്ടാ കൂടെ ചിരിക്കും...

കണ്ടാ...വിളിക്കണ കണ്ടാ? സമാധാനിപ്പിക്കാനാണ്.

കരയണ്ടാ എന്ന് പറഞ്ഞു സമാധാനിപ്പിക്കാൻ"

അച്ചൂട്ടിയുടെ നെഞ്ചു പൊട്ടിയ സംഭാഷണം അരയസമൂഹമടങ്ങുന്ന

മഹാജനം സ്വന്തക്കാരന്റെ വേദന പോലെ ഏറ്റെടുത്തു.

മലയാള സിനിമയുടെ സുവർണ വർഷമായിരുന്നു 1991. അരവിന്ദനും പത്മരാജനും എം.ടിയും ഭരതനുമെല്ലാം സിനിമകളുമായി വന്ന വർഷം. അവാർഡ് ജൂറിയുടെ തലപെരുപ്പിച്ച, ഒന്നിനൊന്ന് മെച്ചമായ പ്രകടനങ്ങൾ. പ്രേക്ഷകർക്കും ആ വർഷം ഒരു ചലച്ചിത്രോത്സവമായിരുന്നു. ഉള്ളടക്കം, കിലുക്കം, അഭിമന്യു എന്നീ ചിത്രങ്ങളിലൂടെ മോഹൻലാലാണ് സംസ്ഥാനത്തെ മികച്ച നടനായത്. ശാന്തമായ കടലുപോലെ ആഴങ്ങൾ ഒളിപ്പിച്ച അമരത്തിന്റെ തിരക്കഥയുമായി ലോഹിതദാസ് വെല്ലുവിളി ഉയർത്തിയെങ്കിലും 'കടവ്' എന്ന സ്വന്തം സിനിമയിലൂടെ എം.ടി വാസുദേവൻ നായർ മികച്ച തിരക്കഥാകൃത്തായി തുടർച്ചയായി മൂന്നാംവർഷവും തെരഞ്ഞെടുക്കപ്പെടുകയായിരുന്നു.

മികച്ച സഹനടിക്കുള്ള ആ വർഷത്തെ ദേശീയ അവാർഡ് കെ.പി.എ.സി ലളിത അമരത്തിലെ ഭാർഗവിയിലൂടെ നേടി. സഹനടനും സഹനടിക്കുമുള്ള സംസ്ഥാന അവാർഡിന് മുരളിയും ലളിതയും ഛായാഗ്രഹണത്തിന് മധു അമ്പാട്ടും അർഹരായി. മമ്മൂട്ടിക്ക് ഫിലിംഫെയർ അവാർഡും ലഭിച്ചു.

പണത്തെക്കുറിച്ച് അറിഞ്ഞിരിക്കേണ്ടതെല്ലാം

വീണ്ടും പത്രത്താളിൽ നിന്ന് കഥ ജനിച്ചതിന്റെ വിശേഷം ലോഹി പറയുന്നുണ്ട്.തലശ്ശേരിയിൽ നടന്നൊരു കൊലപാതകം. അതിന്റെ വാർത്ത ലോഹിയിൽ സ്വാധീനങ്ങളുണ്ടാക്കി. കാറിൽ യാത്ര ചെയ്യുന്ന ആളെ ഒരു സംഘം വിളിച്ചിറക്കി നടുറോഡിൽ വെടിവെച്ച് കൊല്ലുകയായിരുന്നു. കള്ളക്കടത്തു സംഘത്തിൽ പെട്ടയാളായിരുന്നു മരിച്ചത്. കൊന്നവരും അതേ സംഘത്തിലുള്ളവർ. ഡീൽ നടക്കുന്നതിന്റെ വിവരം എൻഫോഴ്സ്മെന്റ് അധികൃതരെ അറിയിച്ചു എന്നതായിരുന്നു മരിച്ചയാൾ ചെയ്ത തെറ്റ്. രഹസ്യവിവരം നൽകുന്നവർക്ക് എൻഫോഴ്സ്മെന്റ് നൽകുന്ന പാരിതോഷികം വാങ്ങുകയായിരുന്നു അയാളുടെ ലക്ഷ്യം. കൊല്ലപ്പെടാൻ അധോലോക നിയമങ്ങളിൽ വഞ്ചന മതിയായ കുറ്റകൃത്യമാണ് എന്നും. ധനത്തിനു പിന്നിൽ ജീവനുപോലും ഭീഷണിയാവുന്ന വ്യവസ്ഥകളുണ്ടല്ലോ എന്ന് ലോഹി ചിന്തിച്ചിടത്താണ് യഥാർത്ഥ സംഭവം കഥയുടെ തീപ്പൊരിയായി മനസ്സിൽ രൂപം കൊള്ളുന്നത്.

ശിവശങ്കരൻ എന്ന ചെറുപ്പക്കാരൻ നായക കഥാപാത്രമായി മനസ്സിൽ വന്നു. കഷ്ടിച്ച് കഴിഞ്ഞു പോവുന്ന കുടുംബത്തിലെ അംഗം.

അമ്മയും പെങ്ങളുമുള്ള ക്ഷയിച്ച വീട്ടിലെ ഏക വരുമാന മാർഗ്ഗം പശു വായിരുന്നു. പശുവിൻ പാൽ വിറ്റ് പട്ടിണിയും പരിവട്ടവുമായി കഴിയുന്ന സിവിൽ എഞ്ചിനീയറിംഗ് ബിരുദധാരി. അയാൾക്ക് കുറേ സ്വപ്നങ്ങളുണ്ട്. വലിയ വീട്ടു വെയ്ക്കണം. പെങ്ങളെ കെട്ടിച്ചയയ്ക്കണം തുടങ്ങി ഏതൊരു യുവാവിനുമുള്ള ബാധ്യത കലർന്ന മോഹങ്ങൾ. കള്ളക്കടത്തുകാരുടെ സംഭാഷണം യാദൃച്ഛികമായി കേൾക്കാനിടയായ ശിവശങ്കരനും സുഹൃത്തും പണത്തിനുള്ള മോഹം കൊണ്ട് കള്ളക്കടത്തിന്റെ വിവരം ചോർത്തുന്നു. കള്ളക്കടത്ത് പൊലീസ് പിടിക്കുന്നു. പ്രതിഫലമായി ഇനാം തുക ഇരുപതുലക്ഷം കിട്ടിയെങ്കിലും ശിവശങ്കരന്റേയും സുഹൃ ത്തിന്റേയും ജീവിതം തകർന്നു തരിപ്പണമാവുന്നു. സുഹൃത്ത് കള്ള ക്കടത്തുകാരാൽ കൊല്ലപ്പെടുന്നു. അങ്ങനെയൊരു കഥയുടെ ചിത്രം ഏകദേശം മനസ്സിൽ തെളിഞ്ഞു.

ഹിസ് ഹൈനസ് അബ്ദുള്ളയുടെ സമയത്താണ് ശിവശങ്കരന്റെ കഥയുടെ 'സ്പാർക്' സംഭവിച്ചിരുന്നത്. അമരം, കനൽക്കാറ്റ്, ഭരതം സിനിമകൾക്ക് തിരക്കഥകൾ രചിക്കുന്ന തിരക്കിലായിരുന്ന ലോഹിയുടെ മനസ്സിന്റെ അടരുകളിൽ എവിടെയോ ഇക്കഥ മറഞ്ഞു കിടന്നു.

ചന്ദ്രകാന്ത് ഫിലിംസിന്റെ ബാനറിൽ എം.എം രാമചന്ദ്രൻ എന്ന അറ്റ്ലസ് രാമചന്ദ്രൻ സിബിയുമായി ചേർന്ന് ചിത്രം നിർമ്മിക്കുന്നതി നുള്ള ആലോചന തുടങ്ങി. വൈശാലിയും വാസ്തുഹാരയും നിർമ്മിച്ച രാമചന്ദ്രൻ ആദ്യമായിട്ടായിരുന്നു സിബി- ലോഹി ടീമുമായി ചേർന്ന് പ്രൊജക്റ്റ് ചെയ്യുന്നത്. ലോഹിയുടെ തിരക്കഥ പ്രതീക്ഷിച്ചുകൊണ്ട് സിബി ഒരുക്കങ്ങൾ തുടങ്ങി.

ലോഹി അക്കാലത്ത് ഷൊറണ്ണൂരിനടുത്ത് പാഞ്ഞാളിലായിരുന്നു താമസം. 'കിളിക്കൂട്' എന്ന് ലോഹി തന്നെ വിശേഷിപ്പിച്ചിട്ടുള്ള ഓടിട്ട ചെറിയ വീട്. അന്നും ഇന്നും നന്മകളാൽ സമൃദ്ധമായ തികഞ്ഞ ഗ്രാമമാണ് പാഞ്ഞാൾ. വീടിനു തൊട്ടടുത്ത് അമ്പലവും അരയാൽ ത്തറയും. ആൽത്തറയിൽ കിഴക്കൻ കാറ്റു കൊണ്ട് മലർന്നു കിടന്ന് ഉറങ്ങുന്നതും ലോഹിയുടെ ശീലമായിരുന്നു. കണ്ണീരു പോലെ തെളിഞ്ഞ വെള്ളമുള്ള അമ്പലക്കുളത്തിൽ മുങ്ങിക്കുളിച്ച് ദീപാരാധനയും തൊഴുതു കഴിഞ്ഞ ശാന്തതയുടെ കാലം. വീടിനു മുന്നിൽ നോക്കെത്താ ദൂരം നെൽപ്പാടങ്ങളാണ്. പാടത്തിന്റെ അക്കരെ ലോഹി താമസിക്കുന്ന വീടിന്റെ ഉടമസ്ഥയുടെ വീടുണ്ടായിരുന്നു. പ്രായമായ അമ്മയും മകളും

താമസിച്ചിരുന്ന വാരിയത്ത് വീട്. അവരുടേത് പഴയ ഇരുനില വീടായി രുന്നു. ലോഹിക്ക് കഴിക്കാൻ പാത്രത്തിൽ ദോശയും ചമ്മന്തിയുമായി പാടം കടന്ന് അമ്മ എല്ലാ പ്രഭാതങ്ങളിലും വന്നു. എന്നും അവർക്കു പറയാൻ ഏറെ കഥകളുണ്ടായിരുന്നു. വാരിയത്തെ അവരുടെ കുട്ടിക്കാലവും കൗമാരവും യൗവ്വനവുമെല്ലാം കഥകളായി ലോഹിക്കു മുന്നിൽ വിസ്തരിക്കപ്പെട്ടു. എല്ലാം ലോഹി ശ്രദ്ധയോടെ മൂളിക്കേട്ടു. അതുവരെ പരിചയമില്ലാത്ത കഥാലോകത്ത് ലോഹി അത്ഭുതം നിറഞ്ഞ കേൾവിക്കാരനായി. മനസ്സിന്റെ നീറ്റലും ചിലപ്പോഴൊക്കെ വാരസ്യാരമ്മ പങ്കുവെച്ചിരുന്നു.

രാഷ്ട്രീയക്കാരനായൊരാൾ പണ്ട് വാരിയത്ത് കുറച്ചുകാലം താമസത്തിനു വന്നതും അമ്മയുടെ മകളെ പിന്നീട് കല്യാണം കഴിച്ചതും ബന്ധം നല്ല നിലയിലല്ലാതെ കലാശിച്ചതുമൊക്കെ പറയുമ്പോൾ അവരുടെ കണ്ണുകൾ നനഞ്ഞിരുന്നു. കഥകൾ കേൾക്കുന്ന പകൽ കഴിഞ്ഞ് ഉറക്കം വരാതെ കിടന്ന രാത്രികളിലൊന്നിൽ ശിവശങ്കരൻ എന്ന പഴയ കഥാപാത്രം വാരിയത്തു വീടിന്റെ മുറ്റത്തു വന്നു നിന്നു. ഒരു പൊതി നിറയെ പണവും ചോരയൊലിക്കുന്ന മുറിവുമായി അയാൾ വീടിന്റെ തട്ടിൻപുറത്ത് ഒളിച്ചിരുന്നു. ലക്ഷങ്ങളുടെ ഭാരമുള്ള പണപ്പൊതിയിൽ തലവെച്ച് ശിവശങ്കരൻ പഴയ വീടിന്റെ തട്ടിനു മുകളിൽ വിശന്ന് കിടന്നു. വീട്ടിലെ പെൺകുട്ടി അയാളെ കണ്ടെത്തി. നിഷ്കളങ്കമായി അയാളിലെ മനുഷ്യനെ തിരിച്ചറിഞ്ഞു.

ആരാണെന്നു പോലുമറിയാത്ത അയാൾക്ക് പെൺകുട്ടി പാത്രം നിറയെ ചോറു കൊടുത്തു. ആർത്തിയോടെ ശിവശങ്കരൻ വാരിത്തിന്നു. ഈ രംഗം ലോഹിതദാസിന്റ ജീവിതം തന്നെയാണ്. ആർത്തിയോടെയാണ് എപ്പോഴുമദ്ദേഹം ഭക്ഷണം കഴിക്കാറ് എന്ന് ദീർഘകാലത്തെ പരിചയമുള്ളവർ പറയുന്നു. ഏറ്റവും പ്രധാനപ്പെട്ട ഒന്നിന് ദാരിദ്ര്യം നേരിട്ടവന്റെ ജീവിതം മുഴുവൻ നീണ്ടു കിടക്കുന്ന ആർത്തി. കിരീടത്തിന്റെ ചർച്ചകൾ തുടങ്ങുന്ന ദിവസം ഉച്ചഭക്ഷണ സമയത്ത് ഒരു ഔപചാരികതയുമില്ലാതെ, കറികൾ പോലും കൂട്ടാതെ വെറും ചോറ് ഉരുളകളാക്കി കഴിക്കുന്ന ലോഹിയെ കൃഷ്ണകുമാർ ശ്രദ്ധിച്ചിരുന്നുവത്രെ.

ധനം രണ്ട് ആത്മാർത്ഥ സുഹൃത്തുക്കളുടെ കഥ പറയുന്നു. കുട്ടിക്കാലത്തെ ആത്മാർത്ഥ സുഹൃത്തുക്കളായ അബൂബക്കറുടേയും ശിവശങ്കരൻ നായരുടെയും ജീവിതത്തിലേക്ക് കണക്കിൽപ്പെടാത്ത പണം എത്തിച്ചേരുന്നു. തുടർന്ന് ഇരുവരുടെയും ജീവിതത്തിലുണ്ടാകുന്ന

സംഘർഷങ്ങളാണ് സിനിമ.

പാലക്കാട്ടും കോഴിക്കോട്ടുമായാണ് ധനത്തിന്റെ ചിത്രീകരണം നടന്നത്. മോഹൻലാലിനൊപ്പം മുരളി, നെടുമുടി വേണു, തിലകൻ, നാസർ, സീനത്ത് എന്നിവർ പ്രധാന കഥാപാത്രങ്ങളെ അവതരിപ്പിച്ചു. തമിഴിൽ ബാലതാരമായി തുടങ്ങി പിന്നീട് പതിമൂന്നാമത്തെ വയസ്സിൽ നായികയായ ചാർമിളയാണ് തങ്കം എന്ന 'വാരിയത്തെ കുട്ടി'യായി മലയാളത്തിൽ അരങ്ങേറിയത്. അഭിനയിക്കാൻ വിടില്ല എന്ന് അച്ഛൻ പറഞ്ഞപ്പോൾ ചാർമിള വീട്ടിൽ നിരാഹാരമിരുന്നു. ഒടുവിൽ ഈ ഒരു സിനിമ മാത്രം ചെയ്താൽ മതി എന്ന് പറഞ്ഞിട്ടാണ് അച്ഛൻ ചാർമിളയെ കൂട്ടി ധനത്തിന്റെ സെറ്റിലെത്തുന്നത്.

വഷളനായ പോലീസ് ഉദ്യോഗസ്ഥന്റെ വേഷത്തിന് നെടുമുടി വേണുവിനെ വിളിക്കുമ്പോൾ സിബി ചോദിച്ചിരുന്നു ചേട്ടന് ആ വേഷം ചെയ്യുന്നതിൽ ബുദ്ധിമുട്ടുണ്ടോ എന്ന്. നെടുമുടി പറഞ്ഞത് ഒരു വിഷമവുമില്ല ഇത്തരം വേഷങ്ങൾക്ക് വേണ്ടിയാണ് ഞാൻ കാത്തിരിക്കുന്നതെന്ന്. രാജപ്പൻ എന്ന നെഗറ്റീവ് ഷെയ്ഡുള്ള ആ കഥാപാത്രത്തെ പൂർണ്ണ വിജയത്തിലെത്തിച്ചു അദ്ദേഹം. തട്ടിൻപുറത്ത് ഒളിച്ചു താമസിക്കുന്ന ശിവശങ്കരന്റെ താടി വളർച്ച കൃത്യമായി കാണിക്കാൻ തിരക്കഥയിലെ സീനുകളുടെ ക്രമമനുസരിച്ചായിരുന്നു ഷൂട്ടിംഗ്. എസ്. കുമാറിന്റെ ക്യാമറയും എൽ. ഭൂമിനാഥന്റെ എഡിറ്റിങ്ങും നല്ല അഭിപ്രായം നേടി. പി.കെ.ഗോപിയുടെ വരികൾക്ക് രവീന്ദ്രൻ സംഗീതം നൽകി ചിത്ര പാടിയ "ചീരപ്പൂവുകൾക്കുമ്മ കൊടുക്കണേ..." എന്ന ഗാനം ജനപ്രിയമായി.

മനസ്സിലെന്നോ വീണു മറഞ്ഞു കിടന്ന കഥയുടെ വിത്ത് വാരിയത്ത് വീടിന്റെ മുറ്റത്ത് മുളച്ചതും 'ധനം' എന്ന ചലച്ചിത്രമായതും യാദൃച്ഛികമല്ല. ഭാവനയും യാഥാർത്ഥ്യവും ചേർത്ത് വിശ്വാസ്യതയും നാടകീയതയുമുള്ള കഥകളുണ്ടാക്കാനുള്ള കൃതഹസ്തനായ എഴുത്തുകാരന്റെ മിടുക്ക് മാത്രമാവും. കിരീടത്തിന്റെ കഥയുടെ മറുവശത്ത് സംഭവിക്കുന്നതാണ് ധനത്തിന്റെ കഥ. കിരീടത്തിൽ കുറ്റകൃത്യവും തുടർന്നുള്ള ദുർവിധിയും സേതുമാധവനെ തേടിവരുന്നതാണെങ്കിൽ 'ധന'ത്തിൽ അപക്വമായ തീരുമാനത്താൽ നായകൻ വിധി സ്വയം തെരഞ്ഞെടുത്തതായിരുന്നു. പ്രശ്നങ്ങൾ കൂടുതൽ സങ്കീർണമാവുകയും, ഒടുവിൽ അനിവാര്യമായ ദുരന്തത്തിൽ അവസാനിക്കുകയും ചെയ്യുന്നു. കിരീടത്തിന്റെ കഥാഘടനയുമായി സാദൃശ്യങ്ങളുണ്ടെങ്കിലും ശക്തമായ തിരക്കഥ

തന്നെയാണെങ്കിലും ധനം കിരീടം പോലെ ചർച്ചചെയ്യപ്പെട്ടില്ല. ഒന്നിലധികം കഥാപാത്രങ്ങളുടെ വൈകാരികതയ്ക്ക് ഒരു പോലെ പ്രാധാന്യം നൽകുന്ന ശൈലിയല്ല ധനത്തിലുള്ളത്. അതായിരിക്കാം ഒരു കാരണം. സംവിധായകന്റെ ഭാഗത്തുനിന്ന് കുറച്ചു കൂടി ഗൗരവമുള്ള സമീപനമുണ്ടായിരുന്നെങ്കിൽ ധനം മലയാളത്തിലെ ക്ലാസിക് സിനിമകളിലൊന്നാവുമായിരുന്നു. അതിനുള്ള ഡ്രാമ തിരക്കഥയിലുണ്ടായിരുന്നു എന്നുറപ്പ്. അബ്കാരി പോലൊരു കമേഴ്സ്യൽ ഹിറ്റോ സദയം പോലൊരു സീരിയസ് ചിത്രമോ ആയി പരിഗണിക്കപ്പെട്ടില്ല ധനം എന്നത് ലോഹിക്കും നിരശയുണ്ടാക്കി.

എല്ലാം നൽകിയ നാടകം തിരക്കഥയാവുന്നു

'സിന്ധു ശാന്തമായൊഴുകുന്നു' എന്ന തന്റെ ഏറ്റവും പ്രിയപ്പെട്ട നാടകത്തെ ആധാരം എന്ന പേരിൽ തിരക്കഥയാക്കാനുള്ള പദ്ധതി മമ്മൂട്ടിയോടാണ് ലോഹി ആദ്യം പങ്കുവെച്ചത്. ജാതിമത ചിന്തകൾക്കെതിരെ പോരാടുന്ന ബാപ്പുട്ടിയുടെ കഥാപാത്രവും കഥയും മമ്മൂട്ടിക്ക് ഇഷ്ടമായി. ഈ കഥ ഉടൻ ചെയ്യാമെന്ന് മമ്മൂട്ടി പറഞ്ഞു.

കഥ കേട്ട് ഇഷ്ടമായാൽ സിനിമയാകുന്നതുവരെ അതിനെ പിന്തുടരുന്നതാണ് മമ്മൂട്ടിയുടെ രീതി. എഴുത്തുകാരനോടും സംവിധായകനോടും അതേപ്പറ്റി നിരന്തരം അന്വേഷിച്ചുകൊണ്ടേയിരിക്കും. ആ സമയത്ത് 'ധനം' എന്ന ചിത്രത്തിന്റെ തിരക്കിലായിരുന്നു ലോഹി. അതുകൊണ്ടു തന്നെ ആധാരത്തിന്റെ എഴുത്തുജോലികൾ തുടങ്ങാൻ കഴിഞ്ഞില്ല. മമ്മൂട്ടി പക്ഷേ ആധാരത്തെക്കുറിച്ചുള്ള ചോദ്യങ്ങളുമായി ലോഹിയെ നിരന്തരം വിളിച്ചു.

ഒരു ദിവസം നേരിട്ട് ധനത്തിൻറെ സെറ്റിലെത്തിയ മമ്മൂട്ടി 'ആധാരത്തിന്റെ കഥ എന്തായി?' എന്ന് അന്വേഷിച്ചു. ഒന്നുമായിട്ടില്ല എന്നു പറയാൻ മടിച്ച ലോഹി മറ്റൊരു കഥ മമ്മൂട്ടിയോട് പറഞ്ഞു.

നഷ്ടപ്പെട്ട മകളെയോർത്ത് ഉരുകുന്ന അച്ഛന്റെ കഥ. അവൾ ജീവനോടെയുണ്ടെന്ന് മനസിലാകുമ്പോൾ, അവൾക്കുവേണ്ടി ജീവിതത്തിലെ

ഏറ്റവും അടുത്തവരോടുപോലും യുദ്ധം ചെയ്യുന്ന ആൻറണി എന്ന നായകനെ മമ്മൂട്ടിക്ക് വല്ലാതെ ബോധിച്ചു.'കൗരവർ' എന്ന് പേരിട്ട ആ കഥ കേട്ട് മമ്മൂട്ടിക്ക് ആവേശമായി. "ഇതു മതി... ഇത് ജോഷി ചെയ്താൽ അസ്സലാവും" എന്ന് അപ്പോൾ തന്നെ അദ്ദേഹം പറയുകയും ചെയ്തു. മുമ്പ് ലോഹിതദാസ് പറഞ്ഞ 'മേലേടത്ത് രാഘവൻ നായരുടെ കഥ'യും പൂർത്തിയായെന്നറിഞ്ഞപ്പോൾ മമ്മൂട്ടി കൂടുതൽ ത്രില്ലിലായി. 'വാത്സല്യം' എന്ന ആ കഥയും ഉടൻ ചെയ്യാൻ തീരുമാനിച്ചു.

അപ്പോൾ ആധാരമോ? അതായി ലോഹിയുടെ ചിന്ത. 'ആധാരത്തിൽ മുരളി നായകനാവട്ടെ' എന്ന് പറയാൻ മമ്മൂട്ടിക്ക് രണ്ടാമതൊന്ന് ആലോചിക്കേണ്ടി വന്നില്ല. ആ ധാരണയിലാണ് അന്നവർ പിരിയുന്നത്.

ലോഹിതദാസും കിരീടം ഉണ്ണിയും മുരളിയും കൈതപ്രവും ചേർന്നുള്ള മൂകാംബികാ യാത്രയിലാണ് കാര്യങ്ങൾക്ക് തീർപ്പുണ്ടാവുന്നത്.

ഉണ്ണി ഒരു ചെറിയ സിനിമ ചെയ്യണമെന്ന ആഗ്രഹം പറഞ്ഞിട്ടുണ്ട്. മുരളിയെ നായകനാക്കി സിബിയെക്കൊണ്ടു ഡയറക്ട് ചെയ്യിക്കാനാണ് ഉദ്ദേശിക്കുന്നത്. ചെറിയ ബജറ്റിലൊതുങ്ങുന്ന ചിത്രം. സിബിയാണെങ്കിൽ ആകെ സമ്മർദ്ദത്തിലാണ്. രണ്ടു മൂന്നു പ്രൊജക്ടുകൾ ശരിയായി നിൽക്കുന്നു. ഉണ്ണിക്ക് പടം ഉടൻ തുടങ്ങുകയും വേണം. മൂകാംബികാ യാത്രയുടെ സമയത്ത് നാലുപേരും ചേർന്ന് ഇക്കാര്യം ചർച്ച ചെയ്തു. തിരക്കാണെങ്കിൽ മറ്റൊരാളെ സംവിധാനമേൽപ്പിക്കുന്നതിനെപ്പറ്റി ചർച്ച വന്നു. പലരും പല പേരും പറഞ്ഞെങ്കിലും ലോഹി പറഞ്ഞ പേര് ജോർജ് കിത്തുവിന്റെയായിരുന്നു.

കെ.എസ്.സേതുമാധവൻ സംവിധാനം ചെയ്യുന്ന എം.ടിയുടെ തിരക്കഥ 'വേനൽക്കിനാവുകളി'ൽ സഹസംവിധായകനായി പ്രവർത്തിക്കുന്ന ജോർജ് കിത്തുവിന്റെ പേര് എല്ലാവർക്കും സ്വീകാര്യമായി. ആലോചന സിബിയെ അറിയിച്ചപ്പോൾ അദ്ദേഹവും നല്ല തീരുമാനമെന്ന് അഭിപ്രായപ്പെട്ടു.

വേനൽക്കിനാവുകളുടെ സെറ്റിൽ പോയി ഉണ്ണി കിത്തുവിനൊരു കത്ത് കൊടുത്തേൽപ്പിച്ചു. ഷൂട്ടിംഗ് തീരുമ്പോൾ തൃശ്ശൂർ രാമനിലയത്തിൽ ചെന്ന് ലോഹിയെ കാണണമെന്നായിരുന്നു കത്തിൽ. കത്ത് സേതുമാധവൻ സാറിനെ കാണിച്ച കിത്തുവിനെ അദ്ദേഹവും പ്രോത്സാഹിപ്പിച്ചു. 'തനിയാവർത്തനം' എഴുതിയ ലോഹിയുമായി ചേർന്ന് പ്രൊജക്ട് ചെയ്യുന്നത് മികച്ച അവസരമായിരിക്കും എന്നാണദ്ദേഹം

പറഞ്ഞത്.

വേനൽക്കിനാവുകളുടെ ചിത്രീകരണം കഴിഞ്ഞ് തൃശ്ശൂരിലെത്തി ലോഹിയെ കണ്ട ജോർജ്ജ് കിത്തുവിനോട് പ്രൊജക്ടിനെപ്പറ്റിയും ചെയ്യാനുദ്ദേശിക്കുന്ന കഥയെപ്പറ്റിയും ലോഹി സംസാരിച്ചു. മാക് അലി വിതരണമേറ്റെടുക്കാമെന്ന് സമ്മതിച്ചിട്ടുണ്ടെന്നും പറഞ്ഞു.

കിത്തു പെട്ടന്ന് സന്തോഷിക്കാത്ത കൂട്ടത്തിലായിരുന്നു. ശ്രദ്ധയോടെ കാര്യങ്ങൾ മുന്നോട്ടു കൊണ്ടുപോവണമെന്ന് നിർബന്ധമുള്ളയാൾ. അയാളാവശ്യപ്പെട്ട ഒരേയൊരു കാര്യം പൂർത്തിയായ തിരക്കഥ ചിത്രീകരണത്തിന് മുന്നേ ലഭിക്കണമെന്നായിരുന്നു. വിശദമായ കഥപറച്ചിലിനു ശേഷം ഷൂട്ട് ചെയ്യുന്നതിനനുസരിച്ച് സീനുകൾ എഴുതി നൽകുന്ന ലോഹിയുടെ രീതിയിൽ കിത്തു അത്ര ആത്മവിശ്വാസമുള്ളവനായിരുന്നില്ല. തിരക്കഥ പൂർത്തിയാക്കുമെന്ന് ലോഹി ഉറപ്പിച്ചു പറഞ്ഞു. വരും ദിവസങ്ങളിൽ അലിയും ഉണ്ണിയുമായി കൂടിയിരിക്കാമെന്ന ധാരണയിൽ തല്ക്കാലം അവർ പിരിഞ്ഞു.

വേനൽക്കിനാവുകളുടെ പോസ്റ്റ് പ്രൊഡക്ഷൻ ജോലികൾ മദ്രാസിൽ നടക്കുന്നു. കിത്തു അവിടെയാണ്. ലോഹിയും ഉണ്ണിയും മുൻപ് പറഞ്ഞ പ്രകാരം പ്രൊജക്ട് മുന്നോട്ടു കൊണ്ടുപോയി.

'ആധാര'ത്തിന്റെ പൂജ മദ്രാസ് എ.വി.എം സ്റ്റുഡിയോയിൽ നടന്നു. തിരക്കഥ എഴുത്ത് ഷൊറണൂർ ഗസ്റ്റ്ഹൗസിലായിരുന്നു. ഉണ്ണിയും വിജയൻ പെരിങ്ങോടും എം.എ വേണുവുമൊക്കെ ലോഹിയുടെ കൂടെയുണ്ട്. ലോഹിയുടെ കാർ അദ്ദേഹം തന്നെ ഡ്രൈവ് ചെയ്തു കൊണ്ട് ലൊക്കേഷൻ അന്വേഷണവും നടക്കുന്നുണ്ട്.

വിജി തമ്പിയുടെ മമ്മൂട്ടി ചിത്രമായ 'സൂര്യമാനസ'ത്തിന്റെ വിതരണം മാക് ഏറ്റെടുത്തതോടെ 'ആധാരം' ഇപ്പോൾ ചെയ്യാനാവില്ലെന്നും പടം കുറച്ചു നീട്ടിവെക്കണമെന്നും അലി അഭ്യർത്ഥിച്ചെങ്കിലും ഉണ്ണിക്ക് അങ്ങനെ സമ്മതമായിരുന്നില്ല. മാക് അല്ലാത്തൊരു വിതരണക്കാരനെ എല്ലാവരും ചേർന്ന് അന്വേഷിച്ചു തുടങ്ങി. ലോഹിയുടെയും സിബിയുടേയും ഇടപെടൽ കൊണ്ട് ജോസ് ഇല്ലഞ്ഞിപ്പിള്ളി ഡിസ്ട്രിബ്യൂഷൻ എടുത്തെങ്കിലും സംവിധായകന്റെ ആശങ്കകൾ കുറഞ്ഞില്ല. ലോഹിയിൽ നിന്ന് എഴുതി പൂർത്തിയായ തിരക്കഥ ലഭിക്കാതിരുന്നതായിരുന്നു കിത്തുവിന്റെ ഉള്ളിലെ ഭയത്തിന് കാരണം.

ബാപ്പൂട്ടിയായി മുരളിയും വാസുവായി സുരേഷ് ഗോപിയും

സേതുലക്ഷ്മിയായി ഗീതയും അബ്ദുള്ളയായി കരമനയും തീരുമാനിക്ക പ്പെട്ടു. പരുക്കൻ കഥാപാത്രങ്ങൾ മാത്രം ചെയ്തിട്ടുള്ള ജനാർദ്ദനനെ ആദ്യമായി നർമ്മത്തിന്റെ പരിവേഷമുള്ള കഥാപാത്രമേൽപ്പിക്കുന്നത് ലോഹിയുടെ ആശയമായിരുന്നു.

ചിത്രീകരണം തുടങ്ങി. കൈതപ്രത്തെവെച്ച് ആദ്യ ഷോട്ട് എടുത്താൽ സിനിമ വിജയമാകുമെന്ന് കിരീടം ഉണ്ണിക്കൊരു വിശ്വാസമുണ്ടായിരുന്നു. അതുപ്രകാരം ചെറുതുരുത്തി പാങ്ങാവ് ശിവക്ഷേത്രത്തിലെ ശ്രീകോ വിലിൽ നിന്ന് കൈതപ്രം ഇറങ്ങിവരുന്നതായിരുന്നു ആദ്യ ഷോട്ട്. ചേലക്കര അടുത്ത് പാഞ്ഞാൾ, പൈങ്കുളം ഭാഗത്തായിരുന്നു പ്രധാന ലൊക്കേഷനുകൾ. ബാപ്പൂട്ടിയും കൃഷ്ണമേനോനും തമ്മിൽ നടക്കുന്ന ഉശിരൻ സംഘട്ടനം ചിത്രീകരിച്ചത് പാഞ്ഞാൾ കവലയിലാണ്. ലോഹി സീനുകൾ പൂർത്തിയാക്കുന്നതിനനുസരിച്ച് ജോർജ് കിത്തു ഷൂട്ട് മുന്നോട്ടു കൊണ്ടുപോയി. സംവിധായകനെ സംബന്ധിച്ച് തൃപ്തിയോ ടെയല്ലായിരുന്നു ചിത്രീകരണം. തിരക്കഥ മുന്നേ ലഭിച്ച് തയ്യാറെടുപ്പുക ളോടെ ഷൂട്ട് ചെയ്യണമെന്നാഗ്രഹിച്ച ജോർജ് കിത്തുവിന് ലോഹിയുടെ ശൈലിയുമായി പൊരുത്തപ്പെടാനായില്ല.

മതങ്ങൾക്കതീതമായ മനുഷ്യത്വത്തെ ഹൃദയസ്പർശിയായി അവത രിപ്പിച്ച ചിത്രത്തെ പ്രേക്ഷകർ സ്വീകരിച്ചു. നാല്പത് ദിവസങ്ങൾക്കുള്ളിൽ രണ്ട് പെട്ടികളെ അതിജീവിച്ച് കഷ്ടപ്പെട്ട് ചിത്രീകരിച്ച ആധാരം തിയേ റ്ററുകളിൽ വിജയക്കുതിപ്പുണ്ടാക്കി. നൂറാം ദിവസം അഭിനേതാക്കളി ല്ലാതെ സാങ്കേതിക പ്രവർത്തകരിൽ പ്രധാനികളുടെ മുഖങ്ങൾ വെച്ച് പോസ്റ്ററുണ്ടാക്കി. ഇത്തരത്തിലൊരു പരീക്ഷണം മലയാളത്തിലാദ്യമാ യിരുന്നു. കുറഞ്ഞ ബജറ്റിൽ പൂർത്തിയായ ആധാരത്തിന്റെ പ്രിന്റുകൾ 167 ദിവസം തികച്ചാണ് തീയേറ്റർ വിടുന്നത്.

“ഇക്കാ ഞാൻ പേടിച്ചിരിക്കായിരുന്നു...”

“എന്തിന്? ഇയ്യ് ഒരു ആണിന്റെ കൂടെയല്ലേടീ പൊറുക്കുന്നെ?

ചങ്കുറപ്പുള്ള ഒരാണ്!”

ജയിലിൽ വെച്ച് ഞാനറിഞ്ഞത് ഇയ്യ് നാട്ടാരെപ്പേടിച്ച് പൊന്നാനി പോയി തൊപ്പി ഇട്ടുന്നാ...

അങ്ങനെ ആയിരുന്നെങ്കില് ഇപ്പോ അന്റെ മുഖത്ത് ഞാൻ തുപ്പിയേനേ...”

അന്യമതസ്ഥനെ വിവാഹം കഴിച്ച പെണ്ണുങ്ങളോടും അവരുടെ ഭർത്താ വിനോടും ആധാരത്തിലെ ബാപ്പൂട്ടി പറയുന്ന ഡയലോഗ് മതത്തിന്റെ

വേലിക്കെട്ടുകൾ മറികടക്കുന്ന രംഗമായി സ്വീകരിക്കപ്പെട്ടു.

മുരളിയുടെ ബാപ്പൂട്ടിയെപ്പോലെ സുരേഷ്ഗോപിയുടെ വാസുവിനെയും സുധീഷ് അവതരിപ്പിച്ച രമേശനേയും പ്രേക്ഷകർ ഹൃദയത്തിൽ ഏറ്റു വാങ്ങി.

മനോഹരമായി ചിത്രീകരിക്കപ്പെട്ട "മഞ്ചാടി മണികൊണ്ട് മാണിക്യക്കടം നിറഞ്ഞു..." എന്ന ഗാനത്തെ അനശ്വരമാക്കിയത് കൈതപ്രം-ജോൺസൺ കൂട്ടുകെട്ടായിരുന്നു.

ആധാരം കഴിഞ്ഞ് കുറേ മാസങ്ങൾക്കു ശേഷം, ലോഹിയുടെ മകന്റെ പിറന്നാളു ദിവസം. ലാബിലും ഇൻസ്റ്റിറ്റ്യൂട്ടിലും ജോലി ചെയ്യുന്നവരെ വീട്ടിലേക്ക് ഊണുകഴിക്കാൻ വിളിച്ചിട്ടുണ്ട്. മുറ്റത്ത് നിർത്തിയിട്ട സ്കൂട്ടറിൽ മുരളി ഇരിക്കുന്നു. താഴെ പടിക്കെട്ടിൽ ചാരി ലോഹിയും. സംസാരത്തിനിടയിലും രണ്ടുപേരും അടുത്തുവെച്ച റേഡിയോയിൽ നിന്നുള്ള വാർത്തകൾ ശ്രദ്ധിക്കുന്നുണ്ട്. സംസ്ഥാന ചലച്ചിത്ര അവാർഡിന്റെ വാർത്ത വന്നു. 'മികച്ച നടൻ മുരളി' എന്ന് കേട്ടതും സ്കൂട്ടറിൽ നിന്ന് ചാടിയിറങ്ങിയ മുരളി ലോഹിയെ ഇറുക്കെ കെട്ടിപ്പിടിച്ചു. രണ്ടുപേരുടേയും കണ്ണുകൾ നിറഞ്ഞിരുന്നു. ആധാരത്തിലെ ബാപ്പൂട്ടിയാണ് ആദ്യമായി മുരളിയ്ക്ക് മികച്ച നടനുള്ള സംസ്ഥാന അവാർഡ് നേടിക്കൊടുത്തത്. അതിഥികൾക്ക് അന്ന് ലോഹിയുടെ മുറ്റത്ത് അപ്രതീക്ഷിതമായി മറ്റൊരു സന്തോഷത്തിന് സാക്ഷികളാവാനും യോഗമുണ്ടായി.

ഏറ്റവും നല്ല പുതുമുഖ സംവിധായകനായി ജോർജ് കിത്തു തെരഞ്ഞെടുക്കപ്പെട്ടു. ഗീതയ്ക്ക് ശബ്ദം നൽകി ആനന്ദവല്ലി മികച്ച ഡബ്ബിങ്ങിനുള്ള സംസ്ഥാന പുരസ്കാരം നേടി. മറ്റൊരു പുരസ്കാരം നേടിയത് മെയ്ക്കപ്പ്മാൻ പട്ടണം റഷീദായിരുന്നു. 'ഏകാദശി നോറ്റ കാക്ക' നാടകമല്ലാതെ മറ്റൊരു മാധ്യമത്തിൽ കൂടി ലോഹിയ്ക്ക് അർഹിക്കുന്ന ശ്രദ്ധനേടിക്കൊടുത്തു.

മുരളിക്ക് സിനിമാ സുഹൃത്തുക്കളുടെ ഇടയിൽ 'കാരിരുമ്പ്' എന്നൊരു വിളിപ്പേരുണ്ടായിരുന്നു. അതിനു കാരണം ആധാരം സിനിമയും ലോഹിയുമാണ്. "കാരിരുമ്പിന്റെ കരുത്തുമായി ഒരു നായകൻ" എന്ന് ലോഹി എഴുതിയ പരസ്യവാചകത്തിൽ നിന്നാണ് മുരളിക്ക് കാരിരുമ്പ് പട്ടം കിട്ടുന്നത്.

ചാവേറുകളുടെ കഥ പറയുമ്പോൾ

ധനത്തിന്റെ സെറ്റിൽ വെച്ച് മമ്മൂട്ടി കേട്ട കഥയ്ക്ക് പ്രതീക്ഷിച്ച പോലെ കൃത്യമായ തുടർച്ചയുണ്ടായി. ജോഷി സംവിധാനം ഏറ്റെടുത്തു. ചന്ദ്രകാന്ത് ഫിലിംസിന്റെ ബാനറിൽ ശശിധരൻപിള്ളയും സുഹൃത്തുക്കളും നിർമ്മാണത്തിനായി വന്നു.

അധോലോകം വിഷയമാവുന്ന ചിത്രം ലോഹിയെ സംബന്ധിച്ച് പുതിയ മേഖലയായിരുന്നെങ്കിലും മലയാളത്തിലെ ഏറ്റവും മികച്ച ഗ്യാങ്സ്റ്റർ തിരക്കഥകളിലൊന്നാണ് ലോഹി സംവിധായകന് നൽകിയത്.

ചെയ്ത തെറ്റുകളിൽ പശ്ചാത്തപിച്ച് ജീവിതത്തിലേയ്ക്ക് തിരികെ വരുന്ന ടാക്സി ഡ്രൈവർ ആന്റണി എന്ന നായകനെ മമ്മൂട്ടി അവിസ്മരണീയമാക്കിയപ്പോൾ 'ആ രാത്രി' എന്ന ചിത്രത്തിൽ മമ്മൂട്ടിയുടെ മകളായി അഭിനയിച്ച അഞ്ജു കൗരവരിലൂടെ ആദ്യമായി നായികയുമായി. തിരുവനന്തപുരമായിരുന്നു പ്രധാന ലൊക്കേഷൻ.

പ്രതികാരദാഹിയായ 'അലിയാർ' തിലകന്റെ അഭിനയ ജീവിതത്തിലെ കരുത്തുറ്റ കഥാപാത്രമായി.

പക, വിദ്വേഷം, ദേഷ്യം, എന്നീ വികാരങ്ങൾ സ്നേഹം, കരുതൽ, കാവൽ, നിസഹായത എന്നീ ഭാവങ്ങളിലേക്ക് വഴി മാറുകയാണ് ആന്റണിയിൽ. പഴകുംതോറും പകയും, ദേഷ്യവും, വെറുപ്പും, പ്രതികാരത്തിന്റെ മൂർച്ചയും വർധിക്കുന്ന അലിയാർ... അയാളുടെ ഇടംവലം കൈകളായി

ഹംസയും, രാമയ്യയും...തെറ്റിൽ നിന്നും ശരിയിലേക്കു സഞ്ചരിച്ച ആന്റണിയെ വീണ്ടും തെറ്റിലേക്ക് പറഞ്ഞയയ്ക്കുന്ന ഹരിദാസ്... വികാര തീവ്രമായിരുന്നു കൗരവരുടെ കഥ.

ക്ലൈമാക്സിൽ അലിയാരെ കുത്തിയതിന് ശേഷമുള്ള ആന്റണിയുടെ ഭാവമാറ്റം, ലോകനിലവാരത്തിലുള്ള നാടകീയതയുടെ ആവിഷ്കാരമാണെന്ന് പ്രേക്ഷകർ സാക്ഷ്യപ്പെടുത്തി.

കന്നഡ നടൻ വിഷ്ണുവർദ്ധനാണ് ഹരിദാസ് എന്ന പൊലീസുദ്യോഗസ്ഥന്റെ വേഷത്തിൽ അഭിനയിച്ചത്. മുരളി, ബാബു ആന്റണി, ഭീമൻ രഘു, ശാന്തി കൃഷ്ണ എന്നിവരും പ്രധാന കഥാപാത്രങ്ങളെ അവതരിപ്പിച്ചു .

ജയാനനൻ വിൻസെൻറ് ഛായാഗ്രഹണവും ശങ്കുണ്ണി ചിത്രസംയോജനവും നിർവ്വഹിച്ചു. ചിത്ര പാടിയ 'കനകനിലാവേ തുയിലുണരൂ...' എന്ന പാട്ട് അടക്കം കൈതപ്രം - എസ്.പി.വെങ്കിടേഷ് ടീമിന്റെ ഗാനങ്ങൾ സൂപ്പർ ഹിറ്റായി.

തീയേറ്ററുകളിൽ തരംഗമാവുകയായിരുന്നു 'കൗരവർ'. തിരുവനന്തപുരം, കോട്ടയം, എറണാകുളം, തൃശ്ശൂർ, പാലക്കാട്, കോഴിക്കോട് നഗരങ്ങളിലെ തീയേറ്ററുകളിൽ 40 ദിവസം, തുടർച്ചയായി ഓടി അന്നത്തെ റെക്കോഡിട്ടിരുന്നു ചിത്രം. 'കുട്ടേട്ടൻ എന്ന ചിത്രത്തിന്റെ പരാജയത്തിനു ശേഷം മമ്മൂട്ടി - ജോഷി - ലോഹി കൂട്ടുകെട്ടിന്റെ ശക്തമായ തിരിച്ചുവരവായി കൗരവർ. പക്ഷേ നിർമ്മാണച്ചെലവിൽ അപ്രതീക്ഷിതമായുണ്ടായ വർദ്ധന കാരണം ചിത്രത്തിന്റെ സാമ്പത്തിക വിജയം തങ്ങൾക്ക് പ്രയോജനപ്പെട്ടില്ലെന്നാണ് നിർമ്മാതാക്കൾ പ്രതികരിച്ചത്. പിന്നീട് 'ദേവാസുര' എന്ന പേരിൽ കന്നഡയിലും 'ഖൈദി ഗാരു' എന്ന് പേരിട്ട് തെലുങ്കിലും കൗരവർ പുനർനിർമ്മിച്ചിരുന്നു.

ലോറിക്കഥയുമായി വീണ്ടും

പാലക്കാട്ടെ പ്രസിദ്ധമായ കുഴൽമന്ദം ചന്ത ദിവസം യാദൃച്ഛികമായി അതുവഴി കാറിൽ കടന്നുപോയ ലോഹി കന്നുകാലികളുടെ ലേലം നടക്കുന്നത് കണ്ടു. തമിഴ്നാട്ടിൽ നിന്ന് ലോറിയിൽ കൊണ്ടുവരുന്ന കാളകളും പോത്തുകളും ചന്തയിൽ കൈമാറ്റം ചെയ്യപ്പെടുന്നതിന്റെ മാമൂലുകളും പതിവുകളും ആദ്യമായി കണ്ട ലോഹി കൗതുകത്തോടെ അതൊരു സിനിമയ്ക്ക് പശ്ചാത്തലമായാൽ നന്നായിരിക്കും എന്നു ചിന്തിച്ചു. അവിടെ നിർത്തി പെട്ടിക്കടയിൽ നിന്ന് സർബത്തു കുടിച്ചു കൊണ്ട് കാളച്ചന്തയുടെ കൂടുതൽ വിവരങ്ങൾ ചോദിച്ചറിഞ്ഞു.

മനസ്സിൽ കഥയൊന്നും ആയിട്ടില്ലെങ്കിലും കാളച്ചന്തയുടെ പശ്ചാത്തലം എന്ന ആശയം സിബിയുമായി പങ്കുവെക്കുകയും സിബി അതിനെ പ്രൊജക്ടാക്കുകയും ചെയ്തു. തൃശ്ശൂർ രാമനിലയത്തിൽ ആലോചനയും എഴുത്തും പുരോഗമിക്കുമ്പോഴാണ് സംവിധായകൻ അലി അക്ബറും ആനന്ദ് എന്ന നിർമ്മാതാവും ലോഹിയെ കാണാനെത്തുന്നത്. അവർ ഷൂട്ട് ചെയ്തു കൊണ്ടിരിക്കുന്ന 'പൊന്നുച്ചാമി' എന്ന സുരേഷ്ഗോപി ചിത്രത്തിന്റെ കഥാപശ്ചാത്തലം കാളക്കച്ചവടവും കാലിച്ചന്തയും തന്നെയാണെന്നും എഴുതുന്ന കഥയിൽ ലോഹി മാറ്റം വരുത്തണമെന്നും അഭ്യർത്ഥിക്കാനായിരുന്നു അവർ വന്നത്. അവരുടെ അഭ്യർത്ഥന മാനിക്കുകയും കാളച്ചന്ത മാറ്റിപ്പിടിക്കാൻ ലോഹി തീരുമാനിക്കുകയും ചെയ്തു.

പുതിയ കഥാപരിസരം ആലോചിക്കുന്ന ലോഹിയുടെ മനസ്സിൽ വർഗ്ഗീസിന്റെ മുഖം തെളിഞ്ഞു വന്നു. നാട്ടിൽ ലോഹിയുടെ സന്തത സഹചാരിയാണ് വർഗീസ്. അയാൾ കുറച്ചുകാലം ചരക്കുലോറികളിൽ ക്ലീനറായി ജോലി ചെയ്തിരുന്നു. അക്കാലത്ത് പണികഴിഞ്ഞു വരുന്ന വർഗീസ് ലോറിപ്പണിയെപ്പറ്റിയും ലോറിക്കാരെപ്പറ്റിയും വാതോരാതെ വിശേഷങ്ങൾ പറയുമായിരുന്നു. അന്നേ തോന്നിയതാണ് ലോറിത്തെരുവ് പശ്ചാത്തലമായൊരു തിരക്കഥ. പുതിയ ആലോചനയ്ക്കും സംവിധായകന്റെ അംഗീകാരം കിട്ടി. കഥയെഴുതാൻ എറണാകുളത്തിരുന്നെങ്കിലും ഒന്നും ഒത്തു വന്നില്ല. നഗരത്തിൽ നിന്ന് മാറി ഹൈറേഞ്ച് ഭാഗത്തെവിടെയെങ്കിലും താമസിച്ചാലോ എന്ന് തോന്നി. മൂന്നാർ അടുത്ത് ഒരു മുറി ശരിയാക്കി അങ്ങോട്ട് മാറി.

ഹൈറേഞ്ചിലെ താമസത്തിനിടയിൽ ലോഹി സ്ഥിരമായി ഭക്ഷണം കഴിച്ചിരുന്ന ഒരു ചെറിയ ഹോട്ടലുണ്ടായിരുന്നു. ചൂടുള്ളകഞ്ഞിയും കപ്പയും കഴിക്കാൻ ലോറിക്കാർ വന്നു പോയിരുന്ന കട. പട്ട കെട്ടിമറച്ച അടുക്കളച്ചുമരിന്റെ ചതുരദ്വാരത്തിലൂടെ ആവി പറക്കുന്ന കഞ്ഞിപ്പാത്രവുമായി നീണ്ടു വരികയും പാത്രം നൽകി പിൻവലിയുകയും ചെയ്യുന്ന വളയിട്ട രണ്ട് കൈകൾ ലോഹി ശ്രദ്ധിച്ചിരുന്നു. അടുക്കളയിലെ പെണ്ണിനെ പുറത്തു കാണാറില്ലായിരുന്നു. അവളുടെ മുഖം കാണാൻ വേണ്ടി ലോഹി പിന്നെയും പിന്നെയും അവിടെച്ചെന്ന് കഞ്ഞി കുടിച്ചു. ഒരിക്കൽ മാത്രം ഒരു മിന്നായം പോലെ അവൾ വെളിപ്പെട്ടു. അവിടെ വരുന്ന ലോറിക്കാരനായ ഏതെങ്കിലും ചെറുപ്പക്കാരൻ അവളുമായി ഇഷ്ടത്തിലായെങ്കിലോ? അവളെ കണ്ണുവെച്ചിരുന്ന മറ്റൊരു ലോറി ഡ്രൈവർ കൂടി ഉണ്ടാകുമെങ്കിലോ? അത്തരം ചില ചിന്തകളിൽ നിന്ന് കഥയുടെ നീറ്റൽ തുടങ്ങി.

സ്വന്തം ജീവിതത്തിൽ നിന്ന് മറ്റൊരനുഭവം കൂടി ചേർക്കാനുണ്ടായിരുന്നു എഴുത്തുകാരന് 'വളയ'ത്തിന്റെ തിരക്കഥയിൽ.

ചാലക്കുടിയിൽ സുഹൃത്തായൊരു ടാക്സി കാർ ഡ്രൈവർ ഒരിക്കൽ കുറ്റബോധത്തോടെ പറഞ്ഞ അനുഭവം. ദീർഘദൂര ട്രിപ്പ് കഴിഞ്ഞ് പുലർച്ചെ ഹൈവേയിലൂടെ തിരിച്ചു കാറോടിച്ചിരുന്ന അയാളുടെ വണ്ടിയുടെ മുന്നിലേക്ക് ഒരു പോക്കറ്റ് റോഡിൽ നിന്ന് വെട്ടിത്തിരിഞ്ഞു വന്ന പത്രവിതരണക്കാരന്റെ സൈക്കിൾ. ഡ്രൈവർ കണ്ണടച്ചു തുറക്കും മുമ്പ് എല്ലാം സംഭവിച്ചിരുന്നു. കാർ അയാളെ ഇടിച്ചു തെറിപ്പിച്ചു. വണ്ടി നിർത്താൻ അയാൾക്കു ഭയം തോന്നി. അയാൾക്കെന്തു സംഭവിച്ചു എന്നന്വേഷിക്കാതെ ഡ്രൈവർ വീട്ടിലെത്തി. ഭയവും കുറ്റബോധവും

കൊണ്ട് മനസ്സുതകർന്ന അയാൾ സുഹൃത്തായ ലോഹിയോട് രഹസ്യമായി ഇക്കാര്യം പറഞ്ഞു. തന്റെ കാറിടിച്ച് ദൂരേയ്ക്ക് തെറിച്ചു പോയ അയാൾക്കെന്തു സംഭവിച്ചു എന്ന് അന്വേഷിക്കാമോ എന്നു ലോഹിയോട് അപേക്ഷിക്കുകയായിരുന്നു അയാൾ.

മനസ്സിനു പരിക്കേറ്റ അയാളെ സമാധാനിപ്പിക്കാൻ വേണ്ടി മാത്രം ലോഹി അന്വേഷിക്കാമെന്നേറ്റു. അപകടത്തിൽപ്പെട്ടയാളെ അന്വേഷിച്ചു പോവാൻ ലോഹിക്കും ഭയം തോന്നി. അന്വേഷിക്കാതെ തന്നെ സൈക്കിൾ യാത്രക്കാരന് കാലിന് പരിക്കേറ്റതേയുള്ളൂ മറ്റൊന്നുമുണ്ടായിട്ടില്ലെന്ന് ലോഹി സുഹൃത്തിനോട് കള്ളം പറഞ്ഞു. അയാളൽപ്പം സമാധാനം ശ്വസിക്കുന്നത് ലോഹി കണ്ടുനിന്നു. ഇടിച്ചിട്ട് നിർത്താതെ പോയ ഡ്രൈവറുടെ കുറ്റബോധം വേട്ടയാടിയ മനസ്സ് വളയത്തിന്റെ തിരക്കഥയിൽ അലിഞ്ഞു ചേരുന്നത് അങ്ങനെയാണ്.

ഇതിനിടയിൽ പ്രൊജക്റ്റ് ഏറെ മുന്നേറിയിരുന്നു. ആദ്യം പറഞ്ഞ കാളച്ചന്തയുടെ കഥ വെച്ച് സിബി പ്ലാൻ ചെയ്ത ദിവസം തന്നെ ഷൂട്ടിംഗ് തുടങ്ങിയിരുന്നു. പുതിയ കഥയുടെ സീനുകൾ എഴുതിയാവാതെ ഷൂട്ടിംഗ് നിർത്തിവെച്ച് തിരക്കഥ ചെയ്യേണ്ട അവസ്ഥ വരെ ഉണ്ടായി.

വളയത്തിന്റെ തിരക്കഥ നൽകിയശേഷം ലോഹിയും സിന്ധുവും കിരീടം ഉണ്ണിയുടെ കുടുംബത്തോടൊപ്പം ബോംബെ - ദൽഹി യാത്രയ്ക്ക് പോയി. ബോംബെയിലായിരിക്കുമ്പോഴാണ് ലോഹിയെ സിബി വീണ്ടും ഫോൺ വഴി ബന്ധപ്പെടുന്നത്. എവിടന്നൊക്കെയോ ഉള്ള സമ്മർദ്ദങ്ങൾ കാരണമാവാം തിരക്കഥയിൽ വീണ്ടും ചില മാറ്റങ്ങൾ ആവശ്യപ്പെട്ടായിരുന്നു ആ വിളി. “ലോഹിതദാസ് ലോഹിതദാസിന്റെ സിനിമയാണ് എഴുതുന്നത്. മറ്റൊരാൾക്കു വേണ്ടി മാറ്റേണ്ട കാര്യമില്ല” എന്ന ഉറച്ച മറുപടിയായിരുന്നു അന്ന് ലോഹി നൽകിയത്.

നായകൻ മുരളിയെക്കൂടാതെ പ്രതിനായക വേഷത്തിൽ വന്ന മനോജ് കെ ജയനും മികച്ച പ്രകടനമായിരുന്നു വളയത്തിൽ കാഴ്ച വെച്ചത്. നായിക പാർവ്വതി, ഒടുവിൽ, മാമുക്കോയ, അബൂബക്കർ, മാവേലിക്കര പൊന്നമ്മ, ആദ്യമായി മലയാളത്തിലെത്തിയ തെന്നിന്ത്യൻ അഭിനേത്രി സുവർണ മാത്യു എന്നിവർ തൻമയത്വത്തോടെ കഥാപാത്രങ്ങളായി. മുരളിയും ഒടുവിൽ ഉണ്ണികൃഷ്ണനുമുള്ള ഒരു സീനിൽ ലോഹിയും പ്രത്യക്ഷപ്പെട്ടിട്ടുണ്ട്. ഗാനങ്ങൾ കൈതപ്രം- എസ്.പി വെങ്കിടേഷ് ടീമിൽ നിന്നായിരുന്നു. 1992 ലെ ഓണത്തിന് റിലീസ് ചെയ്ത വളയം വിജയമായില്ല.

നർത്തകനായ നായകനും തേടിവന്ന കഥയും

ഭരതത്തിന്റെ മഹാവിജയം ലാലിനെ ആവേശം കൊള്ളിച്ചിരുന്നു. അതേ കൂട്ടുകെട്ടിൽ നിന്ന് മറ്റൊരു ചിത്രം അദ്ദേഹം ആഗ്രഹിക്കുകയും സിബിയുമായി പങ്കുവെക്കുകയും ചെയ്തു. സിബി ലോഹിയോട് കഥ ശരിയാക്കാൻ പറഞ്ഞു. ലാലും സിബിയും ഷെഡ്യൂളുകളിൽ ഈ പ്രൊജക്ടിനെ ഉൾപ്പെടുത്തി നീക്കങ്ങൾ ആരംഭിച്ചു.

പൂർണ്ണമായും ശൂന്യതയിലായിരുന്നു ലോഹിയുടെ മനസ്സ്. കഥയുടെ ഇലയനക്കങ്ങൾ പോലുമില്ല. മറ്റൊരു കാര്യത്തിന് കുടുംബത്തോടൊപ്പം മദ്രാസിൽ ചെന്ന ലോഹിയ്ക്ക് സിബിയുടെ കോളുകൾ വന്നുകൊണ്ടിരുന്നു. ഉടൻ എന്തെങ്കിലും ചെയ്തേ പറ്റൂ. വീണ്ടും സമ്മർദ്ദത്തിന്റെ നടുത്തളത്തിൽ. അതിനിടയിൽ മമ്മൂട്ടിയും വിളിച്ചിരുന്നു. സിബിയും മോഹൻലാലുമായി ഭരതത്തിനു ശേഷം വീണ്ടുമൊരു കഥ ആലോചിക്കുകയാണെന്ന് പറഞ്ഞപ്പോൾ മമ്മൂട്ടി തമാശയ്ക്ക് പറഞ്ഞു. " ഭരതത്തിൽ ശാസ്ത്രീയ സംഗീതമല്ലേ പിടിച്ചത്? എന്നാലിനി കഥകളിയിലൊന്നു ശ്രമിച്ചു നോക്ക്" എന്ന്. ലോഹി അതു കേട്ട് പൊട്ടിച്ചിരിച്ചു. ആ തമാശ കാര്യമാവുമെന്ന് രണ്ടുപേരും പ്രതീക്ഷിച്ചില്ല.

ഹോട്ടൽ മുറിയിൽ ഉറങ്ങാനാവാതെ തിരിഞ്ഞും മറിഞ്ഞും കിടന്ന് എപ്പോഴോ മയങ്ങിപ്പോയ ലോഹിയുടെ അർദ്ധബോധത്തിൽ ഒരു

ദൃശ്യം തെളിഞ്ഞു.

കേരളകലാമണ്ഡലം - മുഷിഞ്ഞ വസ്ത്രങ്ങൾ ധരിച്ച് അവധൂതനെപ്പോലെ ഒരാൾ വള്ളത്തോളിന്റെ പ്രതിമയോട് കയർത്ത് സംസാരിക്കുന്നു. അയാളതിന് സ്വാതന്ത്ര്യമുള്ള ഭാവത്തിലാണ്. നന്നായി മദ്യപിച്ച ശരീരഭാഷ. അയാൾ ഉറക്കെ സംസാരിച്ചുകൊണ്ടിരിക്കെ ലോഹി ഞെട്ടിയുണർന്നു.

അവിശ്വസനീയമായ കാര്യങ്ങളാണ് പിന്നീട് നടന്നത്. സ്വപ്നത്തിൽ കണ്ടയാൾ നന്ദഗോപൻ എന്ന നർത്തകനാണെന്നും അയാളുടെ കുഴഞ്ഞുമറിഞ്ഞ ജീവിതം ഇങ്ങനെയാണെന്നും ആരോ പറഞ്ഞു തരുംപോലെ എഴുതാൻ ലോഹിക്ക് കഴിഞ്ഞു. നർത്തകന്റെ ജീവചരിത്രമെഴുതുന്ന യത്നംപോലെ സംഘർഷങ്ങളും ആനന്ദവും പ്രണയവും കുറ്റബോധവുമെല്ലാമായി കഥ കവിഞ്ഞ് ഒഴുകി. നൃത്തകലയുടെ പശ്ചാത്തലമോ ഗവേഷണമോ കൂടാതെ കമലദളങ്ങൾ പ്രതിഭയുടെ സൂര്യരശ്മികളേറ്റ് വിരിഞ്ഞു.

മോഹൻലാലിനൊപ്പം മോനിഷയും മുരളിയും ഒടുവിലും പാർവ്വതിയും നെടുമുടിയുമെല്ലാം ചേർന്ന് നർത്തകന്റെ കഥയെ അവിസ്മരണീയ അനുഭവമാക്കി മാറ്റി. നർത്തകന്റെ കഥാപാത്രത്തിനു മുന്നിൽ വിനയാന്വിതനായ മോഹൻലാൽ എന്ന നടൻ ആ വെല്ലുവിളിയെ അതിജീവിക്കുന്ന അപൂർവ്വസുന്ദരമായ കാഴ്ച. ലാലിന്റെ അഭിനയജീവിതത്തെപ്പറ്റിയുള്ള എത്ര ചെറിയ പരാമർശത്തിലും കമലദളം കടന്നു വരുമെന്നതിൽ സംശയമില്ല.

ഒരാളും വിശ്വസിച്ചില്ല, വർഷങ്ങൾ കൊണ്ട് നെയ്തെടുത്തതല്ല ആ തിരക്കഥയെന്ന്. നാട്യശാസ്ത്രവും സംസ്കൃതവുമറിയാത്തൊരാളാണത് എഴുതിയതെന്ന്. അത്രയ്ക്ക് യഥാതഥമായിരുന്നു ഇതിവൃത്തം.

കമലദളത്തിന്റെ ഗംഭീരവിജയത്തിനു ശേഷം കലാമണ്ഡലത്തിൽ നടന്നൊരു പരിപാടിയിൽ ക്ഷണിതാവായി ലോഹിതദാസ് ഇരിക്കുമ്പോൾ കലാമണ്ഡലം മുൻ സെക്രട്ടറിയും സാഹിത്യകാരനുമായ വി. ടി ഇന്ദുചൂഡൻ മാഷ് വേദിയിൽ പ്രസംഗിച്ചതു കേട്ട് ലോഹി തരിച്ചുപോയത്രെ.

പ്രതിഭാധനനായ നർത്തകനും അതേ സമയം നിഷേധിയും മദ്യപനും കുത്തഴിഞ്ഞ ജീവിതം നയിക്കുന്നവനുമായ ഒരു കലാകാരൻ വർഷങ്ങൾക്കു മുമ്പ് കലാമണ്ഡലത്തിലുണ്ടായിരുന്നു. ആരോടോ ഉള്ള വാശിയ്ക്ക് ചിലപ്പതികാരം നൃത്തരൂപത്തിലാക്കി അവതരിപ്പിക്കുക എന്ന

കഠിനമായ കടമ്പ കടന്ന് എല്ലാവരേയും ഞെട്ടിച്ചിരുന്നു അയാൾ. ലോഹി ഒരിക്കലും അയാളെ അറിയാൻ സാധ്യതയില്ല. അത്രയും വർഷം മുമ്പ് ജീവിച്ച് വിസ്മരിക്കപ്പെട്ടയാളാണത്. ഇപ്പോഴിതാ നന്ദഗോപൻ...

എങ്ങനെ അയാൾ തന്റെ കഥയിലൂടെ പുനർജനിച്ചു? ലോഹി അതിനുത്തരം കണ്ടെത്തുന്നത് ഓഷോയുടെ വചനങ്ങളിലാണ്. ബോധ മനസ്സിനേക്കാൾ ആഴമുള്ള രഹസ്യങ്ങളുടെ കലവറയായ അബോധ മനസ്സിനെപ്പറ്റി ഓഷോ പറഞ്ഞിട്ടുണ്ട്. എത്രയോ ജന്മങ്ങളുടെ അറിവു കളുള്ള മഹാവനമാണ് മനുഷ്യന്റെ അബോധമനസ്സ് എന്ന്. ബോധമ നസ്സ് എത്രയോ പരിമിതികൾ നിറഞ്ഞത് എന്ന്. അതു ശരിയാവാതെ തരമില്ല.

നർത്തകനെ കേന്ദ്രകഥാപാത്രമാക്കി കമലദളം രചിക്കുമ്പോൾ 1983ൽ റിലീസ് ചെയ്ത തെലുങ്ക് ചിത്രം 'സാഗരസംഗമം' തനിക്ക് ഊർജ്ജം പകർന്നിട്ടുണ്ടെന്ന് ലോഹി പിന്നീട് എഴുതിയിട്ടുണ്ട്.

മറ്റൊന്നുകൂടി പ്രചോദനമായിട്ടുണ്ട് കമലദളത്തിന്. അതൊരു പത്രവാർത്തയായിരുന്നു. കർണ്ണാടകയിൽ നിന്നുള്ള വാർത്ത. പ്രശ സ്തനായൊരു സംഗീതജ്ഞന്റെ ഭാര്യ തീപ്പൊള്ളലേറ്റു മരിക്കുകയും ഭർത്താവ് പ്രതിസ്ഥാനത്തു വരികയും ചെയ്ത ആ യഥാർത്ഥ സംഭവവും കമലദളത്തിന്റെ അന്തർസംഘർഷങ്ങൾ വർദ്ധിപ്പിക്കുന്നതിനുള്ള ഘടകമായി തീർന്നു.

പാതിയിൽ കെട്ടുപോയ നിറദീപം മോനിഷ അവസാനമായി അഭിനയിച്ച ചിത്രം കൂടി ആയിരുന്നു കമലദളം. മികച്ച നർത്തകി കൂടിയായിരുന്ന മോനിഷയ്ക്ക് തന്റെ റെയ്ഞ്ച് വ്യക്തമാക്കാൻ എല്ലാ അവസരവും ലഭിച്ച കഥാപാത്രമായി മാളവികാനങ്ങ്യാർ. നൃത്തമറിയാ വുന്ന പുതിയൊരു പെൺകുട്ടിയെ കണ്ടെത്തി മാളവിക എന്ന കഥാപാ ത്രമേൽപ്പിക്കാനായിരുന്നു സിബിയും ലോഹിയും ആദ്യം തീരുമാനിച്ചി രുന്നത്. അന്വേഷണം കലാമണ്ഡലത്തിൽ നൃത്താധ്യാപികയായിരുന്ന സുമതി ടീച്ചറുടെ മകൾ ആശയിലേയ്ക്ക് എത്തി. ലോഹി ആശയോടും അമ്മയോടും കഥ പറഞ്ഞുകൊടുത്തു. കഥാപാത്രം ഇഷ്ടമായെങ്കിലും നൃത്ത പഠനത്തിൽ മാത്രം ശ്രദ്ധ കേന്ദ്രീകരിക്കുന്നതിനായി ആശ ആ അവസരം ഉപേക്ഷിക്കുകയായിരുന്നു. അങ്ങനെയാണ് മോനിഷ തീരുമാനിക്കപ്പെടുന്നത്. അന്ന് ആ കഥാപാത്രമാവേണ്ടിയിരുന്ന ആശ വർഷങ്ങൾക്കു ശേഷം മറ്റൊരു മോഹൻലാൽ ചിത്രത്തിലൂടെ

സിനിമയിൽ വരവറിയിച്ചു. ആശാ ശരത്തായിരുന്നു അത്.

കലാമന്ദിരത്തിലെ അധ്യാപകൻ മാധവനുണ്ണിയുടെ വേഷമായിരുന്നു നെടുമുടി വേണുവിന് കരുതി വെച്ചിരുന്നതെങ്കിലും പെട്ടന്നൊരു വിദേശയാത്ര വേണ്ടി വന്നതിനാൽ നെടുമുടിയും മുരളിയും അവരുടെ കഥാപാത്രങ്ങളെ കൈമാറ്റം ചെയ്യുകയായിരുന്നു. മുരളിക്കായി മനസ്സിൽ കരുതിയ കലാമന്ദിരം സെക്രട്ടറി വേലായുധന്റെ വേഷം വേണു ചെയ്തു. സോമശേഖരനുണ്ണി വിനീതിന് കരിയർ ബെസ്റ്റ് കഥാപാത്രമായി. സുകുമാരി, നെടുമുടി വേണു, ഒടുവിൽ ഉണ്ണികൃഷ്ണൻ, തിക്കുറിശ്ശി സുകുമാരൻ നായർ, കോഴിക്കോട് ശാന്താദേവി തുടങ്ങിയ പ്രതിഭകൾ കമലദളത്തെ അവിസ്മരണീയമാക്കി

അസാമാന്യമായ ലാളിത്യം കൊണ്ടും സങ്കീർണ്ണമായ വൈകാരികത കൊണ്ടും അതിശയിപ്പിച്ച സംഭാഷണങ്ങളാണ് കമലദളത്തിനു വേണ്ടി ലോഹി എഴുതിയത്.

“സുമയെ കൊന്നത് ഞാനാ... അവൾ പാവായിരുന്നു... പാവംന്ന് വച്ചാ, ഒരു വെള്ളമുയലിനെപ്പോലെ... എന്റെ കുഞ്ഞമ്മാമയുടെ മോളാ... ഓർമ്മ വയ്ക്കുണതിന് മുൻപ് അവൾക്ക് അമ്മയില്ലാണ്ടായി... പാവം... കുഞ്ഞമ്മാമ എന്നെപ്പോലാ, കുടിച്ച് കുടിച്ച് മരിച്ചു! ഞാൻ വെറുതേ പഴങ്കഥ പറയുണു... കുട്ടി പൊയ്ക്കോളൂ...”

കേട്ടുനിൽക്കുന്ന മാളവിക പോവാൻ തയ്യാറായില്ല.

“ഇല്ല്യ... ഞാനെങ്ങും പോണില്ല്യ... എന്നിട്ട്? പറയൂ...”

“എന്നിട്ടെന്താ? മരണവീട്ടീന്ന് അമ്മ അവളെ കൂട്ടിക്കൊണ്ട് വന്നു. അടുക്കളയില് അമ്മയ്ക്കൊരു സഹായം, ജീവിക്കാനൊരു ഇടം... വേലക്കാരി തന്നെ, വേലക്കാരി! അതവൾക്ക് തോന്നാണ്ടിരിക്കാനാ കലാമന്ദിരത്തിൽ ചേർത്തത്. എനിക്ക് അന്നവിടെ ജോലിയിണ്ട്. അവൾക്കന്നൊരു പതിനാറ്, പതിനേഴ് വയസ്സേ കാണുള്ളൂ... ഒരു ചടച്ച് മെലിഞ്ഞ പെണ്ണ്! പിന്നെ വാരി വലിച്ച തിന്നു തടിച്ചതാ അവള്... തീറ്റ തന്നെ, തീറ്റപ്രാന്തി!”

“അച്ഛൻ പറഞ്ഞു കേട്ടിട്ടുണ്ട്. നന്നായി നൃത്തം ചെയ്യുമായിരുന്നു, അല്ലേ?”

“ഉം... മടിച്ചിയാണ് , കുഴി മടിച്ചി! ഈ സീതാരാമായണം ഞാനെഴുതിയത് അവൾക്ക് വേണ്ടിയാണ്. ഈ മണ്ഡപത്തിൽ വച്ചാണ് ഞാനത് ചിട്ടപ്പെടുത്തിയത്. അവൾ വെറുതേ കയ്യനക്കിയാൽ അത്

ന്ദത്തമായിരുന്നു... മുഖം വിടർന്ന ചെന്താമര... കണ്ണുകൾ സമുദ്രങ്ങൾ!"

"അന്നും, ഇന്നും എനിക്കവൾ സ്വൈര്യം തന്നിട്ടില്ല! എന്നാ, പറഞ്ഞപോലെ ചെയ്യുണ്വോല്ല്യ... പറഞ്ഞതാണ്, കൊന്നു കൂടെ കൊണ്ട് പോവുംന്ന്! ആ ദയ പോലും കാട്ടുണ്ല്യ... ഇപ്പൊ, ഒളിഞ്ഞിരുന്ന് ചിരിക്കിണ്ടാവും. സ്വയം പോകാനറിയാഞ്ഞിട്ടല്ല, പക്ഷെ പാവം എന്റെ അമ്മ... ഇനി കരയാൻ കണ്ണീരില്ലെന്റമ്മയ്ക്ക്!"

'സായന്തനം ചന്ദ്രികാ ലോലമായ്' 'പ്രേമോദാരയായി അണയൂ ദേവീ..'

കമലദളത്തിനെ കാലാതിവർത്തിയാക്കുന്നത് അതിന്റെ സംഗീതം കൂടിയാണ്. പ്രണയവും വിരഹവും അരച്ചുചേർത്ത ഭാഷയിൽ കൈതപ്രം എഴുതിയ വരികൾക്ക് രവീന്ദ്രൻ ഈണം നൽകിയപ്പോൾ പിറന്നത് മധുരമനോഹര ഗാനങ്ങളായിരുന്നു.

ലോഹം ഉരുക്കിയൊഴിച്ച തിരക്കഥ

ഭൂതകണ്ണമായി വീണ്ടും ചേരുകയാണ്. വള്ളുവനാട്ടിലെ മൂശാരിമാരുടെ ജീവിതമാണ് പശ്ചാത്തലമാവുന്നത്. പാഞ്ചാലി സമ്പ്രദായം അഥവാ ബഹുഭർത്തൃ സമ്പ്രദായം വള്ളുവനാട്ടിൽ സാധാരണമായിരുന്നു. കൂട്ടത്തലും ആശാരി -മൂശാരി -തട്ടാൻ സമുദായക്കാരായിരുന്നു ഇത് ആചരിച്ചിരുന്നത്. ചേട്ടനും അനിയനും കൂടി ഒരു പെണ്ണ്! കുടുംബം കെട്ടുറപ്പോടെ നിലനിർത്താനും സ്വത്ത് നഷ്ടപ്പെടാതിരിക്കാനുമാണ് പാഞ്ചാലി സമ്പ്രദായം കൊണ്ട് ഉദ്ദേശിക്കുന്നത്. മൂശാരിമാർക്കിടയിൽ നിലനിന്നിരുന്ന ബഹുഭർത്തൃത്വ ആചാരത്തെ ഏകപതീ വ്രതത്തിലുറപ്പിച്ച പുതിയ സദാചാരത്തിന്റെ നീതിസംഹിതവെച്ച് തട്ടിച്ചു നോക്കാനാണ് ലോഹി മുതിർന്നത്.

ഷൊറണൂർ ടി.ബി.തന്നെയായിരുന്നു എഴുത്തുപുര.

മുരളിയും മനോജ്.കെ.ജയനും ചേട്ടാനുജന്മാരായി തീരുമാനിക്കപ്പെട്ടു. നായിക ഉർവ്വശി. കുഞ്ഞിപ്പെണ്ണ് എന്ന ശക്തമായ അമ്മ കഥാപാത്രവുമായി കെ.പി.എ.സി ലളിതയും.

ആ സമയത്താണ് ലോഹിക്ക് ഒരു പോസ്റ്റ് കാർഡ് ലഭിക്കുന്നത്.

“എനിക്ക് ലോഹിയുടെ ഒരു സിനിമയിൽ പാട്ടെഴുതാൻ മോഹം...” എന്നായിരുന്നു അതിൽ കുറിച്ചിരുന്നത്. അയച്ചതാരാണെന്ന്

നോക്കിയപ്പോൾ ലോഹി ഞെട്ടി. അവിശ്വസനീയതയോടെ ആ പേര് വീണ്ടും വീണ്ടും വായിച്ചു. 'പി. ഭാസ്കരൻ'... തനിക്ക് കിട്ടിയ ഏറ്റവും വലിയ പുരസ്കാരമായി ആ പോസ്റ്റ്കാർഡിനെ കണ്ട ലോഹി അപ്പോൾ ത്തന്നെ സന്തോഷം അടക്കാൻ വയ്യാതെ ഭരതനെ വിളിച്ചു പറഞ്ഞു. ഭരതനും അതേ സന്തോഷമായിരുന്നു.

വെങ്കലത്തിന്റെ സെറ്റിലേക്ക് അബ്ദുല്ലക്ക വന്നു. പഴയ അബ്ദുല്ല ക്കയല്ല, മദ്യത്തിന് അടിമപ്പെട്ടതിനാലാവണം നന്നേ ക്ഷീണിച്ചിരു ന്നു. ഡോക്ടർമാരുടെ വിലക്ക് ലംഘിച്ചും രോഗാതുരമായ കരളിനെ കണക്കാക്കാതെയും അദ്ദേഹം മദ്യപാനം തുടർന്നു. ലോഹിതദാസ് എന്ന സംവിധായകന്റെ ആദ്യ സിനിമ തനിക്ക് നിർമ്മിക്കണം എന്ന വാശിയായിരുന്നു അബ്ദുല്ലക്കയ്ക്ക്. ലോഹി ഒഴിഞ്ഞു മാറാൻ ശ്രമിച്ചെങ്കിലും ഇക്ക വിട്ടില്ല. തിരക്കഥ എഴുതാമെന്നും നല്ല ബാനറിൽ മമ്മൂട്ടിയുടേയോ ജയറാമിന്റേയോ മുരളിയുടേയോ ഡെയ്റ്റ് വെച്ച് നല്ല സംവിധായകനെ ഏല്പിച്ച് പണമുണ്ടാക്കാവുന്ന സിനിമ ആലോചിക്കാമെന്നും പറഞ്ഞു. അബ്ദുല്ലക്കയക്ക് പണം വേണ്ടെന്നായിരുന്നു മറുപടി. നഷ്ടം വന്നാലും സാരമില്ലെന്നും അതിനു വേണ്ടി മലപ്പുറത്തെ സ്റ്റുഡിയോ വിൽക്കാമെ ന്നും വരെ പറഞ്ഞു. അപ്പോൾ ലോഹി കുറച്ചുകൂടി തുറന്നു സംസാരിച്ചു. താൻ ആദ്യം ചെയ്യുന്ന സിനിമയുടെ കാര്യങ്ങൾ തീരുമാനമായെന്നും അഡ്വാൻസ് കൈപ്പറ്റിയെന്നും അബദുല്ലക്കയെ ബോധ്യപ്പെടുത്തി. രണ്ടാമത് ചെയ്യുന്ന പടം അബ്ദുല്ലക്കയുടേതാവുമെന്ന് ഉറപ്പുകൊടുത്തു. തല്ക്കാലം അദ്ദേഹം ആശ്വസിച്ചു. ഒന്നാമത്തെ സിനിമയുടെ ലൊക്കേ ഷനിൽ തന്റെ സിനിമക്കുള്ള അഡ്വാൻസുമായി വരുമെന്നു പറഞ്ഞ് അദ്ദേഹം പോയി.

പാലക്കാടൻ ചൂട് തിളയ്ക്കുന്ന വേനൽ. വെങ്കലത്തിന്റെ ഷൂട്ടിങ്. ഭാരത പ്പുഴയുടെ തീരത്താണ് സെറ്റ്. മൂശാരിയുടെ വീടും ആലയും പരമ്പരാഗത രീതിയിലാണ് ഭരതൻ രൂപകൽപ്പന ചെയ്തിട്ടുള്ളത്. ഓട് ഉരുക്കിയൊ ഴിക്കുന്ന ദൃശ്യം ചിത്രീകരിക്കുന്നത് തിളച്ച ഓടിൽത്തന്നെയായിരുന്നു. വെന്തുരുകുന്ന ചൂടിൽ നിന്ന് മോചനം നേടാൻ മനോജ് കെ ജയനും, മുരളിയും ശരീരം ഇടയ്ക്കിടെ നനച്ചു കൊണ്ടിരുന്നു.

ഒരു ഭാഗത്ത് സൂര്യൻ ചുട്ടുപൊള്ളുന്നു. ആലയിലെ തീയും കത്തുന്ന വെയിലും കാരണം ആലയുടെ മേൽക്കൂര കരിഞ്ഞു തുടങ്ങി. വെങ്കല കഷ്ണങ്ങൾ ഉരുകാൻ ആലയിലെ ചക്രം തിരിച്ച് ഉലയിലേക്ക് കാറ്റുക ടത്തിവിട്ടപ്പോഴാണ് അപ്രതീക്ഷിതമായ ഒരു സംഭവമുണ്ടാവുന്നത്. തീപ്പൊരികൾ പറന്ന് ആലയ്ക്ക് തീ പിടിച്ചു. ആല കത്താൻ തുടങ്ങി.

സെറ്റിലാകെ പരിഭ്രാന്തി. തീയണയ്ക്കാൻ വെള്ളത്തിനായി ആളുകൾ ചിതറിയോടി. പക്ഷെ പെട്ടന്ന് കിട്ടാവുന്ന തരത്തിൽ വെള്ളമില്ല..

തീകെടുത്താൻ ഒന്നും കിട്ടാതെ വന്നപ്പോൾ അവസാനം സിനിമാ പ്രവർത്തകർക്ക് കഴിക്കാൻ കൊണ്ടുവന്ന ഭക്ഷണത്തിൽ കൈവെയ്ക്കേണ്ടി വന്നു. വലിയ പാത്രങ്ങളിലായി നിറച്ചു വച്ചിരിക്കുന്ന രസം, സാമ്പാർ, മോര് എന്നിവ. പിന്നീട് ഒന്നും ആലോചിച്ചില്ല. കത്തുന്ന ആലയിലേക്ക് എല്ലാം എടുത്തൊഴിച്ചു. പതുക്കെ തീയണഞ്ഞു. പക്ഷെ തീയിന്റെ 'വിശപ്പ്' ശമിച്ചപ്പോഴേക്കും ലൊക്കേഷനിൽ എല്ലാവരും പട്ടിണിയായി എന്നു മാത്രം.

വെങ്കലത്തിന്റെ ചിത്രീകരണസമയത്ത് വേറെയും പ്രതിബന്ധങ്ങളുണ്ടായി. മെലിഞ്ഞ് ചാലിട്ടൊഴുകിയിരുന്ന ഭാരതപ്പുഴയിൽ അറ്റവേനലിന് വെള്ളപ്പൊക്കമുണ്ടായി. അകലെയുള്ള ഏതോ ചെക്ക്ഡാമുകളിൽ ഒന്ന് തകർന്ന് വെള്ളം കുത്തിയൊഴുകിവരികയായിരുന്നു. കൂറ്റൻ മരങ്ങളും ആനക്കുട്ടിയും വരെ ഒഴുകിവരുന്ന സ്ഥിതി. മറ്റു ചില ലൊക്കേഷനുകളിലേക്ക് മൂന്നു ദിവസം ഷൂട്ടിംഗ് മാറ്റേണ്ടി വന്നു. അപ്രതീക്ഷിതമായി പുഴയുടെ ഭാവം മാറിയതുകണ്ട് ലോഹിയും ഭരതനും ക്യാമറാമാൻ രാമചന്ദ്രബാബുവും അന്തിച്ചുനിന്നു.

കഥയുടെ കാമ്പ് കുറുക്കിയെടുത്ത വരികളെഴുതി പി. ഭാസ്കരൻ തന്റെ പ്രതിഭയെ പ്രായം തളർത്തിയിട്ടില്ലെന്ന് തെളിയിച്ചു. രവീന്ദ്രസംഗീതത്തിൽ ഗായകൻ ബിജു നാരായണന്റെ ആദ്യഗാനം. ആഭേരി രാഗത്തിൽ, "പത്തുവെളുപ്പിന് മുറ്റത്ത് നിൽക്കണെ...". പാട്ട് ഹിറ്റായി. ഏറ്റവും ജനപ്രീതിനേടിയ ചിത്രത്തിനുള്ള പുരസ്കാരം വാങ്ങിക്കൊണ്ടാണ് വെങ്കലത്തിന്റെ കഥ അവസാനിക്കുന്നത്. അതിൽ കൂടുതൽ അർഹിച്ചിരുന്നു വെങ്കലമെന്ന് വിശ്വസിക്കുന്നവർക്ക് നിരത്താൻ കാരണങ്ങളുമുണ്ടാവും.

കുറേക്കാലം കഴിഞ്ഞ് മറ്റൊരു സുഹൃത്തിനോട് അബ്ദുല്ലാക്കയെപ്പറ്റി അന്വേഷിച്ചപ്പോഴാണ് അദ്ദേഹം മരിച്ചുപോയ വിവരം ലോഹി അറിയുന്നത്. വല്ലാത്തൊരു വിങ്ങൽ . വെങ്കലത്തിന്റെ സെറ്റിൽ നിന്ന് പോയത് ലോഹി ഓർത്തു. തന്റെ സിനിമയുടെ നിർമ്മാതാവാൻ കാത്തിരിക്കുകയായിരുന്നു അബ്ദുല്ലാക്ക. സിനിമ മാത്രമായിരുന്നു ഉള്ളിൽ എന്തിനെയാണെങ്കിലും ഇത്രമേൽ ഹൃദയത്തിൽ കൊണ്ടു നടക്കാൻ കഴിയുമോ ഒരു മനുഷ്യന്?

അത്ഭുതം. !

അച്ഛൻ!

സുഹൃത്തിന്റെ ക്ഷണപ്രകാരം വിവാഹസത്കാരം നടക്കുന്ന ഹാളിലേയ്ക്ക് ലോഹിതദാസ് കടന്നു വരുന്നു. പലരും അടുത്തെത്തി സംസാരിക്കുന്നു. പരിചയമുള്ളവരും പരിചയപ്പെടാൻ വരുന്നവരും ആൾക്കൂട്ടമാവുന്നു. ചിലർ ദൂരെ നിന്ന് ഹിറ്റുകളുടെ തമ്പുരാനായ സിനിമക്കാരനെ കാണുന്നു.

ലോഹിയെ നോക്കുന്നവരിൽ അവിടെ കൂടിയിരിക്കുന്ന എല്ലാവരുടേയും ശ്രദ്ധയാകർഷിക്കാൻ പോന്ന ചന്തമുള്ളൊരു പെൺകുട്ടിയുമുണ്ട്. അവൾ ലോഹിയെ ശ്രദ്ധിക്കുന്നു. പതുക്കെ ലോഹിയുടെ നോട്ടവും പെൺകുട്ടിയിലെത്തി. ആർക്കുമവളെ നോക്കാതിരിക്കാൻ ആവുമായിരുന്നില്ല. ആരെയും ശ്രദ്ധിപ്പിക്കുന്ന നിഷ്കളങ്കതയുടെ ആകർഷണവലയം അവൾക്കുണ്ടായിരുന്നു.

കണ്ണുകൾ കൊണ്ടുള്ള പിടിവിടാതെയാണ് അവൾ അവിടെയൊക്കെ പാറി നടക്കുന്നത്. പൊടുന്നനെ 'ഇവളെ കാണാൻ വേണ്ടിയാണല്ലോ താനിവിടെ എത്തിയത്" എന്നൊരു ചിന്ത കൊള്ളിയാൻ പോലെ ലോഹിയുടെ ഉള്ളിൽ കടന്നു പോയി. അവളുമായി നിർമ്മലമായൊരു ബന്ധത്തിന്റെ കെട്ടുപാടുകൾ അനുഭവപ്പെടുന്നു. 'ജന്മാന്തരങ്ങളിലെ സുകൃതാമൃതം' എന്ന് കവി പറഞ്ഞതുപോലെ ഒരനുഭൂതി. അടുത്തു നിൽക്കുന്നയാളോട് ലോഹി അന്വേഷിച്ചു. ഏതാണാ പെൺകുട്ടി? ആരാണവൾ?

അയാൾ കൊടുത്ത മറുപടി അവിശ്വസനീയമായിരുന്നു.

“അവളോ? അവളുടെ അമ്മയെ തനിക്ക് പരിചയമുണ്ട്. അസ്ഥിക്ക് പിടിച്ചിരുന്ന പഴയ പ്രേമത്തിലെ നായികയല്ലേ...” അയാൾ ചിരിച്ചു. ലോഹിക്ക് കൂടെച്ചിരിക്കാനായില്ല. തേൻപുരട്ടിയ മുള്ളുപോലെ ആ വാക്കുകൾ ലോഹിയുടെ ചങ്കിൽ തറച്ചു. അതിവേഗം ചലിക്കുന്നൊരു സ്വിഷ്പാൻ ഷോട്ടു പോലെ കാഴ്ചകൾ പിന്നോട്ട് ഓടാൻ തുടങ്ങി.

സ്കൂളിൽ പഠിക്കുമ്പോൾ കലോത്സവ വേദിയിൽ കണ്ടൊരു നീലപ്പാവാടക്കാരി. ആദ്യം കാണുമ്പോഴവൾ പുളി തിന്നുകയായിരുന്നു. പുളിപ്പിന്റെ മുഖഭാവം. ലോഹി അവളുടെ ഭാവം അവളെത്തന്നെ അനുകരിച്ചു കാണിച്ചു. അവൾ നാണിച്ച് ചിരിച്ച് ഓടിപ്പോയി. ലോഹിയുടെ മനസ്സ് അവളുടെ നീലപ്പാവാടയുടെ ഞൊറികൾ പോലെ ഉലഞ്ഞു. അവളുടെ പേര് മന്ത്രം പോലെ മനസ്സിൽ മുഴങ്ങാൻ തുടങ്ങി. പൂക്കളെല്ലാം അവളുടെ സൗന്ദര്യത്തിന്റെ അനുകരണങ്ങളായി തോന്നി. അവളുടെ അസാന്നിധ്യം അസഹ്യമായ വേദന തന്നു. ആഴമുള്ള കുളത്തിലെന്ന പോലെ അവളിൽ അവൻ മുങ്ങിപ്പോയി. അവൻ കവിതകൾ എഴുതി.

അവൾ തന്നോട് സംസാരിക്കുന്നത് ലോകം ഭരിക്കാനുള്ള തന്റെ അർഹതയായി കാമുകൻ കരുതി. തമ്മിൽ കാണുന്നതും മനസ്സു പങ്കിടുന്നതും പതിവായി. വീട്ടുകാർ അറിഞ്ഞു. അവൾക്ക് പ്രേമത്തിനുള്ള ശിക്ഷ കിട്ടി. മറ്റൊരു സ്കൂളിലേയ്ക്ക് അവളെ കൊണ്ടുപോയി.

ലോഹിക്ക് സഹിക്കാനാവുമായിരുന്നില്ല. പുതിയ സ്കൂളിൽ ചെന്ന് അവളെ കണ്ടു. “ദയവു ചെയ്ത് എന്നെ കാണാൻ വരരുത്” എന്നു പറഞ്ഞ് അവൾ തിരിഞ്ഞു നോക്കാതെ നടന്നു. തീക്കടലിന് നടുവിലായതുപോലെ കൗമാരക്കാരന്റെ മനസ്സ് പുളഞ്ഞു.

വിവാഹ സത്കാരം കഴിഞ്ഞ് തിരികെ കാറോടിക്കുന്ന ലോഹിയുടെ ഉള്ള് പ്രക്ഷുബ്ധമായിരുന്നു. ഇന്നു കണ്ട പെൺകുട്ടി ഒരിക്കൽ തന്റെ രാജകുമാരിയായിരുന്നവളുടെ മകളാണ്. പിതൃതുല്യമായൊരു വാത്സല്യം ലോഹി അനുഭവിക്കുകയായിരുന്നു. സ്നേഹം ചൊരിയുന്ന പാവങ്ങളായ ഭാര്യയും മക്കളുമുണ്ടെങ്കിലും ആ പെൺകുട്ടിക്ക് സ്നേഹം നൽകുവാനും അവളിൽ നിന്ന് സ്വീകരിക്കാനും മനസ്സിന്റെ അടിത്തട്ടിൽ ആഗ്രഹമുണ്ടായി. അവളുടെ അമ്മയെപ്പറ്റി ഒന്നും ചോദിച്ചില്ല, അവളെ വാത്സല്യപൂർവ്വം ഒന്നു ചേർത്തു പിടിച്ചില്ല. അങ്ങനെ വേണമായിരുന്നു എന്നു തോന്നി.

ആത്മാംശമുള്ളൊരു തിരക്കഥ ആ യാത്രയിൽത്തന്നെ കൂടെക്കൂടി.

ആ സമയം മലയാളത്തിന്റെ അഭിനയ വിസ്മയം ഭരത്ഗോപി ആരോഗ്യ പ്രശ്നങ്ങളിൽപ്പെട്ട് സാമ്പത്തികമായി പ്രതിസന്ധി നേരിടുന്ന സമയമായിരുന്നു. മോഹൻലാലും മമ്മൂട്ടിയും അടങ്ങുന്ന ചലച്ചിത്ര പ്രവർത്തകരെല്ലാം ചേർന്ന് അദ്ദേഹത്തെ സഹായിക്കാൻ കണ്ടെത്തുന്ന വഴിയായിരുന്നു ഒരു സിനിമാ നിർമ്മാണം. ഗോപിയെ നിർമ്മാതാവാക്കി വെച്ചുകൊണ്ട് മമ്മൂട്ടി-ഭരതൻ -ലോഹി കൂട്ടുകെട്ടിന്റെ സിനിമ ചെയ്യുകയും ലാഭം ഗോപിക്ക് നൽകുകയും ചെയ്യുക എന്ന തീരുമാനത്തിലെത്തി അവർ. മറ്റൊരു നിർമ്മാതാവായി ജി. ജയകുമാറും പിന്തുണ നൽകി. രണ്ടു വർഷം മുൻപ് 'അമരം' അഭ്രപാളികളിലെത്തിച്ച് വൻ വിജയം കൊയ്ത മമ്മൂട്ടി-ഭരതൻ- ലോഹി ടീം വീണ്ടും ഒന്നിക്കുന്നു എന്ന വാർത്ത സിനിമാ പ്രേമികളിൽ വലിയ ആവേശമുണ്ടാക്കി.

ചന്ദ്രദാസ് എന്ന നായകൻ സ്കൂൾ വാർഷിക ചടങ്ങിൽത്തന്നെയാണ് മകളെ കണ്ടുമുട്ടുന്നത്. മനുഷ്യർക്ക് അഗ്നി നൽകിയ പ്രൊമിത്യൂസ് എന്ന യവനനായകന്റെ കഥയവതരിപ്പിച്ച് സർവ്വരുടേയും ശ്രദ്ധ നേടുകയായിരുന്നു ഹരിത എന്ന പെൺകുട്ടി. ലോഹിക്ക് തോന്നിയതുപോലൊരു കൗതുകം തന്നെയാണ് ചന്ദ്രദാസിനും തോന്നിയത്. അവളെ മനസ്സിലായപ്പോൾ അച്ഛന്റെ വാത്സല്യമായി. ആർക്കുമറിയാത്ത രഹസ്യം. തെറ്റിദ്ധരിക്കപ്പെടുന്ന സ്നേഹം.

മമ്മൂട്ടിക്ക് കഥ പറഞ്ഞുകൊടുത്തത് ലോഹി തന്നെയാണ്. കഥ കേൾക്കുമ്പോൾ മമ്മൂട്ടി ലോഹിയെത്തന്നെ നോക്കിയിരിക്കുകയായിരുന്നു. തന്റെ മുന്നിൽ വികസിച്ചു വരുന്ന ചന്ദ്രദാസ് എന്ന കവിയുടെ കഥാപാത്രത്തിന് നൽകാൻ ഏറ്റവും നല്ല മാനറിസങ്ങൾ കഥ പറയുന്നയാളുടേത് തന്നെയാണെന്ന് മനസ്സിൽ ഉറപ്പിച്ചിരുന്നു അദ്ദേഹം. കഥ കേട്ടു തീർന്നപ്പോൾ ചന്ദ്രദാസിന്റെ മകളുടെ വളർത്തച്ഛന്റെ കഥാപാത്രം ആരുചെയ്യുമെന്ന ചോദ്യം മമ്മൂട്ടി ചോദിച്ചു. അതിന് ലാലു അലക്സല്ലാതെ മറ്റാരും ശരിയാവില്ലെന്ന് ഉറപ്പിച്ചു പറയുകയും സിനിമയിൽ സജീവമല്ലാതെ വീട്ടിലിരിക്കുന്ന ലാലുവിനെ ഫോണിൽ വിളിച്ച് കഥാപാത്രമാവാൻ ക്ഷണിക്കുകയും ചെയ്തു.

ലാലുഅലക്സിന്റെ രണ്ടാം വരവായിരുന്നു ഹരികുമാരമേനോൻ എന്ന ഉജ്വല കഥാപാത്രം. മമ്മൂട്ടിയുടെ നായികാ കഥാപാത്രം അനിതയെ അവതരിപ്പിച്ചത് തെന്നിന്ത്യയിലെ വിവിധ ഭാഷകളിൽ അഭിനയിച്ച് പേരെടുത്ത ശശികലയാണ്. ചന്ദദാസിന്റെ മകൾ ഹരിതാ മേനോൻ എന്ന അതിസുന്ദരമായ കഥാപാത്രമായി മലയാള

സിനിമയിൽ അരങ്ങേറാനുള്ള ഭാഗ്യം ചിപ്പിയ്ക്കായിരുന്നു. കീഴിശ്ശേരി നമ്പൂതിരിയായി ഒടുവിൽ ഉണ്ണികൃഷ്ണനും കുഞ്ഞിരാമൻ നായരായി നെടുമുടി വേണുവും കെ.വി.രാഘവനായി ഭരത് ഗോപിയും രംഗത്തു വന്നു. കോഴിക്കോട്ടെ സ്ഥിരം ലൊക്കേഷനുകളിലൊന്നായ ഗോവിന്ദ പുരത്തെ കോഴിശ്ശേരി ഇല്ലവും കൊടൈക്കനാലുമായിരുന്നു പ്രധാന ലൊക്കേഷനുകൾ.

മധു അമ്പാട്ടിന്റെ ഛായാഗ്രഹണവും ബി. ലെനിന്റെ എഡിറ്റിങ്ങും ഭരതൻ എന്ന സംവിധായകന്റെ ഇച്ഛയോളം ഉയർന്നു. ബോംബെ രവിയുടെ സംഗീതത്തിന് കൈതപ്രത്തിന്റെ ഈണം.

'ചന്ദ്രകാന്തം കൊണ്ട് നാലുകെട്ട്...'

എന്ന ഗാനം യേശുദാസിനെ ഒരിക്കൽക്കൂടി സംസ്ഥാന അവാർഡിന് അർഹനാക്കി. 'അൻപുള്ള അപ്പാ' എന്ന പേരിൽ പാഥേയത്തിന്റെ ഡബ് ചെയ്ത തമിഴ് പതിപ്പും വിജയം നേടിയിരുന്നു.

ദശരഥത്തിലെ രാജീവ് മേനോൻ ഇപ്പോഴെവിടെയാവും? തന്റെ രക്തത്തിൽ പിറന്ന മകനെ അന്വേഷിച്ച് അയാൾ ചെന്നാൽ ചന്ദ്രദാസ് (മുരളിയുടെ കഥാപാത്രം) കൊടുത്തേക്കുമോ? എഴുത്തുകാരന്റെ മനസ്സിനെ അസ്വസ്ഥമാക്കിയ ഈ ചിന്തയാവാം പാഥേയം. രക്തബന്ധത്തെ സ്നേഹബന്ധം മറികടക്കുന്ന ദശരഥത്തിന്റെ തുടർച്ചയാണ് പാഥേയമെന്ന് ലോഹിയുടെ മകൻ വിജയശങ്കർ പിന്നീട് നിരീക്ഷിച്ചിരുന്നു. അതുകൊണ്ടാവാം ദശരഥത്തിന്റെ രണ്ടാംഭാഗത്തിന്റെ അനുമതിക്കായി സമീപിക്കുന്ന ആർക്കും അത് നൽകാതിരിക്കുന്നതും. ലോഹി തന്നെ ആ കഥയുടെ പൂരണം നടത്തി എന്ന് പ്രേക്ഷകർക്കും വ്യക്തമാണ്.

ശിക്ഷ പൂർത്തിയാക്കാൻ ജയിലിൽ നിന്ന് സേതു

വർഷങ്ങൾക്കു ശേഷം ടെലിവിഷനിൽ കിരീടം വീണ്ടും കാണുമ്പോൾ ലോഹിയുടെ മനസ്സ് പിന്നെയും അസ്വസ്ഥമായി. ജയിലിൽ പോയ സേതുവിനെപ്പറ്റിയായിരുന്നു ലോഹി ചിന്തിച്ചു തുടങ്ങിയത്. തന്റെ പ്രിയ കഥാപാത്രമായ സേതുമാധവന്റെ ജയിൽ ജീവിതത്തെപ്പറ്റി സങ്കല്പിച്ചു നോക്കി. ജയിൽ അയാളെ എങ്ങനെ മാറ്റിയെടുത്തിട്ടുണ്ടാവും? ജയിൽവാസം ഒരാളെ മാറ്റിയെടുക്കുമോ? മാറ്റം എന്നു തന്നെയാണ് ലോഹി വിശ്വസിച്ചിരുന്നത്. അതിനൊരു കാരണവുമുണ്ടായിരുന്നു, 'പ്രേംനസീർ'.

പ്രേംനസീറിന്റെ കടുത്ത ആരാധകനായ പൗലോസ് എന്നൊരു നാട്ടിൻപുറത്തുകാരനുണ്ടായിരുന്നു ലോഹിയുടെ വീടിനടുത്ത്. കൃഷിപ്പണിക്കാരനായ അയാൾ ജോലി കഴിഞ്ഞ് പുറത്തിറങ്ങുന്നത് ഇൻസെർട്ട് ചെയ്ത ബെൽബോട്ടം പാന്റ്സും ബെൽറ്റും കൂളിംഗ് ഗ്ലാസുമൊക്കെ ഇട്ടായിരുന്നു. ജനം അയാളെ 'പ്രേംനസീർ' എന്ന് കളിയാക്കി വിളിച്ചു. എല്ലാവർക്കും പരിഹസിക്കാൻ തക്ക നിഷ്കളങ്കത അയാൾക്കുണ്ടായിരുന്നു. ഒരിക്കലൊരു കൈയബദ്ധം പറ്റി പ്രേംനസീറിന്. അയൽക്കാരുമായുണ്ടായ വഴക്കിൽ അയാൾ ഇടപെടുകയും പെട്ടന്നുണ്ടായ ദേഷ്യം കൊണ്ട് കൈയിൽ കിട്ടിയ തേക്കിൻകഴ കൊണ്ട് അടുത്ത വീട്ടിലെ

സ്ത്രീയെ അടിക്കുകയും ചെയ്തു. അടിയേറ്റ സ്ത്രീ അപ്പോൾത്തന്നെ മരിച്ചു. കേസും അറസ്റ്റും കോടതിയും കഴിഞ്ഞ് പൗലോസിന് ജീവപര്യന്തം തടവുശിക്ഷ കിട്ടി.

വർഷങ്ങൾക്കു ശേഷം ശിക്ഷ കഴിഞ്ഞ് പുറത്തിറങ്ങിയ അയാൾ നാട്ടിൽ പലരേയും കാണുന്ന കൂട്ടത്തിൽ ലോഹിയേയും വീട്ടിൽ വന്നു കണ്ടു. ജയിൽ ജീവിതത്തെപ്പറ്റി അവർ ധാരാളം സംസാരിച്ചു. സകലരുടേയും കളിയാക്കലിന് പാത്രമായിരുന്ന അയാൾക്ക് ജയിൽ ജീവിതം നൽകിയ പക്വതയും മാറ്റവും ലോഹി ശ്രദ്ധിച്ചു. ഇതു തന്നെയാവുമോ പന്ത്രണ്ടു വർഷം ജയിൽവാസം കഴിഞ്ഞിറങ്ങുന്ന എല്ലാവർക്കും സംഭവിക്കുന്നത്? കുറ്റവാസന ഇല്ലാതിരുന്നിട്ടും തെറ്റിലേയ്ക്ക് വഴുതിവീണ തന്റെ നായകൻ സേതുമാധവനും ശിക്ഷ കഴിഞ്ഞിറങ്ങുമ്പോൾ മാറി മറ്റൊരാളായിരിക്കുമോ?

ജയിലിൽ നിന്ന് ഇറങ്ങിയ സേതുവിനെ പിന്തുടരണമെന്ന് ലോഹിക്ക് തോന്നി. കിരീടം ഉണ്ണിയോടും സിബി മലയിലിനോടും തോന്നൽ പങ്കുവെച്ചു. അവർ മോഹൻലാലിനോട് പറഞ്ഞു. കിരീടത്തിൽ ബാക്കി നിൽക്കുന്ന കഥ ലോഹി കാണുന്നു എന്ന അറിവ് ലാലിനും ആവേശം പകർന്നു. വളരെവേഗം അതൊരു പ്രൊജക്ടായി പരിണമിക്കുകയും ചെയ്തു. ക്യാമറാമാനായി വേണുവാണ് തീരുമാനിക്കപ്പെട്ടത്.

ലോഹി എഴുതിയ ഒരു സിനിമയ്ക്കും രണ്ടാംഭാഗം സംഭവിച്ചിരുന്നില്ല അതുവരെ. പക്ഷേ 'കിരീട'ത്തിന് ചെങ്കോൽ സംഭവിച്ചു. കിരീടത്തിന്റെ രണ്ടാംഭാഗമല്ല ചെങ്കോൽ. സ്വാഭാവികമായ തുടർച്ച മാത്രമാണ്. കഥാപാത്രങ്ങൾക്കുണ്ടായ പരിണതിയെ പിന്തുടർന്ന എഴുത്തുകാരൻ അവർ എവിടെയുണ്ട് എന്നു പറയുക മാത്രമായിരുന്നു.

ചെങ്കോലിന്റെ കാസ്റ്റിംഗ് ഏറെക്കുറെ കിരീടത്തിന്റെ തുടർച്ച തന്നെയായിരുന്നു. ശാന്തികൃഷ്ണയും മേഘനാദനും സ്ഫടികം ജോർജ്ജും നന്ദുവും പുതുതായി വന്ന കഥാപാത്രങ്ങൾക്ക് ജീവൻ നൽകി. മികച്ച മറ്റൊരു നടനെ ആദ്യമായി മലയാളത്തിന്റെ വെള്ളിത്തിരയിലെത്തിക്കാൻ കൂടി ലോഹിയും ചെങ്കോലും കാരണമായി.

സബ് ഇൻസ്പെക്ടർ ജോൺ മാത്യു എന്ന കഥാപാത്രത്തിന് തിലകന്റെ മകൻ ഷമ്മി തിലകനെ നിർദ്ദേശിക്കുന്നത് ലോഹിയാണ്.

നാടകത്തിലും സിനിമയിലും സംവിധായകനാവുക എന്ന ആഗ്രഹവുമായി പ്രവർത്തിക്കുകയാണ് ഷമ്മി അപ്പോൾ. എസ്.ഐയുടെ

വേഷം ചെയ്യുന്നതിനായി പ്രൊഡക്ഷൻ കൺട്രോളർ ഷണ്മുഖൻ വിളിക്കുമ്പോൾ, മദിരാശിയിൽ 'ഓ ഫാബി' എന്ന ചിത്രത്തിന്റെ തിരക്ക് പിടിച്ചുള്ള പോസ്റ്റ് പ്രൊഡക്ഷൻ ജോലിയിലായിരുന്നു ഷമ്മി. ആ സിനിമയിൽ ഫാബി എന്ന കാർട്ടൂൺ കഥാപാത്രത്തിന് ശബ്ദം നൽകുന്നത് അദ്ദേഹമാണ്. ആനിമേഷൻ സാങ്കേതികവിദ്യയുടെ തുടക്കക്കാലത്തെ ആ ചിത്രം അണിയറപ്രവർത്തകരെല്ലാം കഠിനാ ധ്വാനം ചെയ്താായിരുന്നു പൂർത്തിയാക്കിക്കൊണ്ടിരുന്നത്. ഓഫാബിയുടെ റിലീസ് തീയതി തീരുമാനിച്ചു കഴിഞ്ഞിരുന്നതിനാൽ അത് നിർത്തി വച്ചിട്ട് ചെങ്കോലിന്റെ ഷൂട്ടിന് പോകാൻ ഷമ്മിയുടെ മനസ്സാക്ഷി അനു വദിച്ചില്ല. ഷണ്മുഖണ്ണന്റെ ക്ഷണം മനസ്സില്ലാമനസ്സോടെ നിരസിച്ചു.

പക്ഷേ ലോഹി വിട്ടില്ല, ഓഫാബിയുടെ സംവിധായകൻ ശ്രീ കുട്ടനുമായി സംസാരിച്ചു. ഷമ്മിക്ക് കിട്ടിയിട്ടുള്ള മികച്ച അവസരം പാഴായിപ്പോവരുതെന്ന് അദ്ദേഹത്തിനും തോന്നി. ശ്രീക്കുട്ടൻ സ്വന്തം റിസ്കിൽ ഷമ്മിയെ വിട്ടുനൽകാൻ തയ്യാറായതിനാലും ആ വേഷം ഷമ്മി തിലകൻ തന്നെ ചെയ്യണം എന്ന കടുംപിടുത്തം ലോഹിയുടെ ഭാഗത്തുനിന്ന് ഉണ്ടായതിനാലും എസ്.ഐ യുടെ തൊപ്പിയണിയാൻ ഷമ്മി തന്നെ എത്തുകയായിരുന്നു.

"എന്ത് കളി..? എന്ത് കളിയായിരുന്നെടാ ഒരുമിച്ചു കളിച്ചിരുന്നത്..?" എസ്.ഐ ജോണിന്റെ ഈ ഡയലോഗും സേതുവിനെ ലോക്കപ്പിലി ട്ട് മർദ്ദിക്കുന്ന രംഗവുമെല്ലാം പ്രേക്ഷകരുടെ കടുത്ത 'അപ്രീതി'ക്ക് കാരണമായി. നൂറിൽ നൂറ് കൊടുക്കാൻ പറ്റുന്ന കാസ്റ്റിങ്ങായി മാറി ഷമ്മി തിലകൻ.

കൃപാ ഫിലിംസിന്റെ അവകാശം കിരീടത്തിനു ശേഷം ഉണ്ണിക്ക് എഴു തിക്കൊടുത്തുവെങ്കിലും കിരീടത്തിന്റെ പകർപ്പവകാശം താനാർക്കും സ്വന്തമായി നൽകിയിട്ടില്ലെന്ന് വാദിച്ചു കൊണ്ട് ദിനേശ് പണിക്കർ കേസ് കൊടുത്തു. കിരീടത്തിന്റെ ഭാഗങ്ങൾ ചെങ്കോലിൽ ഉപയോഗി ക്കുമ്പോൾ തന്നോടൊന്ന് പറയാനുള്ള മര്യാദപോലും ആരും കാണിച്ചി ല്ലെന്ന് പണിക്കരുടെ പരാതിയിൽ പറഞ്ഞിരുന്നു. പരാതി പരിഗണിച്ച് കോടതി റിലീസിന്റെ തലേന്ന് പ്രദർശനം സ്റ്റേ ചെയ്തു.

തൽക്കാലം പ്രതിസന്ധിയായി. എല്ലാവരും കാത്തിരിക്കുന്ന സിനിമയാണ് പ്രദർശനാനുമതിയില്ലാതെ തടസ്സപ്പെടുന്നത്. പക്ഷേ തിരുവനന്തപുരത്ത് തീരുമാനിച്ച ദിവസം തന്നെ റിലീസ് ഷോ നടന്നു. ഡിസ്ട്രിബ്യൂഷനെടുത്തിരുന്ന വി.ഐ.പി ഫിലിംസിന്റെ ബേബിക്കുട്ടിയുടെ

ബുദ്ധി കാരണമായിരുന്നു അത് സാധിച്ചത്. പതിനൊന്ന് മണിയുടെ ആദ്യ ഷോവിന് കമ്മീഷണർ അയച്ച പൊലീസുകാർ സ്റ്റേ ഓഡറുമായി വരുമ്പോഴേയ്ക്കും പടം നേരത്തേയാക്കി ഒമ്പത് മണിക്കു തന്നെ ഓടിച്ചു തുടങ്ങിയിരുന്നു. പടം കാണിക്കാതിരിക്കുന്നത് തടിച്ചുകൂടിയ ജനങ്ങളുടെ രോഷത്തിന് കാരണമാവുമെന്ന് തീയേറ്ററുകാരും എഴുതിക്കൊടുത്തപ്പോൾ പൊലീസ് പിൻവാങ്ങി.

കിരീടം പോലെ വിജയമായില്ല, ചെങ്കോൽ. അതിനു കാരണം തിരക്കഥയാണെന്നാണ് പരക്കെയുള്ള വിശ്വാസം. തിരക്കഥ മോശമായി എന്നല്ല. പ്രേക്ഷകർക്കു പ്രിയപ്പെട്ട കഥാപാത്രങ്ങളുടെ ദുരന്തപൂർണമായ പരിണതി അവർക്ക് സഹിക്കാൻ കഴിഞ്ഞില്ല എന്നാണ് വിമർശനം. ഹെഡ്കോൺസ്റ്റബിൾ അച്യുതൻ നായർ എന്ന കിരീടത്തിലെ ഉജ്വല കഥാപാത്രം ചെങ്കോലിൽ മകളെ കൂട്ടിക്കൊടുക്കുന്ന അച്ഛനായി മാറിയത് പ്രേക്ഷകരിൽ കടുത്ത നിരാശയുണ്ടാക്കി. അച്യുതൻ നായർ അങ്ങനെ ചെയ്യുമോ എന്ന ചോദ്യത്തെ ലോഹി നേരിട്ടത് തന്നോട് മനസ്സു തുറന്ന ഒരു യഥാർത്ഥ അച്ഛന്റെ അനുഭവങ്ങൾ പറഞ്ഞുകൊണ്ടായിരുന്നു.

നാടകാഭിനയം എന്ന തൊഴിൽ ചെയ്യുന്ന സ്വന്തം മകളെ പലർക്കു മുന്നിലും കാഴ്ചവെക്കേണ്ടി വന്ന തന്റെ ഗതികേടിനെക്കുറിച്ച് ലോഹിയോടു പറഞ്ഞ് അയാൾ കരഞ്ഞുവത്രെ. ഭാവനയേക്കാൾ തീക്ഷ്ണമാണ് ചിലപ്പോൾ ജീവിതം സൃഷ്ടിക്കുന്ന യഥാർത്ഥ മുഹൂർത്തങ്ങൾ എന്നത് ശരിയാണെങ്കിൽ അച്യുതൻ നായർക്ക് സംഭവിച്ച പതനത്തിൽ അത്ഭുതമൊന്നും വേണ്ട.

ചാരായമുതലാളിക്കൊപ്പം ഹോട്ടൽ മുറിയിലെ മോശം സാഹചര്യത്തിൽ തന്റെ പെങ്ങളെ കണ്ടുമുട്ടുന്ന സേതുമാധവൻ, മുതലാളിയിൽ നിന്ന് പെങ്ങളെ രക്ഷിച്ച് വരാന്തയിലൂടെ കൈപിടിച്ച് കൊണ്ടു വരുമ്പോൾ അച്ഛൻ അച്യുതൻ നായരെ കാണുകയും അവർ തമ്മിൽ വാഗ്വാദമുണ്ടാവുകയുമായിരുന്നു ലോഹി എഴുതിയ സീൻ. ലൊക്കേഷനിലേയ്ക്ക് സീൻ കൊണ്ടുപോവാനായി ലോഹിയുടെ മുറിയിലെത്തിയ അസിസ്റ്റന്റ് ഡയറക്ടർ സുന്ദർദാസ് സീൻ വായിച്ചശേഷം മടിച്ചു മടിച്ച് തന്റെ അഭിപ്രായം ലോഹിയോടു പറഞ്ഞു. അഭിമാനവും കടന്ന് ദുരഭിമാനത്തിൽ ജീവിക്കുന്ന അച്യുതൻ നായർക്ക് അത്തരമൊരു സന്ദർഭത്തിൽ മകനെ അഭിമുഖീകരിക്കാൻ പോലും കഴിയില്ലല്ലോ എന്നായിരുന്നു സുന്ദർദാസിന്റെ മനസ്സിൽ. സുന്ദർദാസിന്റെ അഭിപ്രായം

ശ്രദ്ധയോടെ കേട്ട ലോഹി അതിനെപ്പറ്റി ചിന്തിച്ചു. പറഞ്ഞത് ശരിയാണെന്ന് സമ്മതിച്ചു കൊണ്ട് സീൻ മറ്റൊരു തരത്തിൽ തിരുത്തിയെഴുതി. മകന്റെ മുഖത്തു നോക്കാൻ ശക്തിയില്ലാതെ അച്യുതൻ നായർ മുറിയിൽ കയറി കതകടയ്ക്കുകയും അടഞ്ഞ വാതിലിൽ തട്ടി സേതു "നിങ്ങളെയാണോ ഞാൻ അച്ഛായെനെന്നു വിളിച്ചത്? സ്നേഹിച്ചത്? മാനിച്ചത്? ആരാധിച്ചത്?" എന്നു കരഞ്ഞുകൊണ്ട് ഊർന്നു വീഴുന്ന തരത്തിലാക്കി മാറ്റി. സത്യസന്ധവും കഥയ്ക്ക് ഗുണകരവുമായ നിർദ്ദേശങ്ങൾ ആരിൽ നിന്നും സ്വീകരിക്കുന്നതിന് ലോഹിയിലെ എഴുത്തുകാരന് ഒരു മടിയുമുണ്ടായിട്ടില്ല. എഴുത്തുകാരന്റെ ഈഗോയേക്കാൾ വലുത് എഴുതുന്നതിന്റെ പൂർണ്ണത തന്നെയായിരുന്നു അദ്ദേഹത്തിന്.

"ദാ കണ്ടോ..

ആ തെരുവിലാണ് സേതുമാധവന് എല്ലാം നഷ്ടപ്പെട്ടത്. സ്വപ്നങ്ങളും ജീവിതവും എല്ലാം. എന്നിട്ടൊരു കിരീടം വച്ചു തന്നു" ഗതികേടിന്റെ അങ്ങേയറ്റത്ത് എത്തുകയാണ് സേതു ചെങ്കോലിൽ. കഥാപാത്രമൊരു ശില്പമാണെങ്കിൽ അതിനെ തല്ലിയുടച്ച് കാണികളുടെ ചങ്കിൽ കോറിവരക്കുന്ന കട്ടുത്ത ശൈലിയായിരുന്നു ചെങ്കോലിൽ ലോഹി പിന്തുടർന്നത്. പ്രേക്ഷകർ നെഞ്ചിലേറ്റി എന്നല്ല അവരുടെ നെഞ്ചിൽ നീറ്റലായി എന്നു പറയണം.

'കിരീടവും ചെങ്കോലും നഷ്ടമായ രാജകുമാരന്റെ കഥ ഇവിടെ പൂർണ്ണമാവുന്നു' എന്ന് സ്ക്രീനിലെഴുതി അടിവരയിട്ടുകൊണ്ടാണ് ചെങ്കോൽ അവസാനിക്കുന്നത്.

"വ്യാസഭാരതമെന്ന അത്ഭുതപാരാവാരത്തിലെ ജലവും വായുവും സ്വീകരിക്കുന്ന ഒരു ചെറുമത്സ്യം മാത്രമാണ് ഞാൻ. എനിക്ക് കാലദേശങ്ങൾക്കപ്പുറത്തേക്ക് സഞ്ചരിക്കുന്ന ചേതനകളില്ല. എന്തിന്,ഒരു കഥക്കപ്പുറത്തേക്ക് കടക്കാൻ ശക്തി കുറവാണ്. എങ്കിലും,അങ്ങനെ ഒരു സാഹസത്തിന് ഞാൻ മുതിർന്നു. അതാണ് ചെങ്കോൽ എന്ന ചിത്രം...." ചെങ്കോലിനെപ്പറ്റി ലോഹി പറഞ്ഞത് ഇങ്ങനെയാണ്.

"സൗഗന്ധികങ്ങളേ ഉണരൂ വീണ്ടുമെൻ

മൂകമാം രാത്രിയിൽ പാർവണം പെയ്യുമീ

ഏകാന്ത യാമവീഥിയിൽ..." സേതുവിന്റെ ഒറ്റപ്പെടലിന്റെ രാത്രികളിലൊന്നിൽ ഹാർമ്മോണിയം മീട്ടി പാട്ടുപാടുന്ന തെരുവു ഗായകനെ ചെറിയ വേഷമാണെങ്കിലും പലരും ശ്രദ്ധിച്ചിരിക്കും.

ഭൂപുരം ശിവശക്തൻ എന്ന കലാകാരനാണത്. കൊല്ലത്തെ 'ഭൂപുരം' എന്ന സ്വന്തം ആർട്ട് ഗ്യാലറിയിൽ സുഹൃത്തുക്കൾക്കു മുമ്പിൽ ശിവൻ ഇതുപോലെ ഹാർമോണിയം വായിച്ചു പാടാറുണ്ടായിരുന്നു.

ചെങ്കോലിന് പ്രതീക്ഷിച്ച പോലെ അവാർഡുകൾ വാരിക്കൂട്ടാനായില്ല. "മധുരം ജീവാമൃതബിന്ദു..." എന്ന ജോൺസൺ മാഷുടെ ഗാനത്തിലൂടെ യേശുദാസ് സംസ്ഥാന അവാർഡ് നേടിയതും മികച്ച തിരക്കഥയ്ക്കുള്ള ഫിലിം ക്രിട്ടിക്സ് അവാർഡിന് ലോഹി അർഹനായതും മാത്രമായി അംഗീകാരങ്ങൾ ഒതുങ്ങി.

മൂന്നു സാഗരങ്ങൾ ഒന്നാവുന്ന കന്യാകുമാരിയിൽ

സിബിക്കു വേണ്ടി ലോഹി എഴുതിയ തിരക്കഥകളിൽ ഒടുവില ത്തേതായിരുന്നു സാഗരം സാക്ഷി. സ്ഥിരം താളം നഷ്ടപ്പെട്ടു ന്നു എന്ന വിമർശനം കേട്ട തിരക്കഥ

സിനിമയിലെത്തുന്നതിനു മുമ്പ് ലോഹി എഴുതിയ ചെറുകഥയാണ് 'വീണ്ടും ഗൗതമൻ'. തൃശ്ശൂർ ജില്ലാ ആശുപത്രിയിൽ ജോലി ചെയ്യുന്ന സമയത്ത് എഴുതിയ ആ കഥ സുഹൃത്തുക്കളുടെ നിർബന്ധപ്രകാരം അയച്ചുകൊടുത്തതിനെ തുടർന്ന് എം.ടി വാസുദേവൻ നായർ നേതൃത്വം കൊടുക്കുന്ന മലയാള മനോരമയുടെ ചെറുകഥാ ക്യാമ്പിൽ പങ്കെടുക്കാ നുള്ള അവസരം ലോഹിക്ക് ലഭിച്ചിരുന്നു. ആ കഥയുടെ തുടർച്ചയായി രുന്നു സാഗരം സാക്ഷി.

ഒന്നുമില്ലായ്മയിൽ നിന്ന് സമ്പന്നതയിലേയ്ക്കും അവിടെ നിന്ന് വീണ്ടും തകർച്ചയിലേക്കും വഴുതിവീഴുന്ന ബാലചന്ദ്രൻ എന്ന സാധാരണ മനു ഷ്യൻറെ ജീവിതമായിരുന്നു പ്രമേയം. സമ്പത്തിന്റെ ഔന്നത്യത്തിൽ നിൽക്കുന്ന ബാലചന്ദ്രനിൽ നിന്നാണ് കഥ തുടങ്ങുന്നത്. പിന്നെ അയാൾ സാമ്പത്തികമായി തകരുകയാണ്. മറ്റുള്ളവർക്ക് വളരെ നിസാരമെന്ന് തോന്നുന്ന ഒരു കാരണത്താലാണ് അയാൾ ഒന്നുമല്ലാ തായിപ്പോകുന്നത്

പിന്നീട് മദ്യപാനത്തിലേക്ക് തിരിയുന്ന ബാലചന്ദ്രൻ ഒടുവിൽ ഭാര്യയെയും കുഞ്ഞിനെയും ഉപേക്ഷിച്ച് സംന്യാസത്തിലേയ്ക്ക് വഴിമാറുകയും നാടുപേക്ഷിച്ച് പോവുകയും ചെയ്യുന്നു. ജീവിതത്തിൻറെ വ്യത്യസ്തമായ എല്ലാ സാഹചര്യങ്ങളെയും നേരിടേണ്ടിവരുന്ന, നിസ്സഹായനായ ബാലചന്ദ്രനെ മമ്മൂട്ടി മികച്ച രീതിയിൽ അവതരിപ്പിച്ചു. സിനിമ വലിയ വിജയമായിരുന്നില്ല. പക്ഷേ, ആ കഥാപാത്രം എല്ലാവരുടെയും മനസിനെ നോവിക്കുന്നതും എന്നെന്നും ഓർക്കപ്പെടുന്നതും ആയി മാറി.

സുകന്യ നായികയായ ചിത്രത്തിൽ തിലകൻ, എൻ എഫ് വർഗീസ്, ജോണി, സീനത്ത്, ശ്രീജയ, രവി വള്ളത്തോൾ, കൊച്ചിൻ ഹനീഫ, ഒടുവിൽ ഉണ്ണികൃഷ്ണൻ, ബിന്ദു പണിക്കർ തുടങ്ങിയവർ മുഖ്യ കഥാപാത്രങ്ങളെ അവതരിപ്പിച്ചു.

ചതഞ്ഞ മനുഷ്യരാണ് തന്റെ നായകന്മാർ എന്ന് അഭിമുഖങ്ങളിൽ ലോഹിതദാസ് പറഞ്ഞിട്ടുണ്ട്. പടയിലും പന്തയത്തിലും തോറ്റുപോയവരാണ് അവർ. ഒന്നാം പകുതിയിൽ കെണിയിൽ വീഴുകയും രണ്ടാം പകുതിയിൽ ഫീനിക്സ് പക്ഷിയെപ്പോലെ ഉയിർത്തെഴുന്നേറ്റ് നഷ്ടപ്പെട്ടതെല്ലാം തിരിച്ചു പിടിക്കുകയും ചെയ്യുന്ന പ്രതാപശാലിയായിരുന്നില്ല ഇവിടുത്തെ നായകൻ ബാലചന്ദ്രൻ.

ഓർക്കാപ്പുറത്ത് വന്നു കയറുന്ന ദുരന്തത്തിൽ ബാലചന്ദ്രൻ തകർന്നു പോവുകയാണ്. വെറും ഏഴു രൂപയുമായി മദിരാശിയിൽ വന്നിറങ്ങിയ ബാലചന്ദ്രൻ എന്ന പയ്യൻ സ്റ്റാർ ഹോട്ടലുടമയും ബാങ്കറും റൊട്ടേറിയനുമായി മാറുന്നു. തിരക്കഥയിൽ താഴേയ്ക്കുള്ള പടവുകളിൽ ബാലചന്ദ്രന്റെ വീഴ്ചയും പ്രേക്ഷകനെ സ്പർശിക്കുന്ന തരത്തിലാണ്. മൂന്നു സാഗരങ്ങൾ ഒന്നാകുന്ന കന്യാകുമാരിയിലാണ് കഥ തുടങ്ങുന്നതും ഒടുങ്ങുന്നതും.

യുവാവും കാമുകനും ചുറുചുറുക്കുള്ള സമ്പന്നനായും എല്ലാം നഷ്ടപ്പെട്ട ശേഷം സംന്യാസത്തിലൂടെ ജീവിതത്തിൽ നിന്ന് ഒളിച്ചോടുന്നവനും ഒരാൾ തന്നെയാണ്. ഉയർച്ചകളും താഴ്ചകളും നിറഞ്ഞ ജീവിതത്തിനു സാക്ഷിയാവുന്നത് മഹാസാഗരങ്ങളും. അവർ ഒന്നാവുന്നിടത്തും അകലുന്നിടത്തും പിന്നീട് കണ്ടുമുട്ടുന്നിടത്തും എല്ലാം സമുദ്രത്തിന്റെ ഇരമ്പലുകൾ കാത്തു വെച്ചിട്ടുണ്ട്.

ശരാശരിയിലും താഴ്ന്ന വിജയം മാത്രമായിരുന്നു 'സാഗരം സാക്ഷി'. തൊണ്ണൂറ്റിനാല് ഒക്ടോബർ മാസത്തിൽ പുറത്തിറങ്ങിയ സിനിമ സാധാരണ മമ്മൂട്ടിപ്പടം പ്രതീക്ഷിച്ചു വന്നവരെ നിരാശപ്പെടുത്തിയിട്ടുണ്ടാവണം. 'എസ്കേപ്പിസ്റ്റ്' എന്ന് തോന്നിക്കുന്ന നായക കഥാപാത്രം ആരാധകരെ അതൃപ്തരാക്കിയിട്ടുമുണ്ടാവും.

ബാലചന്ദ്രനേക്കാൾ തിരക്കഥയിൽ മിഴിവുള്ളത് സുകന്യ അവതരിപ്പിച്ച നിർമ്മലയ്ക്കാണ്. കടങ്ങളുടെ നടുക്കടലിൽ ഭാര്യയെയും മകളെയും അനാഥനായ അയാളെ മകനെപ്പോലെ സ്നേഹിക്കുന്ന ഭാര്യാപിതാവിനേയും ഉപേക്ഷിച്ച് കാഷായവസ്ത്രമുടുത്ത് ഒളിച്ചോടുന്നയാളാണ് ബാലചന്ദ്രൻ.

"ഒളിച്ചോടുന്നവർക്കു ആരെയും ഓർക്കേണ്ട കാര്യമില്ലല്ലോ..." എന്ന് നിർമ്മല ആരോടെന്നില്ലാതെ പറയുന്നത് ചെന്ന് തറയ്ക്കുന്നത് ബാലചന്ദ്രന്റെ മനസ്സാക്ഷിയിലാണ്. സ്വാർത്ഥനാണ് ബാലചന്ദ്രൻ. ഭീരുത്വവും ആത്മവിശ്വാസമില്ലായ്മയുമാണ് അയാളുടെ വ്യക്തിത്വം.

തിലകൻ, കുണ്ടറ ജോണി, രവി വള്ളത്തോൾ, ഒടുവിൽ ഉണ്ണികൃഷ്ണൻ കൊച്ചിൻ ഹനീഫ എന്നിവരുടെ മികച്ച വേഷങ്ങൾ കാണാം. രവി വള്ളത്തോളിന്റെ കരിയർ ബെസ്റ്റ് എന്നു പറയാവുന്നതായിരുന്നു അഡ്വക്കറ്റ് രാധാകൃഷ്ണൻ നായർ എന്ന കഥാപാത്രം.

കൈതപ്രം എഴുതി ശരത് സംഗീതം നൽകിയ ഗാനങ്ങളും ഔസേപ്പച്ചന്റെ പശ്ചാത്തല സംഗീതവും ഒട്ടും പിന്നോട്ടു പോയില്ല.

ലോഹിയുടെ 'പഴയ സുഹൃത്ത്' സുന്ദർദാസ് സിനിമയിൽ അസ്സോസിയേറ്റ് ആയി പ്രവർത്തിച്ചു. വേണുവായിരുന്നു ഛായാഗ്രഹണം. റാംജിറാവ് സ്പീക്കിങ് എന്ന ചിത്രം നിർമിച്ച ഔസേപ്പച്ചൻ വാളക്കുഴിയാണ് ഈ സിനിമയും നിർമിച്ചത്. കുടിപ്പോയ മെലോഡ്രാമ എന്ന് വിമർശനങ്ങൾ കേട്ടു. എന്നാലും സംഭവബഹുലമായ മനുഷ്യജീവിതമല്ലാതെ ലോഹി മറ്റൊന്നും ഉപയോഗിച്ചിട്ടില്ല തിരക്കഥയിൽ. കയറാൻ ഉപയോഗിച്ച അതേ കോണി തന്നെ ഇറങ്ങാനും മതി എന്ന സത്യം മാത്രം.

"അച്ഛാന്ന് വിളിക്കാൻ നാവിനൊരു വഴക്കക്കുറവ്. അങ്ങനെ വിളിക്കാൻ ഭാഗ്യമുണ്ടായിട്ടില്ല. സംസാരിക്കാൻ തുടങ്ങുന്നതിനു മുമ്പേ അച്ഛൻ മരിച്ചതാ..." സ്വന്തം സങ്കടങ്ങൾ ബാലചന്ദ്രന്റെ വാക്കുകളിലൂടെ അടർന്നുവീഴുന്നുണ്ട് പലയിടത്തും.

സിനിമയിൽ ഭാഗ്യാന്വേഷിയായിരുന്ന ദിലീപിന് അഞ്ച് സീനുകളിൽ അവസരം കിട്ടിയിരുന്നെങ്കിലും എഡിറ്റിങ് കഴിഞ്ഞപ്പോൾ ഒരു സീനായി ചുരുങ്ങിപ്പോയി.

സ്നേഹത്തിന് ദാഹിക്കുന്ന ചകോരം

മുക്തി, മൃഗയ, ആധാരം, സവിധം, ബട്ടർഫ്ലൈസ് തുടങ്ങിയ ചിത്രങ്ങളിൽ സംവിധാന സഹായിയായിരുന്ന എം.എ വേണുവുമായി ലോഹിക്ക് നല്ല അടുപ്പമായിരുന്നു. കോഴിക്കോട് 'മുക്തി'യുടെ ചിത്രീകരണ സമയത്ത് അദ്ദേഹം സീനിയർ ഡയറക്ടറായ ഐ.വി.ശശിയുടെ മുറിയേക്കാൾ കൂടുതൽ അസിസ്റ്റന്റ് ഡയറക്ടേഴ്സിന്റെ മുറിയിലായിരുന്നു സമയം ചെലവഴിക്കാറ്. സ്വാതന്ത്ര്യത്തോടെ സിഗരറ്റ് വലിക്കാൻ സംവിധായകന്റെ സാന്നിധ്യം ഒരു തടസ്സമാവണ്ടല്ലോ എന്നും കരുതി. 'ആധാരം' മുതൽ വേണുവുമായുള്ള ബന്ധം കൂടുതൽ ശക്തമായി. ലോഹിക്കൊപ്പം വേണുവിനെക്കണ്ട പലരും ചേട്ടനും അനിയനുമാണെന്ന് തെറ്റിദ്ധരിച്ചിരുന്നു. താടിയും പല്ലിന്റെ വിടവും പോലെ കാഴ്ചയിൽ ചില സാദൃശ്യങ്ങളുണ്ടായിരുന്നു.

ലോഹിയുമായുള്ള ആശയവിനിമയത്തിനിടയിൽ വേണു തിരക്കഥ ആഗ്രഹിക്കുന്ന കാര്യം സൂചിപ്പിച്ചിട്ടുണ്ട്. അല്പം കാത്തിരിക്കാനായിരുന്നു ലോഹിയുടെ മറുപടി. ചിത്രകാരൻ കൂടിയായ വേണു പെയിന്റിങ്ങും പ്രദർശനങ്ങളുമായി തുടരുമ്പോഴും ലോഹിയുടെ തിരക്കഥയ്ക്കുള്ള കാത്തിരിപ്പിലായിരുന്നു. ഒരിക്കൽ തൃശ്ശൂരിൽ ചിത്രപ്രദർശനം നടക്കുമ്പോൾ വേണു ലോഹിയെ വിളിച്ചു. അദ്ദേഹം അന്ന് തൃശ്ശൂർ വട്ടക്കരയിലായിരുന്നു

താമസം. ലോഹി വേണുവിനോട് വീട്ടിലേയ്ക്ക് വരാൻ പറഞ്ഞു.

വേണു വീട്ടിലെത്തുന്ന സമയം ലോഹി കുളിച്ചു കൊണ്ടിരിക്കുകയായിരുന്നു. അല്പസമയം കാത്തിരുന്ന വേണുവിനടുത്ത് തല തോർത്തിക്കൊണ്ട് ലോഹിയും വന്നിരുന്നു. "വേണു സിനിമ ചെയ്യാൻ തയ്യാറായിക്കൊള്ളൂ" മുഖവുരകളില്ലാതെ അദ്ദേഹം പറഞ്ഞു.

അത്രയൊന്നും പ്രതീക്ഷിക്കാതെ ചെന്ന വേണു അമ്പരന്നു. സൃഷ്ടി ഫിലിംസ് ബാബു സിനിമ നിർമ്മിക്കാൻ തയ്യാറാണെന്നും മുരളിയെ നായകനാക്കാമെന്നും പറഞ്ഞ അദ്ദേഹം കഥയും പരിസരവും കഥാപാത്രങ്ങളും പരിചയപ്പെടുത്തി. 'മിസ് ജാനകി' എന്ന പേരിൽ ചെറുകഥാകൃത്ത് കെ.ജി.സേതുമാധവൻ എഴുതിയ കഥയായിരുന്നു ലോഹി പറഞ്ഞ കഥയ്ക്ക് ആധാരം. പുതുമയും കെട്ടുറപ്പുമുള്ള കഥ വേണുവിന് നന്നേ ബോധിച്ചു.

'ലാൻസ് നായിക് മുകുന്ദൻ മേനോൻ' എന്ന നായക കഥാപാത്രം ശരീരഭാഷയിൽ വ്യത്യസ്തതയുള്ള ആളായിരിക്കണമെന്നു മാത്രമേ ലോഹി ചിന്തിച്ചിരുന്നുള്ളൂ. വ്യത്യസ്തത എന്ത് തരത്തിലാവണം എന്ന് കണ്ടെത്തിയിരുന്നില്ല.

ആ ദിവസങ്ങളിൽ ചെറുതുരുത്തി റസ്റ്റ്ഹൗസിന്റെ മുകളിലെ വരാന്തയിൽ വേണുവും ലോഹിയും ചായ കുടിച്ചുകൊണ്ട് സംസാരിച്ചിരിക്കുകയായിരുന്നു. സ്റ്റെപ്പുകൾ കയറി ഒരാൾ ധൃതിയിൽ കൈകൾ വീശിക്കൊണ്ട് മാർച്ച് ചെയ്തു വരുന്നത് അവർ ശ്രദ്ധിച്ചു. വരവ് അത്ര പന്തിയല്ല. അലങ്കോലമായിക്കിടക്കുന്ന മുടിയും കട്ടിയുള്ള കുപ്പായവും തോളിലൊരു തുണി സഞ്ചിയും. അയാൾ അടുത്തു വരുന്നു. ലോഹിയും വേണുവും എന്തു വേണമെന്നറിയാതെ മുഖാമുഖം നോക്കി. ലോഹിയുടെ അടുത്തുവന്ന് അറ്റൻഷനിൽ നിന്ന അയാൾ "ലോഹി സാറല്ലേ?" എന്ന് ഒറ്റചോദ്യം. "അതെ" എന്ന മറുപടി കേട്ടപ്പോൾ കൈ നീർത്തി നെറ്റിയോട് ചേർത്ത് സല്യൂട്ടടിച്ചു. പിന്നെ തോളിൽ തൂങ്ങിയാടുന്ന സഞ്ചിയിൽ നിന്ന് ഒരു നീളൻ കവറെടുത്ത് ലോഹിക്ക് നൽകി. ശേഷം ഒരു നിമിഷം പാഴാക്കാതെ വന്നപോലെത്തന്നെ കൈ വീശി അടിവെച്ച് നടന്നു പോയി.

അഭിനയഭ്രാന്ത് തലയ്ക്കു പിടിച്ച സിദ്ദിഖ് ചെറുതുരുത്തി എന്ന പാവം മനുഷ്യനായിരുന്നു അത്. പട്ടാളത്തിൽ നിന്നു വിരമിച്ച അയാൾ സിനിമയിലഭിനയിക്കാനുള്ള അപേക്ഷ നൽകാൻ വന്നതാണ്. നിലത്ത് ഊക്കിൽ ചവിട്ടിക്കൊണ്ട് സിദ്ദിഖ് നടന്നകലുന്നതു നോക്കി ലോഹി

പറഞ്ഞു. "ഇയാളാണ് മുകുന്ദൻ മേനോൻ. ഇതാണ് ഞാനുദ്ദേശിച്ച ശരീര ഭാഷ"

പ്രൊജക്ടിന് 'ചകോരം' എന്ന പേരായിരുന്നു ലോഹി കണ്ടെത്തിയത്.

"ചകോരം വിരഹത്തിന്റെ പ്രതീകമായ പക്ഷിയാണ്. ശാരദാമണിയെപ്പോലെ..." പേരിനെക്കുറിച്ച് ചോദിച്ചവരോടൊക്കെ ലോഹി പറഞ്ഞു. തീവ്രമായ വിരഹദുഃഖത്തിന്റെ പ്രതീകമായി കവികൾ ചക്രവാകപക്ഷികളെയാണ് കൊണ്ടുവരാറ്. ഇത് അരയന്നത്തിന്റെ വർഗ്ഗത്തിൽപെടുന്ന എന്നുമാണ് വിശ്വാസം

"ചാലേ വലത്തോട്ടൊഴിഞ്ഞ ചകോരാദി പക്ഷികളുടെ കോലാഹലം കേട്ടുകൊണ്ട് വിനിർഗമിച്ച" എന്നാണ് കുചേലന്റെ കൃഷ്ണനെ കാണാനുള്ള പുറപ്പാടിനെ ഉണ്ണായിവാര്യർ കുചേലവൃത്തം വഞ്ചിപ്പാട്ടിൽ വർണിച്ചിട്ടുള്ളത്. ശുഭലക്ഷണമായ പക്ഷി. പ്രണയത്തിന്റെ മഹാസൗഭാഗ്യത്തെ കൊണ്ടുവരുന്നതെന്ന് വിശ്വസിക്കപ്പെട്ടുന്ന ചകോരപ്പക്ഷിയുടെ പേര് നൽകിയ ഒറ്റക്കാരണം മതി ലോഹിയുടെ ഭാവനയുടെ സീമകൾ മനസ്സിലാക്കാൻ.

അടുപ്പമുള്ളൊരു ജോത്സ്യൻ ആ പേരിനൊരു രാശിക്കുറവുണ്ടെന്ന് വേണുവിനോട് പറഞ്ഞിരുന്നെങ്കിലും രെജിസ്ട്രേഷനും അനൗൺസ്മെന്റും കഴിഞ്ഞിരുന്നതിനാൽ മാറ്റാൻ പോയില്ല.

അവിവാഹിതയായ നഴ്സായിരുന്ന നായികാ കഥാപാത്രം. പക്വത തോന്നുന്ന, പുരുഷ വിദ്വേഷമുള്ള മുപ്പത്തഞ്ചുകാരി ശാരദാമണി എന്ന നായികയായി സുഹാസിനി, ശബാനാ ആസ്മി, ജയപ്രദ തുടങ്ങി പലരേയും ആലോചിച്ചെങ്കിലും ഒടുവിൽ ശാന്തികൃഷ്ണയെയാണ് തീരുമാനിച്ചത്. വേണു സംവിധാന സഹായിയായി പ്രവർത്തിച്ച ജോർജ് കിത്തുവിന്റെ 'സവിധ'ത്തിലൂടെ മികച്ച സഹനടിക്കുള്ള സംസ്ഥാന അവാർഡ് നേടി ശ്രദ്ധിക്കപ്പെട്ടു നിൽക്കുകയായിരുന്നു അന്ന് ശാന്തികൃഷ്ണ.

തിരക്കഥയെഴുത്തിനും ലൊക്കേഷൻ കണ്ടെത്തലിനും മറ്റ് ആലോചനകൾക്കുമായി ലോഹിയും വേണുവും ശ്രീകൃഷ്ണപുരത്തെ പഴയൊരു വീട്ടിലേയ്ക്ക് താമസം മാറ്റി.

ചിത്രീകരണം തുടങ്ങി. ശാന്തി കൃഷ്ണ ചമ്രം പടിഞ്ഞിരുന്ന് പൂജ ചെയ്യുന്ന രംഗമായിരുന്നു ആദ്യം എടുത്തത്. ലോഹി സ്ഥിരം ശൈലിയിൽ തലേന്നും പിറ്റേന്നും എന്ന രീതിയിൽ സീനുകൾ എഴുതിക്കൊടുത്തു

കൊണ്ടിരുന്നു. മുക്തിയും ആധാരവും വർക്കു ചെയ്ത അനുഭവമുള്ളതു കൊണ്ട് വേണുവിന് ആ രീതി പരിചിതമായിരുന്നു.

ഒറ്റപ്പാലത്തിനടുത്ത് കണ്ണിയംപുറത്തുള്ള വീടായിരുന്നു പ്രധാന ലൊക്കേഷൻ. മുകുന്ദൻ മേനോൻ കിണറ്റിലിറങ്ങുന്ന സീൻ. സാധാരണ സാഹസിക രംഗങ്ങൾ ചിത്രീകരിക്കാൻ മുന്നിട്ടു നിൽക്കാറുള്ള ഫൈറ്റ് മാസ്റ്ററും ടീമും ഈ പടത്തിലില്ല. ബജറ്റ് കുറവായതുകൊണ്ട് അവരെ യൊക്കെ ഒഴിവാക്കിയിരിക്കുകയാണ്. മുരളിയേട്ടനൊരു ഡ്യൂപ്പ് വേണം. കഥാപാത്രം കയറു കെട്ടി കിണറ്റിൽ ഇറങ്ങുകയും കയറു പൊട്ടി കിണറ്റിൽ വീഴുകയും ചെയ്യുന്ന സീനാണ്. ആരു തയ്യാറാവും? നേരത്തേ കണ്ട സിദ്ദിഖ് ചെറുതുരുത്തിയോട് അന്വേഷിച്ചു. ആവേശത്തോടെ അയാൾ തയ്യാറായി. വേണുവും ക്യാമറാമാൻ പ്രതാപനും ലോഹിയും നെഞ്ചത്ത് കൈവെച്ച് നോക്കി നിൽക്കുമ്പോൾ മുരളിയുടെ കോസ്റ്റ്യൂം ധരിച്ച് സിദ്ദിഖ് കിണറ്റിലേയ്ക്കു കയറു കെട്ടി ഇറങ്ങി. പിടിവിട്ട് കിണറ്റി ലേയ്ക്ക് വീഴുമ്പോൾ അപകടം പറ്റാതിരിക്കാനായി ക്യാമറയിൽ വരാത്ത രീതിയിൽ വലകെട്ടിയിട്ടുണ്ട്.

ഡയറക്ടർ ആക്ഷൻ പറഞ്ഞതും സിദ്ദിഖ് പിടിവിട്ടു, വലയും കൊണ്ട് കിണറ്റിലേയ്ക്ക്. അപകടത്തിന്റെ ആഘാതത്തിൽ എല്ലാവരും കണ്ണടച്ച് നിൽക്കുമ്പോൾ കിണറ്റിൽ നിന്ന് സിദ്ദിഖിന്റെ ശബ്ദം "ഒ.കെ ആണോ സർ?" വലയുടെ ഒരറ്റത്ത് പിടികിട്ടിയ കാരണം കിണറ്റിൽ വീഴാതെ തൂങ്ങി നിൽക്കുകയായിരുന്നു അയാൾ. ഭാഗ്യം കൊണ്ട് അപകടം സംഭ വിച്ചില്ല. ലോഹിയും വേണുവും ആശ്വസിച്ചു. സിനിമയോടുള്ള തീവ്രമായ ആഗ്രഹത്താൽ മാത്രം അയാളെടുത്ത റിസ്കിനെ അവർ പ്രശംസിച്ചു. സിദ്ദിഖ് ചെറുതുരുത്തിയെപ്പോലെ എത്ര പേർ! ഈ മാധ്യമത്തോട് ഒടുങ്ങാത്ത പ്രണയമുള്ള സാധാരണക്കാർ!

ചകോരത്തിന്റെ ചിത്രീകരണ സമയത്ത് ലോഹിക്ക് 'കഥയുടെ കാണാപ്പുറങ്ങൾ' എന്ന അനുഭവങ്ങളുടെ പുസ്തകത്തിന്റെ അവസാന അധ്യായവും എഴുതി തീർക്കേണ്ടി വന്നു. ലൊക്കേഷനിലേയ്ക്ക് പാഞ്ഞു പോകുന്ന കാറിലിരുന്നായിരുന്നു പലപ്പോഴും എഴുത്ത്.

ചകോരത്തിന് വിധി എതിരായിരുന്നു. എല്ലാ ജോലികളും തീർത്ത് കോപ്പിയുമായി റിലീസിന്റെ തലേന്ന് മദ്രാസിൽ നിന്ന് വണ്ടി കയറിയ വേണു ആ വാർത്തയറിയുന്നത് സഹയാത്രികരിൽ ചിലർ പറഞ്ഞിട്ടാണ്. കണ്ണൂർ കൂത്തുപറമ്പിൽ മന്ത്രി രാഘവനെ കരിങ്കൊടി കാണിച്ച ഡി.വൈ.എഫ്.ഐ പ്രവർത്തകർക്കു നേരെ പൊലീസ്

വെടിവെപ്പുണ്ടായി. അഞ്ച് ചെറുപ്പക്കാർ മരിച്ചു. കേരളം മുഴുവൻ ഹർത്താലും പ്രകടനങ്ങളും. ആരും പുറത്തിറങ്ങുന്നില്ല. ചകോരം തീയേറ്ററിലെത്തിയെങ്കിലും കളക്ഷൻ തീരെ കുറവായിരുന്നു. മൗത്ത് പബ്ലിസിറ്റിയിലൂടെ കയറിവരും എന്നുറപ്പിച്ചിരുന്ന ആ നല്ല സിനിമയുടെ വിധി അങ്ങനെയായിരുന്നു. മികച്ച നടിയ്ക്കും മികച്ച നവാഗത സംവിധായകനുമുള്ള സംസ്ഥാന പുരസ്കാരങ്ങളിൽ ശാന്തികൃഷ്ണയും എം.എ വേണുവും അംഗീകരിക്കപ്പെട്ടെങ്കിലും പ്രതീക്ഷിച്ച വിജയം നേടാനാവാത്തതിൽ അണിയറ പ്രവർത്തകർക്ക് നിരാശയുണ്ടായിരുന്നു. മലയാള സിനിമയിൽ അനവധി 'വേണുമാർ' ഉള്ളതുകൊണ്ടാവാം ഈ സിനിമയ്ക്ക് ശേഷം സംവിധായകൻ 'ചകോരംവേണു'വായി തിരിച്ചറിയപ്പെട്ടു തുടങ്ങി. ശാന്തികൃഷ്ണയ്ക്ക് ശബ്ദം നൽകിയതിലൂടെ ആനന്ദവല്ലി അവാർഡ് അർഹിച്ചിരുന്നെങ്കിലും ലഭിച്ചില്ല.

ചകോരം തീയേറ്ററിൽ സ്വീകരിക്കപ്പെടാത്തത് ലോഹിയെ ഏറെ വിഷമിപ്പിച്ചു. തിരക്കഥയെഴുത്ത് നിർത്തിയതായി അദ്ദേഹം പലരോടും പറഞ്ഞു. സുഹൃത്തുക്കളുടേയും ആരാധകരുടേയും നിരന്തര സമ്മർദ്ദത്തിനൊടുവിലാണ് വീണ്ടുമദ്ദേഹം പേനയും കടലാസും കൈയിലെടുക്കുന്നത്.

വർഷങ്ങൾക്കു ശേഷം ലോഹി -എം.എ വേണു കൂട്ടുകെട്ടിന്റെ മറ്റൊരു സിനിമ നിർമ്മിക്കാൻ സെവൻ ആർട്സ് വിജയകുമാർ തയ്യാറായി. ലോഹി കഥയ്ക്കുള്ള അന്വേഷണം തുടങ്ങി. സല്ലാപം കഴിഞ്ഞ് വിജയ ജോഡികളായി നിൽക്കുന്ന ദിലീപ്-മഞ്ജുവാര്യർ ടീമിനെ വെച്ചൊരു കുടുംബചിത്രമായിരുന്നു മനസ്സിൽ. ചർച്ചകൾക്കായി വിജയകുമാർ മദ്രാസിൽ ഫ്ലാറ്റ് ഏർപ്പാടു ചെയ്തു. മദ്രാസിലെത്തി നാലുദിവസമായിട്ടും കഥയൊന്നുമായില്ല. ഒരു ദിവസം രാവിലെ തന്റെ മനസ്സിൽ തോന്നിയ ചെറിയൊരു ത്രെഡ് വേണു ലോഹിയോടു പറഞ്ഞു. ഒരു നമ്പൂതിരി കുടുംബത്തിൽ നടക്കുന്ന വികാരപ്രധാനമായ കുടുംബകഥ. കഥയായിട്ടൊന്നും പറഞ്ഞില്ല. ചില സാധ്യതകൾ മാത്രം. ലോഹി ഒന്നും പറയാതെ കേട്ടിരുന്നു. പിന്നെയൊരു മൂളലിനു ശേഷം നമുക്കു നാളെ സംസാരിക്കാം എന്നു പറഞ്ഞു. അതിനെപ്പറ്റി കൂടുതൽ ഒന്നും സംസാരിക്കാതെ ആ ദിവസം കടന്നു പോയി. പിറ്റേന്നു രാവിലെ ലോഹി ഈ കഥ വേണുവിനോട് പറഞ്ഞു. ആദിമധ്യാന്തങ്ങളുള്ള ഒന്നാന്തരം കഥയായി അദ്ദേഹമതിനെ പരുവപ്പെടുത്തിയിരുന്നു. ലോഹിയുടെ വൈഭവം വേണുവിനെ അത്ഭുതപ്പെടുത്തി. കൈ കൊടുത്ത് ഇത് തന്നെ മതി എന്ന് ഉറപ്പിച്ചു. നമ്പൂതിരി ഇല്ലത്തു നിന്ന് മാറി പാലക്കാട് തമിഴ്

ബ്രാഹ്മണരുടെ അഗ്രഹാരങ്ങളിലേയ്ക്ക് പശ്ചാത്തലം മാറ്റാമെന്ന് വേണു പറഞ്ഞ അഭിപ്രായം ലോഹി ശരിവെച്ചു. വിജയകുമാർ വന്ന് കഥ കേട്ട് ഇഷ്ടപ്പെട്ടു. ഒരാഴ്ചയ്ക്കകം അഡ്വാൻസും മറ്റു കാര്യങ്ങളും മുന്നോട്ടു കൊണ്ടു പോകാമെന്ന് ധാരണയായി.

അപ്പോൾ തീയേറ്ററിലോടുന്ന സെവൻ ആർട്സിന്റെ പടം ഫ്ലോപ്പാവുകയും, അടുത്ത പടം തകർത്തോടുന്നതായേ പറ്റൂ എന്ന് തീയേറ്ററുകാർ അറുത്തുമുറിച്ചു പറയുകയും ചെയ്തിരുന്നു വിജയകുമാറിനോട്. അതിനാൽ വിജയകുമാർ ഈ പ്രൊജക്ട് അടുത്ത ചിത്രം കഴിഞ്ഞിട്ട് ചെയ്യാമെന്ന് ഉറപ്പു പറയുകയും ചെയ്തു. വേണു- ലോഹി ടീമിന്റെ പടത്തിന്റെ സ്ഥാനത്ത് വന്ന സിനിമ ജോഷിയുടെ 'ലേല'മായിരുന്നു. മുൻപ് മോഹൻലാലിനെ വെച്ച് പ്ലാൻ ചെയ്തിരുന്ന 'ലേലം' ഡേയ്റ്റിന്റെ പ്രശ്നം കൊണ്ട് സുരേഷ്ഗോപിയിലെത്തുകയായിരുന്നു. ലേലം സൂപ്പർ ഹിറ്റാവുകയും അത്തരം സിനിമകളിൽ സെവൻ ആർട്സ് കൂടുതൽ ശ്രദ്ധ പതിപ്പിക്കുകയും ചെയ്തു.

അനിശ്ചിതാവസ്ഥ തുടരുന്ന കാരണം ലോഹി തല്ക്കാലം മറ്റ് ജോലികളിൽ സജീവമായി. ആദ്യ സംവിധാന സംരംഭമായ 'ഭൂതക്കണ്ണാടി' യുടെ എഴുത്ത് തുടങ്ങിയതോടെ വേണുവുമായി ചേർന്നുള്ള പ്രൊജക്ട് മാറിപ്പോവുകയായിരുന്നു.

ബന്ധങ്ങളുടെ കഥ തീരുന്നില്ല

സിബി മലയിലിന്റെ അസോസിയേറ്റുമാരായി പ്രവർത്തിച്ച വരാണ് ഷാജി കൈലാസും ബാലു കിരിയത്തും ജോസ് തോമസും. പിന്നീട് വർഷങ്ങൾക്കു ശേഷം 'കമ്മീഷണർ' എന്ന ചിത്രം എഡിറ്റ് ചെയ്ത് നാലുമണിക്കൂർ നീണ്ട സിനിമയായി നിൽക്കുമ്പോൾ ഷാജി കൈലാസ് സുഹൃത്തും സഹപ്രവർത്തകനുമായ ജോസ് തോമസിനെ സ്റ്റുഡിയോയിലേയ്ക്ക് വിളിപ്പിച്ചു. ഇനി എന്ത് മുറിച്ചു മാറ്റും എന്ന് അഭിപ്രായം പറയാനായിരുന്നു ക്ഷണം. ജോസ് തോമസും എഡിറ്റർ ഭൂമിനാഥനും ചേർന്ന് വീണ്ടും എഡിറ്റ് ചെയ്ത് രണ്ടേമുക്കാൽ മണിക്കൂറാക്കി കുറച്ചു. ഷാജിക്കും രൺജി പണിക്കർക്കും ആശ്വാസ മായി.

പിറ്റേന്ന് ജോസ് തോമസിന് നായകൻ സുരേഷ് ഗോപിയുടെ ഫോൺ വന്നു. ഷാർപ്പ് എഡിറ്റ് ചെയ്തതിന് അഭിനന്ദിക്കാനായിരുന്നു വിളി. ആ കോളിൽത്തന്നെ അവരൊരുമിച്ചുള്ള ചിത്രം എന്ന ആശയം പിറന്നു.

സിബിയുടെ സഹസംവിധായകൻ എന്ന നിലയിൽ ജോസ് തോമസും ലോഹിയും തമ്മിൽ പണ്ടേ നല്ല ബന്ധത്തിലായിരുന്നു. 'ഭരതം' എന്ന സിനിമയുടെ പിറവിക്ക് ഒരു കാരണം ജോസ് തോമസ് കൂടി ആണല്ലോ. മുമ്പ് തീരുമാനിച്ചിരുന്ന കഥ മറ്റൊരു സിനിമയിൽ

വന്നിട്ടുണ്ട് എന്ന് കണ്ടെത്തുന്നത് ജോസ് തോമസായിരുന്നു. ലോഹി തിരക്കഥ വാഗ്ദാനം ചെയ്തു.

ലോഹിയാണ് എഴുതുന്നതെന്നറിഞ്ഞ് സുരേഷ് ഗോപി ത്രില്ലടിച്ചു. ലോഹിയുടെ തിരക്കഥയിൽ ആദ്യമായി നായക വേഷം ലഭിക്കുന്ന സന്തോഷം അദ്ദേഹം മറച്ചു വെച്ചില്ല. ആ ചിത്രം നിർമ്മിക്കാൻ കിരീടം ഉണ്ണി രംഗത്തുവരികയും ചെയ്തു.

പ്രൊജക്ടിന്റെ ആലോചനകൾ നടന്നത് മദ്രാസിലായിരുന്നു. കൈതപ്രമുണ്ട് കൂടെ. ഒരു ദിവസം അവരുടെ ഹോട്ടൽ മുറിയിലേക്ക് മൂന്ന് അപരിചിതർ കയറിവന്നു. അവർ സുവിശേഷ പ്രഭാഷകരാണ്. ഒരു സ്ത്രീയും രണ്ടു പുരുഷന്മാരും. അനുവാദം ചോദിച്ച് അവർ മതപരമായ കാര്യങ്ങൾ പറഞ്ഞു തുടങ്ങി. ജോസ് തോമസ് ഇടയ്ക്ക് തമാശയ്ക്ക് തർക്കുത്തരങ്ങൾ ചോദിച്ചെങ്കിലും തർക്കമാവാതെ അവരെ പറഞ്ഞയക്കാൻ ലോഹി ശ്രദ്ധിച്ചു. ലോഹി അവരോട് ഉപജീവനമാർഗ്ഗത്തെപ്പറ്റി ചോദിക്കുകയും വിശ്വാസികൾ സഹായിച്ച് ജീവിതം കഴിയും എന്നവർ മറുപടി പറയുകയും ചെയ്തു. അവർ പോവും മുമ്പേ കൈതപ്രം ഒരു കാര്യം പറഞ്ഞു.

“ഞങ്ങൾ മൂന്നു പേരും മൂന്ന് പശ്ചാത്തലത്തിൽ നിന്നുള്ളവരാണ്. എന്നിട്ടും ഞങ്ങൾ ഒരേ മനസ്സോടെ പ്രവർത്തിക്കുന്നു. കാരണം ഞങ്ങളുടെ മതം സിനിമയാണ്. കലയാണ് ഞങ്ങൾക്ക് ദൈവം”. ലോഹിയും ജോസും പൂർണ്ണമായും യോജിച്ചു. വിശ്വാസികളുടെ സംഭാവനകൾ കൊണ്ട് ജീവിക്കുന്ന ദൈവത്തിന്റെ വേലക്കാർ എന്ന സങ്കല്പത്തെ ഓർത്ത് ലോഹി അത്ഭുതപ്പെടുകയും ചെയ്തു.

സ്ഥിരം ലോഹിതദാസ് ശൈലിയിലുള്ള തിരക്കഥയായിരുന്നു ‘സാദരം’ എന്നു പേരിട്ട ആ ചിത്രവും. മറ്റുള്ളവരുടെ പാപങ്ങൾ ഏറ്റെടുക്കേണ്ടി വരുന്ന നായകൻ, തകരുന്ന ബന്ധങ്ങൾ, കുടുംബത്തിൽ ഒറ്റപ്പെട്ടുപോവൽ തുടങ്ങിയ ഇഷ്ടപ്പെട്ട സമസ്യകൾ.

നെല്ലിയാമ്പതിയിലെ മണലാരു എസ്റ്റേറ്റും പാലക്കാടും ഒറ്റപ്പാലവുമായിരുന്നു പ്രധാന ലൊക്കേഷനുകൾ. വേണുഗോപാൽ ക്യാമറാമാനായും ഭൂമിനാഥൻ എഡിറ്ററായും ധാരണയായി.

ഗീത, ചിത്ര, സുവർണ മാത്യു, തിക്കുറുശ്ശി, ലാലു അലക്സ്, കവിയൂർ പൊന്നമ്മ, മാമുക്കോയ, രവി വള്ളത്തോൾ, ശ്രീനാഥ്, ശിവജി പട്ടാമ്പി എന്നിങ്ങനെ അഭിനേതാക്കൾ തീരുമാനിക്കപ്പെട്ടു. ആക്ഷൻ ഹീറോ

ഇമേജിലായിരുന്ന സുരേഷ്ഗോപി തികച്ചും വ്യത്യസ്തമായതും അഭിനയ പ്രാധാന്യമുള്ളതുമായ രഘുനന്ദന മേനോൻ എന്ന കഥാപാത്രത്തെ മനോഹരമാക്കി. ലാലു അലക്സും ചിത്രയും ഒന്നിനൊന്ന് മികച്ച പ്രകടനവും നൽകിയപ്പോൾ 1995 മെയ് 10 ന് റിലീസ് ചെയ്ത സാദരം തരക്കേടില്ലാത്ത വിജയം നേടി. കൈതപ്രം-ജോൺസൺ ടീമിന് അത്ഭുതങ്ങളൊന്നും ചെയ്യാനായില്ലെങ്കിലും കഥയോട് നീതിപുലർത്തുന്ന പാട്ടുകൾ നൽകാൻ കഴിഞ്ഞു.

അപ്രതീക്ഷിതമായ വഴിത്തിരിവുകളും രാകിമിനുക്കിയ സംഭാഷണങ്ങളും കൊണ്ട് ലോഹി തന്റെ സ്പർശത്തെ ഒരിക്കൽ കൂടി അടയാളപ്പെടുത്തുകയായിരുന്നു സാദരത്തിലൂടെ.

പുഴയോരത്തെ പറഞ്ഞു തീരാത്ത പ്രണയം

ചെറിയൊരു ഇടവേളയ്ക്കു ശേഷം ആ പ്രഭാതത്തിൽ കിരീടം ഉണ്ണിയെ ലോഹി വിളിച്ചത് ഒരു പ്രൊജക്ടിന്റെ കാര്യം പറയാനായിരുന്നു. "തിരക്കഥ ഞാൻ തരാം. പുതിയൊരു സംവിധായകനാണ്. സിബി മലയിലിന്റെ കൂടെ വർക്കു ചെയ്യുന്നയാൾ. പേര് സുന്ദർദാസ്. ഉണ്ണി എന്തുപറയുന്നു?"

സുന്ദർദാസിനെ ഉണ്ണിക്ക് മുന്നേ അറിയാമായിരുന്നു. ലോഹിയുടെ തിരക്കഥയിൽ പൂർണ്ണ വിശ്വാസമുള്ള അദ്ദേഹം പ്രൊജക്ട് ചെയ്യാൻ സമ്മതിച്ചു. ഉണ്ണിയുമായുള്ള സംഭാഷണം കഴിഞ്ഞ് ലോഹി വിളിച്ചത് സുന്ദർദാസിനെയായിരുന്നു. "ഞാനൊരു തിരക്കഥ തയ്യാറാക്കാൻ പോവുന്നു. നീയാണ് സംവിധായകൻ. പ്രൊഡക്ഷന്റെ കാര്യം ഞാൻ കിരീടം ഉണ്ണിയുമായി സംസാരിച്ചിട്ടുണ്ട്" സുന്ദർദാസ് ഞെട്ടലോടെയാണ് അക്കാര്യം കേട്ടത്. സിബി മലയിൽ എന്ന സംവിധായകനൊപ്പം കുറേ സിനിമകളിൽ പ്രവർത്തിച്ചിട്ടുണ്ടെന്നുള്ളത് ശരി. പക്ഷേ ഒറ്റയ്ക്ക് ഒരു സിനിമ എന്ന ഉത്തരവാദിത്തമേറ്റെടുക്കാനൊക്കെ താൻ ആയിട്ടുണ്ടോ എന്ന സംശയമായിരുന്നു സുന്ദർദാസിൽ. "ലോഹി എന്തായീ പറയണത്? സംവിധായകൻ ഞാനോ? അതൊന്നും വേണ്ട" എന്നായിരുന്നു സുന്ദർദാസിന്റെ

പ്രതികരണം. ലോഹിക്കും അത്ഭുതം. തിരക്കഥയും പ്രൊഡ്യൂസറുമുണ്ടെന്ന് പറഞ്ഞിട്ടും സിനിമ ചെയ്യാൻ താല്പര്യമില്ലെന്നോ? ലോഹി സുന്ദർദാസിനെ ഗുണദോഷിച്ചു. അയാൾ വഴങ്ങുന്നില്ല. എന്തോ ആത്മവിശ്വാസക്കുറവു പോലെ. പിന്നീടു സംസാരിക്കാമെന്നു പറഞ്ഞ് സുന്ദർദാസ് സംഭാഷണമവസാനിപ്പിച്ചെങ്കിലും ലോഹി പിന്നെയും വിളിച്ചു. എന്താണ് താല്പര്യക്കുറവിന്റെ കാരണമെന്ന് തുറന്നു പറയാൻ ആവശ്യപ്പെട്ടു. സുന്ദർദാസ് മനസ്സിലുള്ളത് പറഞ്ഞു, സ്വതന്ത്ര സംവിധായനാവാൻ സമയമായോ എന്ന തന്റെ സംശയം. "സിബി സാറിനൊപ്പം രണ്ടോ മൂന്നോ സിനിമകൾ കൂടി ചെയ്തിട്ടാവാം. കിരീടം ഉണ്ണി പരിചയമുള്ളയാളാണ്. തന്നെക്കണ്ട് ലക്ഷങ്ങൾ ഇറക്കാൻ തയ്യാറാവുമ്പോൾ അദ്ദേഹത്തിന് നഷ്ടം വരുമോ എന്ന് ഭയമുണ്ട്". ലോഹി ചിരിച്ചു കൊണ്ട് സുന്ദർദാസിന് ആത്മവിശ്വാസം നൽകാൻ ശ്രമിച്ചുകൊണ്ടേയിരുന്നു. സംഭാഷണം നീണ്ടു പോയി.

അന്നു വൈകുന്നേരം സുന്ദർദാസ് കിരീടം ഉണ്ണിയെ വിളിച്ചു. ലോഹി തന്നോട് കാര്യങ്ങൾ പറഞ്ഞതായി ഉണ്ണി പറഞ്ഞു. ആ സിനിമ ചെയ്യാൻ അദ്ദേഹം തയ്യാറാണ്. സുന്ദർദാസിന്റെ മനസ്സിൽ സംശയങ്ങൾ ബാക്കിയായിരുന്നു.

വൈകുന്നേരം ലോഹി വീട്ടിലേയ്ക്ക് വന്നു. സുന്ദറിന്റെ അച്ഛനും ചേട്ടനുമൊക്കെ വീട്ടിലുണ്ട്. വന്ന് അച്ഛനുമായി സംസാരിക്കുന്നതിനിടയിൽ ലോഹി ഈ വിഷയം എടുത്തിട്ടു. തിരക്കഥയും പ്രൊഡ്യൂസറുമുണ്ടായിട്ടും സിനിമ ചെയ്യാൻ മടിച്ചു നിൽക്കുന്ന സുന്ദർദാസിന്റെ മണ്ടത്തരത്തെപ്പറ്റി തുറന്നു പറഞ്ഞു. "ഇപ്പോൾ മലയാള സിനിമയിൽ ലോഹിതദാസിന് വിലയും ബന്ധങ്ങളും ഉള്ള സമയമാണ്. എപ്പോഴാണ് അതില്ലാതെയാവുക എന്നറിയില്ല. ഇപ്പോഴത്തെ അവസ്ഥ വച്ച് സുന്ദറിനെ ഒരു നല്ല അവസരം നൽകാൻ എനിക്കു കഴിയും. വെറുതെ ഓരോന്ന് ചിന്തിച്ച് സമയം കളയരുതെന്ന് അവനോടു പറയണം."

അച്ഛനും ചേട്ടനും ലോഹിയുടെ പക്ഷത്ത് കൂടി സുന്ദറിനെ നിർബന്ധിക്കാൻ തുടങ്ങി. ഭാര്യയും പറഞ്ഞു "വലിയ എഴുത്തുകാരനായ അങ്ങേര് ഒന്നും കാണാതെ പറയില്ലല്ലോ. ചെയ്തു കൂടേ" എന്ന്. അതോടെ സുന്ദർദാസിലും ആ ചിന്ത വന്നു. "സിനിമ ചെയ്താലോ?"

അന്താരാഷ്ട്ര ചലച്ചിത്രോത്സവം കാണാനായി ലോഹി തിരുവനന്തപുരത്ത് എത്തിയിരുന്നു. സത്യനും സിബിയും അവിടെ ഉണ്ട്. സുന്ദർദാസും അവരോടൊപ്പം ചേർന്നു. അവരൊന്നിച്ച് സിനിമകൾ

കാണുകയും ഇടവേളകളിൽ പല കാര്യങ്ങളും ചർച്ചകൾ നടത്തുകയും ചെയ്തു. ആത്മധൈര്യത്തിന്റെ കുറവ് അപ്പോഴും അഭിമുഖീകരിച്ചിരുന്ന സുന്ദർദാസ് ഒരു ദിവസം രാവിലെ ഗുരുവായ സിബി താമസിക്കുന്ന ട്രിവാൻഡ്രം ക്ലബ് കോട്ടേജിൽ ചെന്ന് കണ്ടു. ലോഹിതദാസ് തിരക്കഥ തരാമെന്ന് പറഞ്ഞ കാര്യവും കിരീടം ഉണ്ണി നിർമ്മാണം ഏറ്റെടുക്കാമെന്ന് സമ്മതിച്ച കാര്യവും അറിയിച്ച് താനെന്ത് തീരുമാനിക്കണമെന്ന് ഉപദേശം ചോദിച്ചു. ലോഹിയും ഉണ്ണിയും പറഞ്ഞ് വിവരങ്ങൾ അറിഞ്ഞിരുന്ന സിബി ധൈര്യമായി മുന്നോട്ടു പോവാൻ നിർദ്ദേശിച്ചു. ലോഹിയെപ്പോലൊരാളുടെ തിരക്കഥ കിട്ടിയിട്ട് വേണ്ടെന്നു വെക്കുന്നത് ബുദ്ധിമോശമാവുമെന്ന് തുറന്നു പറഞ്ഞു.

അവിടെ വെച്ച് സുന്ദർദാസ് തീരുമാനമെടുത്തു. ഈ പ്രൊജക്ട് ചെയ്യുന്നു. സിബിയുടെ കാലുതൊട്ടു വന്ദിച്ച് അനുഗ്രഹം വാങ്ങി. കലാഭവൻ തീയേറ്ററിൽ സിനിമ കാണാനെത്തിയ ലോഹിയോടൊപ്പം സിഗരറ്റ് വലിക്കാനായി ആൾക്കൂട്ടത്തിൽ നിന്ന് മാറി നിൽക്കുമ്പോൾ സുന്ദർദാസ് തന്റെ തീരുമാനമറിയിച്ചു. “ലോഹീ, നമ്മൾ ഈ പ്രൊജക്ട് ചെയ്യുന്നു...” സന്തോഷത്തോടെ ലോഹി കൈ കൊടുത്തു.

ചലച്ചിത്രോത്സവം കഴിഞ്ഞ് ഷൊറണൂരിൽ കണ്ടുമുട്ടിയ ലോഹിയും സുന്ദർദാസും കഥ ആലോചിച്ചു തുടങ്ങി. മമ്മൂട്ടിയ്ക്ക് ചേരുന്ന കഥ അന്വേഷിച്ചാണ് തുടക്കം. ലോഹി മനസ്സിലുള്ള ത്രെഡ് പങ്കുവെച്ചു. ‘ആദിത്യഹൃദയം’ എന്നൊരു ടൈറ്റിലും സെൻറിമെൻസിനു പ്രാധാന്യമുള്ള കഥാതന്തുവും പറഞ്ഞു. സുന്ദർദാസിന് അതത്ര വ്യത്യസ്തതയുള്ള കഥയായി തോന്നിയില്ല. തന്റെയൊരു സുഹൃത്ത് പറഞ്ഞതിൽ നിന്നും വികസിപ്പിച്ച മറ്റൊരു കഥ അദ്ദേഹം പങ്കുവെച്ചു. ഒരു ഗ്രാമത്തിൽ പത്രവിതരണം ചെയ്യുന്ന പയ്യൻ കേന്ദ്രകഥാപാത്രമായ കഥ. ലോഹിക്ക് ഇഷ്ടമായെങ്കിലും ആ കഥ ആദ്യസിനിമ കഴിഞ്ഞ് പിന്നീട് ചെയ്യാനായി മാറ്റിവെക്കുകയാണ് നല്ലതെന്നും അഭിപ്രായം പറഞ്ഞു. പക്ഷേ കഥ പറഞ്ഞതിൽ നിന്ന് സുന്ദർദാസ് മനസ്സിൽ കാണുന്ന സിനിമയുടെ സ്വഭാവം ലോഹി ഗണിച്ചെടുത്തിരുന്നു. താരബാഹുല്യമില്ലാത്ത ലളിതമായി പറയാവുന്ന ഗ്രാമീണ കഥയാണ് സുന്ദർദാസിന്റെയുള്ളിൽ. ആലോചനകളെ ലോഹി ആ വഴിക്ക് തിരിച്ചുവിട്ടു. അവർ തല്ക്കാലം പിരിയുകയും ഒരാഴ്ച കഴിഞ്ഞ് ലോഹി വിളിച്ചതു പ്രകാരം സുന്ദർദാസ് കുറച്ചു ദിവസം നിൽക്കാനുള്ള തയ്യാറെടുപ്പുകളുമായി ഷൊറണൂരിൽ വീണ്ടുമെത്തുകയും ചെയ്തു.

ഷൊറണൂർ ഗസ്റ്റ് ഹൗസിലെ ഒന്നാംനമ്പർ മുറിയിൽ ഉറക്കമുണർന്ന

ശേഷം പിറ്റേന്ന് കാലത്ത് ലോഹി സുന്ദർദാസിനോട് രണ്ട് കഥാപാത്ര ങ്ങളെപ്പറ്റി പറഞ്ഞു. ഗാനമേളകളിൽ യേശുദാസിന്റെ പാട്ടുകൾ പാടുന്ന ജൂനിയർ യേശുദാസ് എന്ന് വിളിപ്പേരുള്ള ഗായകൻ. അയാൾ യേശു ദാസിനെപ്പോലെ വെള്ളയും വെള്ളയും ധരിക്കുന്നയാളാണ്. ജൂനിയർ യേശുദാസ് ഒരു ദരിദ്ര ആശാരി കുടുംബത്തിൽ നിന്നുള്ള ചെറുപ്പക്കാ രനാണ്. മറ്റൊന്ന് ഗ്യാങ്മാൻ ദിവാകരൻ, നീണ്ടുകിടക്കുന്ന റെയിൽ പാളങ്ങളിൽ ആണികൾ തെറ്റിക്കിടക്കുന്നുണ്ടോയെന്ന് നോക്കാൻ വലിയ ചുറ്റികയുമായി നടന്നു പോവുന്ന റെയിൽവേ പണിക്കാരൻ. സുന്ദർദാസിന് ആവേശം തോന്നി. മലയാള സിനിമ ഇന്നുവരെ കണ്ടി ട്ടില്ലാത്ത രണ്ട് കഥാപാത്രങ്ങൾ. ലോഹിയുടെ അടുത്ത ചിന്തയിൽ രാധ വന്നു. സംഗീതത്തോട് വല്ലാത്ത അഭിനിവേശമുള്ള നാടൻ പെൺകുട്ടി. കഥാപാത്രങ്ങളെപ്പറ്റി സംസാരിച്ചു കൊണ്ട് ആ വൈകുന്നേരം മയങ്ങി.

രാത്രി ഷൊറണൂർ മേളത്തിൽ രണ്ടുപേരും സെക്കന്റ് ഷോയ്ക്ക് കയറി. 'ഏഴരക്കൂട്ടം' ആയിരുന്നു ചിത്രം. അതിൽ 'അര' എന്ന കഥാ പാത്രമായി അഭിനയിച്ച ദിലീപിനെ ലോഹി ശ്രദ്ധിച്ചിരുന്നു. സിനിമ കഴിഞ്ഞ് മടങ്ങുമ്പോൾ സുന്ദർദാസിനോട് പറഞ്ഞു "ഇവനാണ് നമ്മുടെ ജൂനിയർ യേശുദാസ്".സുന്ദർദാസും ആ കാസ്റ്റിങ്ങിൽ പൂർണ്ണ തൃപ്തനാ യിരുന്നു. 'സാഗരം സാക്ഷി'യിൽ എൻ.എഫ്.വർഗ്ഗീസിന്റെ മകനായി ചെറിയൊരു വേഷം ചെയ്യാൻ വന്ന ദിലീപിനെ അന്നേ സുന്ദർദാസ് പരിചയപ്പെട്ടിരുന്നു. 'സിന്ദൂരരേഖ'യിൽ ഹരിശ്രീ അശോകനുമായി ചേർന്ന് ചെറിയ ചില കോമഡി രംഗങ്ങളിലും ദിലീപ് വന്നിരുന്ന തായി സുന്ദർദാസ് ഓർത്തു. ജൂനിയർ യേശുദാസായി ദിലീപ് തീരു മാനിക്കപ്പെട്ടു. കിരീടം ഉണ്ണിയും സുന്ദർദാസും കൂടി മൂകാംബികയിൽ തൊഴാൻ പോയി. നടയ്ക്കൽ കണ്ണടച്ച് തൊഴുതു നിൽക്കുന്ന സുന്ദർദാ സിന്റെ കൈയിൽ ഉണ്ണി പതിനായിരം രൂപ വെച്ചു കൊടുത്തു. കൃപ ഫിലിംസിന്റെ ബാനറിൽ 'സല്ലാപം' എന്ന സിനിമ ചെയ്യാനുള്ള അഡ്വാൻസായിരുന്നു അത്.

ദിവാകരനായി ആരെക്കണ്ടെത്തും എന്ന ആലോചനയിൽ ജയറാം ഉൾപ്പടെ പലരും വന്നെങ്കിലും വെയിലത്ത് നടന്ന് പണിയെടുക്കുന്ന ഗ്യാങ്മാൻ ദിവാകരൻ വെളുത്തു തുടുത്ത ഒരാളാവില്ലെന്നും ജയറാം ചേരില്ലെന്നും അഭിപ്രായം വന്നു.

ലോഹിയുടെ തന്നെ തിരക്കഥയായ 'വളയ'ത്തിൽ വർക്ക് ചെയ്ത പരിചയം വെച്ച് സുന്ദർദാസ് മനോജ് കെ ജയന്റെ പേരു പറഞ്ഞു. ബിജു മേനോനായിയിരുന്നു മറ്റൊരു ചോയ്സ്. ലോഹിക്കും മനോജ്

മതിയെന്നു തോന്നി.

രാധയായി ലോഹിയും സുന്ദർദാസും കണ്ടത് ആനിയെ ആയിരുന്നു. അക്ഷരം, മഴയെത്തും മുമ്പേ, ആഴ്‌വാഞ്ചേരി തമ്പ്രാക്കൾ തുടങ്ങി പ്രേക്ഷകരിഷ്ടപ്പെടുന്ന താരമായി തിളങ്ങി നിൽക്കുകയാണ് ആനി. ലോഹിയാണ് ആനിയുടെ അങ്കിളിനെ വിളിച്ച് ഡെയ്റ്റിന്റെ കാര്യം സംസാരിച്ചത്. ആനിയുടെ 20 ദിവസത്തെ ഡെയ്റ്റ് കിട്ടിയെങ്കിലും ലോഹിയ്ക്ക് പിന്നീടത് അത്ര നല്ല കാസ്റ്റിങ്ങായി തോന്നിയില്ല. ആനിയുടെ കഥാപാത്രങ്ങളൊക്കെ അതുവരെ നല്ല വിവേകവും സാമർത്ഥ്യവുള്ള പെൺകുട്ടികളുടേതായിരുന്നു. ബുദ്ധിമതികളായ പെൺകുട്ടികൾക്ക് സംഭവിക്കുന്നതല്ല സല്ലാപത്തിലെ നായികയുടെ ജീവിതത്തിലു ണ്ടാവുന്നത്. എവിടെ നിന്നോ വന്ന ഒരാളെ നല്ല പാട്ടുകാരനായ കാരണത്താൽ മാത്രം ആരാധിക്കുകയും പ്രണയിക്കുകയും ചെയ്യുക എന്ന ദൗർബല്യത്തിന് ആനിയുടെ 'മിടുക്കി' ഇമേജ് തടസ്സമാണെന്ന അഭിപ്രായം ലോഹിയിൽ ശക്തമായി. സുന്ദർദാസും ശരിവച്ചതോടെ മറ്റൊരു നായികയ്ക്കു വേണ്ടിയുള്ള ആലോചനയായി.

സുന്ദർദാസ് അസോസിയേറ്റ് ചെയ്ത സിബി മലയിൽ ചിത്രമായ 'സാദര'ത്തിന്റെ ചിത്രീകരണവുമായി ബന്ധപ്പെട്ട് ഒറ്റപ്പാലത്തു താമസിക്കുമ്പോൾ 'കഥ' വാരികയുടെ മുഖചിത്രമായി വന്ന പെൺകു ട്ടിയെ ലോഹിക്ക് ഓർമ്മ വന്നു. മഞ്ജു വാര്യർ എന്ന ആ കുട്ടിയെപ്പറ്റി ചെറിയൊരു കുറിപ്പും വാരികയിലുണ്ടായിരുന്നു. അതീവ സുന്ദരിയൊ ന്നുമല്ലെങ്കിലും നാടൻ പെൺകുട്ടിയുടെ നിഷ്കളങ്കതയും അന്ധാളിപ്പും അതിലുപരി ആകർഷകമായ ചിരിയുമുണ്ടായിരുന്നു അവൾക്ക്. ആ വർഷത്തെ സംസ്ഥാന സ്കൂൾ യുവജനോത്സവത്തിൽ കലാതിലകമായി രുന്നു മഞ്ജു. വാരിക കൂടെയുണ്ടായിരുന്ന നിർമ്മാതാവ് കിരീടം ഉണ്ണിക്ക് കാണിച്ചു കൊണ്ട് ലോഹി അന്നേ പറഞ്ഞിരുന്നു 'ഇവൾക്ക് എന്റെ ഒരു നായികാ കഥാപാത്രമാവാൻ യോഗം കാണുന്നു' എന്ന്. പെൺകുട്ടിയെ വീട്ടിൽ ചെന്ന് കാണുവാൻ ലോഹി സുന്ദർദാസിനോട് പറഞ്ഞു.

കണ്ണൂർ മേലേ ചൊവ്വയിലുള്ള വീട്ടിൽ ചെന്ന് സുന്ദർദാസ് മഞ്ജുവി നേയും അച്ഛൻ മാധവനേയും കണ്ടു. കിട്ടിയ സമ്മാനങ്ങളെപ്പറ്റിയൊ ക്കെ മഞ്ജു സംസാരിക്കുന്ന കുറച്ചു വീഡിയോ ഷൂട്ട് ചെയ്തു. അകത്തുനിന്ന് ചേട്ടനുമായി വഴക്കിട്ട് ഓടി വന്ന് സെറ്റിയിൽ വന്നിരുന്ന് കരയുന്ന ഒരു സന്ദർഭം ചെയ്യിച്ചു നോക്കി. സുന്ദർദാസ് തൃപ്തനായിരുന്നു. മഞ്ജുവിനെ നായികയായി ഉറപ്പിച്ചു.

ചെത്തുകാരൻ രാജപ്പന് അധ്വാനിക്കുന്ന ഒരാളുടെ ശരീരഭാഷയുള്ള

നടൻ തന്നെ വേണം, വലിയ കഥാപാത്രവുമല്ല. സുന്ദർദാസിന് ചാലക്കുടിക്കാരൻ മണിയെ ഓർമ്മ വന്നു. ഒരു ക്യാമ്പിൽ വച്ച് മൃഗങ്ങളുടെ ശരീരചലനങ്ങൾ അനുകരിച്ച് ശ്രദ്ധനേടിയ അയാളെ ലോഹിക്കും ഓർമ്മയുണ്ട്. മണിയുടെ അടുത്തവീട്ടിലെ നമ്പർ സംഘടിപ്പിച്ച് ഷൊറണ്ണൂർ ഗസ്റ്റ്ഹൗസിലേക്ക് വരാൻ പറഞ്ഞു. ഓഡിഷനിൽ മണി ശരിക്കുമൊരു ചെത്തുകാരനായി തകർത്തു. ലോഹിയും സുന്ദർദാസും മണിയെ ചെത്തുകാരനായി തീരുമാനിക്കുകയും ചെയ്തു.

പത്മരാജന്റെ കൂടെ പ്രവർത്തിച്ച പേരെടുത്തു നിൽക്കുന്ന ബ്ലസ്സിയാണ് അസോസിയേറ്റായി വന്നത്. ലോഹി തന്നെ വിളിച്ചു പറഞ്ഞതു പ്രകാരം രാമചന്ദ്രബാബു എന്ന സീനിയർ സിനിമാറ്റോഗ്രാഫർ തന്നെ ക്യാമറ ചെയ്യാമെന്നേറ്റു. ഗൾഫുകാരൻ ചന്ദ്രൻ നായരായി എൻ. എഫ് വർഗ്ഗീസും ഭാര്യ പത്മിനിയായി ബിന്ദു പണിക്കരും തീരുമാനിക്കപ്പെട്ടു. കുഞ്ഞുകുട്ടൻ ആശാരിയായി മാളാ അരവിന്ദനായിരുന്നു ലോഹിയുടെ മനസ്സിൽ. മലയാളികളുടെ പ്രിയപ്പെട്ട മാളയ്ക്ക് പുതുജീവൻ നൽകിയ കഥാപാത്രമായിരുന്നു മൂത്താശാരി. ചാലക്കുടിയിലെ നാടകകാലം മുതൽ ലോഹിയും മാളയും തമ്മിൽ അടുത്ത ബന്ധമുണ്ട്.

ഛായാഗ്രഹണത്തിന് ലോഹി നിർദ്ദേശിച്ച പേരുകേട്ട് സുന്ദർദാസ് ഞെട്ടി. രാമചന്ദ്രബാബു. അത്രയും പ്രതിഭാധനനും പരിചയസമ്പന്നനുമായ ഒരാളെ ആദ്യമായി സിനിമ ചെയ്യുന്ന തനിക്ക് താങ്ങുമോ എന്ന സംശയമായിരുന്നു സുന്ദറിന്റെ ഉള്ളിൽ. ആ സങ്കോചം മാറ്റിയത് ലോഹി തന്നെയാണ്. രാമചന്ദ്രബാബുവുമായി ഇക്കാര്യം സംസാരിച്ച് ഉറപ്പിക്കുന്നതും ലോഹിയായിരുന്നു. സിനിമയ്ക്ക് ഏറെ ഗുണം ചെയ്ത നിർണ്ണായക തീരുമാനമായിരുന്നു അത്.

കൈതപ്രത്തിന്റെ വരികൾക്ക് ജോൺസൺ ഈണം നൽകി.

ആദ്യം കേൾക്കുമ്പോഴേ പാട്ടുകൾ ജനപ്രിയങ്ങളാവുമെന്ന് എല്ലാവരും ഉറപ്പിച്ചിരുന്നു.

പൂജ കഴിഞ്ഞ് അന്നുതന്നെ ചിത്രീകരണം തുടങ്ങി. സ്റ്റിൽസ് ഷൂട്ടുചെയ്യാനായി ലോഹിയാണ് ആലുവക്കാരൻ ദിലീപിനേയും കണ്ണൂരുകാരി മഞ്ജുവിനേയും ആദ്യമായി ചേർത്തു നിർത്തുന്നത്.

ഷൊറണ്ണൂർ ഗസ്റ്റ്ഹൗസിനടുത്ത് ഇടവഴിയിൽ മഞ്ജുവും കലാഭവൻ മണിയുമുള്ള സീൻ നമ്പർ 3 ചിത്രീകരിച്ച് ആദ്യ ദിവസത്തെ ഷൂട്ടിംഗ് അവസാനിപ്പിച്ചു. രണ്ടു ദിവസം മുമ്പ് ലോഹി ഏൽപ്പിച്ചിരുന്ന പതിനൊന്നു സീനുകളാണ് സുന്ദർദാസിന്റെ കൈയിലുള്ളത്. കൂടുതൽ സീനുകൾ ലഭിക്കാത്തതിന്റെ ടെൻഷൻ ഉണ്ടായിരുന്നെങ്കിലും സ്ഥിരം

ശൈലിയിൽ ലോഹി സീനുകൾ കൊട്ടുത്തുകൊണ്ടിരുന്നു. എഴുത്തു മുതൽ പലപ്പോഴും ലോഹിയെ കാണാൻ സിബി മലയിൽ വരാറുണ്ടായിരുന്നു.

പട്ടാമ്പിക്കടുത്ത് ചൂരക്കോട്ടുള്ള തറക്കൽ വാരിയമായിരുന്നു പ്രധാന ലൊക്കേഷൻ. ഇടയ്ക്കിടെ കടന്നു പോവുന്ന ട്രെയിനുകൾ പശ്ചാത്തലമായി കിട്ടാനായി ദിവാകരന്റെ വീട് സെറ്റിട്ടുകയായിരുന്നു ആർട് ഡയറക്ടർ പ്രേമചന്ദ്രൻ. ഗാനചിത്രീകരണത്തിനു വേണ്ടി വള്ളത്തോൾ നഗർ സ്റ്റേഷനിൽ നിർത്തുന്ന പാസഞ്ചർ ട്രെയിനിനു പിന്നിലെ ഗാർഡിന്റെ ബോഗിയിൽ മഞ്ജുവിനെ കയറ്റി ഷൊറണ്ണൂർ വരെ യാത്ര ചെയ്യിച്ച് ഷൂട്ട് ചെയ്തിരുന്നു.

ക്ലൈമാക്സ് ഷൂട്ട് നടക്കുന്നു. രാത്രിയാണ്. റെയിലിനു മുകളിൽ ദൂരെ നിന്ന് വണ്ടി വരുമ്പോൾ സംവിധായകൻ തീരുമാനിച്ച ഒരു പോയിന്റിൽ നിന്ന് മഞ്ജു ട്രെയിനിന് മുന്നിലേയ്ക്ക് ചാടാൻ ശ്രമിക്കണം. പിന്നിലായി ഓടിയെത്തുന്ന മനോജ്. കെ. ജയൻ അവളെ പിടിച്ചു വലിച്ച് മാറ്റും. ട്രെയിൻ അപ്പുറത്തു കൂടെ കടന്നു പോവും. ഇങ്ങനെയായിരുന്നു പ്ലാൻ ചെയ്തിരുന്നത്.

ഷൊറണ്ണൂർ - പാലക്കാട് പാസഞ്ചർ കടന്നു പോവുന്ന സമയം വന്നു.

റിഹേഴ്സലിന് നിൽക്കാതെ നേരിട്ട് ടെയ്ക്കിന് പോകാൻ തീരുമാനിച്ചു. ഷോട്ട് ആരംഭിച്ചപ്പോൾ മഞ്ജു കഥാപാത്രമായി മാറി. പാഞ്ഞുവരുന്ന ട്രെയിനിന് എതിരെ ഓടിത്തുടങ്ങി. പിറകെ മനോജും. സംവിധായകൻ പറഞ്ഞ പോയിന്റും കഴിഞ്ഞു ഓടി, ട്രെയിൻ എതിരെ കുതിച്ചു വരുന്നുണ്ട്. കണ്ടുനിൽക്കുന്ന എല്ലാവരും ഞെട്ടി. പുറകെ ഓടിയ മനോജ് അലറി വിളിച്ചു കൊണ്ട് മഞ്ജുവിനെ പിടിച്ചു മാറ്റാൻ നോക്കുമ്പോൾ ബലം പ്രയോഗിച്ചു വീണ്ടും ട്രെയിനിന്റെ നേർക്ക് നീങ്ങാൻ ശ്രമിക്കുന്നു .

ട്രെയിനിന്റെ ശബ്ദത്തിൽ മഞ്ജുവും മനോജും ഒന്നും കേൾക്കുന്നില്ല. ഒടുവിൽ ഒരുവിധത്തിൽ മനോജ് അവളെ ബലമായി പിടിച്ച് വലിച്ചിടുകയായിരുന്നു. സെക്കന്റുകൾക്കുള്ളിൽ കാതടപ്പിക്കുന്ന ഹോൺ മുഴക്കി ട്രെയിൻ കടന്നുപോയി. അത്രയും കഴിഞ്ഞപ്പോഴാണ് രാധയിൽ നിന്നും യാഥാർഥ്യത്തിലേക്ക് മഞ്ജു എത്തിയത്. തലനാരിഴയ്ക്കാണ് അന്ന് വലിയ ദുരന്തം ഒഴിവായത്.

ഷോട്ട് കഴിഞ്ഞപ്പോൾ മനോജ് മഞ്ജുവിനെ കുറെ വഴക്കുപറഞ്ഞു. ഷൂട്ട് കണ്ടുകൊണ്ടിരുന്ന ചുറ്റുമുള്ളവർ കൈയടിച്ചപ്പോഴാണ് മനോജിനും ബോധം വന്നത്. മഞ്ജു ട്രാക്കിൽ ഇരുന്നു കുറേ നേരം

കരഞ്ഞു. കഥാപാത്രത്തിന്റെ മാനസികനിലയിൽ കുടുങ്ങിപ്പോയ അഭിനേത്രിയെ ലോഹിയും സുന്ദർദാസും ചേർന്ന് ആശ്വസിപ്പിച്ച് തിരിച്ച കൊണ്ടുവരികയായിരുന്നു. ഈ സംഭവം ട്രെയിനിലുണ്ടായി രുന്ന ഗാർഡ് ഷൊറണ്ണൂരിലെ റെയിൽവേ ഓഫീസിലറിയിക്കുകയും ഉദ്യോഗസ്ഥർ അന്വേഷിക്കുകയും ചെയ്തിരുന്നു. വലിയ പ്രശ്നങ്ങളില്ലാതെ ഒതുക്കിത്തീർത്തു.

ഷൂട്ട് പാക്കപ് ആയി പിരിയുമ്പോൾ മനോജ് കെ ജയൻ ലോഹിയോട് പറഞ്ഞു: "സർ ഇവൾ നമ്മൾ സ്വപ്നം കാണുന്നതിനേ ക്കാൾ വലിയ നടിയായി മാറും..." അഭിമാനത്തോടെ ലോഹി അത് കേട്ടുനിന്നു. നാല്പത് ദിവസത്തെ ഒറ്റ ഷെഡ്യൂളിൽ ചിത്രീകരണം പൂർ ത്തിയായി.

സല്ലാപം റിലീസ് ചെയ്യാൻ ഏറെ ബുദ്ധിമുട്ടിയ കിരീടം ഉണ്ണി, 21 പ്രിന്റുകൾ ഇറക്കാൻ പ്ലാൻ ചെയ്ത് അവസാനം അഞ്ച് പ്രിന്റ് പോലും വാങ്ങാൻ പറ്റാത്ത അവസ്ഥയിലായിരുന്നു. മദ്രാസിലേയ്ക്കു വരുന്ന സുരേഷ് ഗോപിയുടെ കൈയിൽ കിരീടം ഉണ്ണിയുടെ ഭാര്യ വീടിന്റെ ആധാരം കൊടുത്തയയ്ക്കുക വരെ ചെയ്തു. താരങ്ങളില്ലാത്ത സിനിമ ആർക്കും വേണ്ട. പിന്നീട് ഉണ്ണിയുമായുള്ള സൗഹൃദത്തിന്റെ പേരിൽ സംവിധായകൻ പ്രിയദർശൻ ജെമിനി ലാബിൽ സംസാരിച്ചതിന്റെ അടിസ്ഥാനത്തിലാണ് പതിനൊന്ന് പ്രിന്റുകൾ കിട്ടുന്നത്.

യേശുദാസും ചിത്രയും പാടിയ, ജോൺസൺ മാസ്റ്ററിന്റെ സംഗീ തത്തിൽ പിറന്ന ഒന്നാന്തരം പാട്ടുകളുണ്ടായിട്ടും സല്ലാപത്തിന്റെ ഓഡിയോ കാസറ്റ് അവകാശം വാങ്ങാനും ഒരു കമ്പനിയും തയ്യാറാ യില്ല .ഒടുവിൽ കിരീടം ഉണ്ണി സല്ലാപത്തിന്റെ ഓഡിയോ അവകാശം സ്വന്തം കമ്പനിയായ കിരീടത്തിന്റെ പേരിൽ ഇറക്കി

സിദ്ദിഖ് സംവിധാനം ചെയ്ത മമ്മൂട്ടി ചിത്രമായ 'ഹിറ്റ്ലർ', പ്രിയ ദർശന്റെ ബിഗ്ബജറ്റ് മോഹൻലാൽ ചിത്രം 'കാലാപാനി' എന്നീ വൻ സിനിമകൾക്കൊപ്പം 1996 മാർച്ച് 31ന് റിലീസ് ചെയ്ത സല്ലാപം ബോക്സോഫീസിൽ തകർപ്പൻ തരംഗമായി. മേജർ റിലീസ് സെൻററു കളിൽ വൻ കളക്ഷൻ വന്നു തുടങ്ങി.

കിരീടം ഓഡിയോസ് വിപണിയിൽ ഇറക്കിയ സല്ലാപത്തിന്റെ പാട്ടുകൾ സൂപ്പർഹിറ്റുകളായി മാറി. റെക്കോർഡ് കളക്ഷനിലാണ് സല്ലാപത്തിന്റെ ഓഡിയോ കാസറ്റുകൾ വിറ്റ് പോയത്.

ടെലിവിഷനിലൂടെയും ഗാനരംഗങ്ങൾ തരംഗമായി. തീയേറ്ററിലേയ്ക്ക് ജനം ഭാരതപ്പുഴപോലെ ഒഴുകിയെത്തുകയും ചെയ്തു.

ഒടുവിൽ അറുപത് പ്രിന്റുകൾ വരെ ഇറക്കിക്കൊണ്ട് സല്ലാപം നൂറ്റ ദിവസത്തിനുമേൽ കേരളത്തിലെ പ്രധാന കേന്ദ്രങ്ങളിൽ നിറഞ്ഞോടി. കൈനിറയെ പണം വാരിയ ചിത്രമായി മാറി സല്ലാപം.

പ്രതീക്ഷയിലും കവിഞ്ഞ സാമ്പത്തികവിജയം, അതും സൂപ്പർ താരങ്ങളെ പങ്കെടുപ്പിക്കാതെ. മലയാള സിനിമ നന്മയിലേക്കും ഗ്രാമീണതയിലേയ്ക്കും തിരിച്ചുവന്നതായും സിനിമാ വ്യവസായം താരങ്ങളുടെ പിടിയ്ക്ക് പുറത്തേയ്ക്ക് കുതറുന്നതായും വ്യർത്ഥ നിരൂപണങ്ങളുണ്ടായി. എക്കാലവും പരീക്ഷിക്കാവുന്ന ത്രികോണപ്രണയവും, ഭാരതപ്പുഴയുടെ പശ്ചാത്തലവും ശരാശരിയിൽ കൂടുതൽ മികവു പുലർത്തിയ കൗമാരക്കാരി പുതുമുഖനായികയുടെ അരങ്ങേറ്റവും സർവ്വോപരി ലോഹിതദാസ് എന്ന പേരിന്റെ സ്വീകാര്യതയും മുതലാക്കി സല്ലാപം ഹിറ്റുകളിൽ ഹിറ്റായി മാറുകയായിരുന്നു.

ലോഹി മുൻകൈയെടുത്ത് സംഭവിച്ച സല്ലാപം എത്ര പേർക്കാണ് കരിയറിൽ നിർണായകമായത്! ദിലീപ്, മഞ്ജു വാര്യർ എന്നിവർ താരങ്ങളായി, കലാഭവൻ മണി ശ്രദ്ധിക്കപ്പെട്ടു, മാളാ അരവിന്ദൻ വ്യത്യസ്തതയുള്ള കഥാപാത്രത്തോടെ തിരിച്ചുവരവ് നടത്തി, ഇടവേളയ്ക്ക് ശേഷം സൂപ്പർഹിറ്റ് ഗാനങ്ങളൊരുക്കി ജോൺസൺ വീണ്ടും സജീവമാവുകയും, പശ്ചാത്തലസംഗീതത്തിനുള്ള സംസ്ഥാന അവാർഡ് നേടുകയും ചെയ്തു. എല്ലാറ്റിലുമുപരി സുന്ദർദാസ് എന്ന സംവിധായകനെ മലയാള സിനിമയ്ക്ക് ലഭിച്ചു. മികച്ച നവാഗത സംവിധായകനുള്ള സ്റ്റേറ്റ് അവാർഡ് നേടിക്കൊണ്ടായിരുന്നു സുന്ദറിന്റെ അരങ്ങേറ്റം. ഇടക്കാലത്തിനു ശേഷം ഷൊറണൂരും പട്ടാമ്പിയും മലയാള സിനിമയുടെ ഭാഗ്യലൊക്കേഷനുകളായി മാറി. 'എഗിരേ പാവുരമ' എന്ന പേരിൽ സല്ലാപം തെലുങ്കിൽ റീ മെയ്ക്ക് ചെയ്യപ്പെടുകയും ചെയ്തു.

ദിലീപ് സൂപ്പർതാരവും നിർമ്മാതാവും ആയ ശേഷം താനും മഞ്ജുവും ആദ്യമായി ഒരുമിച്ച സല്ലാപത്തിന് രണ്ടാംഭാഗം ചെയ്യണമെന്ന ആഗ്രഹം അദ്ദേഹത്തിന് തോന്നുകയും സുന്ദർദാസിനോട് അവതരിപ്പിക്കുകയും ചെയ്തു. പക്ഷേ ലോഹിയുടെ പ്രതികരണം ഇങ്ങനെയായിരുന്നു. "സല്ലാപത്തിന് മുകളിൽ നിൽക്കുന്ന ഒരു സിനിമ ആ കഥയിൽ നിന്ന് ചെയ്യാനാവില്ല. വീർപ്പുമുട്ടി ചത്തുപോവും."

ആ ആലോചന അവിടെ അവസാനിക്കുകയും ചെയ്തു.

മദ്ധ്യവയസ്സിലെ പ്രണയപ്പൂന്തോട്ടം

1996ൽ പുറത്തിറങ്ങിയ ഹരികുമാറിന്റെ സെവൻ ആർട്സ് ചിത്രം ഉദ്യാനപാലകൻ ലോഹിയുടെ മറ്റൊരു സുന്ദരമായ തിരക്കഥയായിരുന്നു.

എഴുത്തും ലൊക്കേഷൻ നോക്കലുമായി ലോഹി ഷൊറണൂർ ഗസ്റ്റ്ഹൗസിലുണ്ട്. അന്ന് ലോഹിക്ക് ഷൊറണൂരിലും ഒരു വീടുണ്ട്. അവിടെയും ഗസ്റ്റ് ഹൗസിലുമായാണ് എഴുത്ത്. മധ്യവയസ്കനായ ഒരാളും തീരെ പ്രായം കുറഞ്ഞ ഒരു പെൺകുട്ടിയും തമ്മിലുള്ള സ്നേഹ ബന്ധത്തിന്റെ കഥയാണ് ലോഹിയുടെ മനസ്സിൽ. മമ്മുട്ടിയുടെ ഡെയ്റ്റ് ഉണ്ട്. നായികയായി ലോഹിയുടെ മനസ്സിൽ മഞ്ജു വാര്യരായിയിരുന്നു വെങ്കിലും കമൽ ചിത്രമായ ഈ പുഴയും കടന്നിന് ഡെയ്റ്റ് കൊടുത്ത തിനാൽ പുതിയൊരാളെ തിരയാൻ നിർബന്ധിതരായി എല്ലാവരും.

പെൺകുട്ടിക്കുവേണ്ടി അന്വേഷണം നടക്കുന്നു. മദ്രാസിൽ നിന്ന് സെവൻ ആർട്സ് മോഹനനും, തിരുവനന്തപുരത്ത് നിന്ന് ഹരികുമാറും പല പെൺകുട്ടികളുടെയും ഫോട്ടോസ് തീവണ്ടിയിലെ അറ്റൻഡർമാരുടെ കയ്യിൽ ലോഹിക്ക് കാണാനായി കൊടുത്തയക്കും. ചിലതൊക്കെ കൊള്ളാം എന്ന് തോന്നിയിരുന്നെങ്കിലും പൂർണ തൃപ്തി ആയിട്ടില്ല.

അക്കാലത്ത് ലോഹി സാറിനെ കാണാൻ നടൻ കൃഷ്ണപ്രസാദ് വന്നു. സംസാരത്തിനിടയിൽ നായികയെ തിരയുന്ന കാര്യം ചർച്ചയായി.

കൃഷ്ണപ്രസാദ് കാവേരിയെ പ്പറ്റി പറഞ്ഞു. രണ്ട് ദിവസം മുൻപ് കാവേരിയുടെ അമ്മയെ കണ്ടിരുന്നുവെന്നും അവർ കാവേരിയുടെ പുതിയ കുറച്ച് ഫോട്ടോ കാണിച്ചുവെന്നും ഈ കഥാപാത്രത്തിന് യോജിക്കുമെന്നുമായിരുന്നു കൃഷ്ണപ്രസാദ് പറഞ്ഞത്. കുറച്ചു കാലം മുമ്പുവരെ ബാലതാരമായി അഭിനയിച്ചിരുന്ന കാവേരിക്ക് ഈ കഥാ പാത്രമാവാൻ കഴിയുമോയെന്ന് ലോഹി സംശയിച്ചെങ്കിലും കൃഷ്ണകു മാറിന്റെ ഉറപ്പ് മാനിച്ച് 'എന്നാൽ കണ്ടുകളയാം' എന്ന് ലോഹിയും പറഞ്ഞു . കാവേരി വന്നു. തിരുവല്ലയിൽ നിന്ന് യാത്ര ചെയ്ത ക്ഷീണിച്ച കാരണമോ എന്തോ ആദ്യ കാഴ്ചയിൽ കാവേരിയെ ലോഹിക്ക് ബോധിച്ചില്ല. "നിങ്ങളിത്ര ദൂരം വന്നതല്ലേ കുറച്ചു ഫോട്ടോസ് എടുക്കൂ" എന്ന് പറഞ്ഞപ്പോഴേ ലോഹിസാറിന് അത്ര താല്പര്യം പോരെന്ന് കാവേരിക്കും അമ്മയ്ക്കും മനസിലായി. ഫോട്ടോസ് എടുത്തു. രണ്ട് ദിവസം കഴിഞ്ഞപ്പോൾ അതിന്റെ കോപ്പി സിദ്ധു പനയ്ക്കലിന് കിട്ടി. സിദ്ധു അപ്പോഴത് ലോഹിയെ കാണിച്ചില്ല.

അയാളത് ബാഗിൽ സൂക്ഷിച്ചു. ഷൂട്ടിങ്ങ് ദിവസം അടുത്തുവരുന്നു. നായികക്ക് വേണ്ടിയുള്ള അന്വേഷണം ഒന്നുമായിട്ടില്ല. സാവകാശം ദിവസങ്ങൾക്ക് ശേഷം സിദ്ധു പറഞ്ഞു. "എന്റെ കയ്യിൽ ഒരു പെൺ കുട്ടിയുടെ ഫോട്ടോ ഉണ്ട് കാണിക്കട്ടെ?". കാവേരി എന്ന് പറഞ്ഞാൽ കാണാൻ അദ്ദേഹം താല്പര്യം കാണിച്ചില്ലെങ്കിലോ എന്ന് കരുതി പുതിയ കുട്ടിയാണെന്ന് പറഞ്ഞു കൊണ്ട് സിദ്ധു ഫോട്ടോകൾ കാണിച്ചു. "ഇത് കാവേരിയല്ലേ?" ഫോട്ടോ നോക്കി ലോഹി ചോദിച്ചു. പല വേഷത്തിലുള്ള ചിത്രങ്ങളുണ്ടായിരുന്നു. 'കൊള്ളാമല്ലോ' ലോഹിക്ക് ഇഷ്ടമായി. എല്ലാ ഫോട്ടോസും നോക്കിയ ശേഷം ലോഹി പറഞ്ഞു. "ഇവൾ തന്നെ നമ്മുടെ നായിക അമ്മു..."

അസോസിയേറ്റായി കമലിന്റെ കൂടെയുള്ള ലാൽ ജോസിനെ വിളിക്കാൻ മമ്മൂട്ടിയാണ് പറഞ്ഞത്. സഹപ്രവർത്തകനും ഉറ്റസുഹൃ ത്തുമായ ദിലീപ് നായകനാവുന്ന 'ഈ പുഴയും കടന്ന്' സങ്കടത്തോടെ വിട്ടുകളഞ്ഞ് ലാൽജോസ് ഉദ്യാനപാലകനിൽ ജോയിൻ ചെയ്തു.

"ഒരു കമ്പ് മുറിച്ച് നടുക, അത് പൊടിച്ചു വരുന്നത് കാണുക, വെള്ളമൊഴിക്കുക, വളമിടുക, അങ്ങനെ ഒരു ചെടി വളർത്തുക, അതിൽ ഒരു പൂവിടരുമ്പോൾ ഉള്ളിൽ ഒരു സന്തോഷമുണ്ട് സുഖമുണ്ട്. " പൂക്കൾ പോലെ ഭാരം കുറഞ്ഞൊരു മനസ്സായിരുന്നു ഉദ്യാനപാലകൻ സുധാകരൻ നായരുടേത്. അപാരമായ കൈയടക്കത്തോടെ മമ്മൂട്ടി

സുധാകരൻ നായരായി ജീവിച്ചു. ബിജു മേനോൻ,നെടുമുടി വേണു, കലാഭവൻ മണി, മാമുക്കോയ, ലക്ഷ്മി കൃഷ്ണമൂർത്തി, റിസബാവ, മേഘനാദൻ തുടങ്ങിയവരാണ് മറ്റ് പ്രധാന വേഷങ്ങൾ ചെയ്തത്.

മമ്മൂട്ടിയുടെ സഹോദരിയായി അഭിനയിച്ച രേഖാ മോഹൻ (പിന്നീട് വർഷങ്ങൾക്കു ശേഷം തൃശ്ശൂരിലെ ഫ്ലാറ്റിൽ മരിച്ച നിലയിൽ കാണപ്പെ ടുകയുണ്ടായി) ശ്രദ്ധ നേടി.

ജോൺസണും കൈതപ്രവും ചേർന്ന് കുറച്ച് നല്ല പാട്ടുകളൊരുക്കി. 'മയ്യഴിപ്പുഴയൊഴുകി' , ' പനിനീർ പൂവിതളിൽ' എന്നിങ്ങനെ യേശുദാസും ചിത്രയും പാടിയ പാട്ടുകൾ ശ്രദ്ധിക്കപ്പെട്ടു. വൻ ചിത്രങ്ങൾ മാറ്റുരച്ച 96 ലെ സംസ്ഥാന അവാർഡിന്റെ അങ്കത്തട്ടിൽ ഉദ്യാനപാലകൻ തീർത്തും പരിഗണിക്കപ്പെടാതെ പോയി എന്നതും ചരിത്രം.

ഒറ്റപ്പാലത്തെ ചിനക്കത്തൂർക്കാവിൽ പൂരത്തിന് മുന്നോടിയായി തോല്പാവക്കൂത്ത് അരങ്ങേറാറുണ്ട്. അർദ്ധരാത്രിയും കഴിഞ്ഞ് ആരുമി ല്ലാത്ത അമ്പലപ്പറമ്പിൽ ഒരാൾ മാത്രം കൂത്തു കാണാൻ വെറും നിലത്ത് ചമ്രം പടിഞ്ഞിരിക്കുന്നു കണ്ട് കൂത്തു നടത്തുന്നവർ അദ്ദേഹത്തെ പരിചയപ്പെട്ടു. കഥകളുടെ തോഴനായ എഴുത്തുകാരൻ ലോഹിതദാ സാണ് എന്നു കണ്ട് അവർക്ക് അത്ഭുതവും സന്തോഷവും. സൗകര്യം കിട്ടുമ്പോഴൊക്കെ അദ്ദേഹം കൂത്തു കാണാനെത്തി. വള്ളുവനാടൻ തനിമയുടെ പാവനാടകം കാണാൻ, കഥ പറച്ചിലിനോടുള്ള എത്ര അഭിനിവേശത്തോടെയാവും അദ്ദേഹം ആ രാത്രികളിൽ അവിടെ ഒറ്റയ്ക്കിരുന്നിട്ടുണ്ടാവുക.

തിരക്കഥ തിരുത്താൻ കോഴിക്കോട്

ലോഹിക്ക് ഏറെ ബന്ധമുള്ളവരുടെ ഒരു സംഘം കോഴിക്കോട് ഒരു സിനിമ പ്ലാൻ ചെയ്യുന്നുണ്ട്. സിബിമലയിലാണ് സംവിധായകൻ. ടി.എ. റസാക്കിന്റേതാണ് തിരക്കഥ. മുരളിയും മുകേഷും പ്രധാനവേഷങ്ങളിൽ. ലോഹിയെ തിരക്കഥ വായിക്കാൻ വേണ്ടി കോഴിക്കോട്ടേക്ക് ക്ഷണിച്ചത് സിബി തന്നെയാണ്. വെക്കേഷൻ സമയമായതിനാൽ കുട്ടികൾ രണ്ടുപേരും സിന്ധുവും കൂടെയിരിക്കട്ടെ എന്നാണ് ലോഹി ചിന്തിച്ചത്.

കോഴിക്കോട് മഹാറാണിയിലെ മുറിയിൽ വെച്ച് തിരക്കഥ വായിച്ച ലോഹി പല നിർദ്ദേശങ്ങളും പറഞ്ഞു. കഥാഘടനയെത്തന്നെ മാറ്റുന്ന നിർദ്ദേശങ്ങൾ സിബിക്കും ശരിയാണെന്ന് തോന്നി. എന്നാൽ ആ സീനുകൾ എഴുതുക കൂടി വേണമെന്നായി സിബി. വനപ്രദേശത്ത് നടക്കുന്ന കഥയായതിനാൽ അതൊന്നു പരിചയപ്പെടണമെന്ന് ലോഹി പറയുകയും അങ്ങനെ വയനാട്ടിലേയ്ക്ക് പോവാൻ വണ്ടി വിട്ടു കൊടുക്കുകയും ചെയ്തു.

കുട്ടികൾ നന്നായി ആസ്വദിച്ച ആ വയനാട് യാത്ര. പിറ്റേന്ന് സിന്ധുവിനേയും മക്കളേയും വീട്ടിലാക്കി തിരിച്ച വന്ന് ലോഹി എഴുതാനിരുന്നു. ദിവസങ്ങളോളം എഴുതി. തിരക്കഥ കൊടുത്തു. പ്രതിഫലമായി ഒന്നും ചോദിച്ചതുമില്ല, അവരൊന്നും നൽകിയതുമില്ല.

സത്യനു വേണ്ടി ജൂവൽകൊട്ടാരം

സത്യൻ അന്തിക്കാടിനു വേണ്ടി വർഷങ്ങൾക്കു ശേഷം ലോഹി വീണ്ടും എഴുതുന്നു. ഗൃഹലക്ഷ്മി പ്രൊഡക്ഷൻസിന്റെ ബാനറിൽ പി.വി.ഗംഗാധരനായിരുന്നു നിർമ്മാണം.

വള്ളുവനാടിന്റെ പശ്ചാത്തലത്തിൽ പ്രണയത്തിനും ബന്ധങ്ങളുടെ കെട്ടുപിണച്ചിലുകൾക്കും പ്രാധാന്യം നൽകിയായിരുന്നു ലോഹിയുടെ കഥയും തിരക്കഥയും. മോഹനചന്ദ്രൻ -സുജാത- ദേവപ്രഭ എന്ന ത്രികോണപ്രേമ സമവാക്യം. നോർമൽ ആയ എന്നാൽ ശരാശരിക്കപ്പുറം വിജയിക്കുന്ന സിനിമയായിരുന്നു സത്യന്റേയും ലക്ഷ്യം. അതു കൊണ്ടു തന്നെ പരീക്ഷണങ്ങൾക്ക് മുതിരാതെയുള്ള വിജയ ചേരുവകൾ ചേർത്ത ഫാമിലി - സെന്റിമെൻസ് ഡ്രാമയായിരുന്നു ലോഹി എഴുതിയതും.

ഛായാഗ്രാഹണത്തിന് വിപിൻ മോഹന്റെ വരവ് ദൃശ്യഭംഗിക്ക് ഗുണം ചെയ്തു. ബ്ലെസ്സി, ബിജു വർക്കി, തോമസ് സെബാസ്റ്റ്യൻ എന്നിവരായിരുന്നു സംവിധാന സഹായികൾ.

ജയറാം, മുരളി, മഞ്ജു വാര്യർ, ഒടുവിൽ ഉണ്ണികൃഷ്ണൻ, സുകന്യ, ഇന്നസെന്റ്, മാമുക്കോയ, കുതിരവട്ടം പപ്പു, ബിന്ദു പണിക്കർ, ബാബു സ്വാമി എന്നിവർ പ്രധാന കഥാപാത്രങ്ങൾക്ക് ക്ഷണിക്കപ്പെട്ടു.

രവിചന്ദ്ര പൊതുവാൾ എന്ന കഥാപാത്രമായി ദിലീപ് എത്തി. പിന്നീട് അറിയപ്പെടുന്ന അഭിനേത്രിയായി മാറിയ സോനാ നായരുടെ

അരങ്ങേറ്റവും ഇുവൽക്കൊട്ടാരത്തിലെ ഹേമ എന്ന കഥാപാത്രത്തിലൂടെയായിരുന്നു.

കഥാപാത്രത്തെപ്പോലെ ആയിരുന്നില്ല മഞ്ജു, പക്വത വരാത്തൊരു കുസൃതിക്കാരി പെൺകുട്ടിയായിരുന്നു അന്ന്. എല്ലാവരും അരുതെന്ന് പറഞ്ഞിട്ടും കറങ്ങിക്കൊണ്ടിരുന്ന ഫാനിനുള്ളിൽ കൈയിട്ടതും വിരലിന് സാരമായി പരിക്കേറ്റതും ഈ ചിത്രത്തിനിടയിലായിരുന്നു. എന്നാലും ക്യാമറയ്ക്കു മുന്നിലെത്തുമ്പോഴെല്ലാം അവൾ കഥാപാത്രമായി മാറുകയും ചെയ്തു. 'ദേവപ്രഭ'യുടെ വൈകാരികത മുഴുവൻ പകർന്നതു കണ്ട് ലോഹിയും സത്യനും അത്ഭുതപ്പെട്ടു.

"പാർവ്വതീ മനോഹരീ..." എന്ന വരിയിൽ തുടങ്ങുന്ന ക്ലാസിക്കൽ ഡാൻസിന്റെ രംഗമുണ്ട് ഇുവൽക്കൊട്ടാരത്തിൽ. സുകന്യയും മഞ്ജുവും തമ്മിലുള്ള നൃത്തമത്സരമാണ് തിരക്കഥയിലെ സന്ദർഭം. മദ്രാസിലെ പ്രസിദ്ധമായ കലാക്ഷേത്രയിൽ നിന്ന് സ്വർണമെഡലോടെ ജയിച്ചയാളാണ് സുകന്യ. സുകന്യയോടൊപ്പം പതിനേഴുകാരിയായ മഞ്ജുവിന് നൃത്തം ചെയ്ത് പിടിച്ചുനിൽക്കാൻ പറ്റുമോ എന്ന സംശയം സത്യൻ ലോഹിയുമായും കൊറിയോഗ്രാഫറായ കലാമാസ്റ്ററുമായും പങ്കുവെച്ചിരുന്നു. .

ആദ്യത്തെ കുറെ ഷോട്ടുകളെടുത്തുകഴിഞ്ഞപ്പോൾ കലാമാസ്റ്റർ സത്യൻ അന്തിക്കാടിനോട് പറഞ്ഞു.

"ഒരു ചെറിയ പ്രശ്നമുണ്ട് സർ. സുകന്യയുടെ മുന്നിൽ മഞ്ജു അവതരിപ്പിക്കുന്ന ദേവപ്രഭ എന്ന കഥാപാത്രം തോറ്റുപോകുന്ന രീതിയിലല്ലേ നമുക്ക് ചിത്രീകരിക്കേണ്ടത്. പക്ഷേ, പലപ്പോഴും സുകന്യയെക്കാൾ നന്നാവുന്നുണ്ട് മഞ്ജുവിന്റെ പ്രകടനം. ബുദ്ധിമുട്ടുള്ള ചുവടുകൾ പോലും നിമിഷനേരംകൊണ്ട് പഠിച്ച് ചെയ്യുന്നു. ഇങ്ങനെ പോയാൽ സ്റ്റോറിക്ക് മാച്ച് ചെയ്യില്ല.."

സത്യൻ മഞ്ജുവിനെ മാറ്റിനിർത്തി രഹസ്യമായി പറഞ്ഞു. " ഇത്ര നന്നായി ചെയ്യേണ്ട, പാട്ടിന്റെ അവസാനമാകുമ്പോഴേയ്ക്കും ക്ഷീണിച്ചപോലെ തോന്നിപ്പിക്കണം, സുകന്യയുടെ ഒപ്പമെത്താനാകാത്തതുപോലെ..." ഊർജ്ജസ്വലയായി നൃത്തം ചെയ്തു കൊണ്ടിരിക്കുന്ന മഞ്ജുവിന് നിരാശയുണ്ടാക്കിയെങ്കിലും സിനിമയ്ക്കുവേണ്ടി അങ്ങനെ ചെയ്യുകയായിരുന്നു.

ആദ്യ ചിത്രമായ സല്ലാപത്തിൽ മഞ്ജുവിന് ശബ്ദംകൊടുത്തത്

ഡബ്ബിങ് ആർട്ടിസ്റ്റ് ശ്രീജയായിരുന്നു. എങ്കിലും ദേവപ്രഭയായി സ്വാഭാവികതയുള്ള അഭിനയം കണ്ടപ്പോൾ സംവിധായകൻ മഞ്ജുവിനോട് പറഞ്ഞു

“ഈ സിനിമയിൽ മഞ്ജുവിന് സ്വന്തം ശബ്ദം മതി...”

അയ്യോ വേണ്ട, തന്റെ ശബ്ദം മഹാബോറാണെന്ന് പറഞ്ഞ് മഞ്ജു ഒഴിയാൻ ശ്രമിച്ചെങ്കിലും. നിർബന്ധപൂർവം ആദ്യത്തെ ഒന്നുരണ്ടു റീലുകൾ ഡബ്ബ് ചെയ്യിച്ചു. അത് പ്ലേ ചെയ്തു കേട്ടപ്പോൾ കാതുരണ്ടും പൊത്തിപ്പിടിച്ച് മഞ്ജു വീണ്ടും പറഞ്ഞു, “ബോറാണ്... സത്യനങ്കിൾ ശ്രീജച്ചേച്ചിയെ വിളിച്ചോളൂ...”

സത്യൻ വിട്ടില്ല. തുടർച്ചയായി അടുത്ത എല്ലാ റീലുകളും മഞ്ജു തന്നെ ഡബ്ബ് ചെയ്തു. പകുതിയായപ്പോഴേക്കും ആത്മവിശ്വാസമായി. അവസാനരംഗമായപ്പോഴേക്കും ശബ്ദനിയന്ത്രണത്തിലൂടെ അഭിനയത്തിന് കൂടുതൽ ജീവൻ നൽകാൻ മഞ്ജു സ്വയം പഠിച്ചു. സ്വന്തം ശബ്ദത്തിൽ മഞ്ജുവിന്റെ അരങ്ങേറ്റം തൂവൽക്കൊട്ടാരമായിരുന്നു.

സുജാത എന്ന നൃത്താധ്യാപികയുടെ കഥാപാത്രത്തെ സുകന്യയും പരമാവധിയിലെത്തിച്ചപ്പോൾ അഭിനയ മുഹൂർത്തങ്ങളുടെ സംഗമമായി മാറി ആ സിനിമ.

തിരുവില്വാമലയോടുള്ള തന്റെ പ്രണയം ലോഹി തുറന്നിടുന്നുണ്ട് തൂവൽക്കൊട്ടാരത്തിൽ. ‘പുനർജ്ജനി നൂഴൽ’ എന്ന പ്രാദേശികമായ അനുഷ്ഠാനവും തിരക്കഥയിൽ കടന്നു വന്നു. ഗുഹയുടെ ഇടുക്കിലൂടെയുള്ള ആ നൂണ്ട് പോവൽ പതിറ്റാണ്ടുകൾ പഴക്കമുള്ള പതിവായിട്ടും തൂവൽക്കൊട്ടാരത്തിലൂടെ ലോഹി പരിചയപ്പെടുത്തിയപ്പോൾ നല്ലൊരു വിഭാഗം പ്രേക്ഷകർക്കും പുതിയ കാഴ്ചയും അറിവുമായി

ജോൺസൺ- കൈതപ്രം ടീം ശരിക്കും ആഘോഷിച്ചു. യേശുദാസിന്റെ ശബ്ദത്തിൽ

“ആദ്യമായ് കണ്ട നാൾ...’’, “സിന്ദൂരം പെയ്തിറങ്ങി പവിഴമലയിൽ...”, “തങ്കനൂപുരമോ...” എന്നിങ്ങനെ പിറന്ന അഞ്ച് മനോഹരഗാനങ്ങൾ സിനിമയുടെ വിജയത്തിനു തന്നെ കാരണമായി.

നൂറ്റിമുപ്പത് ദിവസം തുടർച്ചയായി തീയേറ്ററുകൾ നിറഞ്ഞോടിയ ചിത്രം വമ്പൻ ലാഭമുണ്ടാക്കി. ഏറ്റവും നല്ല ചിത്രത്തിനുള്ള സംസ്ഥാന അവാർഡ് സിനിമയ്ക്ക് ലഭിച്ചപ്പോൾ സത്യൻ അന്തിക്കാട് മികച്ച സംവിധായകനായി. മോഹനചന്ദ്ര പൊതുവാൾ എന്ന നായക

കഥാപാത്രത്തിലൂടെ ജയറാം ആദ്യമായി അഭിനയത്തിനുള്ള സ്പെഷ്യൽ ജ്യൂറി പുരസ്കാരവും നേടിയെടുത്തു.

ശുവൽക്കൊട്ടാരം കഴിഞ്ഞ ശേഷം ലോഹി സത്യനോടു ചോദിച്ചു. "ഞാനന്ന് മഹാഭാരതം കൈയിലെടുത്ത് കചദേവയാനി കഥയിലൊന്ന് പിടിച്ചാലോ എന്ന് ചോദിച്ചത് സത്യൻ ഓർക്കുന്നുണ്ടോ? അതിൽ ത്തന്നെയാണ് പിടിച്ചത്. കചൻ തന്നെയാണ് പ്രചോദനം" ആ മാജിക് ആലോചിച്ച് സത്യൻ അത്ഭുതപ്പെട്ടുപോയി. ലോഹിയുടെ മിക്കവാറും കഥകളുടേയും വേരുകളന്വേഷിക്കുമ്പോൾ ഇതിഹാസങ്ങളായ രാമായണത്തിലോ മഹാഭാരതത്തിലോ ചെന്നെത്തും എന്നുറപ്പ്.

ഭ്രമകല്പനകളിൽ പിടയുന്നവന്റെ ആരും പറയാത്ത കഥ

പത്രവാർത്തകൾ പല മികച്ച സിനിമകൾക്കും കാരണമായിട്ടുണ്ട്. ക്രൂരമായ ലൈംഗികപീഡന വാർത്തകൾ കണ്ട് ശീലിച്ച ഇക്കാലത്തിനു മുമ്പ് ലോഹിയെ സ്വാധീനിച്ച പത്രവാർത്തയിൽ നിന്നാണ് ആ കഥയുടെ 'സ്പാർക്' ലഭിക്കുന്നത്. മലപ്പുറത്ത് സ്കൂൾ വിദ്യാർത്ഥിനിയെ ബലാത്സംഗം ചെയ്തു കൊന്നതിന്റെ വാർത്ത ലോഹിയെ ഉലച്ചു. ലോഹിക്ക് വായിക്കാൻ ആരോ കൊടുത്തയച്ചതു പോലെ കടയിൽ നിന്ന് സാധനങ്ങൾ പൊതിഞ്ഞ രൂപത്തിലായിരുന്നു ആ പത്രത്താൾ മേശപ്പുറത്തെത്തിയത്.

താരതമ്യേന പ്രധാനം കുറഞ്ഞ രീതിയിലായിരുന്നു വാർത്ത. ലോഹി വീണ്ടും വീണ്ടും പത്രവാർത്തയിലൂടെ കടന്നുപോയി.

വാർത്തയേക്കാൾ വേട്ടയാടിയത് കൂടെയുള്ള ചിത്രമായിരുന്നു. പിടിവലിയിൽ ചിതറിക്കിടക്കുന്ന പുസ്തകങ്ങളും ചോറ്റുപാത്രവുമായിരുന്നു ചിത്രത്തിൽ. ചോറ്റുപാത്രത്തിൽ നിന്ന് മണ്ണിൽ വീണു കിടക്കുന്ന ഭക്ഷണം!.. ലോഹിയുടെ മനസ്സിൽ കഥയുടെ വിത്തു വീണിരുന്നു.

പെൺകുട്ടികളുടെ രക്ഷിതാക്കളുടെ ആവലാതിയോ ഭയമോ എന്ന് തിരിച്ചറിയാനാവാത്ത സങ്കീർണ്ണമായ മാനസികനിലയിൽ നിന്ന് ഒരു

അച്ഛൻ കഥാപാത്രം വിഹ്വലമായ മനസ്സോടെ ഇറങ്ങിവന്നു. അയാളെ ഭയപ്പെടുത്താനെന്നോണം ചുറ്റും നായ്ക്കൾ കുരയ്ക്കുകയും മുരളുകയും ചെയ്യുന്നുണ്ടായിരുന്നു. ബാല്യകാലം മുതൽ നായ്ക്കളുടെ മുരൾച്ച കേട്ട് പേടിച്ചിട്ടുള്ള ലോഹിക്ക് ഭീതിദമായ ബിംബമായി ഒരിക്കൽ കൂടി നായ്ക്കളുടെ കിതപ്പിന്റെ ശബ്ദം അനുഭവപ്പെട്ടു.

കഥകൾ തേടി നടക്കാറില്ല എന്നാൽ അത്തരം ചില നടത്തങ്ങൾ കഥാപാത്രങ്ങളെ മുന്നിൽ കൊണ്ട് വന്ന് നിർത്താറുണ്ട്. ഒരു മഴക്കാലത്ത് ചെറുതുരുത്തിയിലൂടെ നടക്കാനിറങ്ങിയതാണ് ലോഹി. പെട്ടെന്ന് മഴ തുടങ്ങുന്നു. ഓടി ഒരു പീടികക്കോലായിൽ കേറി. പീടികയുടെ ഉള്ളിൽ നിന്നും ഒരാൾ വിളിച്ചു പറഞ്ഞു

"സാർ ഇരിക്കൂ..."

വാച്ച് റിപ്പയർ ചെയ്യുന്ന കടയാണ്. ലോഹിയോട് മര്യാദ കാണിച്ചയാളുടെ ഒരു കണ്ണിൽ ഭൂതക്കണ്ണാടിയുണ്ട്. പണിക്കിടയിലും അയാൾ ഇടയ്ക്കിടയ്ക്ക് ലോഹിയോട് പുതിയ ചിത്രങ്ങളെപ്പറ്റിയും എഴുത്തിനെപ്പറ്റിയും ചോദിച്ചുകൊണ്ടേയിരുന്നു. തലയുയർത്തി നോക്കുമ്പോഴെല്ലാം അയാളുടെ മുഖത്ത് ഭൂതക്കണ്ണാടിയുണ്ടായിരുന്നു. അയാൾ എത്ര വല്യതായിട്ടായിരിക്കും തന്റെ രൂപത്തെ കാണുന്നത്? ആ വലിപ്പം ചെറിയ മനുഷ്യനായ അയാളെ ഭയപ്പെടുത്തില്ലേ?

അവിടെയാണ് കഥാബീജം ചലനം തുടങ്ങുന്നത്. തന്റെ കഥയിലെ അച്ഛൻ ലോകത്തെ കാണേണ്ടത് അങ്ങനെയൊരു ഭൂതക്കണ്ണാടിയിലൂടെയായിരിക്കണം എന്നദ്ദേഹം തീരുമാനിച്ചിരുന്നെന്നിരിക്കണം. എത്ര ചെറിയ കാഴ്ചയാണെങ്കിലും കഥയുടെ ഉപാസകനിൽ അത് തീപ്പൊരിയാവാൻ അത്ര കുറഞ്ഞ സമയം മതിയാകുമല്ലോ.

മുൻപ് സുന്ദർദാസുമായുള്ള സംഭാഷണത്തിൽ സൂചിപ്പിച്ചിരുന്ന വാച്ച് റിപ്പയർ ചെയ്യുന്ന നാടൻ മനുഷ്യന്റെ കഥാപാത്രം പെൺകുട്ടിയുടെ അച്ഛനാണെങ്കിലോ? അയാൾക്ക് അടിസ്ഥാന ഭാവം ഭയമായിരുന്നു.

"അകലൂരിൽ കാണുന്ന പോലുള്ള ഇടവഴിയിലൂടെ അയാൾ നടക്കുമ്പോൾ ഒരിക്കൽ പാമ്പുകൾ ഇണചേരുന്നത് കാണുകയും ഇണപ്പാമ്പുകളെ അയാൾ ഉപദ്രവിക്കുകയും ചെയ്യുന്നു". ലോഹി ഇങ്ങനെ പറഞ്ഞപ്പോഴാണ് സുന്ദർദാസ് മറ്റൊരഭിപ്രായം പ്രകടിപ്പിക്കുന്നത്.

"ആ മനുഷ്യന് പിന്നീട് സംഭവിക്കുന്ന ദുരന്തം ഇണപ്പാമ്പുകളുടെ ശാപമാവുമോ?"

ലോഹി അത് ശരിവെച്ചു, സ്വീകരിച്ചു. രതിയും പാമ്പുകളും ക്രൂരതയും നിഴലുകളും കെട്ടുപിണഞ്ഞു കിടക്കുന്ന കഥയുടെ ഇടവഴിയിലൂടെ ടോർച്ച് മിന്നിച്ച് കഥാകാരൻ നടന്നു.

കുട്ടിയായിരിക്കുമ്പോൾ സ്കൂളിൽ പോവുന്ന വഴി ഇണചേരുന്ന പാമ്പിനെ കൊന്നതിന്റെ കുറ്റബോധത്തിൽ തുടങ്ങുന്നു പാമ്പിനോടുള്ള ഭയം. വിവാഹശേഷം പാമ്പുകടിയേറ്റ് ഭാര്യ മരിക്കുമ്പോൾ വിശ്വാസം ദൃഢമാകുന്നു. അബോധമനസിലെ സർപ്പശാപത്തിന്റെ പിന്തുടർച്ച കാരണം വിദ്യാധരൻ എന്ന അയാൾ രാത്രിയെത്തന്നെ ഭയപ്പെട്ടു.

സർപ്പപ്രീതിക്കുവേണ്ടി പുള്ളുവൻ പാട്ടു പാടുന്ന സരോജിനി, വിദ്യാധരന്റെ ബാല്യകാലസഖിയാണ്. അയാൾക്ക് സർപ്പഭയത്തിൽ നിന്ന് മോചനമില്ല. വിവാഹിതനായിട്ടും ഭാര്യ മരിച്ചിട്ടും ജീവിതമേറെ മാറിയിട്ടും പിടിവിടാതെ നിൽക്കുന്നതാണ് പുള്ളുവത്തിയോടുള്ള പ്രണയവും വിദ്യാധരന്. ഇണപ്പാമ്പുകളിലൊന്നിനെ കൊന്നതിന്റെ ശാപം പിൻതുടരുന്നുണ്ടെന്നു വിശ്വസിക്കത്ത വിധം സരോജിനിയുടെയും വിദ്യാധരന്റെയും കാത്തിരിപ്പ് നീളുന്നു. അപ്പോഴൊക്കെ അയാളുടെ വിധിയിൽ പലവിധ ദുരന്തങ്ങൾ തലങ്ങും വിലങ്ങും ഇഴയുന്നുണ്ടായിരുന്നു.

കഥ കേട്ട് സ്തബ്ധനായിപ്പോയി മമ്മൂട്ടി. ഒരുവേള തനിക്കിത് സംവിധാനം ചെയ്യണമെന്നു പോലും അദ്ദേഹത്തിന് ആഗ്രഹം തോന്നുകയും ലോഹിയോട് അത് പ്രകടിപ്പിക്കുകയും ചെയ്തു. രജനീകാന്തിനെ നായകനാക്കണമെന്നായിരുന്നു മമ്മൂട്ടി മനസ്സിൽ കണ്ടത്. പക്ഷേ വിദ്യാധരന്റെ കഥ താൻ തന്നെ സംവിധാനം ചെയ്യണമെന്ന് ലോഹി തീരുമാനിച്ചുറപ്പിച്ചിരുന്നു.

കിരീടം ഉണ്ണി നിർമ്മാതാവായി വന്നു. ലോഹിതദാസ് ആദ്യമായി സംവിധാനം ചെയ്യുന്ന ചിത്രം 'ഭൂതക്കണ്ണാടി' യുടെ വാർത്തകൾ സിനിമാ മാസികകളിൽ വന്നു തുടങ്ങി. ഉദ്യാനപാലകനു ശേഷം വീണ്ടും മമ്മൂട്ടി തന്നെയാണ് ലാൽജോസിനെ അസോസിയേറ്റായി വിളിക്കാൻ ലോഹിയോട് പറയുന്നത്. ലോഹിക്കും പൂർണ്ണ സമ്മതം.

ലാൽ ജോസ് ഷൊറണൂർ ഗസ്റ്റ്ഹൗസിൽ വന്ന് ലോഹിയെ കണ്ടു. ലാലുവിനെ കണ്ടപ്പോഴേ ചിരിച്ചുകൊണ്ട് ലോഹി പറഞ്ഞു.

"അന്നത്തെപ്പോലെയല്ല. കുറച്ചു സീനുകളൊക്കെ ആയിട്ടുണ്ട്." എഴുതിവെച്ച കുറച്ചു സീനുകൾ ലാൽജോസിനെ ഏൽപ്പിച്ച് വായിച്ചു

നോക്കാൻ പറഞ്ഞു. ലോഹിതദാസ് എന്ന കഥാമാന്ത്രികൻ എഴുതിയ തിരക്കഥയിൽ താനെന്ത് വായിച്ചു നോക്കാനാണെന്ന് മനസ്സിൽ കരുതിക്കൊണ്ട് ലാലു സീനുകൾ വായിച്ചുതുടങ്ങി. വായിച്ചു കഴിഞ്ഞപ്പോൾ അഭിപ്രായം പറയണമെന്ന് നിർബന്ധിച്ചു. തന്റെ മനസ്സിലെ സംശയങ്ങൾ മടിച്ചു മടിച്ച് ലാലു പറഞ്ഞു.

ലാൽജോസ് അസോസിയേറ്റായി പ്രവർത്തിച്ച 'ഉദ്യാനപാലകനി'ൽ നായകൻ സുധാകരൻ നായരെ അവതരിപ്പിച്ച അതേ രീതിയിലായിരുന്നു പുതിയ തിരക്കഥയിലെ നായകനേയും ലോഹി പ്രതിഷ്ഠിച്ചിരുന്നത്. സുധാകരൻ നായരുടെ തുണിക്കടയുടെ പരിസരം തന്നെയായിരുന്നു വിദ്യാധരന്റെ വാച്ചുകടയ്ക്കും നൽകിയിരുന്നത്. മാസങ്ങളുടെ വ്യത്യാസത്തിൽ രൂപപ്പെട്ട രണ്ട് തിരക്കഥയിലും ഒട്ടേറെ സമാനമായ രംഗങ്ങളും വന്നു കൂടിയിരുന്നു. തികഞ്ഞ ബഹുമാനത്തോടെ ലാലു അത് ചൂണ്ടിക്കാണിച്ചപ്പോൾ ലോഹി ഗൗരവത്തോടെ തന്നെ കേട്ടു. ലാൽജോസ് അന്ന് സ്വതന്ത്ര സംവിധായകനായിട്ടില്ലാത്ത വെറും സഹസംവിധായകൻ മാത്രമാണ്. ലോഹി മലയാള സിനിമയുടെ ഉന്നതശൃംഗങ്ങളിൽ ഇടം നേടിയ ഏറ്റവും തിരക്കുള്ള തിരക്കഥാകൃത്തും. പക്ഷേ ഒരിക്കലും വലിപ്പച്ചെറുപ്പം കൊണ്ട് ഉണ്ടായേക്കാവുന്ന 'ഈഗോ' ലോഹിയെ ബാധിച്ചില്ല. ലാലു പറഞ്ഞ സാമ്യം സ്വയം വിലയിരുത്തുന്നതിനായി സീനുകൾ അദ്ദേഹം വീണ്ടും വായിച്ചു.

"ലാലൂ, താൻ നാളെ വൈകുന്നേരം വരൂ" എന്നു പറഞ്ഞ് ലാൽ ജോസിനെ യാത്രയാക്കി. തിരിച്ചു പോകുമ്പോൾ സംശയമായിരുന്നു ലാലുവിന്റെയുള്ളിൽ. താൻ പറഞ്ഞത് ലോഹിസാറിന് ഇഷ്ടപ്പെടാതെ വന്നിരിക്കുമോ? സത്യസന്ധമായ അഭിപ്രായം പറയാനല്ലാതെ മറ്റെന്തിന് അദ്ദേഹം സീനുകൾ വായിക്കാൻ തരണം?

പിറ്റേന്ന് വൈകുന്നേരം ഷൊറണ്ണൂർ ഗസ്റ്റ്ഹൗസിന്റെ ഒന്നാംനമ്പർ മുറിയിൽ ലാൽ ജോസ് എത്തുമ്പോൾ ലോഹിതദാസ് എഴുത്തിൽത്തന്നെയായിരുന്നു. സന്തോഷത്തോടെ അദ്ദേഹം കുറച്ചു കടലാസുകൾ ലാലുവിനു നേരെ നീട്ടി. തലേന്ന് ലാലു പറഞ്ഞ പ്രശ്നം അതേയർത്ഥത്തിൽ ഉൾക്കൊണ്ട് മാറ്റിയെഴുതിയ പുതിയ സീനുകളായിരുന്നു അത്. ലാലു അതെല്ലാം വായിച്ചു നോക്കി. 'ഫ്രഷ്' എന്നു പറയാവുന്ന സീനുകൾ! എല്ലാ പ്രശ്നവും പരിഹരിക്കപ്പെട്ടു എന്ന് ആത്മാർത്ഥമായ സന്തോഷത്തോടെ ലോഹിയെ അറിയിച്ചു. മുറിയുടെ മൂലയിലുള്ള ബാസ്കറ്റിൽ ഉപേക്ഷിക്കപ്പെട്ട നിലയിൽ താൻ തലേന്നു വായിച്ച് അഭിപ്രായം

പറഞ്ഞ സീനുകൾ കിടക്കുന്നതും അദ്ദേഹം കണ്ടു. ലാലുവിന് ലോഹി യോടുള്ള ബഹുമാനം ഇരട്ടിച്ചു. പറയുന്നയാൾ ആരാണെന്നതല്ല, പറഞ്ഞതിൽ എന്ത് കാര്യമുണ്ട് എന്നു പരിശോധിക്കാൻ അദ്ദേഹം കാണിച്ച മനസ്സ് പൂർണ്ണതയാഗ്രഹിക്കുന്ന കലാകാരന്റേതാണെന്ന് ലാലുവിന് ബോധ്യപ്പെട്ടു. അതിസൂക്ഷ്മമായി രൂപപ്പെടുന്ന ഭ്രതക്കണ്ണാ ടിയുടെ തിരക്കഥ നിർമ്മാണ ദശയിൽത്തന്നെ വായിക്കാൻ കഴിഞ്ഞ തിലും താൻ ചൂണ്ടിക്കാണിച്ച പിഴവുകൾ അതേയർത്ഥത്തിൽ കണ്ട് തിരുത്താൻ തയ്യാറായതും എക്കാലത്തേയും മികവുറ്റ എഴുത്തുകാരനായ ലോഹിതദാസാണ്. സിനിമയിൽ താൻ നേടിയ അനുഭവങ്ങളൊന്നും വെറുതെയായിട്ടില്ലെന്ന അഭിമാനവുമുണ്ടായിരുന്നു മുറിയിൽ നിന്ന് പുറത്തിറങ്ങിയ ലാൽജോസിന്.

അകലൂരിലെ പഴയ വീട് അമരാവതിയാവുന്നു

ലാൽജോസുമായുള്ള അടുപ്പം വളരെ വേഗം വളർന്നു. ലോഹി അപ്പോൾ വലിയൊരു ആവേശത്തിലായിരുന്നു. അത് ലാൽ ജോസിനോട് വിവരിക്കുകയാണ്. ലൊക്കേഷൻ അന്വേഷിക്കുന്ന കൂട്ടത്തിൽ കണ്ടതാണ് ലെക്കിടി അകലൂരിലെ ഒരു പഴയ തറവാട്. പടിപ്പുര കടന്ന് നടന്നുചെന്നാൽ വിശാലമായ തൊടിയിൽ തലയുയർത്തി നിൽക്കുന്ന മരങ്ങൾ, അതിന്റെ പച്ചപ്പ്. വെട്ടുകൽച്ചുമരുകളും ചാന്തിട്ട് മിനുക്കിയ തിണ്ണകളുമുള്ള ഓടിട്ട ഇരുനിലവീട്. തെളിനീര് നിറഞ്ഞു നിൽക്കുന്ന അടുക്കളക്കിണറ്, പടവുകൾ ഇറങ്ങിച്ചെല്ലുമ്പോൾ പരൽമീനുകൾ നീന്തുന്ന കുളം. ആ വീടിനെ വർണ്ണിച്ചിട്ടും വർണ്ണിച്ചിട്ടും ലോഹിക്ക് മതി വരുന്നില്ല. ലാൽ ജോസിനോട് അദ്ദേഹം അക്കാര്യം തുറന്നു പറഞ്ഞു. "ഞാനാ വീട് വാങ്ങാൻ ഉറപ്പിച്ചു. സ്വസ്ഥമായി ജീവിക്കാനും എഴുതാനും പറ്റിയ സ്ഥലം. മറ്റന്നാൾ രജിസ്ട്രേഷനാണ്. ലാലു ഒന്ന് പോയി നോക്കണം."

ലോഹി പറഞ്ഞതു പ്രകാരം ലാൽ ജോസ് അവിടെച്ചെന്നു. അകലൂർ കുറിശ്ശി ശിവക്ഷേത്രത്തിന് അടുത്താണ്. പടിപ്പുര കടന്നു ചെല്ലുമ്പോൾ ആരുമില്ല. തൊടിയിൽ ഒരിടത്തു നിന്ന് കുറേശ്ശെ പുക ഉയരുന്നുണ്ട്. പൂമുഖത്തേയ്ക്ക് കയറിയതേയുള്ളു നിലം ശ്രദ്ധിച്ചു. നിലത്ത് അരിമണികൾ

കൊണ്ട് ആൾരൂപം പോലെ. കെടുത്തി വെച്ച നിലവിളക്ക്. പുകഞ്ഞ് തീരാറായ ചന്ദനത്തിരികൾ... ഒരു മൃതദേഹം അവിടെക്കിടത്തിയിരുന്നത് എടുത്തു കൊണ്ടു പോയിട്ട് അധിക സമയമായിട്ടില്ലെന്ന് മനസ്സിലായി. തൊടിയിൽ പുകയുന്നത് കത്തിയൊടുങ്ങാത്ത ചിതയാണ്.

അടുത്ത വീട്ടിൽ നിന്നൊരാൾ ഇറങ്ങി വന്നു. അയാൾ കാര്യങ്ങളെല്ലാം പറഞ്ഞു. അവിടെ ഒറ്റയ്ക്കു താമസിച്ചിരുന്ന കാരണവർ അന്ന് രാവിലെ മരിച്ചു. കുറച്ചു ബന്ധുക്കളൊക്കെ വന്നിരുന്നു. ചിതയിൽ വെച്ചശേഷം കത്തിത്തീരാൻ പോലും കാത്തു നിൽക്കാതെ എല്ലാവരും പിരിഞ്ഞുപോയി. 'ഒക്കെ തിരക്കുള്ളവരാണ്' എന്നും പറഞ്ഞ് അയാൾ വേദനയോടെ ചിരിച്ചു.

ലാൽജോസിന് വിശ്വസിക്കാൻ പറ്റിയില്ല. ചിതപുകയുമ്പോൾ വീടുപൂട്ടി എല്ലാവരും അവരവരുടെ വഴിക്ക് പോവുക! വിചിത്രമായ കാര്യം. വീട് കാണാൻ ചെന്നയാളെ എതിരേൽക്കുന്ന വീട്ടുകാരണവരുടെ ചിത. ഒന്നുമത്ര നല്ല ലക്ഷണങ്ങളായി തോന്നിയില്ല.

തിരിച്ചു ചെന്ന് അവിടത്തെ അനുഭവങ്ങൾ ലോഹിയോട് വിവരിച്ചു. സ്വസ്ഥത കിട്ടുന്ന അന്തരീക്ഷമായി തോന്നുന്നില്ല. ആകെ ദുശ്ശകുനങ്ങൾ. ഇതു വേണോ എന്നു തന്നെ ചോദിച്ചു.

ലാൽജോസ് പറഞ്ഞതെല്ലാം ശ്രദ്ധിച്ച് കേട്ട ശേഷവും ലോഹി ആ തീരുമാനത്തിൽ ഉറച്ചു നിന്നു.

"ശവം നല്ല ശകുനമാണെടോ" എന്ന് പറഞ്ഞപ്പോൾ ശവമല്ല ചിതയാണ് കണ്ടത് എന്നായിരുന്നു ലാലുവിന്റെ മറുപടി. ക്രിസ്ത്യാനികൾക്കുമുണ്ടോ ഈജാതി അന്ധവിശ്വാസങ്ങൾ എന്ന് ചിരിച്ചു കൊണ്ട് രജിസ്ട്രേഷനെപ്പറ്റി പറഞ്ഞു തുടങ്ങി. പിന്നെയൊന്നും ലാൽജോസും പറഞ്ഞില്ല.

പറഞ്ഞ തീയതിക്ക് രജിസ്ട്രേഷൻ നടന്നു. അകലൂരിലെ ഇരുന്നൂറ് വർഷം പഴക്കമുള്ള ആ പഴയ വീടും ഒന്നരയേക്കറും ലോഹി സ്വന്തമാക്കി. ആഗ്രഹിച്ചതു പോലുള്ള ആ വീടിന് 'അമരാവതി' എന്ന പേരാണ് ലോഹി നൽകിയത്. പുരാണത്തിൽ ഇന്ദ്രന്റെ കൊട്ടാരമാണ് അമരാവതി. മണ്ണിനോ മരങ്ങൾക്കോ ആയുധസ്പർശമേൽക്കാത്ത കന്യാവനമായിട്ടാണ് ലോഹി അമരാവതിയെ സംരക്ഷിച്ചിരുന്നത്.

വിഷാദം ഉള്ളിൽ ചിറകു നീർത്തുന്ന വൈകുന്നേരങ്ങളിൽ അമരാവതിയിൽ നിന്ന് കാറോടിച്ച് തിരുവില്വാമല പാമ്പാടിയിലെ

ഐവർമഠത്തിലെത്തും. നൂറുകണക്കിന് മൃതദേഹങ്ങൾ വരുന്ന ശ്മശാനമാണ് അവിടം. ആൽമരങ്ങളുടെ കാറ്റുകൊണ്ട് ദൂരെ ചിതകൾ എരിയുന്നതും നോക്കി കുറേനേരം ഇരിക്കും. ചിതയിൽ നിന്നുള്ള മോക്ഷഗന്ധം ലോഹിയുടെ വിഷാദത്തെ മായ്ച്ചുകളയും. ശ്മശാനത്തിന്റെ നടത്തിപ്പുകാരൻ കോരപ്പത്ത് രമേശൻ ഉറ്റ സുഹൃത്താണ്.

വൻപയർ ഉപ്പേരിയും പൊടിയരിക്കഞ്ഞിയും കഴിക്കാനുള്ള രമേശന്റെ ക്ഷണം സ്വീകരിച്ച് അന്നവിടെ കൂടും. അല്ലെങ്കിൽ പാതിരാത്രി തിരിച്ച് വണ്ടിയോടിക്കും. എത്ര വൈകി കിടന്നാലും പുലരുമ്പോൾ അഞ്ചരയ്ക്ക് എഴുന്നേൽക്കും അകലൂരിന്റെ നാട്ടുവഴികളിലൂടെ നടന്ന് റെയിൽവേ ലൈനിനടുത്തുള്ള ചായക്കടയിലെത്തും. അവിടെയുള്ള കാരണവന്മാരുമായി നാട്ടുവർത്തമാനങ്ങൾ പറഞ്ഞ് കാലിച്ചായ കുടിക്കും. അല്പം കഴിയുമ്പോൾ പത്രം വരും. രണ്ടാമതൊരു ചായ കൂടി പറഞ്ഞ് പത്രവായനയാണ് പിന്നെ. വായന കഴിഞ്ഞ് തിരിച്ചെത്തുമ്പോഴേക്കും വീട്ടിൽ പത്രം വന്നിരിക്കും. അതുമെടുത്ത് ടോയ്‌ലറ്റിൽ പോയിരുന്ന് വിശദമായി വായിക്കും.

അമരാവതിയിലെ ഒരു സാധാരണദിവസം ഇങ്ങനെയായിരുന്നു ലോഹി തുടങ്ങിയിരുന്നത്. നാട്ടും നാട്ടുകാരും സംഭാഷണങ്ങളും പത്രവായനയും ചായക്കടയുമെല്ലാം ലോഹിയുടെ കാലുകളെ ഒരിക്കലും മണ്ണിൽനിന്ന് വിട്ടുപോവാതെ കാത്തു.

ഭയത്തിന്റെ ഇടവഴികളിൽ ഉജ്ജ്വല ചലച്ചിത്രം

പട്ടാമ്പിയുടെ പരിസരപ്രദേശങ്ങളിലായി ലൊക്കേഷനുകൾ തീരുമാനിക്കപ്പെട്ടു. പ്രധാനപ്പെട്ട കാസ്റ്റിംഗിൽ ചിലത് ബാക്കിയുണ്ട്. മമ്മൂട്ടിയുടെ നായികയായ സരോജിനി എന്ന പുള്ളുവത്തിയുടെ റോളിന് കിരീടം ഉണ്ണിയുടെ ബന്ധുവായ ശ്രീലക്ഷ്മി വന്നു. അഭിനയിച്ച് പരിചയമില്ലാത്ത ആ കുട്ടി ശരിയാവുമോ എന്ന സംശയം മമ്മൂട്ടിയും ലോഹിയും പറഞ്ഞു. 'ഏഴ് വയസ്സുള്ള കുട്ടിയുടെ അമ്മയായി അഭിനയിച്ചാൽ പിന്നെ അമ്മ വേഷങ്ങളേ വരൂ' എന്ന കാരണം പറഞ്ഞ് ശ്രീലക്ഷ്മിയെ തിരിച്ചയക്കുകയായിരുന്നു. ശേഷം നായികയായി ഇനി ആരെ കണ്ടെത്തുമെന്ന ചർച്ചവന്നു. ലോഹി തിരക്കഥയെഴുതിയ 'സാഗരം സാക്ഷി'യിൽ മമ്മൂട്ടിയുടെ തന്നെ നായികയായ സുകന്യയെ തീരുമാനിച്ചു. വില്ലൻ കഥാപാത്രമായ പോലീസുകാരന് പറ്റിയ ഒരാൾക്കു വേണ്ടി നാന്നൂറോളം പേരെ ഇന്റർവ്യൂ ചെയ്തെങ്കിലും ലോഹിക്ക് തൃപ്തി വന്നില്ല. സെവൻ ആർട്സ് മോഹനാണ് ചാലി പാല എന്ന നടനോട് മദ്രാസിൽ സോംഗ് റെക്കോഡിന് വന്നിട്ടുള്ള ലോഹിതദാസിനെ ചെന്നു കാണാൻ പറയുന്നത്. വലിയ മീശയും പരുക്കൻ ഭാവങ്ങളുമുള്ള ചാലിയെ ലോഹിക്ക് ബോധിച്ചു.

ജയരാജ് വാര്യരുമായി തൃശ്ശൂർപൂരത്തിന്റെ ബന്ധമായിരുന്നു ലോഹിക്ക്. ഭൂതക്കണ്ണാടിയുടെ കഥ അങ്ങനെ ഒരു പൂരത്തലേന്ന് വാര്യർ ലോഹിയിൽ നിന്നുതന്നെ കേട്ടിരുന്നു. ഒരു ദിവസം അപ്രതീക്ഷിതമായി ലോഹിയുടെ വിളി വന്നു. തന്റെ ആദ്യ സിനിമയിലൊരു വേഷം ചെയ്യാൻ ഷൊറണൂർ ഗസ്റ്റ്ഹൗസിലെത്താൻ ലോഹി ക്ഷണിച്ചു. ഷൊറണൂരിലെത്തിയ ജയരാജ് വാര്യരെ നീണ്ട മുടിയൊക്കെ മുറിച്ചു കളഞ്ഞ് കഥാപാത്രമാക്കി സ്ക്രീൻ ടെസ്റ്റ് നടത്തി. "സരസനായ ഒരു പുള്ളുവനാവണം വാര്യർ..." എന്ന് മാത്രം പറഞ്ഞ് അടുത്ത ദിവസം ഷൂട്ട് തുടങ്ങുകയാണെന്ന വിവരവും പറഞ്ഞു. മുമ്പ് 'ഒരു യാത്രാമൊഴി' എന്ന ചിത്രത്തിൽ അഭിനയിച്ചിരുന്നുവെങ്കിലും ജയരാജ് വാര്യരുടെ പുറത്തുവന്ന ആദ്യ ചിത്രം ഇതായിരുന്നു.

തൃത്താലയ്ക്ക് അടുത്തുള്ള ആലൂരിൽ സുകന്യയെ വെച്ച് ചിത്രീകരണം തുടങ്ങി. രണ്ടാം ദിവസം മമ്മൂട്ടി ജോയിൻ ചെയ്തു. ഷൂട്ട് നാലു ദിവസം പിന്നിട്ടുമ്പോഴാണ് സുകന്യ ചില അനിഷ്ടങ്ങൾ പറയുന്നത്. സരോജിനിയുടെ കഥാപാത്രം അവർ മനസ്സിലാക്കിയ പോലെയല്ല എന്നും അവർക്കീ കഥാപാത്രം ചെയ്യാൻ താല്പര്യമില്ല എന്നും സെറ്റിൽ പലരോടും അവർ തന്നെ പറഞ്ഞു. ലോഹിയും ലാൽജോസുമൊക്കെ തെറ്റിദ്ധാരണ മാറ്റാൻ ശ്രമിച്ചെങ്കിലും ഫലം കണ്ടില്ല. അന്നു വൈകുന്നേരം അവർ ലോഹിയോടു മാത്രം പറഞ്ഞ് ഷൂട്ടിംഗ് സ്ഥലത്തു നിന്ന് തിരിച്ചുപോയി.

വീണ്ടും വന്ന പ്രതിസന്ധിയിൽ ശ്രീലക്ഷ്മിയെത്തന്നെ കൊണ്ടുവന്നാലോ എന്ന ആലോചന വന്നു. ശ്രീലക്ഷ്മി ആ വേഷത്തിന് യോജിക്കും എന്ന് ലാൽജോസിന് ഉറച്ച വിശ്വാസമുണ്ടായിരുന്നു. തിരുവനന്തപുരത്ത് നിന്ന് വീണ്ടും പട്ടാമ്പിയിലെത്തിയ ശ്രീലക്ഷ്മിയെ ലാൽ ജോസ് പുള്ളുവത്തിയുടെ വേഷവും കയ്യിൽ പുള്ളോർക്കുടവും കൊടുത്ത് സരോജിനിയാക്കി ലൊക്കേഷനിൽ കൊണ്ടുചെന്നിറക്കി. ആ രൂപത്തിൽ ശ്രീലക്ഷ്മിയെക്കണ്ട ലോഹിക്കും മമ്മൂട്ടിക്കും ക്യാമറാമാൻ വേണുവിനും അത്രമേൽ തൃപ്തിയായി. ആ പ്രശ്നം അവിടെ പരിഹരിക്കപ്പെട്ടു.

ഗ്രാമീണതയ്ക്കും ഫാന്റസിക്കും ഒരുപോലെ പ്രാധാന്യം നൽകി മനോഹരമാക്കിയത് കലാസംവിധായകൻ പ്രേമചന്ദ്രനായിരുന്നു. കുന്നംകുളത്തിനടുത്തെ ചൊവ്വന്നൂരിലുള്ള കലശമലയിലെ നരിമടയും മറ്റൊരു പ്രധാന ലൊക്കേഷനായി.

മമ്മൂട്ടിയുടെ മറ്റൊരു വിസ്മയ പ്രകടനമായി ഭൂതക്കണ്ണാടി. 'സൂക്ഷ്മാഭിനയത്തിന്റെ മികച്ച പ്രകടനം' എന്നാണ് മമ്മൂട്ടിയുടെ വിദ്യാധരനെ

ലോഹിതദാസ് വിശേഷിപ്പിച്ചത്. ബാപ്പ എന്ന അന്ധഗായകനായി മാളാ അരവിന്ദന്റെ അതിശയിപ്പിക്കുന്ന പ്രകടനം എടുത്തു പറയേണ്ടതുണ്ട്. സഹനടനുള്ള അവാർഡിന് മാളയെ പരിഗണിച്ചെങ്കിലും ലഭിച്ചില്ല. ക്ലോസപ്പ് ഷോട്ട് ഇല്ല എന്നതായിരുന്നു ജൂറി കണ്ടെത്തിയ ന്യൂനത.

തിരക്കഥയോട് ഇത്രയേറെ നീതി പുലർത്തിയ സംഗീതം കാണാനെളുപ്പമാവില്ല. പുള്ളുവൻപാട്ടിന്റെ പശ്ചാത്തലവും കൂടെ "തലചായ്ക്കാനൊരു താഴ്വാരം..." എന്നു തുടങ്ങുന്ന മനോഹര ഗാനവുമൊരുക്കി കൈതപ്രം- ജോൺസൺ ടീം. സംഗീത സംവിധായകൻ വിദ്യാധരൻ മാസ്റ്റർ ഗായകനായും എത്തി. സാക്ഷാൽ ബാബുരാജിന്റേയും കോഴിക്കോട് അബ്ദുൾഖാദറിന്റേയും ഹാർമോണിസ്റ്റായിരുന്ന ഹരിദാസിന്റെ അതിവേഗമാർന്ന വിരലുകളെ കൃത്യമായി ഉപയോഗിക്കാൻ ജോൺസൺമാസ്റ്റർക്ക് കഴിഞ്ഞു. ജി. മുരളിയായിരുന്നു ചിത്രസംയോജകൻ.

വിഷുക്കാലത്തായിരുന്നു സിനിമാലോകം ആ പൊൻകണി കണ്ടത്. സിബി മലയിലിന്റെ രൂപത്തിൽ കാലം ലോഹിയെ വീട്ടിൽ നിന്ന് ഇറക്കി സിനിമയിലേയ്ക്ക് കൊണ്ടുപോയതുപോലെ മറ്റൊരു വിഷുക്കാലം.

1997 ഏപ്രിൽ 18 ന് അതിസുന്ദരവും അത്രമേൽ പ്രസക്തവുമായൊരു സിനിമയിലൂടെ അമ്പഴത്തിൽ കരുണാകരൻ ലോഹിതദാസ് മലയാള സിനിമയിലെ പ്രതിഭ തെളിയിച്ച സംവിധായകരുടെ പട്ടികയിൽ ഇടം നേടി.

ഭൂതക്കണ്ണാടിയുടെ ചിത്രീകരണത്തിന്റെ തിരക്ക് കഴിഞ്ഞ് ആലുവയിലെ വീട്ടിലെത്തിയപ്പോഴാണ് മകന് പരിക്കുപറ്റിയിരുന്നു എന്ന് ലോഹി അറിയുന്നത്. ഒരാഴ്ച മുമ്പ് വിജയ് ടെറസ്സിൽ നിന്ന് വീണ് ചെറുതല്ലാത്ത ഒരപകടം പറ്റിയിയിരുന്നു. സിന്ധു ഒന്നും അറിയിച്ചിരുന്നില്ല. അറിഞ്ഞാൽ പിന്നെയൊരു സമാധാനവും കാണില്ല. ഷൂട്ടിംഗിനിടയിൽ ഇവിടേയ്ക്ക് ഓടി വരും. ഈ കരുതൽ സിന്ധുവിന്റെ സ്ഥിരം പരിപാടിയായിരുന്നു. ഒരിക്കൽ ഓട്ടോറിക്ഷ മറിഞ്ഞ് കാലിന് പരിക്ക് പറ്റി. ലോഹി ഷൂട്ടിങ്ങിന്റെ തിരക്കിലാണ്. എല്ലാവരോടും സിന്ധു പറഞ്ഞത് അടുക്കളയിൽ കാൽ തെന്നിയതാണെന്നാണ്. കാരണം ഈ കാര്യം ആരെങ്കിലും പറഞ്ഞ് എന്തായാലും സാറ് അറിയും. അപ്പൊ ഇത്രേം വലിയ സംഭവമുണ്ടായിട്ടും നേരിട്ട് പറഞ്ഞില്ലല്ലോ എന്ന് വിഷമിക്കില്ലേ? സത്യം പിന്നീട് പതുക്കെ താൻ തന്നെ പറഞ്ഞാൽ പോരേ എന്നും തോന്നി സിന്ധുവിന്.

ഞെട്ടലുണ്ടാക്കുന്ന ചില കഥാസന്ദർഭങ്ങൾ

കുറച്ചുകാലം മുമ്പ് ലോഹിയും സിബി മലയിലും ഒന്നിച്ചിരിക്കുന്ന സമയം. പത്രം വായിക്കുന്ന സിബി ഒരു വാർത്ത കണ്ട് അതിന്റെ ഞെട്ടലും അമ്പരപ്പും ലോഹിയുമായി പങ്കുവെച്ചിരുന്നു. ജോലി കിട്ടാനായി മകൻ അച്ഛനെ കൊലപ്പെടുത്തിയതായിരുന്നു വാർത്തയിൽ. ഏതെങ്കിലും മകൻ അങ്ങനെ ചിന്തിക്കുമോ എന്ന സംശയമായിരുന്നു സിബിക്ക്.

"ചിലപ്പോൾ ചിന്തിച്ചേക്കും..." എന്നൊരു ഒഴുക്കൻ പ്രതികരണത്തിൽ ഒതുക്കിയെങ്കിലും ആ വാർത്ത ലോഹിയുടെ ഉള്ളിൽ കിടന്നു. ഭൂതക്കണ്ണാടിക്കു ശേഷം പുതിയ പ്രൊജക്ടിനെക്കുറിച്ച് ചിന്തിക്കുമ്പോൾ അത് മനസ്സിലേയ്ക്ക് വീണ്ടും വന്നു. അതിവേഗം അതിനൊരു കഥാരൂപവും കൈവന്നു. സമ്മർദ്ദമനുഭവിക്കുന്ന മകനേയും കണിശക്കാരനായ അച്ഛനേയും വാർത്തെടുത്തു. കാവ്യചന്ദ്രികയുടെ ബാനറിൽ അസീസ്, ഔസേപ്പച്ചൻ എന്നിവർ ചേർന്ന് നിർമ്മിക്കാൻ മുന്നോട്ടുവന്നു.

ജയറാമിനേയും മുരളിയേയുമാണ് പ്രധാന കഥാപാത്രങ്ങളായി കണ്ടെത്തിയത്. ദിവ്യ ഉണ്ണിയെ നായിക വേഷത്തിന് തീരുമാനിച്ചു. നെടുമുടി വേണുവും കലാഭവൻ മണിയും ജനാർദ്ദനനും ശ്രീനിവാസനും

കൂടി വന്നതോടെ കാസ്റ്റിങ്ങ് പൂർത്തിയായി. രാമചന്ദ്രബാബുവായിരുന്ന ഛായാഗ്രാഹകനായത്. ഭൂതക്കണ്ണാടി കഴിഞ്ഞ് മാസങ്ങൾക്കുള്ളിൽ ലോഹി രണ്ടാമത്തെ ചിത്രമായ 'കാരുണ്യം' ഷൂട്ടിംഗ് തുടങ്ങി. ലാൽജോസ് സ്വന്തം സിനിമയുടെ തിരക്കുകളിൽ സജീവമായതോടെ കെ.സി. രവി അസോസിയേറ്റായി വന്നു.

ചിത്രീകരണം തുടങ്ങുന്ന ദിവസം രാവിലെ ലോഹിയുടെ മുറിയിൽ ചെന്ന രാമചന്ദ്രബാബുവിന്റെ കാൽതൊട്ട് ലോഹി അനുഗ്രഹം വാങ്ങി. രാമചന്ദ്രബാബുവിന് അത് വലിയ അത്ഭുതമായി. പ്രഗത്ഭനായ തിരക്കഥാകൃത്തും സംവിധായകനുമായ ലോഹിയുടെ ഗുരുത്വവും എളിമയും കണ്ട് അദ്ദേഹത്തിന്റെ മനസ്സ് നിറഞ്ഞു.

ലോഹി വാങ്ങിയ അമരാവതി വീടു തന്നെയായിരുന്നു പ്രധാന ലൊക്കേഷൻ. വാണിയംകുളത്തും പട്ടാമ്പിയിലും ചിത്രീകരണമുണ്ടായി.

ഹരിഹരപുത്രൻ മികച്ചൊരു കുടുംബകഥയുടെ ശൈലിയിൽ എഡിറ്റ് ചെയ്തു. വരികളെഴുതിയതും സംഗീതം നൽകിയതും കൈതപ്രം. ആ വർഷം തന്നെ ജയരാജിന്റെ കളിയാട്ടത്തിലൂടെ സംഗീത സംവിധാനത്തിൽ അരങ്ങേറിയിരുന്നു അദ്ദേഹം. പശ്ചാത്തലസംഗീതം നൽകിയത് ജോൺസൺ.

'മാന്യത'യുള്ള തൊഴിലും സ്ഥിരവരുമാനവും ഏതു ചെറുപ്പക്കാരന്റേയും സ്വപ്നമാണ്. വിവാഹത്തേയും പ്രണയത്തേയും എല്ലാം നമ്മൾ ജോലിയുമായി കൂട്ടിക്കെട്ടിയിട്ടുണ്ട്. എന്തു നീചമാർഗ്ഗത്തിലൂടെയും അതു പ്രാപിക്കാൻ സമൂഹം നൽകുന്ന സമ്മർദ്ദത്തിലാണ് ലോഹി ഊന്നിയത്.

എപ്പോഴും എടുക്കാവുന്ന തരത്തിൽ ലോഹിയുടെ പോക്കറ്റിൽ സ്ഥിരം കാണുന്ന നിസ്സഹായതയുടെ കാർഡു കൂടി ചേരുമ്പോൾ കാരുണ്യം അത്യപൂർവ്വതയുള്ള കഥാപരിസരത്ത് ലാന്റ് ചെയ്യപ്പെട്ടു.

"രണ്ടിലൊരാളെയേ പഠിപ്പിക്കാൻ പറ്റൂ എന്ന് അമ്മാവൻ പറഞ്ഞപ്പോൾ നീയാടാ പഠിക്കാൻ മിടുക്കൻ എന്നു പറഞ്ഞു ചായക്കടയിൽ പാത്രം കഴുകാൻ പോയതാ ഏട്ടൻ, ആ കടപ്പാട് എങ്ങനെയാ തീരുക" ലോഹിയുടെ തിരക്കഥകളിൽ മുമ്പും കണ്ടിട്ടുള്ള സ്നേഹത്താൽ മാത്രം സമ്പന്നനായ ഏട്ടൻ കഥാപാത്രത്തിന്റെ മിന്നലാട്ടങ്ങൾ ഇവിടെയും കണ്ടു.

കാരുണ്യത്തിലെ 'മറക്കുമോ നീയെന്റെ മൗനഗാനം, ഒരു നാളും നിലക്കാത്ത വേണുഗാനം...' എന്ന പാട്ട് എഴുതി ചിട്ടപ്പെടുത്തി പാടി കേൾപ്പിച്ചപ്പോൾ, സിന്ധുഭൈരവി രാഗത്തിന്റെ വിഷാദഭാവം മുഴുവൻ ഇടനെഞ്ചിൽ ഏറ്റുവാങ്ങി ഒന്നും ഉരിയാടാനാകാതെ നിന്നുപോയ ലോഹിതദാസ് കൈതപ്രത്തിന്റെ ഓർമയിലെ ദീപ്തചിത്രമാണ്. സംഗീത സംവിധാനത്തിനുള്ള സംസ്ഥാന അവാർഡിന് ആദ്യമായി കൈതപ്രത്തിനെ അർഹനാക്കിയതും ആ പാട്ടുതന്നെയായിരുന്നു.

ഏതു സംവിധായകനേയും അളക്കേണ്ടത് അയാളുടെ ആദ്യസിനിമ വെച്ചല്ല രണ്ടാമത്തെ ചിത്രം കൊണ്ടാണ് എന്ന് പൊതുവെ സിനിമയിൽ പറയാറുണ്ട്. ലോഹിയുടെ കാര്യത്തിൽ ഭൂതക്കണ്ണാടിയിൽ വെച്ച ഉറച്ച ചുവട് ഒന്നുകൂടി ബലപ്പെടുത്തുന്നതായി രണ്ടാമത്തെ സിനിമ. 'കാരുണ്യത്തിന്റെ അമ്മയ്ക്ക് സമർപ്പണം' എന്നെഴുതിക്കാണിച്ച് തുടങ്ങുന്ന 'കാരുണ്യം' മാസങ്ങൾക്കു മുമ്പ് ഓർമ്മയായ മദർ തെരേസയ്ക്കുള്ള ലോഹിയുടെ സ്മരണാഞ്ജലി കൂടിയായി.

കല്ലുപോലെ കഠിനമായ സമ്മർദ്ദങ്ങളെ അതിജീവിച്ച്

കന്മദം

പലതുകൊണ്ടും ഏറെ നിർണ്ണായകമായിരുന്ന ലോഹിയുടെ അടുത്ത പടവ്. മോഹൻലാൽ വിളിച്ചു. പ്രണവം ആർട്സിന്റെ ചിത്രത്തിനായി ലോഹി തയ്യാറെടുത്തു തുടങ്ങി. ഏപ്രിൽ 14 റിലീസ് തിയതി ആദ്യമേ പറഞ്ഞിരുന്നു.

വളരെ വേഗത്തിലായിരുന്നു പടത്തിന്റെ മുഴുവൻ പ്രവർത്തനവും. ബ്ലെസ്സിയായിരുന്നു അസോസിയേറ്റ് ഡയറക്ടർ. ലോഹി പതിവുപോലെ തിരക്കഥ തുടങ്ങിവെക്കുക മാത്രം ചെയ്തു.

കുടുംബം പോറ്റാൻ മുംബൈ മഹാനഗരത്തിലേക്ക് പോവുന്ന വിശ്വൻ എന്ന ചെറുപ്പക്കാരന്റെ കഥ ആലോചിച്ചു. കുടുംബത്തിലെ അഞ്ചുപേരെ പോറ്റാൻ പാടുപെടുന്ന നായികാ കഥാപാത്രം ഭാനുവും മനസ്സിൽ വന്നു. കത്തിമുന പോലെ മൂർച്ചയുള്ള ഭാവങ്ങളുള്ള പെൺകുട്ടി.

നായകനു തുല്യം അല്ലെങ്കിൽ നായകനെക്കാൾ പ്രാധാന്യമുള്ള നായിക. ശക്തമായ ആ കഥാപാത്രം മഞ്ജുവിനെ കണ്ടുതന്നെ എഴുതിയതായിരുന്നു. മോഹൻലാലിനും മഞ്ജു വാര്യർക്കും ശേഷം ജോണി

എന്ന പ്രധാന കഥാപാത്രത്തിനായി ആലോചന തുടർന്നു. സംവിധായകൻ ലാലിനെയാണ് ലോഹി കണ്ടെത്തിയത്. കളിയാട്ടത്തിലെ മുഴനീള കഥാപാത്രത്തിനു ശേഷം അതിനേക്കാൾ പ്രധാനമായൊരു വേഷത്തിന് ക്ഷണം ലഭിച്ച ലാൽ പക്ഷേ ആത്മവിശ്വാസക്കുറവ് പ്രകടിപ്പിച്ചു. വലിയ കഥാപാത്രമാണ്. അതും മോഹൻലാൽ, മഞ്ജു എന്നിവർക്കൊപ്പം. എന്തായാലും ചെയ്തു നോക്കാമെന്ന് ലാലും സമ്മതിച്ചു.

കാസ്റ്റിങ്ങിൽ ഏറ്റവുമധികം വെല്ലുവിളി നേരിട്ടത് ഭാനുവിന്റെ മുത്തശ്ശി കഥാപാത്രത്തിനാണ്. പ്രേക്ഷകർക്ക് പരിചിതരായ ആരും വേണ്ടെന്ന് ലോഹി ആദ്യമേ മനസ്സിലുറപ്പിച്ചിരുന്നു. അസോസിയേറ്റായ ബ്ലെസ്സിയും പ്രൊഡക്ഷൻ കൺട്രോളർ സിദ്ദു പനയ്ക്കലും ചേർന്ന് പാലക്കാട് തത്തമംഗലത്തിനടുത്ത് ഒരു മുത്തശ്ശിയെ കണ്ടെത്തിയെങ്കിലും അതിലും കൂടുതൽ പ്രായം വേണമെന്ന സംവിധായകന്റെ നിർബന്ധപ്രകാരം പിന്നെയും അന്വേഷിച്ചുകൊണ്ടിരുന്നു. അങ്ങനെയാണവർ തത്തമംഗലത്തു തന്നെയുള്ള എഴുപതുകാരിയായ ശാരദാ നായരെ കാണുന്നത്. അഭിനയ പാരമ്പര്യമൊന്നുമില്ലാത്ത കുടുംബത്തിൽ നിന്നുള്ള അവർ അഭിനയിക്കാമോ എന്ന ചോദ്യത്തിന് ആദ്യം വിസമ്മതം പ്രകടിപ്പിച്ചെങ്കിലും മോഹൻലാലിന്റെ ചിത്രമാണെന്നറിഞ്ഞപ്പോൾ ഒരുകൈ നോക്കാമെന്നായി. മികച്ച വായനാശീലത്തിന് ഉടമയായിരുന്ന അവർ കഥാപാത്രത്തെ പൂർണ്ണമായും ഉൾക്കൊണ്ടു.

ഭാര്യയുടെ മരണത്തിന് ശേഷം സിനിമയിൽ നിന്നും വിട്ട് നിന്ന സിദ്ധിഖിനെയും ഈ പടത്തിലൂടെ ലോഹി തിരിച്ചു കൊണ്ടുവന്നു. “അങ്ങനെ ഒഴിഞ്ഞു മാറി നിൽക്കേണ്ട ആളല്ല താൻ...” എന്നാണ് അന്ന് ലോഹി സിദ്ദിഖിനോട് പറഞ്ഞത്.

ഫെബ്രുവരിയിൽ ചിത്രീകരണം തുടങ്ങി. പാലക്കാടുള്ള കരിങ്കൽ ക്വാറിയും മലമ്പുഴ ഡാമിനടുത്തുള്ള ‘കവ’ ഗ്രാമവുമായിരുന്നു പ്രധാന ലൊക്കേഷനുകൾ. പാലക്കാട് ഷൂട്ടു ചെയ്യാൻ അധികമാരും തയ്യാറാവാത്ത പൊരിഞ്ഞ വേനൽക്കാലം. കടുത്ത വേനലിൽ കരിഞ്ഞുണങ്ങിയ പ്രകൃതി. കരിങ്കൽ ക്വാറിയിലെ ചുട്ടുപഴുത്ത അന്തരീക്ഷവും കൊടുംവെയിലിൽ റിഫ്ലക്ഷനുണ്ടാക്കുന്ന പാറകളും ക്യാമറാസംഘത്തിന് അഗ്നിപരീക്ഷയായി.

എത്ര വെള്ളം കുടിച്ചാലും ദാഹം മാറില്ല. യൂണിറ്റിൽ പലരുടേയും ശരീരഭാഗങ്ങൾ വെയിലേറ്റ് പൊള്ളിപ്പോയിരുന്നു. രാവിലത്തെ ഷൂട്ടിങ് കഴിഞ്ഞാൽ ഇടവേള നൽകും. അടുത്തത് ഉച്ചതിരിഞ്ഞ് മൂന്നുമണിക്കാണ് തുടങ്ങുക. കവ ലൊക്കേഷൻ കണ്ടപ്പോൾ ട്രാക്ക് ആൻഡ്

ട്രോളി ഇടാൻ ബുദ്ധിമുട്ടാണെന്ന് രാമചന്ദ്രബാബു തുറന്നുപറഞ്ഞു. ഉയർന്നും താഴ്ന്നുമുള്ള പാറകളായതിനാൽ നിലത്ത് ട്രാക്ക് ഉറപ്പിക്കാൻ പറ്റില്ല. അതിനുവേണ്ടി തടികൊണ്ട് വിവിധ വലിപ്പത്തിലുള്ള പെട്ടികൾ (ആപ്പിൾ ബോക്സ്) ഉണ്ടാക്കണമെന്ന ആവശ്യം ആർട്ട് ഡയറക്ടർ ബാവയ്ക്ക് മുന്നിലെത്തി. അത്രയും പെട്ടികൾ എങ്ങനെ ഉണ്ടാക്കുമെന്ന് അദ്ദേഹം ആശയക്കുഴപ്പത്തിലായപ്പോൾ ബോക്സുകൾ എത്തിക്കാമെന്ന് പ്രൊഡക്ഷൻ വിഭാഗം ഉറപ്പ പറഞ്ഞു. ഷാജി എൻ. കരുൺ സംവിധാനംചെയ്ത 'വാനപ്രസ്ഥ'ത്തിനുവേണ്ടി ഫ്രഞ്ച് ക്യാമറാമാൻ റെനാട്ടോ ബെർട്ട ധാരാളം ആപ്പിൾ ബോക്സുകൾ ഉണ്ടാക്കിയിരുന്നു. തിരുവനന്തപുരത്ത് മെരിലാൻഡ് സ്റ്റുഡിയോയിൽ ഭദ്രമായി സൂക്ഷിച്ചുവെച്ചിരിക്കുകയായിരുന്ന അത് മുഴുവനും വാനിൽ കയറ്റിക്കൊണ്ടുവന്ന് ചിത്രീകരണസ്ഥലത്തിറക്കി. ചരിഞ്ഞതും കുഴിയുള്ളതുമായ ഏതു സ്ഥലത്തും ആപ്പിൾ ബോക്സും ഫോൾഡിങ് പ്ളാറ്റ്ഫോമുകളും ഉപയോഗിച്ച് ട്രാക്ക് ആൻഡ് ട്രോളിയും ക്രെയിനും കൈകാര്യംചെയ്യാം. അതോടെ ആ പ്രശ്നം പരിഹരിക്കപ്പെട്ടു.

തിരക്കഥ തയ്യാറാക്കലും സംവിധാനവും എല്ലാത്തിനുമുപരി സമയക്കുറവുകൊണ്ട് ടൈറ്റ് ഷെഡ്യൂളായതും ലോഹിയെ അതീവ സമ്മർദ്ദത്തിലാക്കിയിരുന്നു. യൂണിറ്റ് മുഴുവൻ തയ്യാറായാലും സീൻ എഴുതിത്തീർന്ന് ഷൂട്ടിംഗ് തുടങ്ങാൻ വൈകും. രാത്രി മുഴുവൻ എഴുത്തും പകൽകഴിഞ്ഞ് വീണ്ടും രാത്രിയിലേയ്ക്ക് നീളുന്ന ചിത്രീകരണവുമായി ആരോഗ്യം ശ്രദ്ധിക്കാതെ അദ്ദേഹം സിനിമയിൽ മുഴുകി. പൂർത്തിയാവുന്ന രംഗങ്ങൾ ചെന്നൈയിലെത്തിച്ച് സുന്ദർദാസിന്റെ നേതൃത്വത്തിൽ ശ്രീകർ പ്രസാദ് എഡിറ്റിംഗ് മുന്നോട്ടു കൊണ്ടുപോവുന്നുണ്ടായിരുന്നു. അനുഭവസമ്പന്നനായ സഹസംവിധായകൻ ബ്ലെസ്സിയുടെ പിന്തുണ ലോഹിക്ക് വലിയ ആശ്വാസമായി.

മോഹൻലാലിന്റെ അഭിനയചാരുതയോടൊപ്പം അർപ്പണബോധവും കണ്ട ചിത്രമായിരുന്നു കന്മദം. പൊരിവെയിലത്ത് വില്ലൻ വിമൽ രാജുമായുള്ള സംഘട്ടന രംഗങ്ങൾ മോഹൻലാൽ അല്ലാതെ വേറൊരു നടനും മടിക്കൂടാതെ ചെയ്യാൻ സാധ്യതയില്ല.

അഭിനയിക്കാനായി ലൊക്കേഷനിലെത്തിയ സംവിധായകൻ ലാൽ പഴയ ആത്മവിശ്വാസക്കുറവ് വീണ്ടും പ്രകടിപ്പിച്ചു. ലോഹി ധൈര്യം പകർന്നപ്പോൾ ഒന്നോ രണ്ടോ സീൻ നോക്കാമെന്നും ശരിയാവുന്നില്ലെങ്കിൽ അപ്പോൾത്തന്നെ വണ്ടിയിൽ കയറി താൻ തിരിച്ചുപോവുമെന്നു കൂടി പറഞ്ഞിട്ടാണ് ലാൽ അഭിനയിച്ചു തുടങ്ങിയത്.

സംവിധായകന് പൂർണ്ണ തൃപ്തി നൽകിയ പ്രകടനമായി ലാലിന്റേത്.

'മഞ്ഞക്കിളിയുടെ മൂളിപ്പാട്ടുണ്ടേ' എന്ന ഗാനത്തിന്റെ ചിത്രീകരണ ത്തിലായിരുന്നു ശാരദാ നായർ ആദ്യം ക്യാമറയ്ക്ക് മുന്നിലെത്തുന്നത്. ആദ്യ ടെയ്ക്ക് തന്നെ ഒ.കെ.യായി.

പേരക്കുട്ടിയെ ആലോചിച്ച് കരയുന്ന രംഗവും മോഹൻലാലുമൊത്തു ള്ള മറ്റു സീനുകളും എത്രയോ വർഷത്തെ പരിചയമുള്ള നടിയെ പോലെ അവർ ചെയ്തു. സ്ക്രീനിൽ ആ കഥാപാത്രം സത്യജിത് റായുടെ പഥേർ പാഞ്ചാലിയിലെ മുത്തശ്ശിയെ ഓർമ്മിപ്പിച്ചു. കെ.പി.എ.സി ലളിതയുടെ അമ്മ വേഷവും തമിഴ് നടൻ വിമൽരാജിന്റെ 'കുമാരേട്ടൻ' എന്ന വില്ലൻ വേഷവും മികച്ചു നിന്നു. പ്രമുഖ നാടകനടനും വൈക്കം മാളവികയുടെ സ്ഥാപകനും ഘനഗംഭീര ശബ്ദം കൊണ്ട് വേറിട്ടു നിൽക്കുന്ന കലാകാര നുമായ ടി.കെ.ജോൺ ആണ് ലളിതയുടെ ഭർത്താവിന്റെ കഥാപാത്രം ചെയ്തത്.

അമ്പത്തഞ്ച് ദിവസത്തെ ചിത്രീകരണത്തിന് ശേഷം കമ്മദം 'പായ്ക്ക പ്പ്' പറഞ്ഞു. ഷൂട്ടിങ്ങിന്റെ അവസാന ദിവസം വണ്ടികൾ പുറപ്പെടാൻ നേരം അതിഗംഭീര മഴ തുടങ്ങി. ഭാഗ്യം, ഷൂട്ടിങ് അന്നു തന്നെ തീർന്നി ല്ലായിരുന്നെങ്കിൽ മഴ പെയ്ത് ഡാമിലുണ്ടാവുന്ന ചെളിയിൽ പുതഞ്ഞ് വണ്ടികൾ മുന്നോട്ട് എടുക്കാൻ പറ്റാതെ കുടുങ്ങിപ്പോവുമായിരുന്നു.

ബോംബെയിലും മദ്രാസിലും കുറച്ചു ദിവസത്തെ ഷൂട്ട് ബാക്കിയുണ്ടാ യിരുന്നു. ലോക്കപ്പിലിട്ട് പൊലീസുകാർ മോഹൻലാലിനെ മർദ്ദിക്കു ന്നരംഗം മദ്രാസിൽ സെറ്റിട്ട് ചിത്രീകരിച്ചതാണ്. മോഹൻലാലിനെ വെച്ച് പാട്ടിന്റെ കട്ട് ഷോട്സ് എടുക്കാൻ ബാക്കിയുണ്ട്. പറ്റിയ ബസ് എവിടെയും കിട്ടിയില്ല. അവസാനം യൂണിറ്റ് വണ്ടിയിൽ മോഹൻലാ ലിനെ ഇരുത്തി ക്ലോസപ്പ് ഷൂട്ട് ചെയ്യാമെന്നു തീരുമാനിച്ചു. പക്ഷേ, മറ്റൊരു പ്രശ്നം. മദ്രാസിലാണ് ഷൂട്ട്ചെയ്യുന്നത്. കേരളത്തിന്റെ ഭൂപ്രകൃതി യും മദ്രാസും തമ്മിൽ വ്യത്യാസമുണ്ട്. പശ്ചാത്തലത്തിൽ മദ്രാസ് തിരിച്ച റിയപ്പെടും. ഒടുവിൽ അതിനും വഴികണ്ടു. എ.വി.എം. സ്റ്റുഡിയോയ്ക്കുള്ളിൽ റോഡും തെങ്ങുകളുമുള്ള ഒരു ഭാഗമുണ്ട്. അതുവെച്ച് പല ആംഗിളിൽ യൂണിറ്റ് വണ്ടി ഓടിച്ച് ആ ഭാഗം ചിത്രീകരിച്ചു. ബസ്സിൽനിന്നും ഇറങ്ങുന്ന രംഗം പാലക്കാടുവെച്ച് നേരത്തെ എടുത്തിരുന്നതുകൊണ്ട് രക്ഷപെട്ടു.

മദ്രാസ് എ.വി.എം. സ്റ്റുഡിയോയിൽ എഡിറ്റിംഗ് നടക്കുന്നു. ഏറെ ബുദ്ധിമുട്ടി ഷൂട്ട് ചെയ്ത ഒരു രംഗത്തെപ്പറ്റി എഡിറ്റർക്ക് അതൃപ്തി തോന്നി. തീവ്രവും ചടുലവുമായ ദൃശ്യങ്ങൾക്കുശേഷം വരുന്ന ആ സീനിന്റെ

ഇഴച്ചിൽ സിനിമയെ കാര്യമായി ബാധിക്കുമെന്ന് എഡിറ്റർ ശ്രീകർപ്രസാദ് തീർത്തു പറഞ്ഞു. ഏറെ കഷ്ടപ്പെട്ടെടുത്ത രംഗമാണ്. എങ്ങനെ ഒഴിവാക്കും? ലോഹിക്ക് വിഷമമായി. ക്യാമറാമാനും കൂടെയുണ്ട്. ആവശ്യമില്ലെന്ന് കണ്ടാൽ ആ ഭാഗം വെട്ടിക്കളയാൻ യാതൊരു മടിയും വിചാരിക്കേണ്ടതില്ലെന്ന് രാമചന്ദ്രബാബുവും പറഞ്ഞു. എത്ര ബുദ്ധിമുട്ടി എടുത്തതാണെന്ന് കാണികൾക്ക് അറിയേണ്ടല്ലോ. അനുഭവസമ്പന്നനായ ഛായാഗ്രാഹകനിൽ നിന്നുള്ള ഉറച്ച അഭിപ്രായത്തിൽ ലോഹി സമ്മതിച്ചു. ആ സീൻ വെട്ടിമാറ്റി. ജീപ്പ് വീടിനു മുന്നിൽവന്ന് നിൽക്കുന്ന മറ്റൊരു ഷോട്ട് അവിടെ ചേർത്തുവെച്ചു.

രാമചന്ദ്രബാബുവിന്റെ ക്യാമറ പാലക്കാടിന്റെ ദൃശ്യഭംഗി ഒട്ടും ചോരാതെ പകർത്തിയിരുന്നു. ഗിരീഷ് പുത്തഞ്ചേരിയുടെ ഗാനങ്ങൾക്ക് സംഗീതം പകർന്നത് രവീന്ദ്രൻ മാസ്റ്റർ. എല്ലാ പാട്ടുകളും ഒന്നിനൊന്നു മെച്ചം. “മൂവന്തി താഴ്വരയിൽ വെന്തുരുകും...”, “മഞ്ഞക്കിളിയുടെ മൂളിപ്പാട്ടുണ്ടേ...”, “തിരുവാതിര തിരനോക്കിയ...” എന്നീ ഗാനങ്ങൾ സൂപ്പർ ഹിറ്റായി. എസ്.പി. വെങ്കിടേഷ് പശ്ചാത്തലസംഗീതം നിർവഹിച്ചു. ശാരദാ നായർക്കും മഞ്ജു വാര്യർക്കും ശബ്ദം നൽകിയത് ആനന്ദവല്ലിയായിരുന്നു.

1998 ഏപ്രിൽ 17ന് കന്മദം ഇരുപത്തെട്ട് തീയറ്ററുകളിൽ റിലീസ് ചെയ്തു.വാണിജ്യ ചേരുവകൾ കുറവായിരുന്ന കന്മദത്തിന്, കൂടെ റിലീസ് ചെയ്ത ചിത്രങ്ങളിൽ നിന്ന് ശക്തമായ മത്സരം നേരിടേണ്ടിയും വന്നു. മമ്മൂട്ടി ചിത്രങ്ങളായ സിദ്ധാർത്ഥ, ട്രൂത്ത്, ഒരു മറവത്തൂർ കനവ്, ജയറാമിന്റെ കൈക്കുടന്ന നിലാവ്, എം ടി വാസുദേവൻ നായരുടെ തിരക്കഥയിൽ മഞ്ജു വാര്യർ നായികയായ ‘ദയ’ എന്നിങ്ങനെ കടുത്ത പോരാട്ടമായിരുന്നു ആ വിഷുവിന്.

വെല്ലുവിളികളെ തരണം ചെയ്ത് കന്മദം ഹിറ്റായി. എട്ട് എ ക്ലാസ് തീയേറ്ററുകളിൽ 50 ദിവസം തികയ്ക്കുകയും, തിരുവനന്തപുരം ശ്രീവിശാഖ്, എറണാകുളം സംഗീത എന്നിവിടങ്ങളിൽ നൂറ് ദിവസം ഓടുകയും ചെയ്തു.

ഏഷ്യാനെറ്റ് ഫിലിം അവാർഡുകൾ തുടങ്ങിയത് ആ വർഷമായിരുന്നു. പ്രഥമ അവാർഡിന് കന്മദത്തിലൂടെ മഞ്ജുവാര്യരും രാമചന്ദ്രബാബുവും അർഹത നേടി.

കന്മദം എന്നാൽ കല്ലിനുള്ളിൽ നിന്ന് ഒലിച്ചിറങ്ങുന്ന ലവണങ്ങൾ കട്ടിപിടിച്ചുണ്ടാകുന്ന പദാർത്ഥമാണ്. (ഇംഗ്ലീഷ്: മിനറൽ വാക്സ്. സംസ്കൃതം: ശിലാജതു) ആയുർവേദത്തിൽ ഔഷധമായി

ഉപയോഗിക്കാറുണ്ട്. ഉഷ്ണ ഋതുവിൽ സൂര്യകിരണങ്ങളേറ്റ തപിച്ച പർവ്വതങ്ങൾ ചൂടുകൊണ്ട് വെടിയുന്ന ധാതുസാരങ്ങൾ ഒലിച്ചിറങ്ങിയാണ് കന്മദം ഉണ്ടാകുന്നത്. കാഴ്ചയിൽ പാറപോലെ പരുക്കരായ മനുഷ്യരുടെ ഉള്ളിൽ സൂക്ഷിച്ചു വെച്ച സ്നേഹത്തിന്റെ കന്മദം വിശ്വനാഥൻ കണ്ടെത്തുന്ന കഥയാണ് കന്മദം എന്നു പറയാം. പ്രകൃതിയോട് ചേർന്നു ജീവിക്കുന്ന പച്ചമനുഷ്യരുടെ സ്നേഹത്തിന്റെ കഥയ്ക്ക് ഇത്രയും യോജിച്ച മറ്റൊരു പേരില്ല.

തിരക്കഥാകൃത്ത് ജോൺപോൾ പങ്കുവെക്കുന്ന ഒരനുഭവമുണ്ട്. കന്മദത്തിലെ അമ്മയേയും മകനേയും കണ്ട് അന്ധാളിപ്പോടുകൂടി "എവിടെ നിന്ന് കിട്ടി ഈ അമ്മയേയും മകനേയും നിങ്ങൾക്ക്? എന്തൊരു തീക്ഷ്ണമായ ബന്ധമാണത്" എന്ന് ലോഹിയോട് നേരിട്ട് ചോദിച്ച ഡോ. കെ.എസ്.രാധാകൃഷ്ണന്റെ മുഖത്തേയ്ക്ക് കുറച്ചു നേരം നോക്കിയ ലോഹി പിന്നെ ജനലിലൂടെ പുറത്തേക്ക് കണ്ണുനട്ട് "നല്ല മഴക്കാറുണ്ട്, പെയ്യാതിരുന്നാൽ മതിയായിരുന്നു" എന്ന് മാത്രം മറുപടി പറഞ്ഞുവത്രെ. എഴുത്തുകാരന്റെ അഹങ്കാരമായി തെറ്റിദ്ധരിച്ച രാധാകൃഷ്ണനെ ജോൺപോൾ തിരുത്തി. "അയാൾക്കത്രയേ പറയാനാവൂ, കാരണം ആ മകൻ ലോഹി തന്നെയാണ്" എന്ന്.

കന്മദത്തിന്റെ ചിത്രീകരണം ശാരീരികമായും നല്ല ക്ഷീണം നൽകിയിരുന്നു. ഉറക്കക്കുറവും ടെൻഷനും പാലക്കാടൻ ചൂടുമെല്ലാം നന്നേ തളർത്തി. എന്നാലും ലോഹിയുടെ എല്ലാ ക്ഷീണവും കുടുംബത്തോടൊപ്പം ചേരുമ്പോൾ തീരുമായിരുന്നു.

ഷൂട്ടിംഗ് കഴിഞ്ഞു വരുന്ന ദിവസം തക്കാളി, നാരങ്ങ, തേങ്ങാപ്പാൽ ഇവയൊക്കെ തേച്ച് വിശദമായ ഒരു കുളിയുണ്ട്. കുളികഴിഞ്ഞാൽ ഇഷ്ടഭക്ഷണമായ ഊണുകഴിച്ച് ഉറങ്ങാൻ കിടക്കും. നല്ല ഉറക്കം കിട്ടിയിട്ട് മാസങ്ങളായിക്കാണും. ബോധംകെട്ട് ഉറങ്ങുന്നതിനിടയിൽ മക്കൾ തട്ടിവിളിച്ചിട്ട് പറയും " ഷോട്ട് റെഡി". അതു കേട്ടപാട് പെട്ടന്ന് ചാടിയെണീക്കും. സിന്ധുവിന് കുട്ടികളുടെ ആ തമാശ ഇഷ്ടമാവാറില്ല. പാവം കുറേക്കാലം കഴിഞ്ഞ് നന്നായൊന്ന് ഉറങ്ങുമ്പോഴാണ് പിള്ളേരുടെ കുസൃതി.

ലഭിക്കാത്ത സ്നേഹത്തിന്റെ കഥ വീണ്ടും

കന്മദത്തിനു ശേഷം ലോഹി ഉറച്ച തീരുമാനമെടുത്തിരുന്നു. രണ്ടും കൂടി വയ്യ, സ്ക്രിപ്റ്റ് പൂർത്തിയാക്കിയിട്ടേ ഇനി ഷൂട്ടിംഗ് തുടങ്ങൂ. കന്മദത്തിന്റെ ക്യാമറാമാൻ രാമചന്ദ്രബാബുവിനെ തിരുവനന്തപുരത്ത് വെച്ച് കണ്ടപ്പോൾ ഇക്കാര്യം തുറന്നു പറയുകയും ചെയ്തു. പക്ഷേ അടുത്ത പ്രോജക്റ്റിലും പഴയപടി തുടരാനേ ലോഹിക്ക് കഴിഞ്ഞുള്ളൂ..

മനുഷ്യമനസ്സിന്റെ കാണാപ്പുറങ്ങൾ തന്നെയാണ് വീണ്ടും ലോഹി തെരഞ്ഞെടുത്തത്. പോണ്ടിച്ചേരിയും ഫ്രഞ്ച് സങ്കരസംസ്കാരവും പശ്ചാത്തലമാക്കി കഥ പറയാൻ തീരുമാനിച്ചു. ഭ്രാന്തിനോടടുത്തു നിൽക്കുന്ന പരുക്കൻ മാനസികനിലയിൽ കഴിയുകയാണ് നായകനായ ജീവൻ. ഓർമ്മകളുടെ തടവറയിൽ കഴിയുന്ന അയാളുടെ ജീവിതത്തിലേയ്ക്ക് നഷ്ടപ്പെട്ടുപോയ പഴയ കൂട്ടുകാരി വരുന്നതോടെ സംഭവിക്കുന്ന മാറ്റങ്ങളാണ് ലോഹി പറയാനുറച്ച കഥ. കന്മദത്തിലെ കഥാപാത്രത്തിന്റെ വിജയത്തിൽ തൃപ്തി തോന്നിയ ലോഹി സംവിധായകൻ ലാലിനെ പുതിയ ചിത്രത്തിൽ നായകവേഷമേൽപ്പിക്കാൻ ധൈര്യം കാണിച്ചത് അത്ഭുതമായി.

ഹൃദ്യചിത്രയുടെ ബാനറിൽ ഔസേപ്പച്ചനാണ് ചിത്രം നിർമ്മിക്കാൻ

തയ്യാറായത്. നായകന്റെ സന്തത സഹചാരിയായ രാധാകൃഷ്ണൻ എന്ന കഥാപാത്രത്തിന് ദിലീപിനെയാണ് ലോഹി കണ്ടത്. കാസ്റ്റിങ്ങിലെ അത്ഭുതം റിസബാവയായിരുന്നു. വ്യത്യസ്തതയുള്ള മുഴുനീള റോളിലേയ്ക്ക് ക്ഷണിക്കപ്പെട്ടത് റിസബാവയ്ക്ക് നല്ല അവസരം നൽകി.

വെള്ളാരംകണ്ണുള്ള നായികാ കഥാപാത്രം സെമീരയായി ചഞ്ചലാണ് വന്നത്. ജാനകിക്കുട്ടിയിലെ യക്ഷിയുടെ കഥാപാത്രത്തിലൂടെ ശ്രദ്ധിക്കപ്പെട്ട ചഞ്ചൽ ടെലിവിഷൻ അവതാരകയായും മോഡലായും പരിചിതയായിരുന്നു. ടിപ്പിക്കൽ കഥാപാത്രമായിരുന്നു കിട്ടിയതെങ്കിലും ജനാർദ്ദനൻ നന്നായി ചെയ്തു. ബിജു മേനോനും ഓർമ്മച്ചെപ്പിൽ ഒരു വേഷം അഭിനയിച്ചിരുന്നു.

വേണുഗോപാലിന്റെ ക്യാമറാവർക്കും ഹരിഹരപുത്രനെ എഡിറ്റിങ്ങും കഥയ്ക്ക് യോജിക്കുന്നതായി. കൃഷ്ണൻകുട്ടിയായിരുന്നു ഓർമ്മച്ചെപ്പിൽ കലാസംവിധാനം നിർവ്വഹിച്ചത്. കൈതപ്രത്തിന്റെ വരികൾക്ക് ജോൺസൺ സംഗീതം നൽകി. യേശുദാസും ചിത്രയും പാടി.

നായകനായ ലാൽ തന്നെ വിതരണം ഏറ്റെടുത്തു. 'ലാൽ റിലീസ്' എന്ന വിതരണക്കമ്പനിയുടെ ആദ്യ സംരംഭം ഓർമ്മച്ചെപ്പായിരുന്നു. കന്മദത്തിന്റെ ഗംഭീര വിജയത്തിനു ശേഷം ലോഹിയുടെ അടുത്ത ചിത്രം എന്ന പ്രതീക്ഷ വാനോളമുണ്ടായിരുന്നിട്ടും ഓർമ്മച്ചെപ്പിന് ശരാശരി വിജയം പോലും നേടാനായില്ല. ബോക്സോഫീസിൽ കനത്ത പരാജയമായിരുന്നു ഓർമ്മച്ചെപ്പിനെ കാത്തിരുന്നത്. നാടൻ പരിസരങ്ങളിൽ ലാളിത്യത്തോടെ കഥ പറയുന്നത് കാണാനാഗ്രഹിച്ചവർക്ക് ഓർമ്മച്ചെപ്പിന്റെ വ്യത്യസ്തമായ പരിസരവും ട്രീറ്റ്മെൻറും ദഹിച്ചില്ല എന്നുവേണം കരുതാൻ.

പരാജയത്തേക്കാളുപരി മുറിപ്പെടുത്തുന്ന വിമർശനങ്ങളെയാണ് ലോഹിക്ക് നേരിടേണ്ടി വന്നത്. തിരക്കഥ മുൻകൂട്ടി തയ്യാറാക്കാത്തതും ലാലിനെ നായകനാക്കിയതും മുതൽ ക്ലൈമാക്സിന്റെ 'ക്ലീഷേ' സ്വഭാവം വരെ കുറ്റപ്പെടുത്തലുകളായി. പരാജയത്തിന്റെ ഉത്തരവാദിത്തം തനിക്കു തന്നെയാണെന്ന് തുറന്നു സമ്മതിക്കുമ്പോഴും 'ഓർമ്മച്ചെപ്പ്' താൻ ചെയ്യരുതാത്ത ചിത്രമായിരുന്നുവെന്ന് സ്വയം വിചാരണ ചെയ്യാൻ ലോഹി തയ്യാറായില്ല. അതിനു കാരണം ബാഹ്യമായ പ്രേരണകളൊന്നുമില്ലാതെ തന്റെ ഇഷ്ടപ്രകാരം ചെയ്ത സിനിമയാണിതെന്ന ഉറച്ച ബോധ്യം തന്നെ ആയിരുന്നിരിക്കാം. തഴക്കം ചെന്ന ഒരു സംവിധായകനെപ്പോലെ പരാജയങ്ങൾ ചിരിച്ചു തള്ളാൻ കഴിയുന്ന

ഒരാളായിരുന്നില്ല ലോഹി. അതദ്ദേഹത്തെ ബാധിക്കാറുണ്ട്.

വീട്ടിലെത്തി സിന്ധുവും കുട്ടികളുമായി ചിലവഴിക്കുന്ന നേരമാണ് മനസ്സ് ശാന്തമാവുക. കട്ടിലിൽ നാലാളും കൂടി വിലങ്ങനെ കിടക്കും. വിശേഷങ്ങൾ പറയും.

കുട്ടികൾ വലുതാവുമ്പോൾ അവർ ഓരോ മുറികളിൽ തനിച്ച് സമയം ചെലവഴിക്കുമ്പോൾ ലോഹിക്ക് സങ്കടമാണ്. അത് സിന്ധുവിനോട് പറഞ്ഞിട്ടുമുണ്ട്. പക്ഷേ അവരങ്ങനെ അകന്നു നിൽക്കാറൊന്നുമില്ല. അച്ഛനെ ചുറ്റിപ്പറ്റിത്തന്നെ കാണും അധിക സമയവും.

ആ സമയത്താണ് ലോഹിയെ വല്ലാതെ സങ്കടപ്പെടുത്തിയ വേർപാട് സംഭവിക്കുന്നത്. 1998 ജൂലയ് 30ന് മദ്രാസിൽ നിന്ന് ഭരതേട്ടന്റെ മരണവാർത്ത വന്നപ്പോൾ സ്വന്തം സഹോദരനെ നഷ്ടപ്പെട്ട പോലെ ദുഃഖിച്ചു. എന്നാലും നാട്ടിലെത്തിച്ച മൃതദേഹം കാണാൻ ലോഹി പോയില്ല. അത്രയടുപ്പമുള്ളയാളുകൾ മരിച്ചു കിടക്കുന്നത് കാണാൻ ലോഹിക്ക് കഴിയാറില്ല. ആ ചിത്രം മനസ്സിൽ വേണ്ട. അവരങ്ങനെ ചൈതന്യത്തോടെ ഓർമ്മയിൽ നിൽക്കട്ടെ എന്നാണ് ലോഹിയുടെ സങ്കല്പം.

അപ്പൻ തന്നെ മികച്ച നടൻ!

ഓർമ്മച്ചെപ്പിന്റെ പരാജയം ലോഹിയെ പതിവിൽ കൂടുതൽ സങ്കടപ്പെടുത്തിയിരുന്നു. എഴുത്തിൽ മാത്രം ശ്രദ്ധിച്ചാൽ പോരേ എന്ന് ഏറ്റവും അടുപ്പമുള്ളവർ പോലും ചോദിച്ചു. മടുപ്പിൽ നിന്നും വിഷാദത്തിൽ നിന്നും പുറത്തു കടക്കാനായി കേരളത്തിനു പുറത്തെവി ടെയെങ്കിലും കുറച്ചു ദിവസം താമസിക്കണമെന്ന് ലോഹിക്കു തോന്നി. സത്യൻ അന്തിക്കാടിനേയും വിളിച്ച് പോണ്ടിച്ചേരിയിലെ അരവിന്ദാ ശ്രമത്തിനടുത്ത് 'ആരോവിൽ' എന്ന സങ്കേതത്തിലെത്തി. സത്യനും ഒരു ബ്രേക്ക് ആഗ്രഹിച്ചിരുന്നു. അവിടെ തങ്ങളെ തിരിച്ചറിയാനും വിവരങ്ങളന്വേഷിക്കാനും ആരും വരില്ലെന്ന ആശ്വാസമുണ്ടായിരുന്നു രണ്ടുപേർക്കും. വാടകയ്ക്കെടുത്ത സൈക്കിളിൽ ബർമുഡയും ടീഷർട്ടും ധരിച്ച് ബീച്ചിലും ചെറിയ റോഡുകളിലുമായി കഥകൾ പറഞ്ഞ് കറങ്ങി നടന്നു. വായിച്ചതിന്റേയും കേട്ടതിന്റേയും കുറേ അനുഭവങ്ങൾ പരസ്പരം പങ്കുവെച്ചു. ആ മാറിത്താമസം രണ്ടുപേർക്കും ഗുണം ചെയ്തു. ലോഹിയുടെ മനസ്സ് ശാന്തമായി. തിരിച്ചു വന്ന ഉടൻ സത്യനു വേണ്ടി എഴുതാനിരുന്നു.

ലോഹിയുടെ മനസ്സിൽ കഥയുടെ വിത്തു വീണിട്ടുണ്ടെന്ന് മനസ്സിലാക്കിയ സത്യൻ അന്തിക്കാട് ഷൊറണൂർ ഗസ്റ്റ്ഹൗസിലെ ഒന്നാം നമ്പർ മുറിയിൽവെച്ച് ലോഹിയോടു ചോദിച്ചു. "എന്താണ് നമ്മുടെ കഥ?"

ആകാംക്ഷയോടെ കഥ കേൾക്കാനിരിക്കുന്ന സത്യനോട് ലോഹി

പറഞ്ഞു തുടങ്ങി. " പഴയൊരു നാടോടിക്കഥയാണ്. തന്റെ മടിയന്മാരായ രണ്ട് മക്കളെ അധ്വാനത്തിന്റെ വില എന്താണെന്ന് പഠിപ്പിക്കാൻ ഒരച്ഛൻ പ്രയോഗിച്ച സൂത്രപ്പണിയുടെ കഥ കേട്ടിട്ടില്ലേ? വീട്ടിലെ പറമ്പിൽ താൻ നിധി കുഴിച്ചിട്ടുണ്ടെന്ന് രണ്ടുപേരേയും വിളിച്ച് പറഞ്ഞു. പക്ഷേ അതെവിടെയാണെന്ന് മാത്രം പറഞ്ഞില്ല. മടിയന്മാരായ രണ്ടു മക്കളും പറമ്പു മുഴുവൻ കിളച്ചു മറിച്ചു. നിധി എവിടെയും കണ്ടില്ല. നിരാശയും ദേഷ്യവും കൊണ്ട് അച്ഛന്റെയടുത്ത് ചോദിക്കാൻ ചെന്ന അവരോട് അച്ഛൻ പറഞ്ഞു. നിങ്ങൾ പറമ്പു മുഴുവൻ കിളച്ചു കഴിഞ്ഞില്ലേ? ആ അധ്വാനമാണ് നിധി. അതെന്നും നിങ്ങൾക്കു സ്വന്തമായിരിക്കും. സമയം കളയാതെ പോയി മണ്ണിൽ വിത്തിടാൻ നോക്കൂ. മടി മാറി കണ്ണു തുറന്ന മക്കൾ ശിഷ്ടകാലം അധ്വാനികളായി ജീവിച്ചു. ഇതാണ് കഥ."

സത്യന് ഒന്നും മനസ്സിലായില്ല. ഇക്കഥ എങ്ങനെ സിനിമയാക്കും? ജനങ്ങൾ സ്വീകരിക്കുമോ? എല്ലാ ചോദ്യത്തിനും ഉത്തരമായി ലോഹി ചിരിച്ചു. സത്യൻ കണ്ടോളൂ. ഈ നാടോടിക്കഥയാണ് നമ്മുടെ തിരക്കഥയാവാൻ പോവുന്നത്.

സംവിധാകനായ ശേഷം മറ്റൊരാൾക്കുവേണ്ടി ലോഹി തിരക്കഥയെഴുതിയത് ഒറ്റത്തവണ മാത്രമാണ്. തിരക്കഥയുടെ അടിസ്ഥാന ശില പണ്ട് നെടുമുടി വേണു പറഞ്ഞ കഥാതന്തു തന്നെയായിരുന്നു. അന്നത് 'ഭരതം' എന്ന ക്ലാസ്സിക് സിനിമയ്ക്കു വഴിമാറിയെങ്കിലും പിന്നീട് ലളിതസുന്ദരമായ മറ്റൊരു തിരക്കഥയായി പുനർജനിക്കാനായിരുന്നു നിയോഗം. നാടകക്കാരായ അപ്പനും മകനും അങ്ങനെ ലോഹിയുടെ ഭാവനയിൽ ജനിച്ചു.

മന്ദിര തീയറ്റേഴ്സ് എന്നൊരു ട്രൂപ്പ് പണ്ട് ചാലക്കുടിയിൽ തുടങ്ങിയ ലോഹിയും സുന്ദർദാസും 'പത്മവ്യൂഹം' എന്ന പേരിൽ ഒരു നാടകം ചിട്ടപ്പെടുത്തിയിരുന്നു. നാടകത്തിലഭിനയിക്കാൻ നായികയെത്തേടി ലോഹിയും സുന്ദർദാസും കൂടി ബുള്ളറ്റിൽ കുറേ യാത്ര നടത്തിയിട്ടുമുണ്ട്. ആ യാത്രാനുഭവങ്ങളും ഈ തിരക്കഥയിൽ അലിയിച്ചു ചേർത്തു. കഥയായപ്പോൾ ഗൃഹലക്ഷ്മി പ്രൊഡക്ഷൻസിനു വേണ്ടി പി.വി.ഗംഗാധരൻ ചിത്രം നിർമ്മിക്കാൻ താല്പര്യമറിയിച്ചു.

ഈ സിനിമയുടെ റീ റെക്കോഡിംഗ് സമയത്താണ് സത്യൻ അന്തിക്കാടും ജോൺസനും തമ്മിൽ അകൽച്ച രൂപപ്പെടുന്നത്. ലോഹിയും സത്യനും ജോൺസനുമെല്ലാം ഒന്നിച്ചിരുന്ന് മണിക്കൂറുകളോളം തമാശകൾ പറഞ്ഞിരുന്നവരായിട്ടും അങ്ങനെ സംഭവിച്ചു. സത്യൻ

അന്തിക്കാടിന്റെ വാക്കുകളിൽ സംഭവം ഇങ്ങനെയായിരുന്നു.

"വീണ്ടും ചില വീട്ടുകാര്യങ്ങളുടെ പാട്ടുകൾ കമ്പോസ് ചെയ്തത് ഷൊറണൂരുവെച്ചായിരുന്നു. എഴുത്തു തുടങ്ങിയിട്ടേയുള്ളൂ. മനസ്സിൽ കഥ രൂപപ്പെട്ടുകഴിഞ്ഞാൽ എഴുതിത്തീരുന്നതിനിടയിൽ ലോഹി ഏറ്റവും ആസ്വദിക്കുന്ന സമയമാണ് പാട്ടുകളുടെ കമ്പോസിങ്. സംഗീതസംവിധായകനോടൊപ്പം ഉറക്കെപാടും, താളമടിക്കും, ഹരം മൂത്താൽ ചിലപ്പോൾ സിറ്റ്വേഷൻതന്നെ മാറ്റിക്കളയും. അതുകൊണ്ടാണ് ജോൺസണെ ലോഹിയുടെ ഇഷ്ടസ്ഥലമായ ഷൊറണൂരിലേയ്ക്കു കൊണ്ടുവന്നത്. രണ്ടുമൂന്നു ദിവസം കഴിഞ്ഞിട്ടും പാട്ടെഴുതാൻ കൈതപ്രം എത്തിയിട്ടില്ല. കൈതപ്രംകൂടി വന്നിട്ടു മതി ജോലികൾ എന്നു ഞാൻ പറഞ്ഞു. ജോൺസണും കൈതപ്രത്തിന്റെ സാന്നിധ്യം ഒരു പ്രചോദനമാണ്. ഒരുമിച്ചു പാടിനോക്കിയാണ് അവർ ഒരു ഗാനത്തിന്റെ ഈണം തീരുമാനിക്കുക. 'കണ്ണീർപ്പൂവിന്റെ കവിളിൽ തലോടി'യും 'ചന്ദനച്ചോലയിൽ മുങ്ങിനീരാടിയു'മൊക്കെ വരികൾ എഴുതി ഈണമിട്ടതാണെന്ന തോന്നലുണ്ടാകുന്നത് അതുകൊണ്ടാണ്. ഉത്സവകാലമായതുകൊണ്ട് കൈതപ്രത്തിന് സംഗീതക്കച്ചേരികളുടെ തിരക്കായിരുന്നു. വിളിക്കുമ്പോഴൊക്കെ തിരുമേനി പറയും: 'ജോൺസണോട് ട്യൂൺ ഇട്ടുവെക്കാൻ പറയൂ. ഞാൻ വന്നിട്ട് എഴുതിക്കൊള്ളാം.' അതു വേണ്ട എന്ന് ഞാനും ലോഹിയും തീരുമാനിച്ചു. അല്പം വൈകിയാലും കൈതപ്രം വന്നിട്ടു മതി. പക്ഷേ, ജോൺസണ് ബോറടിക്കാനും പാടില്ല. 'വീട്ടുകാര്യങ്ങളി'ൽ അനിയത്തിയുടെ കല്യാണത്തിനു പള്ളിയിൽവെച്ച് ജയറാം പാടുന്ന പാട്ടിന്റെ സിറ്റ്വേഷൻ രൂപപ്പെട്ട ദിവസമാണ്. ജോൺസണ് ജോലി കൊടുക്കാൻവേണ്ടി ഞാനൊരു ഡമ്മി പാട്ടെഴുതി.

'വിശ്വം കാക്കുന്ന നാഥാ

വിശ്വൈകനായകാ

ആത്മാവിലെരിയുന്ന തീയണയ്ക്കൂ, നിൻ

ആത്മചൈതന്യം നിറയ്ക്കൂ...'

അതു കൊടുത്തിട്ടു പറഞ്ഞു: 'ഏകദേശം ഇതുപോലെയുള്ള വരികളാകും ഉണ്ടാകുക. ഒന്നു പിടിച്ചുനോക്കൂ.'

ജോൺസൺ അതിമനോഹരമായി അതു പാടിക്കേൾപ്പിക്കുന്നതും കൈതപ്രം വന്നതും ഒരുമിച്ചായിരുന്നു. ഉടനെ ഞാനാ കടലാസ് തിരിച്ചുവാങ്ങി പറഞ്ഞു:

'ഇനി തിരുമേനി ആയിക്കോളും.'

പക്ഷേ, കൈതപ്രം സമ്മതിച്ചില്ല.

'ഈ സന്ദർഭത്തിന് ഏറ്റവും നന്നായി ചേരുന്ന വരികളാണിത്. വരികളെക്കാളുപരി ജോൺസൺ അതിനു നല്കിയ ജീവൻ. ഇത് ഇങ്ങനെത്തന്നെ മതി. ബാക്കി പാട്ടുകളേ ഞാനെഴുതൂ.'

അങ്ങനെ വർഷങ്ങളായി പാട്ടെഴുതാതിരുന്ന ഞാൻ ജോൺസൺ കാരണം വീണ്ടും ഗാനരചയിതാവായി.

വീണ്ടും ചില വീട്ടുകാര്യങ്ങളുടെ റീ-റെക്കോഡിങ്സമയത്ത് ജോൺസണുമായി ഞാൻ ചെറുതായൊന്നു പിണങ്ങി. അന്ന് പക്ഷേ, അത്ര ചെറിയ പിണക്കമായിരുന്നില്ല.

റീ-റെക്കോഡിങ്ങിനുമുൻപ് സിനിമയുടെ പ്രിന്റ് ഞങ്ങൾ ഒരുമിച്ചിരുന്ന് കണ്ടു. എവിടെയൊക്കെ, എങ്ങനെയൊക്കെ സംഗീതം വേണമെന്ന് ചർച്ച ചെയ്തു. രാവിലെ സ്റ്റുഡിയോവിൽ കാണാമെന്നു പറഞ്ഞ് പിരിഞ്ഞു. പശ്ചാത്തലസംഗീതം ആരംഭിക്കുന്ന ദിവസമായതുകൊണ്ട് നിർമാതാവ് പി.വി. ഗംഗാധരനുമുണ്ട്.

ഞങ്ങൾ സ്റ്റുഡിയോവിലെത്തുമ്പോൾ മ്യൂസിക് ഇൻസ്ട്രുമെൻസിന്റെയും അതു വായിക്കുന്ന കലാകാരന്മാരുടെയും നടുവിലിരുന്ന് നോട്സ് കൊടുക്കുകയാണ് ജോൺസൺ. തൊട്ടടുത്ത കസേരയിൽ ചെന്നിരുന്നപ്പോൾ എനിക്കെന്തോ ഒരു പന്തികേടു തോന്നി. എവിടെനിന്നോ മദ്യത്തിന്റെ മണം. സംശയത്തോടെ അല്പനേരം മുഖത്തേക്കു സൂക്ഷിച്ചു നോക്കിയപ്പോൾ കള്ളച്ചിരിയോടെ ജോൺസൺ പറഞ്ഞു:

'താൻ പേടിക്കണ്ട. ഇന്നലെ രാത്രി ചെറിയ തോതിലൊരു പാർട്ടിയുണ്ടായിരുന്നു.' പാർട്ടി പുലരുംവരെ നീണ്ടിരിക്കുമെന്നും അതിന്റെ മണം വിട്ടുമാറുംമുൻപ് കുളിച്ച് നേരെ ഇങ്ങോട്ടു വന്നതാകുമെന്നും ഞാൻ കരുതി. സ്ക്രീനിൽ ആദ്യത്തെ റീൽ ഇട്ട് റിഹേഴ്സൽ ആരംഭിച്ചപ്പോൾ പി.വി.ജിയോടൊപ്പം പുറത്തേക്കു പോന്നു. കുറെ കഴിഞ്ഞ് ചെല്ലുമ്പോൾ ജോൺസൺ എഞ്ചിനീയറുടെ മുറിയിലിരുന്ന് ശബ്ദം നിയന്ത്രിക്കുകയാണ്. ഞാനടുത്തുചെല്ലുമ്പോൾ എന്തെങ്കിലും കാരണമുണ്ടാക്കി ഒഴിഞ്ഞുമാറും. ഗന്ധം അല്പംകൂടി രൂക്ഷമായതുപോലെ എനിക്കുതോന്നി. രഹസ്യമായി നടത്തിയ അന്വേഷണത്തിൽ ബോധ്യമായി തിയേറ്ററിലെത്തിയിട്ടും ഇടയ്ക്കു കഴിക്കുന്നുണ്ട്. അതെനിക്കു സഹിക്കാനാവാത്തതായിരുന്നു. ഒഴിവുസമയത്ത് കൂട്ടുകാരോടൊപ്പം കമ്പനി കൂടാറുള്ളതെനിക്കറിയാം. പക്ഷേ, എന്റെ ജോലികൾക്കിടയിൽ ഒരിക്കൽ പോലും ജോൺസൺ മദ്യപിച്ചിട്ടില്ല. എനിക്കതിഷ്ടമല്ല എന്നറിയാം.

ഇപ്പോൾ പ്രതികരിച്ചില്ലെങ്കിൽ പിന്നീട് ഇതൊരു പതിവാക്കിയാലോ എന്ന ഞാൻ ഭയന്നു.

റീ-റെക്കോഡിങ് നിർത്തിവെക്കാൻ ഞാൻ പറഞ്ഞു.

അത്രത്തോളം ജോൺസൺ പ്രതീക്ഷിച്ചിട്ടില്ലായിരുന്നു. സംഗീതോപകരണങ്ങൾ വായിക്കുന്ന ഒരുപാടു പേർ വന്നിട്ടുണ്ട്. ജോലി ചെയ്താലും ഇല്ലെങ്കിലും ഒരു ദിവസത്തേക്കുള്ള പ്രതിഫലം അവർക്കു കൊടുക്കണം. ഈ കാരണത്തിന്റെ പേരിൽ അവരെ തിരിച്ചയയ്ക്കുമ്പോൾ ഉണ്ടാകുന്ന നാണക്കേട് വേറെയും. പക്ഷേ, എനിക്കു ക്ഷമിക്കാൻ തോന്നിയില്ല. പി. വി.ജി.യോട്ഞാൻ പറഞ്ഞു:

'നിർമ്മാതാവ് എന്ന നിലയിൽ നിങ്ങൾക്കുണ്ടാകുന്ന സാമ്പത്തിക നഷ്ടം നമുക്ക് സഹിക്കാം. ഈ നിലയിൽ തുടരണ്ട'.

തൃപ്തിയില്ലാതെ ഒന്നും ചെയ്യേണ്ടതില്ലെന്ന് അദ്ദേഹവും പറഞ്ഞു.

അന്തരീക്ഷമാകെ അലങ്കോലമായി.

''താൻ വിചാരിക്കുന്ന കുഴപ്പങ്ങളൊന്നുമുണ്ടാകില്ല. എന്നെ വിശ്വസിക്കു'' എന്നൊക്കെ ജോൺസൺ സമാധാനിപ്പിക്കാൻ ശ്രമിച്ചു. പക്ഷേ, എനിക്കു മുറിവേറ്റുകഴിഞ്ഞിരുന്നു. സൗഹൃദവും സ്വാതന്ത്ര്യവും കൂടുതലുള്ളതുകൊണ്ട് പരസ്പരം പറഞ്ഞു തെറ്റി. " എന്നാൽ താൻ വേറെ ആരെക്കൊണ്ടെങ്കിലും ചെയ്യിച്ചോ'' എന്നു പറഞ്ഞ് ജോൺസൺ കാറിൽ കയറി പോയി.

രണ്ടു ദിവസം ജോലി മുടങ്ങി. മറ്റു പല സംഗീതസംവിധായകരുടെയും പേര് പലരും പറഞ്ഞു. പക്ഷേ, അവർക്കൊന്നും ജോൺസണെപ്പോലെ എന്റെ മനസ്സു കാണാനാവില്ല. വരുന്നതു വരട്ടെ എന്നു വിചാരിച്ച് പ്രോഡക്ഷൻ കൺട്രോളർ സേതു മണ്ണാർക്കാടിനെ ജോൺസന്റെ വീട്ടിലേയ്ക്കയച്ചു. ആരോടും ഒരക്ഷരം മിണ്ടാതെ മുറിയിൽ കയറി ഇരിപ്പാണ് ആളെന്ന് ഭാര്യ റാണി പറഞ്ഞു. ലഹരിയൊക്കെ എപ്പോഴേ ഇറങ്ങിപ്പോയിരുന്നു.

വീണ്ടും വന്ന് ജോലി തുടരാൻ ഒരു കണ്ടീഷനേ പറഞ്ഞുള്ളൂ:

'ആ സംഭവത്തെക്കുറിച്ച് സത്യൻ എന്നോടൊന്നും ചോദിക്കരുത്.'

ഞാനത് അക്ഷരംപ്രതി അനുസരിച്ചു. ആദ്യദിവസം രാവിലെ കാർമേഘം ഉരുണ്ടുകൂടിയ മുഖഭാവത്തോടെ ഞങ്ങൾ അടുത്തടുത്തിരുന്ന് സിനിമയിലെ സംഗീതകാര്യങ്ങൾ മാത്രം സംസാരിച്ചു."

ജയറാം നായകനായി തീരുമാനിക്കപ്പെട്ടു. നായികാ കഥാപാത്രമായ

ഭാവന ജനിക്കുമ്പോൾ മഞ്ജുവാര്യരായിരുന്നു ലോഹിയുടെ മനസ്സിലെങ്കിലും ദിലീപിനെ വിവാഹം ചെയ്ത ശേഷം മഞ്ജു അഭിനയരംഗത്തു നിന്ന് മാറിയിരുന്നു. ചൊടിയുള്ള ആ കഥാപാത്രത്തിന് മറ്റൊരാളെ അന്വേഷിച്ചു തുടങ്ങി. ഒടുവിൽ നടി ഊർമ്മിളാ ഉണ്ണിയുടെ സഹോദരിയുടെ മകളും കേരളവർമ്മ കോളേജ് വിദ്യാർത്ഥിനിയുമായ സംയുക്താ വർമ്മ എന്ന പുതുമുഖത്തെയാണ് നായികയായി കണ്ടെത്തിയത്. സംയുക്ത ക്ലാസിക്കൽ നൃത്തം പഠിക്കുന്നുണ്ടായിരുന്നു എന്നതിൽ കവിഞ്ഞ് അഭിനയത്തിന്റെ പരിചയമൊന്നുമുണ്ടായിരുന്നില്ല. തിലകനും കെ.പി .എ.സി ലളിതയും പ്രധാന കഥാപാത്രങ്ങളായ അപ്പൻ കൊച്ചുതോമയും അമ്മ മേരിപ്പെണ്ണുമായി രംഗത്തുവന്നു. പോൾ എന്ന പ്രധാന റോളിൽ സിദ്ദിഖും അരവിന്ദനായി നെടുമുടിയും ഫാദർ നെടുമാരനായി ഒടുവിലും നിറഞ്ഞുനിന്നപ്പോൾ അഭിനയത്തഴക്കമുള്ളവരുടെ ഒത്തുചേരലായി വീണ്ടും ചില വീട്ടുകാര്യങ്ങൾ.

നായകൻ റോയി സിനിമയിൽ അവസരമന്വേഷിച്ച് സംവിധായകനെ കാണാൻ ചെല്ലുന്ന ഒരു രംഗമുണ്ടായിരുന്നു തിരക്കഥയിൽ. ആ സീൻ ലോഹി എഴുതിയില്ല. ജയറാമിന് വിട്ടുകൊടുത്തു. സന്തോഷമായി ജയറാമിന്. തന്റെ മനോധർമ്മവും അവസരം ചോദിച്ച് നടന്ന ഓർമ്മകളും ചേർത്ത് ഇങ്ങനെ ചെയ്യാമെന്നു പറഞ്ഞ് അദ്ദേഹം അഭിനയിച്ചു കാണിച്ചു കൊടുത്തു. കൂടെ ദിലീപിന് ഒരു കൊട്ടും. 'സംവിധാന സഹായിയാക്കിയാൽ ആ വഴി അഭിനയത്തിലേയ്ക്ക് കയറിക്കോളും' എന്ന്. അതും ലോഹിക്ക് നന്നേ ബോധിച്ചു.

റോയി ചാൻസു ചോദിക്കുന്ന സംവിധായകൻ കൂടിയുണ്ട് സീനിൽ. നമുക്കതിന് ഫാസിലിനെ ക്ഷണിക്കാം എന്ന് ലോഹി പറഞ്ഞെങ്കിലും "അദ്ദേഹം വരില്ല, അത് ലോഹി തന്നെ ചെയ്താൽ മതി" എന്നായിരുന്നു സത്യന്റെ മറുപടി.

ഒറ്റപ്പാലമായിരുന്നു പ്രധാന ലൊക്കേഷൻ. ഡിസംബർ - ജനുവരി മാസങ്ങളിലായി ചിത്രീകരണം മുന്നോട്ടു പോയി.

മദ്യപാനത്തിന്റെ പേരിൽ പിന്നെയും പ്രശ്നങ്ങളുണ്ടായി. സെറ്റിൽ വെച്ച് മദ്യപിച്ച തിലകനോട് സത്യൻ കലഹിക്കുകയും ലോഹിയോട് പറഞ്ഞ് സീനുകൾ വെട്ടിച്ചുരുക്കുകയും ചെയ്തു. പിന്നീട് ഒരു ചിത്രത്തിലും സത്യൻ തിലകനെ വിളിച്ചിട്ടുമില്ല.

കല്പക ഫിലിംസാണ് വിതരണത്തിനെടുത്തത്. പടം കേരളം മുഴുവൻ സൂപ്പർ ഹിറ്റായി ഓടി. ലോഹിയുടെ മനസ്സിന് അത് ആശ്വാസം നൽകി. ആദ്യ കഥാപാത്രത്തിലൂടെ മികച്ച അഭിനേത്രിക്കുള്ള സംസ്ഥാന അവാർഡ് സംയുക്ത നേടുകയും ചെയ്തു.

നഷ്ടങ്ങളുടെ കണക്കുചോദിച്ച അരയന്നങ്ങളുടെ വീട്

വീണ്ടും മമ്മൂട്ടിയൊടൊപ്പം ഒരു പ്രൊജക്ട് ശരിയായി. ഒരിക്കൽ വിട്ടുപോയ സ്വന്തം വീട്ടിലേയ്ക്ക് വർഷങ്ങൾക്ക് ശേഷം തിരികെയെത്തുന്ന ഒരാൾ നേരിടേണ്ടി വരുന്ന പ്രതിസന്ധികളുടെ കഥ പറയാനായിരുന്നു ലോഹിയുടെ പദ്ധതി. തിരിച്ചുവരവിനെ പിരിമുറുക്കങ്ങൾ നിറഞ്ഞതാക്കാനുള്ള എല്ലാ മാർഗ്ഗങ്ങളും ഉപയോഗിച്ചു. ഭിലായിലെ ഉരുക്കു ഫാക്ടറിയിൽ ജോലി ചെയ്യുന്ന രവീന്ദ്രനാഥ്. ഉത്തരേന്ത്യക്കാരിയായ ഭാര്യ സീത. രണ്ടു പെൺമക്കൾ ലക്ഷ്മിയും ചിന്നുവും. ലോഹിയിലുള്ള അപാരമായ വിശ്വാസത്താൽ മമ്മൂട്ടി പച്ചക്കൊടി വീശിയതോടെ 'അരയന്നങ്ങളുടെ വീട്" എന്ന പ്രൊജക്ട് തുടങ്ങി. കൊച്ചിയിലെ മുൻ നഗരസഭാ കൗൺസിലറും തുറമുഖ തൊഴിലാളി യൂണിയൻ ജനറൽ സെക്രട്ടറിയുമായിരുന്ന വി.എച്ച്.എം.റഫീക്കായിരുന്നു നിർമ്മാതാവ്.

ഗിരീഷ് പുത്തഞ്ചേരിയുടെ വരികൾക്ക് രവീന്ദ്രന്റെ സംഗീതം. മഴ പെയ്യുന്നൊരു സന്ധ്യക്ക് ഷൊർണ്ണൂരിലെ മയൂരം ഗസ്റ്റ് ഹൗസ് വരാന്തയിലിരുന്ന് നാലുംകൂട്ടി വിശദമായി മുറുക്കുകയായിരുന്നു പുത്തഞ്ചേരിയും രവീന്ദ്രൻ മാസ്റ്ററും. കൂടിയിരിക്കാൻ തുടങ്ങിയിട്ട് രണ്ടു ദിവസമായെങ്കിലും പാട്ടൊന്നും ശരിയാവാത്തതിന്റെ ചെറിയൊരു ടെൻഷനുണ്ട്

രണ്ടുപേർക്കും.

മഴനനഞ്ഞു കൊണ്ട് സത്യൻ അന്തിക്കാട് ഗസ്റ്റ്ഹൗസിലേയ്ക്ക് ഓടിക്കയറി വന്നു. സത്യന്റെ വരവ് രണ്ടു പേർക്കും ആശ്വാസമായി. ചർച്ചകൾ വന്നു തുടങ്ങി. അപ്രതീക്ഷിതമായി പെയ്ത മഴയെക്കുറിച്ചായി പിന്നെ സംസാരം. പെട്ടന്ന് രവീന്ദ്രൻ മാസ്റ്റർ പുത്തഞ്ചേരിയോട് ചോദിക്കുന്നു "എടാ നീ മഴയെക്കുറിച്ച് പാട്ട് വല്ലതും എഴുതിയിട്ടുണ്ടോ?" ഒന്നാലോചിച്ച ശേഷം ഇല്ലെന്ന് പറഞ്ഞപ്പോൾ എന്നാൽ ലോഹിയുടെ ഈ പടത്തിൽ നീ മഴയെക്കുറിച്ച് എഴുത് എന്നായി മാസ്റ്റർ. പുത്തഞ്ചേരി ചിന്തിച്ചപ്പോൾ അത് നല്ല നിർദ്ദേശമാണ്. രവീന്ദ്രനാഥ് എന്ന നായകന്റെ സഫലമാവാതെ പോയ പഴയ പ്രണയത്തിന്റെ ഓർമ്മകൾ നിറയുന്ന ഒരു പാട്ടിനുള്ള പശ്ചാത്തലമായി മഴയെ കൊണ്ടു വരാം. ചെറുപ്പത്തിൽ വീട്ടുകാരോട് പിണങ്ങി നാടുവിട്ടുന്ന പഴയ കളിക്കൂട്ടുകാരനെ കാത്തിരിക്കുകയാണ് രാഗിണി എന്ന കഥാപാത്രം. ഗിരീഷ് എഴുതി. മലയാളം കണ്ട അതിമനോഹരമായൊരു വിരഹഗാനത്തിന്റെ പിറവിയായി അത്.

"മനസ്സിൻ മണിചിമിഴിൽ പനിനീർതുള്ളിപോൽ...

വെറുതെ പെയ്തു നിറയും രാത്രി മഴയായ് ഓർമ്മകൾ..."

ഗായത്രിയുടെ ആദ്യ സിനിമാഗാനമായിരുന്ന "ദീനദയാലോ രാമാ..." എന്ന പാട്ടും ഏറെ ശ്രദ്ധിക്കപ്പെട്ടു.

നൃത്തത്തിൽ മാത്രം ശ്രദ്ധ കേന്ദ്രീകരിച്ചിരുന്ന, അതുവരെ സിനിമയിൽ വന്നിട്ടില്ലാത്ത ബാംഗ്ലൂർകാരി ലക്ഷ്മി ഗോപാലസ്വാമിയെയാണ് മമ്മൂട്ടിയുടെ നായികാ കഥാപാത്രമായ സീതയ്ക്ക് വേണ്ടി ലോഹി കണ്ടെത്തിയത്. പ്രൊജക്റ്റ് വന്നപ്പോൾ ലക്ഷ്മിയുടെ അച്ഛൻ മറുപടി പറയാൻ ഒരാഴ്ച സമയം ചോദിച്ചു. ഗ്ലാമറസ് വേഷങ്ങളിൽ വരാനുള്ള വിമുഖത തന്നെയായിരുന്നു കാരണം. ലോഹി ആ കഥാപാത്രത്തിന്റെ വിശദാംശങ്ങൾ പറഞ്ഞ് ബോധ്യപ്പെടുത്തിയതോടെ രണ്ടാഴ്ചയ്ക്ക് ശേഷം അരയന്നങ്ങളുടെ വീട്ടിലേയ്ക്ക് വരാൻ ലക്ഷ്മിയും സമ്മതമറിയിച്ചു.

വേണുഗോപാൽ ഛായാഗ്രഹണവും ജി. മുരളി എഡിറ്റിങ്ങും ഏറ്റെടുത്തു. കൃഷ്ണൻകുട്ടിയായിരുന്നു കലാസംവിധായകൻ.

ജോമോൾ, കവിയൂർ പൊന്നമ്മ, കൊച്ചിൻ ഹനീഫ, ലാൽ, ദേവൻ, ഒടുവിൽ ഉണ്ണികൃഷ്ണൻ, സിദ്ധിക്, കൃഷ്ണകുമാർ, ശിവജി, സോനാ നായർ, ടി.പി.മാധവൻ, ബിന്ദു പണിക്കർ ,രശ്മി സോമൻ തുടങ്ങി അഭിനേതാക്കളുടെ കാര്യത്തിലും വ്യക്തത വന്നു.

പലയിടത്തായാണ് ലൊക്കേഷനുകൾ തീരുമാനിക്കപ്പെട്ടത്. ലോഹിയുടെ പ്രിയപ്പെട്ട അമരാവതി വീടായിരുന്നു ഒരു പ്രധാന ഷൂട്ടിംഗ് സ്ഥലം. പത്മരാജന്റെ 'തൂവാനത്തുമ്പികളി'ലെ മണ്ണാറത്തൊടി വീടായി ചിത്രീകരിച്ചിട്ടുള്ള ഒറ്റപ്പാലത്തെ മാനവനിലയവും അടുത്തുള്ള അനങ്ങൻമലയും തീപ്പെട്ടിക്കമ്പനിയും, നിർമാതാവ് വി.എച്ച്.എം റഫീക്കിന്റെ ഉടമസ്ഥതയിലുള്ള കൊച്ചി പള്ളുരുത്തിയിലെ വീടും ലൊക്കേഷനുകളായി വന്നു. (പള്ളുരുത്തി മധുരക്കമ്പനി റോഡിൽ ഏഴായിരം സ്ക്വയർഫീറ്റുള്ള ഇരുനില വീടായിരുന്നു അത്). ഇടുക്കിയിലെ കുടയത്തൂർ കാഞ്ഞാർ പ്രദേശങ്ങളിലും അരയന്നങ്ങളുടെ വീട് ഔട്ട്ഡോർ ഷൂട്ട് ചെയ്തു.

ലക്ഷ്മി ഗോപാലസ്വാമി ആദ്യമായി അഭിനയിക്കാൻ സെറ്റിൽ വന്ന ദിവസം. സംവിധായകൻ ലോഹിതദാസിനെ ചെന്നു കണ്ടെങ്കിലും അദ്ദേഹം ഒരക്ഷരം സംസാരിച്ചില്ല. അമ്പരപ്പ് തോന്നിയ ലക്ഷ്മി വിചാരിച്ചു 'ഈ മനുഷ്യന്റെ കൂടെ എങ്ങനെ വർക്ക് ചെയ്യാനാണ്?' കഥാപാത്രത്തിന്റെ വേഷത്തിൽ മുണ്ടും വേഷ്ടിയും ധരിച്ച് ഇങ്ങനെ മതിയോ എന്നറിയാൻ സമീപിച്ചപ്പോഴും തലകുലുക്കി നന്നായൊന്നു ചിരിച്ചതല്ലാതെ സംസാരമൊന്നുമുണ്ടായില്ല. അദ്ദേഹം ഷൂട്ടിങ്ങിന്റെ ശ്രദ്ധയിൽ സ്വയം മറന്ന് ജീവിക്കുകയാണെന്ന് മനസ്സിലാക്കിയ ലക്ഷ്മി അഭിനയിച്ചു തുടങ്ങിയപ്പോഴാണ് ലോഹിതദാസ് എന്ന സംവിധായകന്റെ ക്രാഫ്റ്റ് തിരിച്ചറിയുന്നത്. നടൻ കൃഷ്ണ കുമാറിന്റെ മുഖത്തടിക്കുന്ന ഒരു സീനിൽ അതിനു കഴിയാതെ സങ്കോചപ്പെട്ടു നിന്ന ലക്ഷ്മിയെ കഥയിൽ എത്ര പ്രധാനമാണ് ഈ രംഗമെന്ന് പറഞ്ഞ് ബോധ്യപ്പെടുത്തിയാണ് ലോഹി ഷോട്ട് എടുത്തത്.

നായകന്റെ അച്ഛന്റെ ഒരു എണ്ണച്ചായ ചിത്രം പിറ്റേന്നെടുക്കുന്ന ഷോട്ടിൽ വേണം. പക്ഷേ ആ കഥാപാത്രത്തിന് ആളെ കാസ്റ്റ് ചെയ്തിട്ടുമില്ല. ചെറിയൊരു പ്രതിസന്ധിയാണ്. ലോഹി പ്രശാന്ത് മാധവിനെ വിളിച്ച് കാര്യം പറഞ്ഞു. മുഖം ശരിക്കും വ്യക്തമല്ലാത്ത രീതിയിൽ ഓയിൽ പെയിന്റിങ് ശരിയാക്കണം. പഴയ പൊലീസ് യൂണിഫോമിലായിരിക്കണം ചിത്രത്തിലെ മനുഷ്യൻ. ആളെ പിന്നീട് കാസ്റ്റ് ചെയ്ത ശേഷമേ മുഖച്ഛായ വരുത്താൻ കഴിയൂ. അതും ഒറ്റ രാത്രി കൊണ്ട് വേണം. കടുത്ത വെല്ലുവിളിയാണ്. എന്നാലും പ്രശാന്ത് അത് ഏറ്റെടുത്തു.

പിറ്റേന്ന് രാവിലെ ചിത്രം വരച്ചുകിട്ടി. തൃപ്തിയോടെ അത് നോക്കി നിന്ന ലോഹി എല്ലാവരോടുമായി പറഞ്ഞു. "പ്രശാന്ത് വരച്ച ചിത്രത്തിലെ അച്ഛന് നടൻ ശിവജിയുടെ മുഖച്ഛായ തോന്നിക്കുന്നു. എന്നാ

നമുക്ക് ശിവജിയെത്തന്നെ കാസ്റ്റ് ചെയ്യാം." ശിവജി തന്നെ വരികയും ആ കഥാപാത്രമാവുകയും ചെയ്തു.

"ഇത് കണ്ടോ മോളെ ..അച്ഛൻ പണ്ട് വലിച്ചിരുന്ന സിഗരറ്റാ.. പാസിംഗ് ഷോ..അത് ചെറിയച്ഛന്റെ കുട്ടി സൈക്കിൾ .അത് അച്ഛന്റെ സൈക്കിൾ .ദാ ഇതൊക്കെ അച്ഛന്റെ പുസ്തകങ്ങളാ ഇതിനകത്ത് വേറെ ഒരു സാധനം ഉണ്ടായിരുന്നല്ലോ അച്ഛന്റെ കയ്യിൽ ..കിട്ടുന്ന കാശൊക്കെ കൂട്ടി കൂട്ടി വെച്ച് അച്ഛൻ വാങ്ങിച്ചതാ"

മലയാളിയുടെ ഗൃഹാതുരമായ ഓർമ്മകളെ തൊട്ടുണർത്തിയ തിരക്കഥയായി അരയന്നങ്ങളുടെ വീട്.

ഒറ്റപ്പാലത്തെ തീപ്പെട്ടിക്കമ്പനിയിലെ സെറ്റിൽ ബോംബ് പൊട്ടുന്ന സീൻ ഷൂട്ട് ചെയ്യാൻ തയ്യാറെടുപ്പുകൾ പൂർത്തിയായി. ബോംബ് പൊട്ടുന്നതിനു മുമ്പ് പുകവരുന്ന സീൻ എടുക്കാൻ ശ്രമിക്കുകയാണ് ലോഹിയും സാങ്കേതിക വിദഗ്ധരും. ആർട് അസോസിയേറ്റ് പ്രശാന്ത് മാധവ് ഇതൊന്നുമറിയാതെ ഉള്ളിൽ സെറ്റ് വർക്കിലായിരുന്നു. പുകവരുന്ന ഷോട്ട് ഒ.കെ ആയശേഷം ബോംബ് പൊട്ടുന്ന ഷോട്ടും എടുക്കാൻ തീരുമാനിച്ചു. സാമാന്യം ശക്തിയുള്ള ബോംബ് പൊട്ടുമ്പോൾ പ്രശാന്ത് ഉള്ളിൽ പെട്ടുപോയി. ഷോട്ടു കഴിഞ്ഞ് എല്ലാവരും കൈയടിക്കുമ്പോൾ ശരീരമാകെ കറുത്ത പൊടിയിൽ കുളിച്ച് പ്രശാന്ത് പതുക്കെ നടന്ന് പുറത്തു വന്നു. രണ്ടു ചെവിയും സ്ഫോടനത്തിന്റെ ശബ്ദത്തിൽ അടഞ്ഞു പോയിരുന്ന അയാളെ കണ്ടതും ലോഹി തന്നെ ഓടിച്ചെന്ന് വാരിയെടുത്ത് തീപ്പെട്ടിക്കമ്പനിയുടെ പിൻഭാഗത്തുള്ള പാടത്തിനോട് ചേർന്നുള്ള കിണറ്റിൻ കരയിലേക്ക് കൊണ്ടുപോയി. അതുവരെ അന്തിച്ചു നിന്ന എല്ലാവരും പിന്നാലെ ഓടിച്ചെല്ലുമ്പോൾ കാണുന്നത് ലോഹി കിണറ്റിൽ നിന്ന് തുടരെത്തുടരെ വെള്ളം കോരി പ്രശാന്തിന്റെ തലയിലൊഴിക്കുന്നതായിരുന്നു. സംവിധായകനാവില്ല സാധാരണ അതുപോലുള്ള സന്ദർഭങ്ങളിൽ ആദ്യം രക്ഷാപ്രവർത്തകനാവാറ്. പക്ഷേ ഇവിടുത്തെ സംവിധായകൻ വ്യത്യസ്തനായിരുന്നു. പരിക്കേറ്റ പ്രശാന്തിന് ഒരാഴ്ച ലൊക്കേഷനിൽ നിന്ന് ലീവ് അനുവദിച്ചതും മനുഷ്യത്വത്തിന് ഒന്നാമത്തെ പ്രാധാന്യം കല്പിക്കുന്ന ലോഹിതദാസിൽ നിന്ന് അപ്രതീക്ഷിതമല്ല.

അപഖ്യാതികളുടെ കാലവും പോലീസ് കേസും

അരയന്നങ്ങളുടെ വീട് ഷൂട്ടിംഗ് നടക്കുമ്പോഴാണ് ആ വാർത്ത മാധ്യമങ്ങളിൽ വരുന്നത് - "ലോഹിതദാസിന്റെ വീട്ടിലെ വേലക്കാരി ആത്മഹത്യ ചെയ്തു"

ആലുവയിലെ വീട്ടിൽ സിന്ധുവിനെ സഹായിക്കാനായി ഒരു പെൺകുട്ടി നിന്നിരുന്നു. അല്ലറ ചില്ലറ മോഷണശ്രമങ്ങൾ സിന്ധുവിന്റെ ശ്രദ്ധയിൽ പെട്ടിരുന്നെങ്കിലും അത്ര കാര്യമാക്കിയില്ല. എന്നാൽ പിന്നീടത് ഗുരുതരമാവുകയും കൈയോടെ കണ്ടുപിടിക്കപ്പെടുകയും സിന്ധു അവളുടെ വീട്ടിലറിയിക്കുകയുമൊക്കെ ചെയ്തതോടെ അവൾ വിഷം കഴിച്ച് ആത്മഹത്യ ചെയ്യുകയായിരുന്നു. തെറ്റു ചെയ്തിട്ടുപോലും അവളോട് മോശമായൊന്നും പറഞ്ഞിട്ടുപോലുമില്ലായിരുന്നു. പ്രത്യേക മാനസിക നിലയിലുള്ളയാളായിരുന്നു ആ കുട്ടി .

മരിച്ച ദിവസം ആശുപത്രിയിലും വീട്ടിലും പോയി ബന്ധുക്കളെ കണ്ടിരുന്നു സിന്ധു. അവർക്കൊക്കെ സംഭവിച്ചതിനെപ്പറ്റി നല്ല ബോധ്യവുമുണ്ട്. പക്ഷേ ചില ലോക്കൽ രാഷ്ട്രീയക്കാരുടെ പിന്തുണയോടെ പിന്നീടവർ പണം ആവശ്യപ്പെട്ട് വിലപേശൽ തുടങ്ങി. പൊലീസിൽ പരാതി നൽകി.

ലോഹിതദാസിനെ പ്രതിക്കൂട്ടിലാക്കുന്ന ഇല്ലാക്കഥകളുമായി ഒരു മൂന്നാംകിട വാരികയും രംഗത്തുവന്നു. ഇത്രയേറെ സൂപ്പർഹിറ്റ് തിരക്കഥകൾ എഴുതിയിട്ടും സംവിധാനം ചെയ്തിട്ടും ആ മഞ്ഞ വാരികയിലാണ് കുറേ വ്യാജ വാർത്തകളുമായി ആദ്യമായി ലോഹിതദാസിന്റെ ഫോട്ടോ മുഖചിത്രമായി വന്നത് എന്നറിയുമ്പോൾ കഷ്ടം തോന്നും!

സംവിധായകനെതിരെ കേസ് വന്നതോടെ ഷൂട്ടിംഗ് നിർത്തിവെച്ചു. ഇത്തരം ഒരു കാര്യങ്ങളുമറിയാതെ തന്റെ സിനിമയുടെ തിരക്കുകളിൽ മാത്രം മുഴുകി നടന്ന ലോഹിയുടെ നേർക്ക് വ്യാജമായ പരാതിയും വിലപേശലും വരുന്നതു മനസ്സിലാക്കി മമ്മൂട്ടി പോലീസ് ഉദ്യോഗസ്ഥരുമായി സംസാരിച്ചു. ഒരു കഴമ്പുമില്ലാത്ത പരാതിയാണെന്ന് അന്വേഷണത്തിൽ പൊലീസിനും ബോധ്യപ്പെട്ടു.

സിനിമക്കാരനായ ലോഹിതദാസിനെ ഭീഷണിപ്പെടുത്തി പണം വാങ്ങാനുള്ള അടവു മാത്രമായിരുന്നു ആ കേസ്. രണ്ടാഴ്ചത്തെ ഇടവേളയ്ക്കു ശേഷം ഷൂട്ടിംഗ് വീണ്ടും തുടങ്ങി. ലോഹിയിലെ പ്രതിഭയ്ക്കു വിലയിടാൻ വ്യാജവാർത്തയുമായി ഇറങ്ങിയവർക്ക് നാണംകെട്ട് പിൻവാങ്ങേണ്ടി വന്നു.

2000 മാർച്ച് 31ന് അരയന്നങ്ങളുടെ വീട് റിലീസ് ചെയ്തു. രവീന്ദ്രനാഥ് എന്ന കഥാപാത്രം മികച്ച നടനുള്ള ഫിലിം ക്രിട്ടിക്സ് അവാർഡിന് മമ്മൂട്ടിയെ അർഹനാക്കി.

സർക്കസ് കൂടാരത്തിലെ മനുഷ്യജന്മങ്ങൾ

ഷൊറണ്ണൂർ റെസ്റ്റ്ഹൗസിൽ ലോഹി വീണ്ടും താമസം തുടങ്ങി. എന്നു വെച്ചാൽ പുതിയ കഥ ആലോചനയും എഴുത്തും തുടങ്ങി എന്നർത്ഥം. പണ്ടുമുതൽ മനസ്സിലുള്ളൊരു കഥാബീജത്തെ വളർത്തിയെടുക്കാനാണ് ഇത്തവണ ശ്രമിച്ചത്. മലയാള സിനിമയ്ക്ക് സർക്കസ് ടെന്റിന്റെ കഥകൾ മുൻപും പശ്ചാത്തലമായിട്ടുണ്ട്. എന്നാൽ സർക്കസ്സിലെ കോമാളിയെ കേന്ദ്രമാക്കിക്കൊണ്ട് ഒരു കഥ വന്നിട്ടില്ല. അതാണ് ലോഹിയുടെ ലക്ഷ്യം. പ്രശസ്ത മാപ്പിളപ്പാട്ടുകാരനായ കെ.ജി. സത്താറിന്റെ മകൻ സലീം സത്താറായിരുന്നു പുതിയ പ്രൊജക്ടിന്റെ നിർമ്മാണത്തിന് തയ്യാറായത്.

23 വർഷം സർക്കസ് ടെന്റുകളിൽ ജോലി ചെയ്ത് സർക്കസ് പ്രമേയമായ നോവലുകൾ എഴുതി പ്രശസ്തനായ ശ്രീധരൻ ചമ്പാടിന്റെ ഉപദേശങ്ങൾ തിരക്കഥ രചിക്കുമ്പോൾ ലോഹിക്ക് ഏറെ ഗുണം ചെയ്തു.

മലയാളത്തിലെ സർക്കസ് വിഷയമായ സിനിമകളായ വളർത്തുമൃഗങ്ങൾ, തമ്പ്, കുമ്മാട്ടി, ആരവം, തമിഴിലെ അപൂർവ്വ സഹോദരങ്ങൾ എന്നിവക്കെല്ലാം സർക്കസ് കഥയുടെ കുലപതിയായ ശ്രീധരൻ ചമ്പാട്ടിന്റെ മാർഗ്ഗനിർദ്ദേശങ്ങൾ സ്വീകരിച്ചിട്ടുണ്ട്. കെ.ജി. ജോർജിന്റെ 'മേള' ഇദ്ദേഹമെഴുതിയ കഥയായിരുന്നു. സിനിമാ സംവിധാന രംഗത്തും

അനുഭവസമ്പത്തുള്ള ശ്രീധരൻ ചമ്പാടിന്റെ സേവനം ചിത്രീകരണ സമയത്തും പ്രയോജനപ്പെടുത്താനായി അദ്ദേഹത്തെ സഹായികളുടെ കൂട്ടത്തിൽ ഉൾപ്പെടുത്താനും ലോഹി തീരുമാനിച്ചു.

രണ്ടു തലമുറയിൽപ്പെട്ട ജോക്കർമാർ ലോഹിയുടെ കല്പനയിൽ ജനിച്ചു. ചെറുപ്പക്കാരനായ ബാബുവും പ്രായവും അസുഖങ്ങളും കൊണ്ട് തളർന്ന അബുക്കയും. സർക്കസ് കോമാളിയായി വർഷങ്ങളോളം തിളങ്ങുകയും അതിനുശേഷം മാനസിക വിഭ്രാന്തിയിലൂടെ കടന്നു പോവുകയും ചെയ്യുന്ന കഥാപാത്രമായിരുന്നു അബൂക്ക.

ബാബു ദിലീപിന്റെ കൈയിൽ ഭദ്രമാണെന്ന് ലോഹിക്ക് ഉറപ്പാണ്. അബുക്കയായി ആരെ വേണമെന്നും നിശ്ചയമുണ്ടായിരുന്നു. മലയാള സിനിമയുടെ എക്കാലത്തേയും പ്രധാന ഹാസ്യതാരം ബഹദൂർ ക്കയെയാണ് ലോഹി അബുക്കയായി മനസ്സിലുറപ്പിച്ചത്. പണ്ട് തിരക്കഥയുമായി മദ്രാസിൽ അലഞ്ഞിരുന്ന കാലത്ത് സ്നേഹപൂർവ്വം പെരുമാറുകയും പ്രേംനസീറിനെ പരിചയപ്പെടുത്തുകയുമൊക്കെ ചെയ്തി ട്ടുള്ള ബഹദൂർക്കയെ ആദരവോടെ ലോഹി ഈ ആഗ്രഹമറിയിച്ചു. സന്തോഷത്തോടെ കേട്ട ബഹദൂർക്ക പക്ഷേ സത്യൻ അന്തിക്കാടിന് ഡെയ്റ്റ് കൊടുത്തുപോയിരുന്നു. 'കൊച്ചു കൊച്ചു സന്തോഷങ്ങൾ' എന്ന ചിത്രത്തിൽ മുത്തച്ഛൻ വേഷം ചെയ്യാനായിരുന്നു സത്യൻ ഡെയ്റ്റ് വാങ്ങിയിരുന്നത്.

ലോഹി സത്യനെ വിളിച്ചു . ഈ കഥാപാത്രം ബഹദൂർക്കയെ മുന്നിൽ കണ്ടുമാത്രമെഴുതുന്നതാണെന്നും ബഹദൂർക്കയെ വിട്ടുതരണമെന്നും പറഞ്ഞു. സുഹൃത്തിന്റെ ആവശ്യത്തിന് സത്യൻ സന്തോഷത്തോടെ വഴങ്ങി. ബഹദൂർക്കയെ വിട്ടു നൽകി. അവിടെ മുത്തച്ഛൻ വേഷത്തിന് ബാബുസ്വാമിയെ വിളിച്ചു. ഏറെ നീണ്ട ഇടവേളയ്ക്കു ശേഷമായിരുന്നു ബഹദൂർക്ക സിനിമയിൽ അഭിനയിക്കാൻ തയ്യാറെടുക്കുന്നത്.

അസോസിയേറ്റ് ഡയറക്ടർ ബ്ലെസിയും ക്യാമറാമാൻ വേണുഗോപാലും ജോക്കറിലെ നായികയെ കണ്ടെത്താനായി ഹൈദ രാബാദിൽ എത്തി. ലണ്ടനിൽ ജനിച്ചു വളർന്ന മന്യ നായിഡു എന്ന മോഡലിനെ കാസ്റ്റ് ചെയ്തു. മന്യ മുമ്പ് 'സീതാരാമരാജു' എന്ന തെലുഗു സിനിമയിൽ നായികയായിട്ടുമുണ്ടായിരുന്നു. മലയാളത്തിൽ 1989 ൽ ടി.വി. ഗോപാലകൃഷ്ണൻ സംവിധാനം ചെയ്ത 'സ്വന്തം എന്ന് കരുതി' എന്ന ചിത്രത്തിൽ ബാലതാരമായി അഭിനയിച്ചിട്ടുള്ള മന്യയുടെ നായി കയായുള്ള ആദ്യത്തെ മലയാളം പ്രൊജക്ടായി ജോക്കർ. വില്ലൻ സ്വഭാ വമുള്ള സുധീർ മിശ്ര എന്ന കഥാപാത്രത്തിന് കോഴിക്കോട്ടുകാരനായ

നിശാന്ത് സാഗറിനെയാണ് കണ്ടെത്തുന്നത്. "ദേവദാസി എന്ന ചിത്രത്തിന്റെ പോസ്റ്റർ കണ്ട ലോഹി ആ നടനെ അന്വേഷിച്ചിരുന്നു. അങ്ങനെയാണ് നമ്പർ സംഘടിപ്പിച്ച് നിശാന്ത് ലോഹിയെ വിളിക്കുന്നത്. ആ കൂടിക്കാഴ്ചയ്ക്ക് ശേഷം അദ്ദേഹം ജോക്കറിലെ സുധീർ മിശ്രയെ നിശാന്ത് സാഗറിന് നൽകി.

കൃഷ്ണൻകുട്ടിയെ കലാസംവിധായകനായി വെച്ചു. ആർട്ടിന്റെ ടീമിൽ പ്രശാന്ത് മാധവ് വേണമെന്ന് ലോഹി കൃഷ്ണൻകുട്ടിയോട് പ്രത്യേകം പറഞ്ഞു.

മാമുക്കോയ, എൻ.എൽ.ബാലകൃഷ്ണൻ, ബിന്ദു പണിക്കർ, മാള അരവിന്ദൻ, ഭൂതകണ്ണാടിയിലൂടെ പ്രശസ്തനായ ശ്രീഹരി, ഗിന്നസ് പക്രു, സീനത്ത് എന്നിവരും ജോക്കറിലേയ്ക്ക് വിളിക്കപ്പെട്ടു.

ഇടുക്കിയിലെ അഞ്ചരക്കണ്ടി എന്ന ഗ്രാമത്തിൽ നിന്നാണ് ഈ സിനിമയുടെ ചിത്രീകരണത്തിനുവേണ്ടി 'റോയൽ സർക്കസ്' സംഘം ചെറുതുരുത്തി ഭാരതപ്പുഴയുടെ തീരത്തെത്തുന്നത്. അവർ അവിടെ തമ്പടിച്ചു.

ആനയും, സിംഹവും, പുലിയും കോമാളികളും റിംഗിലെ നർത്തകിമാരും ട്രപ്പീസ് കളിക്കാരുമൊക്കെയായി സർക്കസിന്റെ പൂരം കാണാൻ ജനങ്ങൾ ഭാരതപ്പുഴയുടെ തീരത്തേയ്ക്ക് ഒഴുകിവന്നു. സ്കൂൾ വിട്ട് കുട്ടികളെത്തിക്കഴിഞ്ഞാൽ അവരെയും കൊണ്ട് സിന്ധുവും സെറ്റിലെത്തുമായിരുന്നു. ബഹദൂർക്കയുമായി കുട്ടികളും സിന്ധുവുമെല്ലാം വളരെ വേഗം ആത്മബന്ധത്തിലായി.

ബഹദൂർക്കയുടെ മനസ്സിന് വിഷമമുണ്ടാക്കിയ ഒരു സംഭവമുണ്ടായി. അദ്ദേഹത്തെ കാണാൻ നിരവധി പേർ വരാറുണ്ടായിരുന്നു. പലരും വരുന്നത് സഹായമഭ്യർത്ഥിക്കാനാവും. പല വിഷമങ്ങളും പറഞ്ഞ് പണം ചോദിക്കുമ്പോൾ ബഹദൂർക്ക സിനിമയിലെ തന്റെ പ്രതിഫലത്തിൽ നിന്ന് അഡ്വാൻസ് വാങ്ങി അവർക്ക് കൊടുക്കും. പതിവായപ്പോൾ ഇത് ശ്രദ്ധയിൽപ്പെട്ട ലോഹി "ബഹദൂർക്ക ചോദിച്ചാൽ പണം കൊടുക്കണ്ട..." എന്ന് കാഷ്യറോട് പറഞ്ഞു. ഇതറിഞ്ഞ് ദേഷ്യവും സങ്കടവും വന്ന് ബഹദൂർക്ക ലോഹിയോട് കയർത്തു. രണ്ടു പേർക്കും വിഷമമായി. ഒടുവിൽ ദേഷ്യം തണുത്തപ്പോൾ അദ്ദേഹം ലോഹിയുടെ അടുത്തുചെന്ന് പറഞ്ഞു. " അവര് കൊണ്ടു പൊയ്ക്കോട്ടെ മോനേ... ഇക്കക്കെന്തിനാ ഇനി പണം? മരിക്കുമ്പോൾ കൊണ്ടുപോവാൻ പറ്റുമോ?". പിന്നെ ലോഹി ഒന്നും പറഞ്ഞില്ല. അദ്ദേഹത്തിന്റെ നല്ല മനസ്സിന്

കൂടുതൽ വിഷമുണ്ടാവരുതെന്ന് മാത്രം ആഗ്രഹിച്ചു.

തൽക്കാലം സിനിമകൾ ചെയ്യുന്നില്ല എന്നു കരുതിയിരിക്കുമ്പോഴാണ് ദിലീപിനെ ലോഹി ജോക്കറിലേയ്ക്ക് വിളിക്കുന്നത്. മഞ്ജു അപ്പോൾ പൂർണ ഗർഭിണിയാണ്. ഒറ്റപ്പാലത്താണ് ഷൂട്ടിങ്ങ്. മഞ്ജു എറണാകുളത്തും.

ഒരു രാത്രി ഉറങ്ങുമ്പോൾ പെട്ടെന്ന് ഞെട്ടിയുണർന്ന ദിലീപ് വണ്ടിയുമെടുത്ത് എറണാകുളത്തേയ്ക്കു പോയി. ലോഹിസാറിനോട് നേരം പുലർന്നിട്ട് പറയാം എന്ന വിശ്വാസമുണ്ടായിരുന്നു. ഹോസ്പിറ്റലിൽ ചെല്ലുമ്പോൾ മഞ്ജുവിന് പെയിൻ തുടങ്ങിയിട്ടുണ്ടെന്ന് ഡോക്ടർ പറഞ്ഞു. വൈകാതെ പ്രസവിക്കുകയും ചെയ്തു. മഞ്ജുവിന്റെ പ്രസവവുമായി ബന്ധപ്പെട്ട് ടെൻഷൻ നിറഞ്ഞ സമയത്താണ് ജോക്കറിലെ ബാബു എന്ന നായക കഥാപാത്രത്തെ ദിലീപ് അവതരിപ്പിക്കുന്നത്. ലോഹിയും സംഘവും ദിലീപിനോട് അത്രയേറെ സഹകരിച്ചു.

പ്രധാനപ്പെട്ട ഒരു സീൻ ചിത്രീകരിക്കുവാനുള്ള തയ്യാറെടുപ്പിലാണ് ലോഹി. ബ്ലെസ്സി ആർട്ടിസ്റ്റുകൾക്ക് വേണ്ട നിർദ്ദേശങ്ങൾ കൊടുക്കുന്നു. സർക്കസ് ടെൻറിൽ മാനസിക വിഭ്രാന്തിയാൽ ചങ്ങലയിൽ പൂട്ടിയിട്ടു കിടക്കുന്ന അബുക്ക സർക്കസ് റിംഗിലേക്ക് തന്നെ കൊണ്ടുപോകാൻ നിർബന്ധം പിടിച്ച് ബഹളം വയ്ക്കുന്നതാണ് സീൻ. കൂടെ ദിലീപും ഉണ്ട്. ലൈറ്റപ്പ് ചെയ്ത് ശരിയാക്കി ക്യാമറാമാൻ വേണുഗോപാൽ ആ സീൻ പകർത്തുവാനുള്ള തയ്യാറെടുപ്പുകൾ പൂർത്തിയാക്കുന്നു. ഒരു റിഹേഴ്സലിനുശേഷം സംവിധായകൻ ആക്ഷൻ പറയുന്നു.

പെട്ടെന്ന് എച്ച്.എം.ഐ. ലൈറ്റിൽ വച്ചിരുന്ന ബട്ടർപേപ്പർ പുകഞ്ഞു കത്താൻ തുടങ്ങി. അതിവേഗം ടെൻറിന് തീ പിടിക്കുന്നു. പുഴയോരത്തെ കാറ്റിന്റെ ശക്തിയിൽ തീ ആളിപ്പടർന്നു. ബഹളമായി. ചിലർ നിലവിളിച്ച് പുറത്തേയ്ക്കോടി. എല്ലാവരും പകച്ചുപോയി. ബഹദൂർക്കയെ ചങ്ങലയിൽ പൂട്ടിയിട്ടിരിക്കുകയാണ്. അദ്ദേഹത്തിന് മറ്റുള്ളവരോടൊപ്പം ഓടി പുറത്തുകടക്കാൻ കഴിഞ്ഞില്ല. ദിലീപും ആർട്ട് അസിസ്റ്റൻറ് രാജൻ കൊയിലാണ്ടിയും ടെൻറിനുള്ളിലേക്ക് ഓടിക്കയറി. ചങ്ങല മാറ്റി ബഹദൂർക്കയെ താങ്ങിയെടുത്ത് പുറത്തെത്തിച്ചു. നിമിഷങ്ങൾക്കകം ടെന്റിനെ പൂർണ്ണമായും തീ വിഴുങ്ങി. അസിസ്റ്റൻറ് ഡയറക്ടർ ജോർജ്ജ് അടക്കം നിരവധിപേർക്ക് പൊള്ളലേറ്റു. ഷൂട്ടിംഗ് തല്ക്കാലം നിർത്തിവെച്ചതായി ലോഹി അറിയിച്ചു.

കാർ അപകടത്തിൽ കലാസംവിധായകൻ കൃഷ്ണൻകുട്ടിക്ക് പരിക്കേറ്റതിനെത്തുടർന്ന് പ്രശാന്തിന് സ്വതന്ത്രമായി കലാസംവിധാനച്ചുമതല നൽകിക്കൊണ്ടാണ് "ധ്വനി തരംഗതരളം..." എന്ന പാട്ട് രംഗം തിരുവനന്തപുരം ചിത്രാഞ്ജലി സ്റ്റുഡിയോ ഫ്ലോറിൽ ഷൂട്ട് ചെയ്യുന്നത്.

ബഹദൂർക്കയുടെ സീനുകൾ തീരുന്ന ദിവസം. സിംഹത്തിന്റെ കൂട്ടിൽ വച്ച് മരിക്കുന്ന സീനാണ് ചിത്രീകരിക്കുന്നത്. റിസ്കുള്ള സീൻ ആയതു കൊണ്ട് ലോഹിയുടേയും ബ്ലസിയുടെയും മുഖത്ത് ടെൻഷൻ ഉണ്ട്. വളരെ ശ്രദ്ധയോടും വളരെ മനോധൈര്യത്തോടും കൂടി ബഹദൂർക്ക തന്റെ റോൾ ഭംഗിയാക്കുന്നു. ചുറ്റും കൂടിനിന്നവർ കയ്യടിച്ചു. കരഞ്ഞഭിനയിച്ച ആ പ്രകടനം കണ്ടുനിന്ന നായിക മന്യയും ഉറക്കെ കരഞ്ഞുപോയി. തന്റെ കഥാപാത്രത്തിന് ജീവൻ പകർന്ന ഗുരുതുല്യനായ പടിയത്ത് കൊച്ചു മൊയ്തീൻ കുഞ്ഞാലു എന്ന ബഹദൂർക്കയെ ലോഹി ഓടിച്ചെന്ന് കെട്ടിപ്പിടിച്ചു. ജോക്കറിലെ തന്റെ ഡബ്ബിംഗ് ആദ്യം തന്നെ പൂർത്തിയാക്കി തന്നാൽ കൊള്ളാമായിരുന്നു എന്നൊരു അഭ്യർത്ഥന ലോഹിയോട് ബഹദൂർക്ക പറഞ്ഞു. അതു തീർത്തിട്ട് അമേരിക്കയിലേയ്ക്ക് ഒരു യാത്രയുണ്ട്. സെറ്റിലെ എല്ലാവരോടും യാത്ര ചോദിച്ച ശേഷം അന്നു രാത്രിയിലെ മദ്രാസ് ട്രെയിനിൽ ബഹദൂർക്ക തിരിച്ചുപോയി.

ആർക്കുമറിയില്ലായിരുന്നു, പതിറ്റാണ്ടുകൾ നീണ്ട സിനിമാജീവിതത്തിലെ അവസാന രംഗവും അഭിനയിച്ചു തീർത്തിട്ടാണ് ആ നടൻ യാത്ര ചോദിച്ചതെന്ന്. ജോക്കറിന്റെ ഡബിംഗ് കൂടി തീർത്ത ശേഷം 2000 മെയ് 22ന് ബഹദൂർക്ക ഈ ലോകത്തോട് വിടപറഞ്ഞു. ലോഹി നൽകിയ അബുക്കയുടെ കഥാപാത്രവുമായി സാമ്യമുള്ളതായിരുന്നു ബഹദൂർക്കയുടെ ജീവിതവും. തിരക്കേറിയ സിനിമാ ജീവിതത്തിന്റെ ഗ്രാഫ് താഴ്ന്ന് പോയതിലും തന്റെ തലമുറയുടെ പ്രസക്തി കുറയുന്നതിലും വിഷമിച്ചിരുന്നു ബഹദൂർക്ക. എന്തായാലും അദ്ദേഹത്തിന് അവസാന കഥാപാത്രം നൽകാൻ ഗുരുത്വമുണ്ടായി ലോഹിതദാസിന്.

രണ്ടുമാസത്തോളം നീണ്ട ഷൂട്ടിംഗ് ലോഹിയടക്കം എല്ലാവരേയും നന്നേ ക്ഷീണിപ്പിച്ചിരുന്നു. ജോക്കറുടെ കഥ പറയാൻ സ്വീകരിച്ചതായിരുന്നു സർക്കസ് ടെന്റിന്റെ പശ്ചാത്തലം. എഴുതി വന്നപ്പോഴത് ചിത്രീകരണത്തിന് സഹകരിച്ച റോയൽ സർക്കസ് അടക്കം ആ മേഖലയിലെ എല്ലാവരുടേയും കഥയായി. ടി.എസ്. രാജു അവതരിപ്പിച്ച സർക്കസ് മാനേജർ ഗോവിന്ദൻ എന്ന കഥാപാത്രം രണ്ടറ്റവും കൂട്ടിമുട്ടിക്കാൻ പാടുപെടുന്ന സർക്കസ് മാനേജർമാരുടെ സത്യസന്ധമായ പ്രതിനിധീകരണവുമായി. സിനിമാ ചിത്രീകരണത്തിന് വിളിച്ചത്

പലിശയും കടവും കൊണ്ട് തകർന്നുപോയ ആ സർക്കസ് സംഘത്തിന് ചെറുതല്ലാത്ത ആശ്വാസം നൽകിയിരുന്നു.

"കോമാളി കരയാൻ പാടില്ല , കോമാളി കരഞ്ഞാൽ ആളുകള് ചിരിക്കും , ആളുകളെ ചിരിപ്പിക്കാൻ വേണ്ടി നീ കരഞ്ഞോ, അല്ലാതെ കോമാളി കരയരുത്, ചിരിക്കണം ഉറക്കെയുറക്കെ ചിരിക്കണം". കോമാളിയാവാൻ വിധിക്കപ്പെട്ടവരുടെ ജീവിതദുരന്തത്തെ പകർത്തിയ നിരവധി സംഭാഷണങ്ങൾ ജോക്കറിൽ ലോഹി എഴുതി. "എനിക്ക് മഴയത്ത് നടക്കാനാണിഷ്ടം കാരണം ഞാൻ കരയുന്നതാരും കാണില്ലല്ലോ..." എന്ന ചാർളി ചാപ്ലിന്റെ വരികളായിരുന്നിരിക്കണം ലോഹിയേയും സ്വാധീനിച്ചത്. "കണ്ണീർമഴയത്ത് ഞാനൊരു ചിരിയുടെ കുട ചൂടി..." എന്ന് വ്യക്തമായിത്തന്നെ യൂസഫലി കേച്ചേരി വരികളെഴുതി.

മോഹൻ സിത്താരയാണ് സംഗീത സംവിധായകനായി വന്നത്. വളരെ യാദൃച്ഛികമായാണ് ലോഹിതദാസ് പാട്ടെഴുത്തുകാരനാകുന്നതെന്ന് മോഹൻ സിതാര ഓർക്കുന്നു. "യൂസഫലി കേച്ചേരിയാണ് പടത്തിലെ മറ്റു പാട്ടുകൾ എല്ലാം എഴുതിയത് . ഞങ്ങൾ തമ്മിലുള്ള കോമ്പിനേഷൻ ക്ലിക്ക് ചെയ്തുകൊണ്ടിരുന്ന കാലമായിരുന്നു. ലക്കിടിയിലെ വീട്ടിൽ വച്ച് കംപോസിങ്ങിനിടയിൽ ഒരു പുതിയ ഈണം ലോഹിയേട്ടനെ പാടി കേൾപ്പിച്ചപ്പോൾ, അദ്ദേഹത്തിന് ഒരു മോഹം ഒരു പല്ലവി എഴുതിനോക്കിയാലോ എന്ന്. "ചെമ്മാനം പൂത്തേ പൂത്തുസിന്ദൂരം തൊട്ടേ" എന്ന വരി പിറക്കുന്നത് അങ്ങനെയാണ്. നിമിഷങ്ങൾക്കകം പല്ലവിയും ചരണവും വന്നു. ഈണത്തിന്റെ മീറ്ററിൽ കൃത്യമായി ഒതുങ്ങി നിൽക്കുന്ന വരികൾ. ഒരു പ്രൊഫഷണലിന്റെ കൈത്തഴക്കം ഉണ്ടായിരുന്നു ലോഹിയിലെ പാട്ടെഴുത്തുകാരന്. ജോക്കറിലൂടെ മോഹൻ സിത്താര മികച്ച സംഗീതത്തിനുള്ള ഫിലിംഫെയർ അവാർഡ് നേടി. ശ്രീകർപ്രസാദിന്റെ എഡിറ്റിംഗ് ജോക്കറിനെ ക്ലീൻ എന്റർടെയ്നർ ആക്കി.

"ജോക്കർ സിനിമയുടെ സമയത്ത് അതിന്റെ റിലീസുമായി ബന്ധപ്പെട്ട വിഷയത്തിൽ ഞാൻ അദ്ദേഹത്തെ സഹായിച്ചില്ല എന്ന ആരോപണം കേട്ടിട്ടുണ്ട്. ആ സിനിമയുടെ പിന്നിൽ അദ്ദേഹവും നിർമ്മാതാവും തമ്മിലുള്ള പ്രശ്നമായിരുന്നു. പിന്നെ സംഘടനയിൽ അത് ചർച്ചയ്ക്ക് വന്നില്ല എന്നാണ് ലോഹി ഉദ്ദേശിച്ചതെങ്കിൽ, അന്ന് അങ്ങനെ ഒരു പരാതി ഞങ്ങൾക്കാർക്കും ലഭിച്ചില്ലായിരുന്നു". ഒരു ടെലിവിഷൻ ചാനലിനു നൽകിയ അഭിമുഖത്തിൽ സിബി മലയിൽ പറയുന്നുണ്ട്.

മികച്ച തിരക്കഥയും പാട്ടുകളും നല്ല ആർട്ടിസ്റ്റുകളുമായി പൂർത്തിയായ ജോക്കർ വിതരണം ചെയ്തത് ആച്ചീസ് ആയിരുന്നു. 2000 സപ്തംബറിൽ തീയേറ്ററുകളിലെത്തിയ സിനിമ നല്ല വിജയം നേടി.

ജോക്കർ കഴിഞ്ഞ് വീട്ടിലെത്തിയ രണ്ടാം ദിവസം സിന്ധു ലോഹിയുടെ തലയിൽ ഹെന്നയിട്ട് കൊടുത്തിരിക്കുകയായിരുന്നു. ആ സമയം മമ്മൂട്ടി ഫോണിൽ വിളിച്ചു. പല കഥകളും പറഞ്ഞു പറഞ്ഞ് ആ സംഭാഷണം രണ്ടര മണിക്കൂർ വരെ നീണ്ടു. പിറ്റേന്ന് തൊണ്ടയും കഴുത്തും വേദനയായി. മെഡിക്കൽ ട്രസ്റ്റ് ആശുപത്രിയിൽ ചെന്നു. നീരിറങ്ങിയതാണെന്നും നിരീക്ഷണത്തിനായി ഒരു ദിവസം ആശുപത്രിയിൽ കിടക്കണമെന്നും പറഞ്ഞപ്പോൾ ലോഹി അത് വേണ്ടെന്നു പറഞ്ഞു. ഹോസ്പിറ്റലിൽ പോയാൽ കഴിവതും വേഗം അവിടം വിടുന്ന സ്വഭാവക്കാരനായ അദ്ദേഹം സിന്ധുവിനൊപ്പം ഭാരത് ടൂറിസ്റ്റ്ഹോമിൽ താമസിച്ച് പിറ്റേന്ന് വീണ്ടും ഡോക്ടറെ കാണുകയായിരുന്നു. തീവ്രതയുള്ള രംഗങ്ങളെഴുതുന്ന എഴുത്തുകാരനായിരുന്നെങ്കിലും മറ്റൊരുതലത്തിൽ ദുർബലമനസ്സിന്റെ ഉടമ കൂടിയായിരുന്നു ലോഹിതദാസ്.

പ്രതിസന്ധികളുടെ ചക്രവ്യൂഹം

ലോഹിയുമായി ചേർന്നൊരു സിനിമ കമലിന്റെ സ്വപ്നമായിരുന്നു. തന്റെ സമശീർഷരായ സിബിമലയിലും സത്യൻ അന്തിക്കാടും ലോഹിയുടെ തിരക്കഥയിൽ മികച്ച സിനിമകൾ ചെയ്യുമ്പോഴും അർഹമായ അംഗീകാരങ്ങൾ നേടുമ്പോഴും കമൽ ചിന്തിച്ചിട്ടുണ്ട്. തനിക്കെന്നാണ് എഴുത്തിന്റെ ഈ മാന്ത്രികൻ ഒരു തിരക്കഥ തരിക? പലതവണ സന്ദർഭങ്ങൾ വന്നിട്ടുണ്ടെങ്കിലും ഒരുമിച്ചൊരു പ്രൊജക്ട് നടന്നില്ല. താൻ തിരക്കഥയിൽ മാറ്റങ്ങൾ വരുത്തുന്നയാളാണെന്ന് ലോഹി എങ്ങനെയോ തെറ്റിദ്ധരിച്ചിട്ടുണ്ടെന്ന് കമലിന് അറിയാമായിരുന്നു. എന്തായാലും ജോണി സാഗരിക കമലിന്റെ സ്വപ്നത്തെ യാഥാർത്ഥ്യമാക്കാൻ മുന്നിട്ടിറങ്ങി. മോഹൻലാലും അനുകൂല നിലപാടറിയിച്ചതോടെ പ്രൊജക്ടിന് ജീവൻ വെച്ചു. കമലും ലോഹിയും കഥയന്വേഷണം തുടങ്ങി.

തികച്ചും വ്യത്യസ്തതയുള്ള പരിസരമായ ലക്ഷദ്വീപിലേയ്ക്ക് അവരുടെ ആലോചന നീണ്ടു. അവിടെപ്പോയി കുറച്ചു ദിവസം താമസിക്കാമെന്നായി. ലോഹിയും കമലും കൂടി കപ്പലിൽ ദ്വീപിലേയ്ക്ക് തിരിച്ചു. കപ്പൽയാത്ര തുടങ്ങിയതും ലോഹിക്ക് അസ്വസ്ഥതകളും ആരംഭിച്ചു. കടൽച്ചൊരുക്കിന്റെ ശാരീരിക ബുദ്ധിമുട്ടുകളാവും എന്നാണ് കമൽ കരുതിയത്. പക്ഷേ കടലായിരുന്നില്ല, കരയായിരുന്നു പ്രശ്നം. മണ്ണ് വിട്ട്

അകന്നുപോവുന്നത് ലോഹിക്ക് സഹിക്കാൻ കഴിയുന്നുണ്ടായിരുന്നില്ല. തന്റെ വേരുകൾ വേർപെട്ട് പോവുന്നതായി അദ്ദേഹത്തിന് തോന്നി. കഷ്ടിച്ച് ഒരാഴ്ച ലക്ഷദ്വീപിൽ ജീവിച്ചു. ഇവിടെ നിന്ന് കഥയൊന്നും കിട്ടുന്ന ലക്ഷണമില്ലെന്നും ഉടൻ തിരിച്ചു പോവാമെന്നും പറഞ്ഞ് ലോഹി തയ്യാറായി. രണ്ടുപേരും അടുത്ത സാഹചര്യത്തിൽ കേരളത്തിലേയ്ക്ക് മടങ്ങുകയും ചെയ്തു.

അഞ്ചെട്ടുമാസം ചർച്ച ചെയ്തിട്ടാണ് ഒരു കഥയിൽ ലാന്റ് ചെയ്യുന്നത്. വടക്കേയിന്ത്യയിലേയ്ക്ക് ട്രക്ക് ഓടിച്ചുപോകുന്ന ഡ്രൈവറായി ലാലും ലോറിയുടെ ക്ലീനറായി ദിലീപും വരുന്നതായിരുന്നു കഥ. യാത്രക്കിടയിൽ അവരോടൊപ്പം ഒരു പെൺകുട്ടി വന്നുചേരുന്നതും നായകന്റെ ദൗർബല്യമായ ശീട്ടുകളിയിൽ ലോറിയേയും പെൺകുട്ടിയേയും പണയം വെക്കേണ്ടിവരുന്നതുമായിരുന്നു കഥാതന്തു . നഷ്ടപ്പെട്ട പെൺകുട്ടിയെ അന്വേഷിച്ച് നായകൻ നടത്തുന്ന യാത്രകളിലൂടെയായിരുന്നു സിനിമയുടെ തുടർച്ച . ഇതായിരുന്നു ലോഹി കമലിനോടും കമൽ മോഹൻലാലിനോടും പറഞ്ഞ കഥ. ലാലിനും ദിലീപിനും കഥ ഇഷ്ടമായി. വിജയകൃഷ്ണൻ എന്ന ലോറിഡ്രൈവർ പ്രധാന കഥാപാത്രമാവുന്ന തിരക്കഥയ്ക്ക് 'ചക്രം' എന്ന പേരും നൽകി. ഓണം റിലീസായിരുന്നു മുന്നിലുള്ള ലക്ഷ്യം. 'നരസിംഹ'ത്തിന്റെ മഹാവിജയത്തിനു ശേഷം ശരാശരി വിജയങ്ങൾ മാത്രമായി പ്രതിസന്ധി നേരിടുന്ന മോഹൻലാലിന് ലോഹി - കമൽ കൂട്ടുകെട്ടിൽ വലിയ പ്രതീക്ഷയുമുണ്ടായിരുന്നു. നായകന്റെ ബന്ധുവും ലോറിയിലെ 'കിളി'യുമായ പ്രേമചന്ദ്രന്റെ വേഷമായിരുന്നു ദിലീപിന്. 'ഡാർലിംഗ് ഡാർലിംഗ്', 'തെങ്കാശിപ്പട്ടണം', 'ജോക്കർ' എന്നിങ്ങനെ വിജയിച്ച സിനിമകളുടെ തിളക്കത്തിലായിരുന്ന ദിലീപിന് മോഹൻലാലിനൊപ്പം സുപ്രധാന വേഷം ചെയ്യാൻ കൈവന്ന അവസരമായി ചക്രം.

രവീന്ദ്രനും ഗിരീഷ് പുത്തഞ്ചേരിയും ചേർന്ന് അഞ്ച് ഗാനങ്ങൾ ഒരുക്കി. "വട്ടച്ചിലവിന് എട്ടുണ കിട്ടണ..." "ുത്തുക്കുടി ചന്തയിലെ..." "പാതിമായും ചന്ദ്രലേഖേ..." എന്നീ ഗാനങ്ങൾ കഥയ്ക്ക് ഏറെ യോജിക്കുന്നവയായിരുന്നു. ഈ പാട്ട് പിന്നീട് അനൂപ് മേനോൻ 'മുല്ലശ്ശേരി മാധവൻകുട്ടി നേമം പി.ഒ' എന്ന ചിത്രത്തിൽ ഉപയോഗിച്ചു.

ഹിന്ദിസിനിമയുടെ പദ്ധതിയുമായി ബോംബെയിൽ താമസിക്കുന്ന സമയത്ത് ബാലൻ എന്ന് പരിചയപ്പെടുത്തിയൊരാൾ കമലിനെ കാണാൻ വന്നു. മകൾ ചില പരസ്യചിത്രങ്ങളിലൊക്കെ അഭിനയിച്ചിട്ടുണ്ടെന്നും സിനിമയിലഭിനയിക്കാൻ അവസരം ആഗ്രഹിക്കുന്നുണ്ടെന്നും

പറഞ്ഞു. മകളേയും പരിചയപ്പെടുത്തി. വിദ്യ എന്നാണ് പേര്. എം.എ വിദ്യാർത്ഥിനിയാണ്.

ആലോചിക്കാം എന്ന പ്രതീക്ഷ നൽകിയാണ് കമൽ അവരെ യാത്രയയച്ചത്. വിദ്യയുടെ കുറച്ച് ഫോട്ടോകൾ കമൽ വാങ്ങിയിരുന്നു. ബോംബെയിൽ നിന്ന് തിരിച്ചെത്തിയ കമൽ ആ പെൺകുട്ടിയുടെ ചിത്രങ്ങൾ ലോഹിയെ കാണിച്ചു. ലോഹിക്കും ബോധിച്ചു. പെൺകുട്ടിയെ സ്ക്രീൻ ടെസ്റ്റിന് വേണ്ടി വിളിക്കാൻ രണ്ടുപേരും ധാരണയായി.

വിദ്യയും കുടുംബവും സ്ക്രീൻ ടെസ്റ്റിനായി ഷൊറണൂർ ടി.ബി.യിലെത്തി. ടെസ്റ്റിന്റെ റിസർട്ട് പറയാൻ അധിക സമയം വേണ്ടി വന്നില്ല. പുതുമുഖത്തിന്റെ പതർച്ചയൊന്നുമില്ലാതെ സ്വാഭാവികമായ അഭിനയമായിരുന്നു വിദ്യയുടേത്. കാസ്റ്റ് ചെയ്ത വിവരം വിദ്യയുടെ അച്ഛനെ അറിയിച്ചു.

പ്രൊഡ്യൂസർ ജോണിസാഗരികയും ലോഹിയും ഷൂട്ട് തുടങ്ങാൻ നല്ലൊരു തിയതി പറഞ്ഞു . പക്ഷെ മോഹൻലാൽ ആ സമയത്ത് തിരക്കിലായിരുന്നു. നാലഞ്ച് ദിവസം കഴിഞ്ഞ് തുടങ്ങിയാൽ മതിയെന്ന് ലാൽ പറഞ്ഞെങ്കിലും ജോത്സ്യനെ കണ്ട് നല്ല സമയം കുറിച്ചപ്പോൾ നാലഞ്ചു ദിവസം വൈകേണ്ട എന്ന് തീരുമാനിക്കേണ്ടി വന്നു. ലാൽ വരുന്നതിന് മുമ്പ് പുതുമുഖ നായികയ്ക്ക് രീതികളൊക്കെ പരിചയമാവാനും നേരത്തേ ഷൂട്ട് ചെയ്തു തുടങ്ങുന്നത് ഗുണം ചെയ്യുമെന്ന് എല്ലാവരും കരുതി.

ലോഹിയുടെ നിർദ്ദേശപ്രകാരം ദിലീപിനെ വച്ച് ഏപ്രിൽ അവസാനം പൊള്ളാച്ചിയിൽ ചിത്രീകരണം തുടങ്ങി . ദിലീപും വിദ്യാബാലനുമായുള്ള കോമ്പിനേഷൻ സീനുകളിലൂടെ ഷൂട്ട് പുരോഗമിച്ചു. പക്ഷെ , അപ്പോഴും സ്ക്രിപ്റ്റ് പൂർത്തിയായിരുന്നില്ല .അത് ലോഹിയുടെ സ്ഥിരം ശൈലിയായതിനാൽ കമലിന് വലിയ ആശങ്ക തോന്നിയില്ല .

ലോഹിക്ക് വൺലൈൻ എഴുതുന്ന പരിപാടി ഇല്ല. കമലിനാണെങ്കിൽ ഫുൾ സ്ക്രിപ്റ്റ് വെച്ച് ഷൂട്ട് പ്ലാൻ ചെയ്താലേ ശരിയാവൂ. ഈ വൈരുദ്ധ്യം പതുക്കെ പ്രശ്നമായിത്തുടങ്ങി. ഷൂട്ടിംഗ് എവിടെയൊക്കെ വേണ്ടിവരും, ലൊക്കേഷനുകൾ എവിടെയൊക്കെ വേണം തുടങ്ങി എല്ലാ കാര്യത്തിലും കമലിന് അജ്ഞതയാണ്. കമലും ക്യാമറാമാൻ പി. സുകുമാറും ലോഹിയും കൂടി പൊള്ളാച്ചിയിൽ ലൊക്കേഷൻ നോക്കുമ്പോൾ, ലൊക്കേഷൻ മാനേജർ പൊള്ളാച്ചി രാജയോട് ലോഹി നമുക്ക് ഒരു ആക്സിഡന്റ് ഷൂട്ട് ചെയ്യാൻ പറ്റിയ ലൊക്കേഷൻ വേണമെന്ന ആവശ്യം പറഞ്ഞപ്പോൾ കമൽ ഒന്നും മനസ്സിലാവാതെ അന്തംവിട്ടു

നിന്നു. കമലിനോട് പറഞ്ഞ കഥയിൽ അങ്ങനെയൊരു ആക്സിഡന്റ് സീൻ ഉണ്ടായിരുന്നില്ല. കമലിന്റെ ആശയക്കുഴപ്പം മാറ്റാനായി ലോഹി ഇങ്ങനെ വിശദീകരിക്കുകയും ചെയ്തു. "ഇപ്പോൾ കഥയാകെ മാറിയിട്ടുണ്ട്. നമുക്ക് വടക്കേയിന്ത്യയിലേയ്ക്കൊന്നും പോകേണ്ട കാര്യമില്ല. പൊള്ളാച്ചിയിൽ തന്നെ ചെയ്യാം . പൊള്ളാച്ചിയിലെ ലോറിക്കാരുടെ ജീവിതം പറയാം. അതിൽ വല്ലാത്തൊരു ലൈഫ് ഉണ്ട്" കേട്ടപ്പോൾ കമലിനും ഇഷ്ടമായി. പക്ഷെ അപ്പോഴും കഥയെന്തെന്ന് ലോഹി പൂർണ്ണമായും കമലിനോട് പറഞ്ഞില്ല. അത് സ്വാഭാവികമായി രൂപപ്പെട്ടു വരുന്നേയുണ്ടായിരുന്നുള്ളൂ.

ഷൂട്ടിനിടെ കമലും ജോണിയും പൊള്ളാച്ചിയിൽ നിന്നും മോഹൻലാലിനെ കാണാൻ കോഴിക്കോട്ടേയ്ക്ക് പോയി . സ്ക്രിപ്റ്റ് മുഴുവനാവാതെ ധൃതി പിടിച്ച് ഷൂട്ട് തുടങ്ങിയതിനെപ്പറ്റിയും കഥയിൽ വന്നുവെന്ന് ആന്റണി പെരുമ്പാവൂർ പറഞ്ഞ മാറ്റത്തെക്കുറിച്ചുമൊക്കെയുള്ള ലാലിന്റെ ചോദ്യങ്ങൾക്ക് കമലിന് ഉത്തരമുണ്ടായില്ല. ലോഹിയിലുള്ള തന്റെ പരിപൂർണ്ണവിശ്വാസത്തെക്കുറിച്ച് മാത്രം കമൽ ഉറപ്പു നൽകി.

"അപ്പോൾ കമലിന് ചിത്രീകരണം നടക്കുന്ന സിനിമയുടെ കഥയറിയില്ലേ?" എന്ന ലാലിന്റെ ചോദ്യത്തിന് മുൻപിൽ നിശബ്ദനാകാനേ അദ്ദേഹത്തിന് കഴിഞ്ഞുള്ളൂ . മീറ്റിങ്ങിനു ശേഷം ലാൽ ദുബായിലേയ്ക്ക് പോയി. ദിലീപിനെയും വിദ്യയേയും വച്ച് കമൽ ഷൂട്ട് തുടർന്നു.

സിനിമയിൽ ലാലിനെക്കാളും പ്രാധാന്യം ദിലീപിന്റെ കഥാപാത്രത്തിനാണ് എന്നൊരു ശ്രുതി പരന്നു. അതുകൊണ്ടാണോ എന്നറിയില്ല, ലാലിന് എന്തോ തൃപ്തിക്കുറവു പോലെ കമലിന് തോന്നി.

ദുബായിൽ നിന്ന് തിരിച്ചെത്തി മെയ് ആദ്യവാരത്തിൽ പറഞ്ഞ ദിവസം ഷൂട്ടിന് മോഹൻലാലും ജോയിൻ ചെയ്തു. കുറച്ചു സീനുകളുമായി ലോഹിതദാസ് കമലിനൊപ്പമുണ്ട്. രണ്ടുമൂന്നു മണിക്കൂറോളം സമയമെടുത്ത് ലോഹി ലാലിന് കഥ വിശദീകരിച്ചുകൊടുത്തു.

മോഹൻലാലിന് പത്മശ്രീ ലഭിച്ചതിനെത്തുടർന്ന് പൊള്ളാച്ചിയിലെ മണീസ് ഓഡിറ്റോറിയത്തിൽ നടത്തിയ ലളിതമായ അനുമോദനച്ചടങ്ങിൽ ലോഹിയും കമലും ലാലിനെ പൊന്നാടയണിയിച്ച് ആദരിച്ചു.

ആദ്യം പറഞ്ഞ കഥയിൽ നിന്നും നല്ലതാണെന്ന് കമലിന് തോന്നിയെങ്കിലും ലാലിനോട് പറഞ്ഞതിൽ നിന്നും ഒരുപാട് വ്യത്യാസങ്ങൾ ഉണ്ടായിരുന്നു. പൂർണ്ണമായും കഥ ഉൾക്കൊള്ളാൻ പറ്റിയില്ലെങ്കിലും

മോഹൻലാൽ അഭിനയിച്ചു തുടങ്ങി. പറഞ്ഞ കഥയിൽ പിന്നെയും മാറ്റങ്ങളോടെയാണ് ലോഹി സീനുകൾ എഴുതിക്കൊടുത്തുകൊണ്ടിരുന്നത്. കമലിന് ഒന്നും മുൻകൂട്ടി പ്ലാൻ ചെയ്യാൻ കഴിയാതെ വന്നു. അസിസ്റ്റന്റ് ഡയറക്ടർമാർ അടുത്തതെന്ത് ചെയ്യണമെന്നറിയാതെ സംശയിച്ചു നിന്നു. ലൊക്കേഷനിൽ പൂർണ്ണമായും അനിശ്ചിതത്വം നിറഞ്ഞു .

ലോഹിതദാസ് മുൻപും സെറ്റിൽ വെച്ച് തിരക്കഥഎഴുതിയിട്ടുണ്ടന്ന വിശ്വാസമുണ്ടെങ്കിലും ഇത്തവണ എവിടെയോ ഏകാഗ്രത നഷ്ടമാകുന്നത് പോലെ കമലിന് തോന്നി .അതിനിടെ ഷൂട്ട് തുടങ്ങി പതിനാറാം ദിവസം ലാലും ദിലീപും ചേർന്നുള്ള രംഗം ചിത്രീകരിക്കുന്നതിനിടയിൽ ദിലീപ് വീണ് കൈ ഒടിഞ്ഞു . പ്ലാസ്റ്ററിട്ട കൈയുമായി ദിലീപിന് അഭിനയിക്കാനാകാതെ വന്നു . അങ്ങനെ തത്ക്കാലം ഷൂട്ടിങ്ങ് നിർത്തിവെച്ചു . തിരിച്ചുപോകുമ്പോൾ മോഹൻലാൽ കമലിനോട് പറഞ്ഞു.

"ഇനി തിരക്കഥ പൂർത്തിയായിട്ട് ചെയ്യാം കമലേ , എന്റെ ഡേറ്റ് എപ്പോഴാ ഉണ്ടാവുക എന്നറിയില്ല ."

തിരക്കഥ പൂർത്തിയാക്കാനുള്ള സമയം ലോഹിക്ക് കൊടുത്ത് കമൽ

ഹിന്ദി ചിത്രത്തിന്റെ ജോലികൾക്കായി വീണ്ടും ബോംബെയിൽ പോയി. അവിടെ ആദ്യ ഷെഡ്യൂൾ തീർത്ത് നാട്ടിലെത്തിയ കമലിന് ചക്രത്തിൻറെ എഴുതി പൂർത്തിയായ തിരക്കഥ ലോഹി നൽകി. പക്ഷെ, തിരക്കഥ വായിച്ച കമലിന് നിരാശയാണ് അനുഭവപ്പെട്ടത്. അദ്ദേഹം ആഗ്രഹിച്ച വഴിയിലൂടെയല്ല തിരക്കഥ സഞ്ചരിച്ചിരുന്നത്. എങ്കിലും തിരക്കഥയുടെ കോപ്പിയുമായി കമലും ജോണിയും കൂടി രാവണപ്രഭുവിന്റെ സെറ്റിൽ ചെന്ന് ലാലിനെ കണ്ടു. ഒരാഴ്ച കഴിഞ്ഞ് പ്രൊഡ്യൂസർ ലാലിനെ വിളിച്ചു.

"ഞാനീ സിനിമ ചെയ്യുന്നില്ല. കമലിന് ആത്മവിശ്വാസം ഇല്ല എന്നാണ് എനിക്ക് തോന്നുന്നത്. സംവിധായകന് ആത്മവിശ്വാസം ഇല്ലാത്ത പടം ഞാനെങ്ങനെ ചെയ്യും?" ഇതായിരുന്നു ലാലിന്റെ മറുപടി.

ആ പ്രൊജക്ട് അവിടെ അവസാനിച്ചു. കമലിന് കടുത്ത നിരാശയായി. ലോഹി പൂർണ്ണമായ മെയ് വഴക്കം പ്രകടിപ്പിച്ച തിരക്കഥയായിരുന്നില്ല ചക്രത്തിന്റേത് എന്നത് സത്യം. തിരക്കഥയിൽ മാറ്റങ്ങൾ വന്നപ്പോൾ ലാലിനേക്കാൾ പ്രാധാന്യം ദിലീപിന് വന്നുവെന്നും അതുകൊണ്ടാണ് ലാൽ പിന്മാറിയത് എന്നുമൊക്കെ വലിയ ഗോസിപ്പുകളുണ്ടായി. അതൊന്നുമല്ല കാര്യം. അനിശ്ചിതത്വങ്ങളിലൂടെ സഞ്ചരിക്കുന്ന ലോഹിയുടെ

സ്ഥിരം ശൈലിയും കമലിന്റെ 'കോപ്പിബുക്' ശൈലിയും തമ്മിലുള്ള വൈരുദ്ധ്യമായിരുന്നു പ്രധാന കാരണം. മറ്റൊന്ന് അപ്രതീക്ഷിതമായി ദിലീപിന് സംഭവിച്ച അപകടവും, ചിത്രീകരണം നിർത്തിവെക്കേണ്ടി വന്നതും. സംവിധായകന്റെ ആത്മവിശ്വാസക്കുറവ് നായകൻ മോഹൻ ലാലിനേയും ബാധിച്ചു എന്ന് കരുതണം. എന്തായാലും ഒരുപാട്ട സ്വപ്നങ്ങളുമായി ബോംബെയിൽ നിന്നെത്തിയ, മികച്ച അഭിനേത്രി കൂടിയായ വിദ്യ എന്ന പെൺകുട്ടിയുടെ ഭാവിയാണ് തല്ക്കാലത്തേക്കെങ്കിലും വഴിയടഞ്ഞു പോയത്. പിന്നീട് അഭിനയിച്ച മൂന്ന് സിനിമകൾ കൂടി നടക്കാതെ പോയപ്പോൾ 'അൺലക്കി ഹീറോയിൻ' എന്ന ഇമേജ് വീഴുകയും 'ഇനി സിനിമയിൽ അവസരമന്വേഷിക്കണ്ട' എന്ന കടുത്ത നിരാശ നിറഞ്ഞ തീരുമാനമെടുക്കുകയും ചെയ്തു വിദ്യയും അച്ഛൻ ബാലനും.

ചക്രം നിലച്ചതിനു ശേഷം ലോഹിയും കമലും രണ്ടുവഴിക്ക് സ്വന്തം പ്രൊജക്ടുകളിലേയ്ക്ക് പിരിഞ്ഞു. കമൽ ഹിന്ദി ചിത്രത്തിന്റെ രണ്ടാം ഷെഡ്യൂളിന് ബോംബെയിലേയ്ക്ക് പോയി. ലോഹി ദിലീപുമായി ചേർന്ന് മറ്റൊരു ചിത്രത്തിന് പദ്ധതിയിട്ടു.

ചതുപ്പുനിലങ്ങളിൽ അകപ്പെട്ട കഥാപാത്രങ്ങൾ

ജോക്കർ കഴിഞ്ഞ് ഒരുവർഷത്തെ ഇടവേളയ്ക്കു ശേഷം ലോഹി സംവിധായകനായി പുതിയ പ്രൊജക്ട് തുടങ്ങി. ദിലീപിനെയാണ് നായകനായി തീരുമാനിച്ചിട്ടുള്ളത്. ഗാലക്സി ഫിലിംസിന്റെ ബാനറിൽ മിലൻ ജലീലിനുവേണ്ടിയായിരുന്നു പ്രൊജക്ട് ഒരുക്കിയിരുന്നത്. ചതിക്കുഴികൾ നിറഞ്ഞ അനുഭവങ്ങളിലൂടെ കടന്നു പോവുന്ന പെൺജീവിതങ്ങൾക്ക് പ്രാധാന്യം നൽകിയുള്ള കഥാപശ്ചാത്തലമാണ് ലോഹി പദ്ധതിയിട്ടത്. മാംസദാഹികളായ കൂട്ടത്തിന് വിട്ടുകൊടുക്കാതെ ശിവാനി എന്ന പെൺകുട്ടിയെ രക്ഷപ്പെടുത്തുന്ന നായകൻ രമേശൻ. എന്നാൽ അഞ്ചുപേരുള്ള കുടുംബം പോറ്റാൻ അച്ചാർ വിൽപ്പന ചെയ്യുന്ന സാധാരണക്കാരനായ അയാൾ ഒട്ടും ശക്തനുമല്ല. നാട്ടിൽ സദാനന്ദൻ എന്നൊരു പരുക്കൻ ഓട്ടോ ഡ്രൈവറുമായി പ്രശ്നങ്ങളുണ്ടായി പേടിച്ച് നാടുവിട്ട് 'പാണ്ഡവപുരം' എന്ന കന്നഡ ഗ്രാമത്തിലെത്തിയ ആളാണ് രമേശൻ.

പ്ലോട്ട് തീരുമാനമായിക്കഴിഞ്ഞപ്പോൾ രണ്ടു കാര്യങ്ങളാണ് ലോഹിയുടെ മനസ്സിൽ വന്നത്. ഒന്ന്, സൗന്ദര്യവും അഭിനയ മികവുമുള്ള പുതിയ നായികയെ കണ്ടെത്തണം. മറ്റൊന്ന് 'പാണ്ഡവപുരം' എന്ന സാങ്കല്പിക ഗ്രാമം എവിടെയാണെന്ന് ഉറപ്പിക്കണം.

അടുത്ത പ്രശ്നം ലൊക്കേഷനായിരുന്നു. ആർട്ട് ഡയറക്ടർ ബോബന്റെ കൂടെ 'പ്രജ'യിൽ വർക്കു ചെയ്യുന്ന പ്രശാന്തിന് പി.ആർ.ഒ വാഴൂർ ജോസിന്റെ കോൾ വന്നു. ലോഹിസാർ അന്വേഷിക്കുന്നുണ്ട്, ഉടനെ ചെന്നു കാണണമെന്നു പറയാനാണ് ജോസ് വിളിച്ചത്.

പേടിയോടെയാണ് പ്രശാന്ത് അദ്ദേഹത്തെ കാണാൻ ചെന്നത്. ഒട്ടും മുഖവുരയില്ലാതെ കാര്യം പറഞ്ഞു.

“അടുത്ത പടം ഉടനെ തുടങ്ങാൻ പോവുന്നു. നീയാണ് കലാസംവിധാനം. പേടിയുണ്ടോ?” സ്വതന്ത്ര കലാസംവിധാന ചുമതല ആദ്യമായി ഏല്പിക്കപ്പെട്ടപ്പോൾ പ്രശാന്ത് പറഞ്ഞു,

“അല്പം പേടിയുണ്ട്...”

‘‘അതുവേണം...’’ എന്നായിരുന്നു ഉറക്കെ ചിരിച്ചുകൊണ്ട് ലോഹി മറുപടി നൽകിയത്. 'പാണ്ഡവപുരം' കണ്ടെത്താനുള്ള ജോലി അപ്പോൾത്തന്നെ കൊടുത്തു.

“കർണാടയിലെ ഉൾനാട്ടുകളിലൂടെ നീയൊരു യാത്ര പോവണം,

ഒറ്റയ്ക്ക് ഒരു സന്യാസിയെപ്പോലെ. എല്ലായിടത്തും ഒന്നു കറങ്ങി അറിഞ്ഞു വാ...അതാണ് ആദ്യം വേണ്ടത്.”

വലിയ ഉത്തരവാദിത്തമാണ്. ലൊക്കേഷൻ തിരഞ്ഞ് അറിയാത്ത നാട്ടിൽ ഒറ്റയ്ക്ക് കറങ്ങണം. ഭാഷയും വശമില്ല. എന്നാലും പ്രശാന്ത് സമ്മതിച്ചു. പിറ്റേദിവസം തന്നെ പുറപ്പെട്ടു. ആകെ പതിനായിരം രൂപയും കൊണ്ട് തൃശ്ശൂർ ബസ് സ്റ്റാന്റിൽ നിന്ന് രാത്രി മൈസൂരിലേയ്ക്കു വണ്ടികയറി.

ഇരുപത്തിനാല് ദിവസത്തെ യാത്ര പൂർത്തിയാക്കി കുറേ ഫോട്ടോകളുമായി പ്രശാന്ത് തിരിച്ചെത്തി. ബെൽകോട്ടൈ, ശ്രാവണബലഗൊള, ബേലൂർ, ഹലേബിട്, ഹംപി, ഗുണ്ടൽപ്പേട്ട തുടങ്ങി നല്ലൊരു അന്വേഷണം തന്നെ നടത്തിയിരുന്നു പ്രശാന്ത്. വാസ്തവത്തിൽ ഈ സിനിമയുടെ ആർട് ഡയറക്ഷൻ ചെയ്യാനുള്ള ഒരു ഹോം വർക്കായിരുന്നു ലോഹി പ്രശാന്ത് മാധവിന് നൽകിയത്. മികച്ച സംവിധായകൻ അങ്ങനെയാവണം. കൂടെ പ്രവർത്തിക്കുന്നയാൾക്ക് പരമാവധി കഴിവ് പുറത്തെടുക്കാൻ അയാളെത്തന്നെ സഹായിക്കണം.

ലോഹിയുടെ മനസ്സിലുള്ളതുപോലുള്ള വീടുകളുകളുടെ സ്കെച്ചുകൾ പ്രശാന്ത് തയ്യാറാക്കിയിരുന്നു. ആ ടൈപ്പ് വീടുകളന്വേഷിച്ച് പ്രശാന്ത് കുറ്റാലത്തെത്തി. കുറ്റാലത്ത് വെള്ളച്ചാട്ടത്തിനടുത്തെ ഹോട്ടലിൽ

അന്വേഷിച്ചതിൽ നിന്നാണ് സുന്ദരപാണ്ഡ്യപുരം എന്ന ഗ്രാമത്തിൽ ഇത്തരം വീടുകളുണ്ടെന്ന് അറിയുന്നത്. അവിടെപ്പോയി കണ്ട പ്രശാന്തിന്, സാറിന് വേണ്ടത് ഇതു തന്നെയാവും എന്ന വിശ്വാസം തോന്നി. ലോഹിയെ ഫോണിൽ വിളിച്ച് ലൊക്കേഷന്റെ കാര്യം അറിയിക്കുകയും നേരിൽ കാണാൻ ഉടൻ തെങ്കാശിയിലേയ്ക്ക് വരികയാണ് നല്ലതെന്ന് അഭിപ്രായപ്പെടുകയും ചെയ്തു.

ലോഹി ഒറ്റയ്ക്ക് കാറോടിച്ച് സുന്ദരപാണ്ഡ്യപുരത്തെത്തി. വീടുകൾ കണ്ട് ഇഷ്ടപ്പെട്ട് ലൊക്കേഷൻ ഫിക്സ് ചെയ്തു. തെങ്കാശി വഴി തിരിച്ച് വരുന്നതിനിടയിൽ തിരുവല്ലയിൽ ബ്ലെസ്സിയുടെ വീട്ടിൽ ചെന്നു. ബ്ലെസ്സിയാണ് തിരുവല്ല അടുത്ത് കുട്ടപ്പുഴ സ്വദേശിനിയായ ജാസ്മിൻ മേരി ജോസഫ് എന്ന പെൺകുട്ടിയെപ്പറ്റി ലോഹിയോട് പറയുന്നതും പരിചയപ്പെടാനായി അവളെ വീട്ടിലേയ്ക്ക് വിളിപ്പിക്കുന്നതും. പള്ളിയിൽ ക്വയർ പാടുന്നതല്ലാതെ കലയുടെ മേഖലയിൽ യാതൊരു പശ്ചാത്തലവുമില്ലാത്ത സാധാരണ ക്രിസ്ത്യൻ കുടുംബത്തിൽ നിന്നുള്ള ജാസ്മിൻ സിനിമയിലേയ്ക്ക് ക്ഷണിക്കപ്പെട്ടതിന്റെ അമ്പരപ്പ് മാറാതെ ലോഹിയെ കാണാനെത്തി. ചങ്ങനാശ്ശേരി അസ്സംപ്ഷൻ കോളേജിൽ സുവോളജി ബിരുദത്തിനു പഠിച്ചുകൊണ്ടിരുന്ന അവൾ പപ്പയുടെ ആഗ്രഹം പോലെ ഡോക്ടറാവാനാണ് മോഹിച്ചിരുന്നത്. ആദ്യകാഴ്ചയിൽ കഥാപാത്രത്തിന് നന്നായി ഇണങ്ങുമെന്ന് ബോധ്യപ്പെട്ട ലോഹി പ്രശാന്തിനെക്കൊണ്ട് കുറച്ച് ചിത്രങ്ങൾ എടുപ്പിച്ചു. തന്റെ മനസ്സിലുള്ള നായികയ്ക്ക് യോജിക്കും എന്നു കണ്ട് അവിടെ വെച്ചു തന്നെ അഡ്വാൻസ് നൽകി.

ശിവാനിയായി ജാസ്മിനെ ഉറപ്പിച്ചു. പേരിൽ ഒരു മാറ്റം ലോഹി തന്നെ നിർദ്ദേശിച്ചതായിരുന്നു. ജാസ്മിനു മുന്നിൽ മീര എന്ന് ചേർത്ത് മീരാ ജാസ്മിൻ എന്ന പേര് അവളെ വിളിച്ചു.

ലൊക്കേഷൻ കാണാൻ മണ്ണാർക്കാടുവഴി യാത്ര ചെയ്യുമ്പോഴാണ് പ്രശാന്ത് അക്കാര്യം പറയുന്നത്. തനിയാവർത്തനം ഷൂട്ട് ചെയ്ത മന അവിടെ അടുത്താണ് എന്ന്. ഒരു നിമിഷം പ്രശാന്തിന്റെ മുഖത്ത് നോക്കിയ ശേഷം നമുക്കവിടെയൊന്നു പോവാം എന്നായി ലോഹി.

മനയുടെ മുന്നിൽ വണ്ടി ഇറങ്ങിയ ലോഹി വല്ലാത്ത ആവേശത്തിൽ അവിടെ മുഴുവൻ ധൃതിയിൽ ചുറ്റിനടന്നു. എന്തോ മറന്നു വെച്ചത് തിരയുന്ന പോലുള്ള സൂക്ഷ്മതയോടെ ഉമ്മറത്തും വരാന്തകളിലും ഇരുട്ടു പിടിച്ച മുറികളിലും കയറിയിറങ്ങി. തന്റെ ജീവിതം മാറ്റിമറിച്ച കഥാപരിസരത്തെ വീണ്ടും കണ്ണുനിറയെ കാണുകയായിരുന്നു ലോഹിതദാസ്.

അവിടെ അലിഞ്ഞു ചേർന്ന കഥാപാത്രങ്ങളുടെ നിശ്വാസങ്ങൾക്കു പോലും അദ്ദേഹം ചെവി വട്ടം പിടിച്ചു. ആദ്യ ലോക്കേഷനിലേയ്ക്കുള്ള ലോഹിയുടെ അപ്രതീക്ഷിത സന്ദർശനത്തിന്റെ വീഡിയോ കുറേക്കാലം പ്രശാന്തിന്റെ പക്കലുണ്ടായിരുന്നു.

ഛായാഗ്രഹണം അഴകപ്പനെയാണ് ഏൽപ്പിച്ചത്. രാജാ മുഹമ്മദ് എഡിറ്ററായും തീരുമാനിക്കപ്പെട്ടു. രമേശൻ നായർ രചിച്ച് രവീന്ദ്രൻ ഈണം പകർന്ന ഒരുപിടി മികച്ച ഗാനങ്ങൾ സൂത്രധാരനിലുണ്ടായിരുന്നു. യേശുദാസും എസ്.പി.ബാലസുബ്രഹ്മണ്യവും എം.ജി.ശ്രീകുമാറും സുജാതയും ഗായത്രിയും എടപ്പാൾ വിശ്വനും ഗായകരായി വന്നു.

“പേരറിയാം മകയിരം നാളറിയാം...”, “ആരോ വെണ്ണിലാവിൻ ജാലകങ്ങൾ...” എന്നീ രണ്ട് പാട്ടുകൾ ജനപ്രിയമായി. പശ്ചാത്തല സംഗീതം എസ്.പി വെങ്കിടേഷാണ് നൽകിയത്.

പ്രശാന്തിന്റെ കർണ്ണാടക ലൊക്കേഷൻ അന്വേഷണം വിജയകരമായിരുന്നെങ്കിലും സാമ്പത്തിക ബാധ്യതകൾ കുറയ്ക്കാനായി പാണ്ഡവപുരം തെങ്കാശിയിൽ മതിയെന്ന് തീരുമാനിച്ചു. കൊച്ചിയിലും ചില സ്ഥലങ്ങൾ ലൊക്കേഷനായി കണ്ടു.

സൂത്രധാരൻ എന്നു പേരിട്ട ചിത്രത്തിലെ ഏറ്റവും മികച്ച കഥാപാത്രം ദേവുമ്മയായിരുന്നു. ആഴമുള്ള ആ വേഷം ജോക്കറിലെ സുശീലയായി തിളങ്ങിയ ബിന്ദു പണിക്കർക്ക് ലഭിച്ചു. കൊച്ചിൻ ഹനീഫയ്ക്ക് കൊടുത്തത് കരിയറിൽ ഏറ്റവും മികച്ച കഥാപാത്രങ്ങളിലൊന്നായിരുന്നു. സൂത്രധാരന് ലഭിച്ച രണ്ട് സംസ്ഥാന അവാർഡുകളിലൊന്ന് ഹനീഫയിലൂടെയായിരുന്നു. മണി എന്ന കഥാപാത്രം ഹനീഫയിലെ നടനെ ഒരിക്കൽ കൂടി അടയാളപ്പെടുത്തി. ബിന്ദു പണിക്കർ സംസ്ഥാന മികച്ച രണ്ടാമത്തെ നടിയായി തെരഞ്ഞെടുക്കപ്പെട്ടു. ലോഹിതദാസ് കണ്ടെത്തിയ അഭിനേത്രി എന്ന നിലയിൽ മീരയിൽ നിന്ന് കൂടുതൽ മികച്ച പ്രകടനം എല്ലാവരും പ്രതീക്ഷിച്ചെങ്കിലും ശരാശരി മാത്രമായി ഒതുങ്ങിപ്പോയി ആ കഥാപാത്രം. മികച്ച നടിയാണെന്ന് തെളിയിക്കാൻ മീരയ്ക്ക് പിന്നെയും സിനിമകൾ വേണ്ടിവന്നു എന്നതാണ് സത്യം. മികച്ച നവാഗത അഭിനേത്രിക്കുള്ള ഭരതൻ പുരസ്കാരം മീരയ്ക്ക് ലഭിച്ചു.

കാവ്യാ മാധവനുമായി രൂപസാദൃശ്യമുള്ള ടിനി ജോൺ എന്ന നടിയുടെ സാന്നിദ്ധ്യം പിന്നീട് കാണുന്ന പ്രേക്ഷകരെ ഇത് കാവ്യയല്ലേ എന്ന ആശയക്കുഴപ്പത്തിലാക്കിയതായി പലരും പറഞ്ഞിട്ടുണ്ട്. സദാനന്ദൻ കലാഭവൻ മണിയുടെ കൈയിൽ സുരക്ഷിതമായിരുന്നു.

ചിത്രയും തന്റെ ഭാഗം വേറിട്ട നിർത്തി.

പ്രതീക്ഷിച്ച പോലൊരു വിജയം സൂത്രധാരന് ലഭിച്ചില്ല. മെലോഡ്രാമ കൂടുതലായതിനൊപ്പം ക്ലൈമാക്സ് മോശമായതും സൂത്രധാരൻ പരാജയപ്പെടാൻ കാരണമായി. ക്ലൈമാക്സിൽ തലേക്കെട്ടും ചുണ്ടിൽ സിഗരറ്റുമായി ദിലീപിന്റെ മറ്റൊരു ഭാവത്തിലുള്ള വരവ് ഒട്ടും സ്വീകരിക്കപ്പെട്ടില്ല. ഭരതനോ പത്മരാജനോ മുമ്പ് ചെയ്ത ഗൗരവത്തിൽ ഈ പ്രമേയത്തെ സമീപിക്കാൻ കച്ചവട സിനിമയുടെ കെട്ടുപാടുകൾ കൊണ്ടാവാം ലോഹിക്ക് കഴിഞ്ഞില്ല. ഭൂതക്കണ്ണാടിയുടെ സംവിധായകനിൽ നിന്ന് അതു പ്രതീക്ഷിച്ചിരിക്കും, കുറേ പേരെങ്കിലും. ദിലീപിന് ചേരും തരത്തിൽ അതീവ ലളിതമാക്കിക്കളഞ്ഞു എന്നൊരു വിമർശനവുമുണ്ട്. 'വേശ്യകളുടെ കഥ' എന്നൊരു പ്രചരണം വന്നത് 'കുടുംബ പ്രേക്ഷകരെ തീയേറ്ററിൽ നിന്ന് വിട്ടുനിർത്തുകയും ചെയ്തു. 'പൊളിറ്റിക്കൽ കറക്ട്നെസ്' ചർച്ച ചെയ്തു തുടങ്ങിയിട്ടില്ലാത്ത കാലത്ത് അത് സ്വാഭാവികം.

ചെമ്പട്ടുമായി വന്ന പെൺകുട്ടി

അമരാവതിയിൽ വന്ന് ലോഹിയെ കാണാറുള്ളത് സിനിമക്കാര് മാത്രമായിരുന്നില്ല. ഒന്നിനുമല്ലാതെ വരുന്നവരുമുണ്ട്. ഒന്നു കാണാനും രണ്ടുവാക്ക് സംസാരിക്കാനും. മനസ്സിനിത്തിരി തണുപ്പു കിട്ടും.

അങ്ങനെയൊരു പെൺകുട്ടി കയറി വന്നു. അവൾ ജനിച്ചതും പഠിച്ചതുമെല്ലാം വിദേശത്തായിരുന്നു. പാലക്കാട്ടെ തറവാട്ടിൽ വന്ന സമയത്ത്, സിനിമകളിലൂടെ മാത്രം പരിചയപ്പെട്ട് ആരാധന തോന്നിയിട്ടുള്ള ലോഹിതദാസിനെ നേരിൽ കാണാനായിരുന്നു ആ വരവ്.

സംയുക്ത എന്നു സ്വയം പരിചയപ്പെടുത്തിക്കൊണ്ട് അവൾ ഉള്ളുതുറന്നു സംസാരിച്ചു തുടങ്ങി. ലോഹി ശ്രദ്ധയോടെ കേട്ടിരുന്നു. വിഷാദമായിരുന്നു അവളുടെ യഥാർത്ഥ പ്രശ്നം. ആത്മഹത്യാ ശ്രമങ്ങൾ വരെ ചെന്നെത്തിയിട്ടുള്ള കൊടുംവിഷാദം. ജീവിതം അവളെ സന്തോഷിപ്പിക്കുന്നതേയില്ല.

അവളോട് ലളിതമായി സംസാരിക്കുകയായിരുന്നു ലോഹി ചെയ്തത്. പർവ്വതം പോലെ അവൾ ചുമന്നു കൊണ്ടു വന്ന സമസ്യകളെല്ലാം ലോഹിയുടെ മുന്നിൽ ഭാരമില്ലാത്തവയായി. അവൾക്കതൊരു പുതിയ അനുഭവമായിരുന്നു.

കുറച്ച് സമയം അവളോട് സംസാരിച്ച ശേഷം പിന്നെ ലോഹി ഒന്നും സംഭവിക്കാത്ത മട്ടിൽ സാധാരണ വീട്ടുകാര്യങ്ങളിലേയ്ക്ക് കടന്നു. അവളോട് രണ്ടു ദിവസം അമരാവതിയിൽ താമസിക്കാൻ പറഞ്ഞു.

അവൾ കഞ്ഞിയും ചുട്ട പപ്പടവും കഴിച്ച് തൊടിയിലൂടെ മാങ്ങപെറുക്കി നടന്നു. കാച്ചെണ്ണ തേച്ച് കുളത്തിൽ കുളിച്ചു. മരങ്ങളുടെ ഉയരത്തുള്ള ചില്ലകളെ നോക്കി അവിടെയുള്ള പക്ഷിക്കൂട്ടുകൾ കണ്ടുപിടിച്ചു. സന്തോഷം കൊണ്ട് അവൾ പലതവണ കരഞ്ഞു. വിഷാദമങ്ങനെ കണ്ണീരിൽ അലിഞ്ഞു പോയി.

വലിയ ഭാരങ്ങൾ ഇറക്കിവച്ചാണ് മൂന്നാം ദിവസം അവൾ ലോഹിയോടും സുഹൃത്ത് ഡോക്ടർ ജയറാമിനോടും യാത്ര പറഞ്ഞ് അമരാവതിയിൽ നിന്നു പോവുന്നത്. പോവും മുമ്പ് ഇനിയൊരിക്കലും ആത്മഹത്യക്ക് ശ്രമിക്കില്ലെന്ന് ലോഹിയോട് സത്യം ചെയ്തു. സംയുക്ത പോയ ശേഷം പിന്നീട് പലതവണ ഡോക്ടർ ജയറാം അവളെക്കുറിച്ച് ചോദിച്ചിരുന്നെങ്കിലും ലോഹി അവളെ ഏതാണ്ട് മറന്നിരുന്നു. അഥവാ അവൾക്കായിരുന്നില്ല പ്രാധാന്യം കൊടുത്തിരുന്നത്.

അവൾ പറഞ്ഞ പ്രശ്നങ്ങളുടെ ഇടയിൽ നിന്ന് എന്തോ ഒന്ന് ലോഹിയുടെ മനസ്സിൽ ഉടക്കിയിട്ടുണ്ട്. അതൊരു കഥാതന്തുവായി പരിണമിച്ചുകൊണ്ടിരിക്കുകയാണ്.

കോവിലനും കൊടുങ്ങല്ലൂർ ഭഗവതിയും കാവുതീണ്ടലും കോമരങ്ങളും കഥാപരിസരങ്ങളിൽ നിറഞ്ഞുകൊണ്ടിരുന്നു. പല തവണ കൊടുങ്ങല്ലൂരിൽ ചെന്നു. അവിടെയെല്ലാം ചുറ്റിയടിച്ച് കൂടുതൽ മനസ്സിലാക്കാൻ തുടങ്ങി.

വാസ്തവത്തിൽ കൊടുങ്ങല്ലൂരിന്റെ ചരിത്രത്തിലും ഐതീഹ്യത്തിലും ആഴത്തിലുള്ള അറിവുണ്ടായിരുന്നു ലോഹിക്ക്. അതുകൊണ്ടായിരിക്കാം ആ കഥാപരിസരത്ത് അദ്ദേഹം വളരെ ആത്മവിശ്വാസം പ്രകടിപ്പിച്ചു.

'ചെമ്പട്ട്' എന്ന പേര് മനസ്സിൽ തെളിഞ്ഞു. മീരാ ജാസ്മിനെ നായികയാക്കി പ്രൊജക്ടിന് ആദ്യരൂപം നൽകി. നിർമ്മാതാവായും മീര തന്നെ മുന്നോട്ടു വന്നു. പ്രൊജക്ട് അനൗൺസ്മെന്റ് നടന്നു.

സത്യൻ അന്തിക്കാടിന്റെ 'അച്ചുവിന്റെ 'അമ്മ'യിൽ അഭിനയിച്ചുകൊണ്ടിരിക്കുന്ന സമയമായതിനാൽ മീരയ്ക്ക് കോഴിക്കോട് വിട്ടു പോരാൻ കഴിയില്ല. അതുകൊണ്ട്, വാളും ചിലമ്പും ചെമ്പട്ടുമായി മീരയുടെ ഫോട്ടോ ഷൂട്ട് കോഴിക്കോട് വച്ച് നടത്തി.

കല്ലടിക്കോടായിരുന്ന ലോഹി മനസ്സിൽ കണ്ട ലൊക്കേഷൻ. എന്നാൽ വർഷങ്ങൾക്ക് മുമ്പ് പോയ ഓർമ്മയിൽ കല്ലടിക്കോട് ചെന്ന ലോഹിക്ക് നിരാശയായി. കല്ലടിക്കോട് വല്ലാതെ മാറിയിരിക്കുന്നു. മാവും പ്ലാവും പുളിമരങ്ങളും ധാരാളമുള്ള പാലക്കാടൻ പ്രകൃതിയെ തെക്കുനിന്നുള്ള കുടിയേറ്റക്കാർ റബർ എസ്റ്റേറ്റുകളാക്കി മാറ്റിയത് ലോഹി അറിഞ്ഞിരുന്നില്ല. പാലായും കാഞ്ഞിരപ്പള്ളിയുമൊക്കെ പോലെ ആയിട്ടുണ്ട് കല്ലടിക്കോട്. അവിടെ ലൊക്കേഷൻ നോക്കിയിട്ട് കാര്യമില്ലെന്ന് മനസ്സിലാക്കി അന്വേഷണം തുടർന്നു ഒടുവിൽ മലപ്പുറം ജില്ലയോട് ചേർന്നുള്ള അലനല്ലൂർ ഗ്രാമത്തിൽ ചിത്രീകരിക്കാം എന്നു തീരുമാനമായി.

കൊടുങ്ങല്ലൂർ ശ്രീകുരുംബ ക്ഷേത്രപരിസരമായിരുന്നു മറ്റൊരു പ്രധാന ലൊക്കേഷൻ. ഭരണിയുടെ ദൃശ്യങ്ങളും കോമരമായി മീരാ ജാസ്മിൻ ഉറഞ്ഞുതുള്ളുന്ന രംഗവും ഷൂട്ട് ചെയ്തു കൊണ്ട് ചിത്രീകരണം തുടങ്ങിയെങ്കിലും ചില കാരണങ്ങളാൽ രണ്ടു ദിവസത്തിനപ്പുറം ചിത്രീകരണം മുന്നോട്ടു പോയില്ല. മീരയുടെ നിർമ്മാണ സംരംഭങ്ങളിൽ വീട്ടുകാർക്ക് കടുത്ത എതിർപ്പായിരുന്നു. അവരും മീരയും പരസ്പരം കേസുകൾ കൊടുത്തു. ഭിന്നത മാധ്യമങ്ങളിൽ ചർച്ചയായി.

സിനിമാ കാര്യങ്ങളിലൊന്നും കയറി അഭിപ്രായം പറയാറില്ലെങ്കിലും സിന്ധു ഇക്കാര്യം ഒരു സംശയമായി മുന്നോട്ടു വച്ചിരുന്നു. "കൊടുങ്ങല്ലൂരമ്മയാണ്. ഇത് നമുക്ക് വേണോ?"

എന്തായാലും സിനിമാസ്നേഹികളിൽ വമ്പൻ പ്രതീക്ഷയുണർത്തിയ ചെമ്പട്ട് അവിടെ നിന്നുപോവുകയായിരുന്നു.

പ്രിയംവദയും സാജനും ചേർന്ന പ്രണയകഥ

സിനിമയിൽ മഴ ശക്തമായൊരു ഇമേജാണ്. പ്രണയത്തിനും സമാഗമത്തിനും മരണത്തിനുമെല്ലാം മഴയുടെ പശ്ചാത്തലം വേവ്വേറെ നിറങ്ങൾ നൽകാറുണ്ട്. ലോഹിയുടെ സിനിമയിലും പലപ്പോഴും മഴ സാന്നിധ്യമാണ്. പക്ഷേ കഷ്ടപ്പാടുകൾ നിറഞ്ഞ കുട്ടിക്കാലത്ത് തനിക്ക് മഴയെ പേടിയായിരുന്നു എന്നാണ് ലോഹി പിന്നീട് പറഞ്ഞിട്ടുള്ളത്. ഓടിനിടയിലൂടെ ചോരുന്ന മഴവെള്ളവും ചേമ്പില ചൂടി സ്കൂളിലേയ്ക്ക് ഓടുമ്പോൾ നനയുന്ന കുപ്പായവും പുസ്തകങ്ങളുമെല്ലാം ബാല്യകാലത്തിന്റെ ഉണങ്ങാത്ത സങ്കടങ്ങളായിരുന്നതാവാം കാരണം.

ലോഹിതദാസ് എന്ന കലാകാരന്റെ എല്ലാ സമ്പാദ്യവും തകർത്ത് ജീവിതം തുടങ്ങിയേടത്ത് തന്നെ അയാളെ തിരിച്ചെത്തിച്ചതും ഒരു മഴയായിരുന്നു. കണക്കുകൂട്ടി പെയ്യാറുള്ള കേരളത്തിലെ കാലവർഷമല്ല തമിഴ്നാട്ടിലെ മഴ. അപൂർവ്വമായി പെയ്യുന്ന കാലം തെറ്റിയ കനത്ത മഴ!

ചെമ്പട്ടിന്റെ സ്ഥാനത്താണ് കസ്തൂരിമാൻ വന്നത്. കഥയും തിരക്കഥയും സംഭാഷണങ്ങളുമെഴുതി ലോഹി തന്നെ സംവിധാനം ചെയ്യാൻ തീരുമാനിച്ചു. കൂട്ടത്തിൽ മറ്റൊരു നിർണ്ണായ തീരുമാനമുണ്ടായി.

നിർമ്മാണവും സ്വയം ചെയ്യുക എന്ന്. മുദ്ര ആർട്സിന്റെ ബാനറിലായിരുന്ന ലോഹിയുടെ ആദ്യത്തെ നിർമ്മാണ സംരംഭം.

സാജൻ ജോസഫ് ആലുക്ക എന്ന നായകകഥാപാത്രത്തിന് തിരിച്ചുവരവ് ആഗ്രഹിച്ചിരുന്ന കുഞ്ചാക്കോ ബോബനാണ് തീരുമാനിക്കപ്പെട്ടത്. താൻ ചെയ്തിട്ടുള്ളതിൽ തന്റെ ജീവിതംപോലെ തോന്നിപ്പിച്ച സിനിമ കസ്തൂരിമാൻ ആയിരുന്നുവെന്നാണ് ചാക്കോച്ചൻ പറഞ്ഞിട്ടുള്ളത്. സാജൻ ജോസഫ് ആലുക്കയെപോലെ വീട്ടിൽ സാമ്പത്തിക പ്രതിസന്ധിയുടെ ചുറ്റുപാടിൽനിന്ന് വളർന്നു വന്ന പയ്യനായിരുന്നു താനെന്നും കുഞ്ചാക്കോ ബോബൻ ഓർക്കുന്നു.

ശക്തമായ നായികാ കഥാപാത്രം പ്രിയംവദയായത് മീരാ ജാസ്മിൻ. വില്ലൻ റോളിൽ ഷമ്മി തിലകനും പ്രിയംവദയുടെ സഹോദരിയായി മയൂരിയും തീരുമാനിക്കപ്പെട്ടു. എന്നാൽ അതിനിടയിൽ കുടുംബപ്രശ്നങ്ങളിൽ പെട്ട് കടുത്ത മാനസിക സമ്മർദ്ദത്തിലായിരുന്ന മയൂരി ആത്മഹത്യ ചെയ്ത വാർത്ത വന്നു. ആ റോൾ സോനാനായരിലേയ്ക്ക് എത്തിപ്പെടുകയായിരുന്നു.

ഇടിയൻ രാജപ്പൻ എന്ന കഥാപാത്രത്തിന് ഷമ്മി തിലകനെ വിളിച്ചപ്പോൾ ലോഹി പറഞ്ഞത് 'കസ്തൂരിമാൻ കാമ്പസ് പ്രണയകഥയാണ്. ഇതിൽ ഗസ്റ്റായി വരുന്ന ഒരു പോലീസുകാരന്റെ അല്പം നെഗറ്റീവ് ഷേഡുള്ള, വളരെ ചെറിയ വേഷമുണ്ട്. ജൂനിയർ ആർട്ടിസ്റ്റുകളിലൊരാൾക്ക് വേണമെങ്കിൽ ചെയ്യാവുന്ന ആ വേഷം നീ വന്ന് ചെയ്തു തരണം' എന്നായിരുന്നു.

സീൻ ഷൂട്ട് കഴിഞ്ഞ് മടങ്ങിപ്പോകാൻ തുടങ്ങുമ്പോൾ അദ്ദേഹം ഷമ്മിയെ വിളിച്ചു പറഞ്ഞു. 'ചിലപ്പോൾ അടുത്തയാഴ്ച നീ ഒന്നുകൂടി വരേണ്ടി വരും. ചാക്കോച്ചന്റെ കൂടെ ഒരു സീൻ കൂടി ഉൾപ്പെടുത്തുവാൻ ഉദ്ദേശിക്കുന്നുണ്ട്". അങ്ങനെ വീണ്ടും വന്ന് ചെയ്തതാണ്, ചാക്കോച്ചന്റെ കൂടെ കലുങ്കിന്റെ മുകളിൽ നിന്നു കൊണ്ടുള്ള രംഗം. ആ സീൻ കഴിഞ്ഞപ്പോൾ വീണ്ടും അദ്ദേഹം പറഞ്ഞു. ഷമ്മീ, നീ ഒന്നു കൂടി വരേണ്ടി വരും. അങ്ങനെ ഘട്ടംഘട്ടമായാണ് ഈ കഥാപാത്രത്തിന് ലോഹി ജന്മം കൊടുത്തത്.

തൃശ്ശൂർ കഴിമ്പ്രം സ്വദേശിയും കഴിമ്പ്രം തീയറ്റേഴ്സിന്റെ സജീവ പ്രവർത്തകനുമായിരുന്ന ലിഷോയ് ദീർഘകാലത്തെ പ്രവാസ ജീവിതം അവസാനിപ്പിച്ച് നാട്ടിലെത്തുകയും ലോഹിയെ വന്നു കാണുകയും ചെയ്തു. ലോഹി ചെയ്യാവുന്ന ഉപകാരത്തിന്റെ പരമാവധി

ചെയ്തുകൊടുത്തു. ആല്വക്ക എന്ന ശക്തനായ കഥാപാത്രം ലിഷോയ്ക്ക് നല്കി.

വീട്ടുടമസ്ഥന്റെ വേഷത്തിൽ കൊച്ചിൻ ഹനീഫയും ലോനപ്പൻ എന്ന കഥാപാത്രമായി കലാശാലാ ബാബുവും നല്ല പ്രകടനമായിരുന്നു. സാന്ദ്ര അമി, അംബികാ മോഹൻ, സുമാ ജയറാം, കുളപ്പുള്ളി ലീല തുട ങ്ങിയവരായിരുന്നു മറ്റ് വേഷങ്ങളിൽ. മീരാ ജാസ്മിനൊപ്പം പ്രാധാന്യം കുറഞ്ഞ ഒരു ജൂനിയർ ആർട്ടിസ്റ്റായി പിന്നീട് 'പ്രേമം' സിനിമയിലൂടെ മലയാളികളുടെ പ്രിയങ്കരിയായ സായ്പല്ലവിയുടെ സാന്നിധ്യമുണ്ടായി.

വേണുവായിരുന്നു ക്യാമറ ചെയ്തത്. എഡിറ്റിംഗ് രാജാ മുഹമ്മദും. പ്രശാന്ത് മാധവ് തന്നെയാണ് വീണ്ടും കലാസംവിധായനായത്. പ്രൊഡക്ഷൻ ഡിസൈനർ വിനോദ് ഗുരുവായൂർ. കാമ്പസ് രംഗങ്ങൾ ചിത്രീകരിച്ചത് തൃശ്ശൂർ സെന്റ്മേരീസ് കോളേജിലായിരുന്നു.

ലോഹി എഴുതിയ ഗാനം വീണ്ടും സൂപ്പർ ഹിറ്റായി. ജനപ്രിയതയിലേയ്ക്ക് ഔസേപ്പച്ചന്റെ തിരിച്ചെത്തൽ കൂടിയായി കസ്തൂരിമാൻ. "രാക്കുയിൽ പാടീ... രാവിന്റെ ശോകം..." എന്ന യേശുദാസിന്റെ ഗാനവും കൈതപ്രമെഴുതിയ "അഴകേ കണ്മണിയേ..'' എന്ന ഗാനവും യുവാക്കൾക്ക് പ്രിയപ്പെട്ടതായി. വ്യക്തിപരമായി ലോഹിക്ക് ഏറെ പ്രിയപ്പെട്ട പാട്ടായിരുന്നു "അഴകേ കണ്മണിയേ..." കൂടെയിരിക്കുമ്പോൾ എത്രയോ തവണ ഈ ഗാനം പാടിക്കുകയും വയലിനിൽ വായിപ്പിക്കുകയും ചെയ്തിരുന്നു. അപ്പോഴൊക്കെ അദ്ദേഹത്തിന്റെ കണ്ണു നിറയാറുണ്ടെന്ന് ഔസേപ്പച്ചൻ ഓർക്കുന്നുണ്ട്.

മുദ്രാ ആർട്സിലൂടെ കസ്തൂരിമാൻ 2003 ഏപ്രിൽ മൂന്നിന് തീയേറ്ററുകളിലെത്തി. പതിയെപ്പതിയെ വൻ ഹിറ്റിലേയ്ക്ക് ഓടിക്കയറുകയായിരുന്നു ചിത്രം.

മീരയും ചാക്കോച്ചനും ചേർച്ചയുള്ള പ്രണയജോഡികളായി സ്വീകരിക്കപ്പെട്ടു. ക്ലൈമാക്സിൽ ലോഹി തെന്നി വീഴുന്നു എന്ന കഴിഞ്ഞ പടങ്ങളുടെ വിമർശകർക്ക് ഒന്നാന്തരം മറുപടിയായിരുന്നു കസ്തൂരിമാൻ. പ്രണയത്തിന്റെ തീവ്രഭാവങ്ങൾ ചാലിച്ച അവസാനരംഗങ്ങൾ പ്രേക്ഷകരെ നൊമ്പരപ്പെടുത്തി.

"ഒമ്പത് വർഷം ഒമ്പത് ദിവസം പോലെ പോവും. പക്ഷേ വേറൊരു കുട്ട് എനിക്കില്ല അപ്പച്ചാ..." എന്ന സാജൻ ആല്വക്കയുടെ ഡയലോഗ് തീയേറ്ററുകളിൽ കൈയടി ഉയർത്തി.

പടം നന്നായി കളക്റ്റ് ചെയ്യപ്പെട്ടു. 2004 ലെ മികച്ച നടിക്കുള്ള സംസ്ഥാന അവാർഡും ഫിലിം ക്രിറ്റിക്സ് അവാർഡും മീരാ ജാസ്മിനെ തേടിയെത്തി.

പാലക്കാട് നഗരവുമായി അത്രയേറെ ആത്മബന്ധമുണ്ടായിട്ടും ലോഹി പാലക്കാട് വരാതായത് അക്കാലത്താണ്. വിനു ആനന്ദ് എന്നൊരു ആത്മസുഹൃത്തുണ്ടായിരുന്നു പാലക്കാട്ട്. ലോഹിയെ ഏറെ സ്നേഹിക്കുകയും ബഹുമാനിക്കുകയും കാണാത്ത സ്ഥലങ്ങളിലേയ്ക്ക് കൊണ്ടുപോവുകയുമൊക്കെ ചെയ്യുന്ന വിനു കസ്തൂരിമാന്റെ എഴുത്തു നടക്കുമ്പോൾ വീട്ടിൽ വന്നു. പാലക്കാട് വച്ച് സംഗീത സംവിധായകൻ ജോൺസന് സ്വീകരണം നൽകുന്ന ഒരു പ്രോഗ്രാം നടക്കാൻ പോവുന്നുണ്ട്. ലോഹി വന്നേ പറ്റൂ എന്നാണ് വിനു പറയുന്നത്. എഴുതിക്കൊണ്ടിരിക്കുകയാണ് ഇപ്പൊ വന്നാൽ ശരിയാവില്ല എന്നൊക്കെ പറഞ്ഞു നോക്കിയെങ്കിലും അയാൾ വാശിപിടിച്ചു. ഒടുവിൽ ആ പരിപാടിക്ക് അതിഥിയായി എത്താമെന്നു തന്നെ ലോഹി സമ്മതിച്ചു.

പറഞ്ഞദിവസം രാത്രി പ്രോഗ്രാമിൽ പങ്കെടുത്ത് വേഗം മടങ്ങാൻ നിന്ന ലോഹിയെ ഭക്ഷണം കഴിച്ചിട്ടു പോവാമെന്ന് വിനു നിർബന്ധിച്ചു. എന്നാൽ ശരി, ഗാനമേള തീർന്ന് ഭക്ഷണശേഷം വിനുവിനെ കാറിൽ വീട്ടിലാക്കാം എന്നു ലോഹി പറഞ്ഞത് അയാളെ സന്തോഷിപ്പിച്ചിരുന്നു. ഭക്ഷണം കഴിഞ്ഞപ്പോൾ ലോഹിക്ക് ഒരു കോൾ വന്നു. കുറച്ചു നേരം മാറി നിന്ന് സംസാരിച്ചു. തിരിച്ചുവന്നു നോക്കുമ്പോൾ വിനുവിനെ കാണാനില്ല. അത്രനേരം കൂടെയുണ്ടായിരുന്നയാൾ യാത്ര പോലും പറയാതെ പോയിരിക്കുന്നു. ലോഹിക്ക് വിചിത്രമായി തോന്നി. ലോഹി വണ്ടിയെടുത്ത് സ്വന്തം വീട്ടിലേക്ക് തിരിച്ചു. രാവിലെ ആറു മണിക്ക് ഫോൺ വന്നു. വിനു ഇന്നലെ രാത്രി മരിച്ചു എന്ന്.

യാത്ര പറയാൻ പോലും കാത്തു നിൽക്കാതെ മാഞ്ഞുപോയ വിനുവിന്റെ ഓർമ്മകൾ അസ്വസ്ഥമാക്കുന്ന പാലക്കാട് നഗരത്തിൽ വരാൻ പിന്നീട് ലോഹിക്ക് കഴിയുമായിരുന്നില്ല.

എല്ലാം കവർന്ന മഴ

മലയാളത്തിൽ സൂപ്പർഹിറ്റായ കസ്തൂരിമാൻ തമിഴിൽ ചെയ്യണമെന്ന ആഗ്രഹമുണ്ടായി ലോഹിക്ക്. പ്രിയംവദയുടെ ത്യാഗത്തിന്റെ കഥ തമിഴർക്ക് കുറേക്കൂടി മനസ്സിലാകുമെന്ന് ലോഹിക്ക് ഉറപ്പായിരുന്നു. അങ്ങനെയായി ശ്രമം തുടങ്ങി. ലോഹിയും സിന്ധുവും ചെന്നൈയിൽ ഫ്ലാറ്റെടുത്ത് താമസമാക്കി. മക്കൾ രണ്ടുപേരും നാട്ടിൽത്തന്നെ. മലയാളത്തിൽ നിന്നുള്ള സിനിമാ പ്രവർത്തകർക്ക് താമസിക്കാനും മറ്റുമായി മറ്റൊരു ഫ്ലാറ്റിൽ ഓഫീസും തുടങ്ങി.

പ്രശസ്ത തമിഴ് - മലയാളം എഴുത്തുകാരൻ ജെയമോഹനെക്കൊണ്ട് സംഭാഷണങ്ങൾ തമിഴിലേക്ക് മൊഴിമാറ്റം ചെയ്യിക്കാനാണ് ലോഹി ശ്രമിച്ചത്. അതുവരെ സിനിമയിൽ എഴുതിയിട്ടില്ലാത്ത ജെയമോഹൻ ആദ്യമൊന്നും വഴങ്ങിയില്ല. ലോഹി വീണ്ടും വീണ്ടും നിർബന്ധിച്ചപ്പോൾ അദ്ദേഹം തയ്യാറായി. 'യന്തിരൻ' പോലുള്ള നിരവധി ബ്രഹ്മാണ്ഡ സിനിമകളുടെ രചയിതാവായി പിന്നീട് മാറിയ ജയമോഹൻ സിനിമയിലേയ്ക്ക് ആദ്യചുവടുവെച്ചതിന് കാരണക്കാരനായതും ലോഹിയായിരുന്നു. ജീവിക്കാനാവശ്യമായ പണം സമ്പാദിക്കാൻ സിനിമയിലേയ്ക്ക് തന്നെ വരണമെന്ന് അന്ന് ലോഹി പറഞ്ഞിരുന്നത്രെ. ജെയമോഹനും ലോഹിയും തമ്മിലുള്ള ആത്മബന്ധം തുടങ്ങുന്നത് അങ്ങനെയാണ്.'ലോഹി: നിനൈവുകൾ മതിപ്പീടുകൾ' എന്ന തമിഴ് പുസ്തകവും

പിന്നീട് ജെയമോഹൻ എഴുതി.

ഒട്ടേറെപ്പേർ നിർമ്മാണത്തിന് തയ്യാറായി വന്നെങ്കിലും പ്രൊജക്ട് കൂടുതൽ മുന്നോട്ടു പോയപ്പോൾ നിർമ്മാതാക്കളെല്ലാം പലവിധ കാരണങ്ങളാൽ പണമിറക്കാൻ താമസിച്ചു. എന്നാൽ ഉദ്ദേശിച്ച വേഗത്തിൽ പടം മുന്നോട്ടു കൊണ്ടുപോവാൻ മറ്റു വഴികൾ കാണാതി രുന്ന ലോഹി ആ സാഹസത്തിനു മുതിർന്നു. തന്റെ അന്നുവരെയുള്ള സമ്പാദ്യവും സുഹൃത്തുക്കളിൽ നിന്നു കടം വാങ്ങിയ പണവുമിറക്കി ഭാര്യ സിന്ധുവിന്റെ പേരിൽ തമിഴിൽ കസ്തൂരിമാൻ ചിത്രീകരണം തുടങ്ങി. സുഹൃത്തുക്കൾ പലരും വിലക്കിയിരുന്നെങ്കിലും അത്രമേൽ ആത്മ വിശ്വാസത്തിലും വാശിയിലുമായിരുന്നു ലോഹി. കിച്ചയും വൈദിയും ഛായാഗ്രഹകരായി വന്നു.

അരുണാചലം എന്ന കഥാപാത്രമായി പ്രസന്നയായിരുന്നു തമിഴിൽ ചാക്കോച്ചന്റെ സ്ഥാനത്ത്. നായിക ഉമാശങ്കരിയായി മീരാജാസ്മിൻ. സി.കെ. നാഗരാജൻ എന്ന പോലീസ് കഥാപാത്രം ഷമ്മി തിലകൻ തന്നെ ചെയ്തു. ഇളയരാജയായിരുന്നു സംഗീതം.

കോയമ്പത്തൂരിലെ സി.എം.എസ് കോളേജായിരുന്നു ഒരു പ്രധാന ലൊക്കേഷൻ. പണയത്തിനെടുത്ത കാശുകൊണ്ട് എല്ലാ പണികളും തീർക്കുമ്പോഴേയ്ക്കും നല്ലൊരു തുക ഇറങ്ങിയിരുന്നു. അപ്പോഴും ലോഹി ആത്മവിശ്വാസം കൈവിട്ടില്ല. തീയേറ്ററിലെത്തിക്കുന്നതു വരെ മാത്രമ ല്ലേ പ്രതിസന്ധിയുണ്ടാവൂ. തമിഴ് ജനത ചിത്രത്തെ വിജയിപ്പിക്കുകയും കടങ്ങളെല്ലാം വീട്ടി ലാഭം കിട്ടുകയും ചെയ്യുമെന്ന് വിശ്വസിച്ചു. ചില്ലറ പ്രതിസന്ധികൾ മറികടന്ന് കസ്തൂരിമാൻ തമിഴ്നാട്ടിൽ റിലീസ് ചെയ്തു.

ആദ്യദിവസം ചെന്നൈയിൽ നിന്ന് ഗംഭീര റിപ്പോർട്ടുകളായിരുന്നു. എല്ലായിടത്തും ഹൗസ്ഫുൾ. ടിക്കറ്റ് കരിഞ്ചന്തക്കാർ പോലും കാശുവാരി. ലോഹി സ്വപ്നം കണ്ട രീതിയിൽ കസ്തൂരിമാനെ തമിഴർ ഏറ്റെടുക്കു ന്നതിന്റെ ശുഭലക്ഷണങ്ങൾ.

പ്രദർശനത്തിനെത്തിയ ആദ്യ ദിവസങ്ങളിൽ വൻ തിരക്കായിരുന്നു. ചെന്നൈയിൽ ടിക്കറ്റുകൾ ബ്ലാക്കിൽ മാത്രമേ കിട്ടുന്നുള്ളൂ. പക്ഷേ മൂന്നാം ദിവസം ഉച്ചയോടെ മഴ തുടങ്ങി. വെറും മഴയല്ല, പ്രളയവർഷമായിരുന്നു. ഇരുപത്തെട്ട് ദിവസം തുടർച്ചയായി മഴപെയ്തു. തമിഴ്നാട്ടിൽ കേട്ടുകേൾവി യില്ലാത്ത പേമാരി. വിളഞ്ഞു നിന്ന കൃഷിയിടങ്ങളെല്ലാം വെള്ളത്തിനടി യിലായി. ഒറ്റ മനുഷ്യൻ പോലും വീട്ടിൽ നിന്ന് പുറത്തിറങ്ങാതെയായി. തിയേറ്ററുകളിൽ മഴവെള്ളം കെട്ടിനിന്നു. അനേക വർഷങ്ങൾ കൊണ്ട്,

സർഗ്ഗവാസന മാത്രം കൈമുതലാക്കി ഒരു കലാകാരൻ സമ്പാദിച്ചതെല്ലാം മഴ കൊണ്ടു പോവുന്ന ദുരന്തമായിരുന്നു സംഭവിച്ചത്.

മഴ മാറിയപ്പോഴേയ്ക്കും തീയേറ്ററുകളിൽ കസ്തൂരിമാനെ പിന്തള്ളി പുതിയ ചിത്രങ്ങൾ കയറിയിരുന്നു. വൻ പരാജയം ഏറ്റുവാങ്ങി കസ്തൂരിമാൻ തീയേറ്ററുകളിൽ നിന്ന് പുറത്തായി. ലോഹി എല്ലാ അർത്ഥത്തിലും തകർന്നുപോയിരുന്നു. പണയപ്പെടുത്തിയതെല്ലാം കൈമോശം വന്നു. ആലുവയിൽ മോഹിച്ചു പണിത വീടടക്കം വിലപിടിച്ചതെല്ലാം നഷ്ടമായി. അകലൂരിലെ വീടുമാത്രം ബാക്കിയായി.

ലോഹിയും സിന്ധുവും നാട്ടിൽ വരാതെ ചെന്നൈയിൽത്തന്നെ തങ്ങി. നാട്ടിൽ അനവധി കടങ്ങളുണ്ട്. അധികവും സുഹൃത്തുക്കളിൽ നിന്ന് ചെറിയ അവധി പറഞ്ഞ് വാങ്ങിയതാണ്. അവരുടെ മുന്നിൽ തലയുയർത്തി നിൽക്കാനാവാതെ ഒളിവു ജീവിതത്തിൽ പെട്ടുപോയി, മലയാളം കണ്ട പ്രതിഭാധനനായ ചലച്ചിത്രകാരൻ. ചെന്നൈയിലെ ഒറ്റമുറി ബെഡ്റൂം ഫ്ലാറ്റിൽ തുടർന്നു. ദാരിദ്ര്യം അതിന്റെ സകല രൂക്ഷതകളോടും കൂടി അടുത്തെത്തിയിരുന്നു.

ബാക്കിയുള്ള അല്പം പണം കൊണ്ട് പട്ടിണി വരാതെ നോക്കാൻ സിന്ധു വഴികളാലോചിച്ചു. കുറച്ച് അരിയും വെളിച്ചെണ്ണയും പരിപ്പും വാങ്ങി സൂക്ഷിച്ചുവെച്ചു. ദിവസങ്ങളോളം കഞ്ഞിയും പരിപ്പുകറിയുമായി കഴിച്ചുകൂട്ടി.

നിരാശയും ദാരിദ്ര്യവും അഭിമാനക്ഷതവും കൊണ്ട് ശ്വാസം മുട്ടി ജീവിച്ച ലോഹിയെത്തേടി സെവൻ ആർട്സ് വിജയകുമാറിന്റെ ഫോൺകോൾ വന്നത് അപ്രതീക്ഷിതമായിട്ടായിരുന്നു. സൗഹൃദം പുതുക്കൽ മാത്രമായിരുന്നു ഉദ്ദേശം. നാട്ടിലേയ്ക്കു പോവുന്നില്ലേ എന്നായിരുന്നു വിജയകുമാറിന്റെ ചോദ്യം. ലോഹി വ്യക്തമായൊന്നും പറഞ്ഞില്ല. പിറ്റേന്ന് മദ്രാസ് പ്രസിഡൻസി ക്ലബ്ബിലേയ്ക്ക് ക്ഷണിച്ചു കൊണ്ടായിരുന്നു വിജയകുമാർ സംഭാഷണമവസാനിപ്പിച്ചത്.

ലോഹിയും സിന്ധുവും പിറ്റേന്ന് പ്രസിഡൻസി ക്ലബ്ബിലെത്തി. വിഭവസമൃദ്ധമായ ഉച്ചഭക്ഷണം നൽകി വിജയകുമാർ അവരെ സ്വീകരിച്ചു. കഞ്ഞിയും പരിപ്പുകറിയും കഴിച്ച് മടുത്ത അവർക്ക് ആശ്വാസവിരുന്നായി തോന്നിയിട്ടുണ്ടാവും ആ ഭക്ഷണം. സെവൻ ആർട്സ് വിതരണം ചെയ്ത എത്രയോ ഹിറ്റ് ചിത്രങ്ങൾക്ക് രചന നിർവ്വഹിച്ച ലോഹിയോട് വീണ്ടും തലേന്നത്തെ ചോദ്യം വിജയകുമാർ ചോദിച്ചു.

"നാട്ടിൽ പോവാത്തതെന്താ?"

അപ്പോഴത്തെ യഥാർത്ഥ ചിത്രം ലോഹി വിജയകുമാറിനോട് തുറന്നു പറഞ്ഞു. "പലിശക്കാരല്ല പ്രശ്നം, സുഹൃത്തുക്കളിൽ നിന്ന് വാങ്ങിയ പണം തിരിച്ചു കൊടുക്കണ്ടേ? പ്രതിസന്ധിയിൽ സഹായിച്ചവരെ ബുദ്ധിമുട്ടിക്കാനാവുമോ? പണമില്ലാതെ നാട്ടിൽ എങ്ങനെ ചെല്ലും?''

മിണ്ടാതെ കേട്ടുകൊണ്ടിരുന്ന വിജയകുമാർ അല്പനേരം കഴിഞ്ഞ് മറുപടി പറഞ്ഞു. "അതൊന്നും നോക്കണ്ട. നാട്ടിലേയ്ക്ക് ചെല്ലൂ. കൊടുക്കാനുള്ള പണം അവിടെ കിട്ടും. ഞാൻ ചില ഏർപ്പാടുകൾ ചെയ്യാം. ധൈര്യമായി രണ്ടാളും നാട്ടിലേയ്ക്ക് പോവാനൊരുങ്ങിക്കോളൂ..."

വിജയകുമാർ നൽകിയ ഉറപ്പിൻ മേൽ ലോഹിയും സിന്ധുവും നാട്ടിലെത്തി. പറഞ്ഞ പ്രകാരം ആ നല്ല മനുഷ്യൻ കടം വീട്ടാനുള്ള പണമെത്തിച്ചിരുന്നു. കടങ്ങളൊക്കെ തീർത്ത് അഭിമാനം രക്ഷപ്പെടുത്തി. ലോഹിക്ക് വിജയകുമാറിനോട് തീർത്താൽ തീരാത്ത കടപ്പാടു തോന്നി. സിനിമ തന്ന പ്രതിസന്ധിയെ മറികടക്കാൻ സിനിമയിലെ നല്ല ബന്ധങ്ങൾ തന്നെ കാരണമായതു ലോഹിക്ക് ആശ്വാസമായി.

'കസ്തൂരിമാൻ' തമിഴിൽ പരാജയപ്പെട്ടപ്പോൾ ചേർത്തുപിടിച്ച് ശാസിച്ചത് മമ്മൂട്ടിയായിരുന്നു. ലോഹിയുടെ വാക്കുകൾ "നടുക്കടലിൽ അശരണനായി ഞാൻ ഒറ്റപ്പെട്ടു പോയ സമയത്ത് എന്റെ ഫോണിലേക്ക് ഒരു വിളി വന്നു.''

"ഞാനാ..മമ്മൂട്ടി. താനെവിടെയാണ്? ചെന്നൈയിൽ ഭയങ്കര മഴയല്ലേ..പിന്നെ താനെന്തിനാ അവിടെ നിൽക്കുന്നത്. വേഗം രക്ഷപ്പെട്ട് പോര്. ഞാനുണ്ട് ഇവിടെ."

നാട്ടിലെത്തി തമ്മിൽ കണ്ടപ്പോൾ മമ്മൂക്ക ശകാരിക്കുമെന്ന് വിചാരിച്ചു. പക്ഷേ അതുണ്ടായില്ല. ഒരു കാരണവരെ പോലെ ചാരുകസേരയിൽ ചാഞ്ഞു കിടന്നു കൊണ്ട് സ്നേഹാർദ്രമായ ശബ്ദത്തിൽ ലോഹിയോട് കുറേ സംസാരിച്ചു, ലോഹിയുടെ മനസ്സിന്റെ തീയകറ്റി. പിന്നെ അലക്ഷ്യഭാവത്തോടെ പറഞ്ഞു. "താൻ വിഷമിക്കണ്ട. പോയത് പോയി, തന്റെ ഈ ഉൾവലിയുന്ന സ്വഭാവം മാറ്റണം. എന്നിൽ നിന്നൊക്കെ താൻ വിട്ടുപോവുകയാണ് ചെയ്യുന്നത്. താൻ എന്നെ വിട്ടാലും ഞാൻ തന്നെ വിടില്ല. തന്നോടുള്ള സ്നേഹം കൊണ്ട് മാത്രമല്ല, തന്റെ കൈയിൽ കോപ്പുള്ളത് കൊണ്ടാ"

സ്വത്തുക്കൾ നഷ്ടപ്പെട്ടപ്പോൾ ഒരിക്കൽ പോലും അത്രയധികം

മനോവിഷമം ലോഹിക്ക് തോന്നിയില്ല. കാരണം അയാൾ ഒരു പാവം തുന്നൽ ടീച്ചറുടെ മകനായിരുന്നു. ചാണകം മെഴുകിയ നിലത്ത് വർഷങ്ങൾ കിടന്നുറങ്ങിയവൻ, മണ്ണെണ്ണ വിളക്കിന്റെ പുക ശ്വസിച്ച് നാടകങ്ങളെഴുതിയവൻ, പുരപ്പറമ്പുകളിലൂടെ ദിവാസ്വപ്നങ്ങൾ കണ്ട് അലഞ്ഞവൻ, അയാളുടെ അടിത്തറ അതാണ്. അപ്പോൾ ഇന്നലെ കയറിവന്ന് ഇന്നിറങ്ങിപ്പോയ സമ്പത്ത് അയാളെ എങ്ങനെ നിലതെറ്റിക്കാനാണ്. എങ്കിലും പുതിയ പലകാര്യങ്ങളും പഠിക്കാൻ തകർച്ച സഹായിച്ചു. യഥാർത്ഥ മിത്രങ്ങളെയും ശത്രുക്കളെയും തിരിച്ചറിയുക. നന്മയുള്ള ഇടങ്ങൾ കണ്ടെത്താൻ കഴിയുക ഒക്കെ നമ്മുടെ ക്ഷീണാവസ്ഥകളിലാണല്ലോ എന്ന് ലോഹി ആശ്വസിച്ചു.

കൈവിട്ട സമ്പത്തിനെ ഓർത്തു ലോഹിയുടെ കുടുംബത്തിൽ ആരും ആകുലപ്പെട്ടില്ല. പുതിയ സാഹചര്യങ്ങളുമായി മക്കൾ വേഗത്തിൽ ഇണങ്ങി. മനസ്സിൽ സർഗ്ഗാത്മകതയുടെ പുതുനാമ്പുകൾ മുളച്ചു തുടങ്ങി. സന്തോഷമുള്ള വാർത്തകൾ വന്നു. തമിഴ്നാട് സർക്കാരിന്റെ മൂന്ന് സംസ്ഥാന അവാർഡുകൾ കസ്തൂരിമാൻ നേടി.

“ഒരു പ്രളയത്തിനും നശിപ്പിക്കാനാകാത്ത, ഒരു കാട്ടുതീയിനും ദഹിപ്പിക്കാനാകാത്ത, ഒരു കൊടുങ്കാറ്റിനും കവർന്നെടുക്കാനാകാത്ത

ഒരു മഹാധനം പ്രപഞ്ചശക്തി എനിക്ക് തന്നിട്ടുണ്ടല്ലോ. അക്ഷരം എന്ന ആ മഹാധനം. അതുമതി... അതു മാത്രം മതിയെനിക്ക്” മാധ്യമം പത്രത്തിന്റെ താളിൽ താൻ നേരിട്ട അഗ്നിപരീക്ഷയെ ലോഹി ഇങ്ങനെ കുറിച്ചു.

ബാലചന്ദ്രൻ ചുള്ളിക്കാട് പറഞ്ഞ ഒരനുഭവമുണ്ട്. ഒരു ദിവസം ലോഹിതദാസിന്റെ ഫോൺ:

“ഞാൻ ആലുവാ പാലസിലുണ്ട്. വൈകുന്നേരം തിരക്കില്ലെങ്കിൽ ഇതിലേ ഇറങ്ങാമോ?”

വൈകീട്ട് ഞാൻ ഓഫീസിൽനിന്ന് ഇറങ്ങി നേരേ ആലുവാ പാലസിലെത്തി. ഡി.എച്ച്. ലോറൻസിന്റെ The man who died എന്ന നോവലിനെക്കുറിച്ച് ഒരിക്കൽ ഞാൻ പറഞ്ഞിരുന്നു. അതിനെക്കുറിച്ച് ഞങ്ങൾ സംസാരിച്ചുകൊണ്ടിരുന്നു.

അപ്പോൾ ഒരു ചെറുപ്പക്കാരൻ വന്നു. ഒരു പൊതി ലോഹിക്കുനേരെ നീട്ടി.

“ എന്താ ഇത്?”

ലോഹി ചോദിച്ചു.

"അന്നത്തെ കാശ്. വൈകിപ്പോയി. ക്ഷമിക്കണം."

ചെറുപ്പക്കാരൻ വിനയത്തോടെ പറഞ്ഞു.

ലോഹി ചെറിയ ചിരിയോടെ എന്നെ നോക്കി താടി തടവിക്കൊണ്ട് പറഞ്ഞു:

"ആദ്യമായിട്ടാണ് ഒരാൾ വാങ്ങിയ കാശു തിരിച്ചു തരുന്നത്."

എന്നിട്ട് ആ ചെറുപ്പക്കാരനോടുപറഞ്ഞു:

"അതു കയ്യിൽത്തന്നെ വെച്ചോളൂ. ഈ കഷ്ടപ്പാടൊക്കെ തീരും. താൻ നല്ല നിലയിലെത്തും. അന്ന് ഒരു ചെറുപ്പക്കാരൻ തന്നെ കാണാൻ വരും. തന്നോടു സഹായം ചോദിക്കും. അപ്പോൾ അയാൾക്കു കൊടുത്താൽ മതി."

"സാർ"

ആ ചെറുപ്പക്കാരൻ തൊഴുതു. കണ്ണു തുടച്ചുകൊണ്ട് അയാൾ ഇറങ്ങിപ്പോയി.

സാധാരണയിൽ നിന്ന് കയറി നിൽക്കുന്ന സെലിബ്രിറ്റി ജീവിതം ഒരിക്കലും ജീവിച്ചിട്ടില്ലാത്തവനാണ് ലോഹി. ലോഹിയെ കാണാനായി ഷൊറണ്ണൂർ ഗസ്റ്റ്ഹൗസിലെത്തുന്ന പല സിനിമാക്കാരും കണ്ടിട്ടുണ്ട്, അവിടുത്തെ ജീവനക്കാരനായ ഉണ്ണിയോടൊപ്പം വിറക് പെറുക്കുകയും കഞ്ഞിയും പയറും വെയ്ക്കുകയുമൊക്കെ ചെയ്യുന്ന തിരക്കഥാകൃത്തിനെ. ഇതേ കഞ്ഞി പിറ്റേന്ന് പച്ചമുളകും തൈരും കൂട്ടി ഉടച്ച് കഴിക്കുകയും ചെയ്യും.

കഞ്ഞിയോടുള്ള ആത്മബന്ധമാണ് ഷൊറണ്ണൂർ ടൗണിൽ കഞ്ഞിക്കച്ചവടം ചെയ്യുന്ന ഇസ്മയിലുമായി സൗഹൃദമുണ്ടാക്കിയത്. ഇസ്മയിൽ ചില ലോഹി ചിത്രങ്ങളിൽ മുഖം കാണിച്ചിട്ടുമുണ്ട്.

ചക്രം വീണ്ടും ചലിച്ചു തുടങ്ങുന്നു

ഒന്നും വഴിയിലുപേക്ഷിക്കാൻ ഇഷ്ടമല്ലാത്തയാളായിരുന്നു. പോക്കറ്റിലും പേഴ്സിലുമൊക്കെ ആവശ്യം കഴിഞ്ഞും എടുത്തു വെച്ചിട്ടുള്ള കടലാസു കഷ്ണങ്ങൾ കാണാം. ബസ് ടിക്കറ്റുകൾ പോലും കളയാൻ മടിക്കുന്നയാൾ.

ചക്രവും എന്നെന്നേയ്ക്കുമായി ഉപേക്ഷിക്കാൻ ലോഹിക്ക് കഴിയുമായിരുന്നില്ല. തന്റെ ഇഷ്ട കഥാപശ്ചാത്തലമായ ലോറി ജീവിതത്തിൽ ഇനിയുമേറെ വരച്ചുകാണിക്കാനുണ്ട് എന്നദ്ദേഹം ഉറച്ചു വിശ്വസിച്ചു. മുൻപത്തെ പ്രൊജക്റ്റ് അടഞ്ഞ അധ്യായമാണെങ്കിലും ലോഹി വീണ്ടും അതിനായി അധ്വാനിച്ചു തുടങ്ങി. തന്റെ സംവിധാനത്തിൽ ചക്രം പൂർത്തീകരിക്കാനായിരുന്നു ലോഹി ഉദ്ദേശിച്ചത്. ജോണി സാഗരികയ്ക്ക് അവകാശമുള്ളതെല്ലാം മാറ്റിവെച്ച് തീർത്തും പുതിയ പ്രൊജക്റ്റായിട്ടായിരുന്നു പദ്ധതി. കിട്ടു അമ്മിണി ക്രിയേഷൻസ് ചിത്രം നിർമിക്കുന്നു എന്ന് വാർത്തകൾ വന്നു.

പഴയ കഥ പുതിയ പ്രൊജക്റ്റാക്കാൻ തയ്യാറുള്ള നിർമ്മാതാവായി ബിസിനസ്സുകാരനും കൊയിലാണ്ടിയിലെ ദ്വാരക തീയേറ്റർ ഉടമയുമായ കൃഷ്ണരാജ് മുന്നോട്ടുവന്നു. ചക്രത്തിന്റെ പേരുമാറ്റി 'ശ്രീചക്രം' എന്നാക്കണമെന്ന് ഒരു ആലോചന ഉണ്ടായി. 'ജീവിതചക്രം' എന്ന് മറ്റൊരഭിപ്രായവും ഉയർന്നിരുന്നു. ഒടുവിൽ ചക്രം എന്ന പേരു തന്നെ

ഉറപ്പിച്ചു. ഛായാഗ്രാഹകനായി രാജീവ് രവിയെ ക്ഷണിച്ചു. പ്രശാന്ത് മാധവ് വീണ്ടും കലാസംവിധാനത്തിന്റെ ചുമതലയിൽ എത്തി.

മോഹൻലാലും ദിലീപും അവതരിപ്പിക്കേണ്ടിയിരുന്ന കഥാപാത്രങ്ങളായി പൃഥ്വിരാജും ജയസൂര്യയുമെത്തും എന്നാണ് ആദ്യഘട്ട ചർച്ചകളിൽ ഉയർന്നു കേട്ടത് . വിജയകൃഷ്ണൻ എന്ന കഥാപാത്രത്തിന്റെ പേര് ചന്ദ്രഹാസൻ എന്നായി. ലോറി ക്ലീനർ കഥാപാത്രം പ്രേമചന്ദ്രൻ 'പ്രേംകുമാറാ'യി. പിന്നീട് ജയസൂര്യക്ക് പകരം 'നമ്മൾ' എന്ന ചിത്രത്തിലൂടെ ശ്രദ്ധിക്കപ്പെട്ട 'നുലുണ്ട' വിജീഷിനെ കാസ്റ്റ് ചെയ്തു. തുടർച്ചയായി മൂന്നാമത്തെ ലോഹിതദാസ് ചിത്രത്തിലും നായികയായി മീരാ ജാസ്മിനെത്തന്നെ ഉറപ്പിച്ചു. ഇന്ദ്രാണി എന്നായിരുന്നു കഥാപാത്രത്തിന്റെ പേര്. മറ്റൊരു പ്രധാന വേഷത്തിന് 'പ്രിയ'ത്തിലെ നായിക ദീപാനായരെ അന്വേഷിച്ചെങ്കിലും ദീപ ഇൻഫോസിസിൽ ജോലിയിൽ പ്രവേശിച്ചതിനാൽ ഓഫർ സ്വീകരിച്ചില്ല. ചന്ദ്രാ ലക്ഷ്മണായിരുന്നു പകരം.

ആദ്യത്തെ തിരക്കഥയിൽ പല മാറ്റങ്ങളും വരുത്തിയിരുന്നു. നായകൻ ചന്ദ്രഹാസന്റെ ജീവിതത്തിൽ ഒരു ലക്ഷ്യമേയുള്ളൂ. തന്റെ ജീവിതം തകർത്തയാളെ കണ്ടെത്തുക. അതിന് വേണ്ടി മാത്രമാണ് അയാൾ ജീവിച്ചിരിക്കുന്നതു തന്നെ. ഏറെ അഭിനയസാധ്യതയുള്ള കഥാപാത്രം ഇരുപത്തിയൊന്ന് വയസ്സു മാത്രം പ്രായമുള്ളപ്പോഴാണ് പൃഥ്വിരാജ് അഭിനയിച്ചത് എന്നത് ആ നടന്റെ റെയ്ഞ്ച് മനസ്സിലാക്കിത്തരുന്നതാണ്.

വില്ലനു വേണ്ടി ലോഹി നിരവധി പേരെ പരീക്ഷിച്ചു നോക്കിയെങ്കിലും തൃപ്തി വന്നില്ല. ഒടുവിൽ സെറ്റിൽ പലരോടുമുള്ള പരിചയം പുതുക്കാനായി സന്ദർശനത്തിന് എത്തിയ ബിനോയ് അങ്കമാലിയെ ലോഹിതദാസിന് ഇഷ്ടമാവുകയും ഗിരി എന്ന വില്ലൻ കഥാപാത്രത്തിന് തീരുമാനിക്കുകയുമായിരുന്നു.

ആദ്യത്തെ ചക്രം പോലെ ഈ പ്രൊജക്ടിലും പൊള്ളാച്ചിയായിരുന്നു പ്രധാന ലൊക്കേഷൻ. സമയത്തിന്റെ കാര്യത്തിൽ യാതൊരു അച്ചടക്കവും പാലിക്കാത്ത മീരാ ജാസ്മിന്റെ ഉദാസീനതയിൽ പലതവണ പൊട്ടിത്തെറിക്കേണ്ടി വന്നിട്ടുണ്ട് ക്യാമറാമാൻ രാജീവ് രവിക്ക്. മീരയെ സംവിധായകൻ നിയന്ത്രിക്കുന്നില്ലെന്ന പരാതി സ്വാഭാവികമായും ലോഹിക്കെതിരെ വന്നിരുന്നു. പരിചയക്കുറവു മൂലം

ടെയ്ക്കുകളും റീടെയ്ക്കുകളുമായി സമയവും പണവും നഷ്ടപ്പെടുത്തിയിരുന്ന പ്രതിനായക നടനോടുള്ള പൃഥ്വിരാജിന്റെ അതൃപ്തിയും ലോഹിക്ക് തലവേദനയായി. ഒരു പ്രത്യേകതകളുമില്ലാത്ത ചിത്രീകരണദിവസങ്ങളായാണ് ചക്രം കടന്നു പോയത്.

കലാസംവിധായകൻ പ്രശാന്ത് മാധവിന് വെല്ലുവിളിയായത് ലോറികളായിരുന്നു. ഒരു സീനിൽ ഷൂട്ട് ചെയ്ത് മറ്റൊരു ദിവസം ആ സീനിന്റെ ബാക്കി ചെയ്യാൻ വേണ്ടി വിളിക്കുമ്പോൾ ലോറികൾ നാഗ്പൂരിലേയ്ക്കും ദൽഹിയിലേയ്ക്കുമൊക്കെ ലോഡുമായി പോയിരിക്കും. പിന്നെ ഏതാണ്ട് സാമ്യമുള്ള മറ്റൊരു ലോറി കണ്ടെത്തി പെയിന്റ് ചെയ്തും സ്റ്റിക്കറൊട്ടിച്ചുമൊക്കെ മാറ്റിയെടുക്കുന്നത് പതിവായിരുന്നു.

മാഫിയാ ശശിയ്ക്ക് നല്ല ജോലിയുണ്ടായിരുന്നു. എന്നാൽ സംഘട്ടന രംഗങ്ങളും പഴകിത്തേഞ്ഞ ശൈലിയിലായി. എല്ലായിടത്തും ഏച്ചുകെട്ടൽ ഫീൽ ചെയ്യുന്നുണ്ടായിരുന്നു, എല്ലാവർക്കും.

കൊച്ചിൻ ഹനീഫ, ബാബുരാജ്, മച്ചാൻ വർഗ്ഗീസ്, മേഘനാദൻ, കലാഭവൻ ഷാജോൺ, സന്തോഷ് കീഴാറ്റൂർ, ശ്രീഹരി, മഹേഷ് എന്നിവരാണ് മറ്റ് പ്രധാന കഥാപാത്രങ്ങളെ അവതരിപ്പിച്ചത്. ഗാനങ്ങൾ ശരാശരി നിലവാരത്തിൽ പോലും എത്തിയില്ല. ലോഹിയുടെ മുൻ തിരക്കഥകളിലെ സീനുകൾ പൂക്കൾ കോർത്ത മാല പോലെ തുടർച്ചയുള്ളതായിരുന്നു. ഇവിടെയത് നഷ്ടമായ പോലെ.

എല്ലാം അടിച്ചേൽപ്പിച്ചതു പോലെയോ പാകമാകാതെ പഴുത്ത പഴം പോലെയോ ക്ലീഷേകളുടെ അരുചി നിറഞ്ഞതായി. ധ്യാനനിരതമായ മനസ്സ് നഷ്ടമായ ലോഹിയെയാണ് ചക്രത്തിന്റെ ചിത്രീകരണത്തിൽ കണ്ടതെന്ന് കൂടെയുള്ളവർ അടക്കം പറഞ്ഞു. എഡിറ്റർ രാജാമുഹമ്മദിനും കൂടുതലൊന്നും ചെയ്യാനുണ്ടായിരുന്നില്ല. രാജാമണിയുടെ പശ്ചാത്തലസംഗീതവും ശരാശരിയിലെത്താൻ വിഷമിച്ചു.

ടെറ്റ്കോ ഇന്റർനാഷണൽ ചക്രത്തെ തീയേറ്ററുകളിലെത്തിച്ചു. 2003 ഡിസംബർ 27 നായിരുന്നു റിലീസ്. തീയേറ്ററുകളിൽ ചക്രത്തിന് ലോഹി ആഗ്രഹിച്ച സ്വീകരണം ലഭിച്ചില്ല. ഫാമിലി ഓഡിയൻസ് ചക്രത്തെ പൂർണ്ണമായും കൈയൊഴിഞ്ഞു. സൂപ്പർ താരത്തിന്റെ ഫാൻസ് പിന്തുണയോ മികച്ച ചിത്രമെന്ന മൗത്ത് പബ്ലിസിറ്റിയോ ഇല്ലാതെ ചിത്രം ബോക്സോഫീസിൽ വൻ പരാജയം ഏറ്റുവാങ്ങി.

നാടൻ നിഷ്കളങ്കതയുടെ കഥ

വള്ളുവനാട്ടിലെ നാട്ടിടവഴികളും തൊടികളും വീടുകളും ലോഹിക്ക് പ്രിയങ്കരങ്ങളായിരുന്നു. എത്രയോ കഥകളും കഥാപാത്രങ്ങളും ഇടവഴികളിൽ എഴുത്തുകാരനെ കാത്തു നിന്നിട്ടുണ്ട്. അതുകൊണ്ടാവാം അകലൂർ ഗ്രാമത്തിലെ പഴയ നായർ തറവാടായ വലില്ലത്ത് വീട് സ്വന്തമാക്കി അതിന് അദ്ദേഹം അമരാവതി എന്ന് അദ്ദേഹം പേരു നൽകിയത്.

മൂകാംബികയിലും കുടജാദ്രിയിലും കുറച്ചുദിവസങ്ങൾ താമസിച്ച് ശാന്തമായ മനസ്സുമായി ലോഹി തിരിച്ചെത്തി. ജി.പി വിജയകുമാർ നിർമ്മിക്കുന്ന ദിലീപ്-കാവ്യ ചിത്രത്തിന്റെ ജോലികളിലേയ്ക്ക് കടന്നു. 'ചക്കരമുത്ത്' എന്നു പേരിട്ട തിരക്കഥയിലെ നായക കഥാപാത്രത്തെ ലോഹി കണ്ടെത്തിയത് അമരാവതിയിലെ നിത്യ സന്ദർശകനായിരുന്ന അരവിന്ദന്റെ പ്രകൃതങ്ങളിൽ നിന്നായിരുന്നു.

വള്ളുവനാടൻ നാട്ടിടവഴികളിൽ നിന്ന് ലോഹി കണ്ടുമുട്ടിയ പല മനുഷ്യരും അദ്ദേഹത്തിന്റെ മനസിലും, സിനിമയിലും സ്ഥാനം പിടിച്ചു.

അമരാവതിയുടെ പടിപ്പുര തുറന്ന് നിറഞ്ഞ ചിരിയോടെ ലോഹിക്ക് മുന്നിൽ വന്നുനിന്ന അരവിന്ദനിൽ ഏറെ പ്രത്യേകതകൾ അദ്ദേഹം ശ്രദ്ധിച്ചു.

അരവിന്ദൻ അവന്റെ അമ്മക്ക് ചക്കരമുത്തായിരുന്നു. പരന്ന ചെവിയും, ചെറിയ പൊട്ടത്തരങ്ങളും, നിഷ്കളങ്കമായ ചിരിയും അരവിന്ദനെ ലോഹിക്ക് മുന്നിൽ രസികൻ കഥാപാത്രമാക്കി മാറ്റി. അരവിന്ദന്റെ പേര് തന്നെ ലോഹി കഥാപാത്രത്തിന് നൽകി. സിനിമയുടെ പേരായ 'ചക്കരമുത്ത്' അരവിന്ദനെ അമ്മ വിളിക്കുന്നതായിരുന്നു.

അകലൂർ മുല്ലയ്ക്കൽ വീട്ടിൽ കൃഷ്ണന്റെയും നാരായണിയുടെയും മകനായിരുന്നു അരവിന്ദൻ.

വലിയ ചെവിക്ക് പിന്നിൽ ചെമ്പരത്തിപ്പൂവ് തിരുകി അമരാവതിയിലേക്ക് എപ്പോൾ വേണമെങ്കിലും കടന്ന് വരാൻ സ്വാതന്ത്ര്യമുണ്ടായിരുന്ന അരവിന്ദൻ പൂരത്തിന് തിറ കെട്ടുന്ന കലാകാരൻ കൂടിയായിരുന്നു. കെട്ടിട നിർമ്മാണത്തിന് സഹായിയായും പോവാറുണ്ട്. എന്തു പണിക്കു ചെയ്താലും കിട്ടുന്ന കൂലിയിൽ നിന്ന് ഒരു പങ്ക് അമ്മയെ ഏൽപ്പിക്കുന്ന സ്വഭാവക്കാരനായിരുന്നു അരവിന്ദൻ. ധാരാളം നന്മകളുള്ള സാധു മനുഷ്യൻ. ഉത്സവപ്പറമ്പുകളിൽ ലോഹിക്ക് കൂട്ടായി പോവുന്നവരിൽ അരവിന്ദനുണ്ടാവും. തന്റെ കഥ സിനിമയായതോടെ അകലൂർ ഗ്രാമത്തിൽ അയാൾ താരപരിവേഷത്തിലെത്തി. വീട്ടിൽ അതിഥികളൊക്കെ വരുമ്പോൾ ഔചിത്യമില്ലാതെ പെരുമാറുന്ന കാരണം സിന്ധുവിന് അരവിന്ദനെ പലപ്പോഴും ശാസിക്കേണ്ടി വന്നിട്ടുമുണ്ട്.

നാല്പത്തൊന്നാം വയസ്സിൽ രോഗബാധിതനായി ചികിത്സയിലായിരിക്കെ അരവിന്ദൻ ഈ ലോകം വിട്ടുപോയി. ലോഹിയുടെ വേർപാടിന്റെ പത്താം വാർഷികത്തിന്റെ സമയത്തു തന്നെയായിരുന്നു അരവിന്ദന്റേയും അന്ത്യം.

സെവൻ ആർട്സിന്റെ ബാനറിൽ വിജയകുമാർ നിർമ്മിച്ച ചിത്രത്തിൽ നായിക കാവ്യാമാധവനായിരുന്നു. രണ്ടാം പകുതിയിൽ ജിഷ്ണു, ശ്രീകല, ശരത്ദാസ്, കൊച്ചിൻ ഹനീഫ, സായികുമാർ എന്നിവർ പ്രധാന കഥാപാത്രങ്ങളായി. ചക്കരമുത്തിലും ലോഹി ഗാനരചന തുടർന്നു. ഗിരീഷ് പുത്തഞ്ചേരിയായിരുന്നു മറ്റൊരു ഗാന രചയിതാവ്. സംഗീതം ചെയ്തത് എം. ജയചന്ദ്രൻ. പശ്ചാത്തല സംഗീതം നിർവ്വഹിച്ചത് ഔസേപ്പച്ചനായിരുന്നു രാജരത്നത്തിനെയാണ് ചക്കരമുത്തിന്റെ ക്യാമറ ലോഹി ഏല്പിച്ചത്. രാജാ മുഹമ്മദായിരുന്നു എഡിറ്റർ

അസിസ്റ്റന്റ് ഡയറക്ടറായിരുന്ന ഉദയശങ്കറിനെ അസോസിയേറ്റായി ഉയർത്തിയത് ചക്കരമുത്തിന്റെ സമയത്തായിരുന്നു. ലോഹിസാർ എഴുതി വെച്ച തിരക്കഥ സ്വാതന്ത്ര്യത്തോടെ എടുത്തു വായിച്ച

ഉദയശങ്കറിനെ അദ്ദേഹം നന്നായി വഴക്കു പറഞ്ഞു. പൂർണ്ണമാക്കിയ തിരക്കഥ ഉദയനു വായിക്കാൻ കൊടുക്കുന്നതിന് ലോഹി ഒരു സമയം മനസ്സിൽ കണ്ടിരുന്നു. എന്നാൽ ക്ഷമ കാണിക്കാതെ അത് വായിക്കാൻ ശ്രമിച്ച ഉദയനെ അദ്ദേഹം കഴുതേ എന്ന് വിളിച്ചു. തെറ്റു മനസ്സിലാക്കിയ ഉദയൻ കരഞ്ഞുപോയ നിമിഷമായിരുന്നു അത്. അതിൽപ്പിന്നെ ആര് കഴുതേന്ന് വിളിച്ചാലും ഉദയനൊന്നും പ്രതികരിച്ചിട്ടില്ല. ലോഹിസാർ തന്നെ വിളിച്ച ആ ശകാരവാക്കിനു പോലും ഉദയൻ വല്ലാത്ത ഇഷ്ടം കൽപ്പിക്കുന്നതാവാം കാരണം.

ഷൊറണ്ണൂരിന്റെ പരിസരങ്ങളും ശ്രീകൃഷ്ണപുരം ചന്തപ്പുര കവലയുമായിരുന്നു പ്രധാന ലൊക്കേഷനുകൾ.

2006 നവംബർ 17ന് 'ചക്കരമുത്ത്' തീയേറ്ററിലെത്തി. ക്ലൈമാക്സിന്റെ കാര്യത്തിൽ വലിയ വിമർശനങ്ങളുണ്ടായി.ദിലിപ് ബസ്സിൽ മരിച്ചു വീഴുന്ന ക്ലൈമാക്സ് മാറ്റി ഷൂട്ട് ചെയ്തു. അതുകൊണ്ടൊന്നുംപടം കളക്ട് ചെയ്തില്ല. ലോഹിയിൽ നിന്ന് ജനങ്ങൾ പ്രതീക്ഷിക്കുന്നത് നൽകുന്നതിൽ പരാജയപ്പെട്ട മറ്റൊരു പ്രൊജക്ടായി ചക്കരമുത്ത്.

നടയടയ്ക്കും മുമ്പ് 'നിവേദ്യം'

അമരാവതിയിൽ കുറച്ചു ദിവസം താമസിക്കാൻ തയ്യാറായി അസോസിയേറ്റുമാരായ ഉദയനും മനോജും പ്രൊഡക്ഷൻ ഡിസൈനർ വിനോദ് ഗുരുവായൂരും ആർട് ഡയറക്ടർ പ്രശാന്ത് മാധവും എത്താറുണ്ട്. വർത്തമാനം പറച്ചിലും കളിയും ഭക്ഷണവും വൈകുന്നേരത്തെ പൂരം കാണാൻ പോക്കുമൊക്കെയായി സ്വസ്ഥത തോടെ ദിവസങ്ങൾ കടന്നു പോവും. പലതും പറഞ്ഞ് പറഞ്ഞ് ഇടയ്ക്ക് അപ്രതീക്ഷിതമായി അടുത്ത സിനിമയുടെ കഥയും പറയും. അതായി രുന്നു ലോഹിയുടെ രീതി. അമരാവതിയുടെ തൊടിയിൽത്തന്നെയുള്ള കുളത്തിൽ പടവുകളിറങ്ങി കഴുത്തോളം വെള്ളത്തിൽ നിന്ന് അത്തവ ണയും ലോഹി ഒരു കഥ പറഞ്ഞു. രാധാകൃഷ്ണപ്രേമം പോലൊരു പ്രണ യകഥ. 'നിവേദ്യം' എന്നു പേരിട്ട ആ ചിത്രത്തിന്റെ പശ്ചാത്തലത്തിൽ പ്രധാനമായും ഒരു ശ്രീകൃഷ്ണ ക്ഷേത്രമുണ്ട്.

കസ്തൂരിമാൻ നൽകിയ തിക്താനുഭവങ്ങൾ ലോഹിയിൽ ചില ഉറച്ച തീരുമാനങ്ങളും വാശിയും സൃഷ്ടിച്ചിരുന്നു. പുതുമുഖങ്ങളെ വെച്ച് പ്രോജക്ട് ചെയ്ത് വിജയിപ്പിച്ച് കാണിക്കണമെന്ന് അദ്ദേഹം മനസ്സിലുറപ്പിച്ചു. ടച്ച് വുഡ് ക്രിയേഷൻസിന്റെ ബാനറിൽ ഒമർ ഷെരീഫ് നിർമ്മാതാവായി വന്നു.

പുതുമുഖങ്ങൾക്കു വേണ്ടിയുള്ള തിരച്ചിൽ തുടങ്ങി. 'ചെമ്പട്ട്' എന്ന

സിനിമ ആലോചിച്ചിരുന്ന സമയത്ത് സെവൻ ആർട്സ് മോഹൻ നിർദ്ദേശിച്ച വിനു മോഹൻ എന്ന പയ്യനെ ഒറ്റപ്പാലത്തേയ്ക്ക് വിളിപ്പിച്ചു. താനുദ്ദേശിക്കുന്ന തരത്തിലുള്ള 'ലുക്ക്' ബോധ്യപ്പെട്ടെങ്കിലും കഥാപാത്രത്തെപ്പറ്റി ഒന്നും പറയാതെ പ്രീപ്രൊഡക്ഷൻ ടീമിന്റെ കൂടെ കുറച്ചു ദിവസം താമസിക്കാനാണ് ലോഹി ആവശ്യപ്പെട്ടത്. അതിന്റെ കൂടെ പാട്ടു ക്ലാസിന് ചേരാനും കണ്ണിന്റെ ചലനങ്ങൾക്ക് സാധകം ചെയ്യാനും നിർദ്ദേശിച്ചു. വിനുവിന് കാര്യമായൊന്നും മനസ്സിലായില്ലെങ്കിലും പറഞ്ഞു പോലെ ചെയ്തു. കുറേ ദിവസങ്ങൾ കഴിഞ്ഞാണ് കഥയുടെ ഒരു രൂപം പറഞ്ഞു കൊടുക്കുന്നത്.

മോഹനകൃഷ്ണൻ എന്ന നായക കഥാപാത്രത്തിന് വിനുവിനെയാണ് ഉദ്ദേശിക്കുന്നത് എന്നും ലോഹി വെളിപ്പെടുത്തി. അക്കാര്യം നേരത്തേ വിനുവിനോട് പറയാതിരിക്കാനും കാരണമുണ്ടായിരുന്നു. പയ്യൻ കൊട്ടാരക്കര ശ്രീധരൻ നായർ എന്ന മഹാനടന്റെ കൊച്ചു മോനാണ്. അമ്മാവൻ സായികുമാറും അമ്മ ശോഭാമോഹനും അച്ഛൻ മോഹനുമൊക്കെ അഭിനയരംഗത്തുള്ളവരാണ്. അങ്ങനെയൊരാളെ തനിക്കു വേണ്ട രീതിയിൽ മോൾഡ് ചെയ്തെടുക്കാൻ കഴിയുമോ എന്ന സംശയമായിരുന്നു ലോഹിയുടെ ഉള്ളിൽ. അതുകൊണ്ടാണ് കുറച്ചു ദിവസം അടുത്തു പരിചയപ്പെട്ട ശേഷം തീരുമാനിക്കാം എന്നദ്ദേഹത്തിന് തോന്നിയതും. മദ്രാസിൽ പഠിച്ചു കൊണ്ടിരുന്ന കോഴ്സ് പകുതിയിൽ നിർത്തി അജന്ത എന്ന സിനിമയിലഭിനയിക്കാൻ വന്നതാണ് വിനു. അജന്തയുടെ ഷൂട്ടിംഗ് മുടങ്ങി നിൽക്കുകയാണ്. എങ്ങനെയെങ്കിലും നല്ലൊരു പ്രൊജക്ടിന്റെ ഭാഗമായേ പറ്റൂ എന്ന നിർബന്ധത്തിലായിരുന്ന വിനുവിന് ലോഹിതദാസിന്റെ നായകകഥാപാത്രം മഹാഭാഗ്യമായി തോന്നി.

നായികയ്ക്കായി നീണ്ട അന്വേഷണം കോട്ടയത്തുകാരി രെകിത രാജേന്ദ്രക്കുറുപ്പ് എന്ന പതിനെട്ടുകാരിയിൽ എത്തി. ഒരു ലോക്കൽ ചാനലിൽ പ്രോഗ്രാം അവതരിപ്പിക്കുന്നതിനിടയിലാണ് രെകിത ലോഹിയുടെ ശ്രദ്ധയിൽ പെടുന്നത്. സിനിമയിലേയ്ക്ക് ക്ഷണിച്ച് വിളിച്ചപ്പോൾ ആദ്യമവൾ വിശ്വസിച്ചില്ല. ലോഹിതദാസ് തന്നെയാണ് എന്നു മനസ്സിലായപ്പോൾ വിനയപൂർവ്വം ക്ഷണം നിരസിക്കുകയായിരുന്നു. " അഭിനയിക്കാനറിയില്ല" എന്ന കാരണം പറഞ്ഞ രെകിതയെ "അങ്ങനെയുള്ളയാളെയാണ് എനിക്ക് വേണ്ടത്" എന്ന് പറഞ്ഞാണ് ലോഹി വീണ്ടും ക്ഷണിക്കുന്നത്.

സ്ക്രീൻ ടെസ്റ്റിൽ തെരഞ്ഞെടുക്കപ്പെട്ട ശേഷം കഥാപാത്രത്തിന്റെ

പേരായ ഭാമ എന്ന പേര് ലോഹി രെകിതയ്ക്ക് നൽകുകയായിരുന്നു.

അമരാവതിയിൽ എം.ജയചന്ദ്രനും കൈതപ്രവും അടങ്ങുന്ന സംഘം പാട്ടുകമ്പോസിംഗിലാണ്. ഒഴിവുള്ളപ്പോൾ ലോഹിയും കൂടെയിരിക്കും. കമ്പോസിങ്ങിന്റെ ആദ്യ ദിനങ്ങളിൽ പല മോശമല്ലാത്ത ട്യൂണുകളും ജയചന്ദ്രൻ നൽകിയെങ്കിലും ലോഹിക്ക് തൃപ്തി വന്നില്ല. ജയചന്ദ്രന് ടെൻഷനായി. തൽക്കാലം ഒരു ബ്രേക്കെടുക്കാൻ എല്ലാവരും ഒരാഴ്ച ത്തേയ്ക്ക് പിരിഞ്ഞു.

നാല് ദിവസങ്ങൾക്ക് ശേഷം എല്ലാവരും ഒത്തുകൂടി. ആരാധനാമൂർത്തിയായ ഗുരുവായൂരപ്പനെ തൊഴുത് തിരിച്ചെത്തിയ പതിനഞ്ചോളം പുതിയ ട്യൂണുകൾ ജയചന്ദ്രൻ പാടി കേൾപ്പിച്ചു. നിശബ്ദനായി എല്ലാം കേട്ട ശേഷം ലോഹി മുറിയിൽ നിന്നും ഇറങ്ങിപ്പോയി.ജയചന്ദ്രന്റെ നെഞ്ചിടിപ്പ് കൂടി. ലോഹിയ്ക്കൊപ്പം വിനോദ് ഗുരുവായൂരും പുറത്തിറങ്ങി. പുറത്തു നില്ക്കുന്ന ലോഹിക്കു മുന്നിൽ വിനോദ് എത്തുമ്പോൾ മുഖത്ത് സന്തോഷമാണ്.

“ഇതിൽ ഏത് ട്യൂൺ സെലക്റ്റ് ചെയ്യും എന്ന കൺഫ്യൂഷനിലാണ് ഞാൻ’. എന്ന് ലോഹി പറഞ്ഞു കേട്ടപ്പോൾ ജയചന്ദ്രന് സമാധാനമായി. പക്ഷേ എല്ലാ ട്യൂണുകളും തന്റെ പ്രിയപ്പെട്ടവയായതിനാൽ ജയചന്ദ്രനും ഏത് വേണമെന്ന അഭിപ്രായം പറയാൻ ബുദ്ധിമുട്ടായിരുന്നു.

“നമുക്കു വരികൾ എഴുതിയ ശേഷം തീരുമാനിക്കാം” എന്ന് വിനോദ് പറഞ്ഞ അഭിപ്രായം എല്ലാവരും അംഗീകരിച്ചു. “ലോഹിസാർ തന്നെ വരികൾ എഴുതണം...” എന്നുകൂടി വിനോദ് നിർബന്ധിച്ചു.

“വരികൾ എഴുതിയിട്ട് മുറിയിൽ നിന്നും പുറത്തിറങ്ങിയാൽ മതി’’ യെന്ന് പറഞ്ഞ് ജയചന്ദ്രനെയും ലോഹിയേയും മുറിയിലാക്കി വിനോദ് വാതിലടച്ചു. അങ്ങനെയാണ് “കോലക്കുഴൽ വിളികേട്ടോ രാധേ...” എന്ന ഗാനരചന സംഭവിക്കുന്നത്. ബിച്ചു തിരുമലയും കൈതപ്രവും മറ്റു പാട്ടുകൾ എഴുതി.

വിജയ് യേശുദാസിനെയും ശ്വേതാ മോഹനെയും പാടിപ്പിക്കാമെന്ന് തീരുമാനമായി. ട്രാക്ക് പാടി വന്നപ്പോൾ ശ്വേത പാടിയത് ലോഹിക്ക് ഇഷ്ടപ്പെട്ടില്ല. .മറ്റൊരാളെ നോക്കാമെന്നായി.

സുജാത ജയചന്ദ്രനെ ഫോണിൽ വിളിച്ചു. ആ പാട്ട് ശ്വേതയെക്കൊണ്ടു തന്നെ പാടിക്കണമെന്നും, എത്ര ദിവസമെടുത്താലും ഞാൻ സ്റ്റുഡിയോയിൽ വന്നിരിക്കാമെന്നും സുജാത ആത്മവിശ്വാസം നൽകി.

ജയചന്ദ്രൻ സമ്മതം മൂളി. എല്ലാവരെയും അത്ഭുതപ്പെടുത്തിക്കൊണ്ട് അതിമനോഹരമായി ശ്വേത പാടി. ലോക്കേഷൻ അന്വേഷിച്ചുള്ള യാത്രക്കിടയിലാണ് സോംങ്ങിന്റെ ഫൈനൽ മിക്സ് ജയചന്ദ്രൻ ലോഹിയെ കേൾപ്പിക്കുന്നത്. സന്തോഷത്താൽ അദ്ദേഹത്തിന്റെ കണ്ണുകൾ നിറഞ്ഞു.

ഭരത് ഗോപി, നെടുമുടി വേണു, കൊച്ചുപ്രേമൻ എന്നിവരും ഹേമലത എന്ന കഥാപാത്രത്തിന് നോട്ബുക്കിലും ഛായാമുഖിയിലും അഭിനയിച്ച് കരിയർ തുടങ്ങുന്ന അപർണ്ണനായരേയും കാസ്റ്റ് ചെയ്തു. വില്ലൻ വേഷത്തിന് പുതുമുഖം പത്മകുമാറിനെയാണ് നിശ്ചയിച്ചത്. പല്ലില്ലാത്ത മുത്തശ്ശിയെ അന്വേഷിച്ച ലോഹി, പറവൂർ പുത്തൻ മഠത്തിലെ തങ്കമ്മാളിനെ കണ്ടെത്തുകയായിരുന്നു. പറവൂരിലെ വീടുവിട്ട് ഒരിടത്തേയ്ക്കുമില്ലെന്ന് തങ്കമ്മാൾ കട്ടായം പറഞ്ഞു. ഒടുവിൽ ഇരുപത്തയ്യായിരം രൂപ പ്രതിഫലവും ലൊക്കേഷനിൽ സസ്യാഹാരവും ഉറപ്പാക്കിയ ശേഷമാണ് കരാറിലൊപ്പിട്ടത്. തിരക്കഥയിൽ പ്രധാനമായിരുന്ന പാട്ടുകമ്പോസിങ്ങിന്റെ സീനിൽ അഭിനയിക്കാൻ സിബി മലയിലും കൈതപ്രവും എം ജയചന്ദ്രനും ക്ഷണിക്കപ്പെട്ടു.

ക്യാമറാമാൻ വേണുവിന്റെ നിർദേശപ്രകാരമാണ് സജൻ കളത്തിൽ ഛായാഗ്രാഹകനായി വരുന്നത്. ഉദയശങ്കറാണ് അസോസിയേറ്റായത്. എഡിറ്റിങ്ങ് രാജാ മുഹമ്മദിനും പശ്ചാത്തല സംഗീതം ഔസേപ്പച്ചനും നൽകി. 2007ലെ മെയ് മാസത്തിലായിരുന്നു ചിത്രീകരണം തുടങ്ങിയത്. ലോഹിക്ക് ഏറെ പ്രിയപ്പെട്ട ലൊക്കേഷനായ ഒളപ്പമണ്ണ മനയിലായിരുന്നു ആദ്യ സീൻ. സിനിമയിൽ അഭിനയിക്കുന്നതിന്റെ അന്ധാളിപ്പിൽ പതറിപ്പോവുന്ന ഭാമയെ നോക്കി ഭരത് ഗോപി ലോഹിയുടെ ചെവിയിൽ പറഞ്ഞു. “ഈ കുട്ടി തന്നെ വിഷമിപ്പിക്കും”. ലോഹിയത് ചിരിച്ചു തള്ളി. സ്വാഭാവികമായ അഭിനയം വരാൻ കുറച്ചു സമയമെടുക്കുമെന്നേയുള്ളു എന്ന് ലോഹിക്ക് ആത്മവിശ്വാസമുണ്ടായിരുന്നു.

ജയരാജിന്റെ കളിയാട്ടം ഷൂട്ട് ചെയ്ത ആലത്തൂർ കാവശ്ശേരി പറക്കാട്ട് ഭഗവതീക്ഷേത്രത്തിന്റെ സമീപമുള്ള നെൽപ്പാടമാണ് മറ്റൊരു ലൊക്കേഷനായത്. പടർന്നുപന്തലിച്ച പേരാലിന്റെ മുന്നിൽ ഒഴിഞ്ഞ പാടത്ത് മറ്റൊരു ക്ഷേത്രം ഉയർന്നിരിക്കുന്നു. ഷൂട്ടിങ്ങ് കാണാൻ വന്ന പലരും അവിടെ ഭക്തിയോടെ തൊഴുത് കാണിക്കയിട്ട് പ്രാർത്ഥിച്ചു. സിനിമയുടെ ചിത്രീകരണത്തിനു വേണ്ടി പണിത താല്ക്കാലിക ക്ഷേത്രമായിരുന്നു അതെന്ന് അധികം പേരും മനസ്സിലാക്കിയില്ല. അത്രയ്ക്ക്

സ്വാഭാവികതയായിരുന്നു ആ സെറ്റിന്.

അപ്രതീക്ഷിതമായി വന്ന വേനൽമഴയും ചെളിനിറഞ്ഞ പാടവും വല്ലാതെ ബുദ്ധിമുട്ടിച്ചു. ഏറെ ബുദ്ധിമുട്ടി നിർമ്മിച്ച അമ്പലത്തിന്റെ സെറ്റിന് എന്തെങ്കിലും സംഭവിക്കുമോ എന്ന ഭയം എല്ലാവർക്കുമുണ്ടായിരുന്നു. സെറ്റിട്ട അമ്പലം മുഴുവൻ ടാർപായ കൊണ്ട് മൂടി ഉള്ളിൽ ഇരുട്ടാക്കി ലൈറ്റപ്പ് ചെയ്താണ് സജൻ കളത്തിൽ പകൽ സീനുകൾ ചിത്രീകരിച്ചത്. ഷൂട്ടിനിടയിൽ ഒരിക്കൽ ലോഹി സജൻ കളത്തിലിനോട് ചോദിച്ചു ഏതു ക്യാമറാമാനാണ് തന്നെ സ്വാധീനിച്ചതെന്ന്. സജൻ ഇഷ്ടമുള്ളവരുടേയും ഗുരുക്കന്മാരുടേയുമൊക്കെ പേരുകൾ പറഞ്ഞു. ലോഹി ആവശ്യപ്പെട്ടത് ഒന്നുകൂടി ആലോചിച്ച് നോക്കാനായിരുന്നു. ഉത്തരവും അദ്ദേഹം തന്നെ പറഞ്ഞു -ബാലു മഹേന്ദ്ര. സജൻ അത്ഭുതപ്പെട്ടു. കുട്ടിക്കാലത്ത് തനിക്കേറ്റവും പ്രിയം തോന്നിയ ക്യാമറാമാൻ ബാലു മഹേന്ദ്ര തന്നെ ആയിരുന്നു. കൂടെ പ്രവർത്തിക്കുന്നവരെ എത്ര ആഴത്തിലാണ് ലോഹി പഠിക്കുന്നതെന്ന് സജൻ ചിന്തിച്ചു.

തിരക്കഥയുടെ പണികളും സംവിധാനവും ചേർന്ന് കന്മദത്തിൽ സംഭവിച്ചതു പോലെ വിശ്രമമില്ലാത്ത ടൈറ്റ് ഷെഡ്യൂളിലായിരുന്നു നിവേദ്യവും. നെടുമുടിയും ഭരത് ഗോപിയുമൊഴികെയുള്ളവരെല്ലാം ഏതാണ്ട് പുതുമുഖങ്ങളാണ്. അവരെക്കൊണ്ട് സീൻ ചെയ്യിച്ചെടുക്കൽ ലോഹിക്ക് ഇരട്ടി അധ്വാനമായി.

ചിത്രീകരണം എഴുപത് ദിവസം നീണ്ടു. അമ്പലത്തിന്റെ സെറ്റ് ഏതുനിമിഷവും നിലംപൊത്താവുന്ന അവസ്ഥയിലായിരുന്നു. അപകടമൊന്നും സംഭവിക്കാതെ അവസാന ദിവസവുമെത്തി. ഒടുവിൽ ചിത്രീകരിച്ചത് ക്ലൈമാക്സ് തന്നെയായിരുന്നു.

ലാൽ റിലീസിലൂടെ 2007 ആഗസ്റ്റ് 27 നാണ് നിവേദ്യം തീയേറ്ററുകളിലെത്തിയത്. ശരാശരിയിലും അല്പം ഉയർന്ന കളക്ഷൻ നേടിയ ചിത്രത്തിന് വിമർശനങ്ങളും കേൾക്കേണ്ടി വന്നു. രാധാകൃഷ്ണ പ്രണയത്തിന് പുതിയ ഭാഷ്യം രചിക്കാൻ ശ്രമിച്ച ലോഹി തന്റെ കരുത്തുകാട്ടാതെ പോയ തിരക്കഥയായി നിവേദ്യം വിലയിരുത്തപ്പെട്ടു. പക്ഷേ ലോഹിയെ സംബന്ധിച്ച് ചെറിയ വിജയം പോലും വിലപ്പെട്ടതായിരുന്നു. കാരണം പുതുമുഖങ്ങളെ വച്ച് പരീക്ഷണചിത്രം ചെയ്ത് പരാജയപ്പെട്ടിരുന്നെങ്കിൽ ക്ഷീണിപ്പിക്കാൻ ഇതിൽക്കൂടുതൽ പേർ വരുമായിരുന്നല്ലോ. ശ്വേത മോഹനും വിജയ് യേശുദാസും മികച്ച ഗായകർക്കുള്ള സംസ്ഥാന അവാർഡ് നേടി. ഏഷ്യാനെറ്റ് ഫിലിം അവാർഡിൽ മികച്ച താരജോഡിയായി വിനു മോഹനും ഭാമയും തെരഞ്ഞെടുക്കപ്പെടുകയും ചെയ്തു.

ക്ഷീണവും പരിശോധനകളും

നിരന്തരമായ യാത്രകൾ ലോഹിയെ വല്ലാതെ ക്ഷീണിപ്പിച്ചിരുന്നു. വളരെ മോശമായ റോഡുകളിലൂടെ ദീർഘമായ കാർയാത്രകൾ നിരന്തരമായി ചെയ്തിരുന്നത് അദ്ദേഹത്തിന് തൊറാസിക് സ്പോണ്ടി ലോസിസ് എന്ന ഡിസ്ക് പ്രോബ്ലം വരുത്തിവെച്ചു. അതിനു കൂടെ ഇടയ്ക്ക് വരുന്ന നെഞ്ചുവേദനയും. അങ്ങനെയാണ് 2009 മെയ്മാസത്തിൽ തൃശ്ശൂർ അമല ഹോസ്പിറ്റലിൽ പരിശോധനയ്ക്ക് വിധേയനാവുന്നത്. ആൻജിയോ ഗ്രാം ടെസ്റ്റിൽ ഹൃദയത്തിൽ മൂന്ന് ബ്ലോക്കുകൾ കണ്ടെത്തി. അവിടുത്തെ കാർഡിയോളജിസ്റ്റുകൾ അടിയന്തരമായി ബൈപ്പാസ് ചെയ്യണമെന്ന് നിർദ്ദേശിച്ചെങ്കിലും സിനിമാ സംബന്ധമായ തിരക്കുകൾ പറഞ്ഞ് നീട്ടി വെക്കുകയായിരുന്നു.

ഒരുദിവസം നിരീക്ഷണത്തിൽ കഴിയാൻ അമലയിലെ ഡോക്ടർ നിർദ്ദേശിച്ചെങ്കിലും അതൊന്നും വേണ്ടെന്നായിരുന്നു ലോഹിയുടെ അഭിപ്രായം. സുന്ദർദാസ് വിട്ടില്ല. റൂം ഏർപ്പാടാക്കി ലോഹിയേയും സിന്ധുവിനേയും ഒരു ദിവസത്തേക്ക് അവിടെ താമസിപ്പിച്ചു. പിറ്റേന്നു തന്നെ തിരക്കുകൾ പറഞ്ഞ് ലോഹി അവിടെ നിന്നും പോന്നു. അടുത്ത സിനിമ കഴിയും വരെ ആരോടും പറയരുതെന്ന് ഡോക്ടറോട് അഭ്യർ ത്ഥിച്ചു. മരുന്നുകൾ കഴിച്ചു തുടങ്ങി. അലോപ്പതിയേക്കാൾ ആയുർ വ്വേദവും ഹോമിയോയുമൊക്കെയാണ് ലോഹിക്ക് പഥ്യം. ഒരിക്കൽ

ലോഹി പാരമ്പര്യ ചികിത്സ ചെയ്യുന്നതു കണ്ടിട്ട് മമ്മൂട്ടി ഒന്ന് ഇടപെട്ടു നോക്കിയിരുന്നു. ഫലമെന്തായി, അദ്ദേഹത്തെക്കൊണ്ട് കൂടി ആറു മാസം പാരമ്പര്യ വൈദ്യന്റെ മരുന്ന് കഴിപ്പിച്ചു ലോഹി.

മഹാഭാരതത്തിൽ നിന്ന് കണ്ടെടുത്ത മറ്റൊരു കഥയായിരുന്നു അടുത്ത പ്രൊജക്ടായി മനസ്സിലുണ്ടായിരുന്നത്. 'ഭീഷ്മർ' എന്നു പേരിട്ട ആ പ്രൊജക്ട് മോഹൻലാലിനോട് സംസാരിച്ചു. അദ്ദേഹം ഉറപ്പു നൽകിയതിനെത്തുടർന്ന് എഴുത്തിലേയ്ക്കു പ്രവേശിച്ചു. കട്ടനെല്ലൂരിലെ വീട്ടിലായിരുന്നു എഴുത്ത്. മെയ് 21ന് ശോഭനാ പരമേശ്വരൻ നായരുടെ മൃതദേഹത്തിൽ അന്തിമോപചാരമെത്തിക്കാൻ ചെന്നപ്പോൾ മനോരമയിലെ ഉണ്ണി.കെ. വാര്യർ എഴുത്തിനെപ്പറ്റി ചോദിച്ചു. "ക്ലൈമാക്സൊഴികെ എല്ലാമായി. ഇനി പൊട്ടും പൊടിയും തട്ടിക്കളഞ്ഞ് ശരിയാക്കിയാൽ മതി" എന്നായിരുന്നു ലോഹിയുടെ മറുപടി. അതിനോടൊപ്പം തന്നെ പൃഥ്വിരാജുമായി ചേർന്ന് മറ്റൊരു പ്രൊജക്ടിന്റെ കാര്യവും ആലോചിച്ചിരുന്നു. ഉടൻ നേരിൽ കാണാമെന്ന് പൃഥ്വി പറയുകയും ചെയ്തു.

പരിശോധനകൾക്കും ചികിത്സയ്ക്കുമായി ജൂൺ 28 ഞായറാഴ്ച തിരുവനന്തപുരം ശ്രീചിത്രയിലേയ്ക്ക് പോവാൻ ഉറപ്പിച്ചു.ശനിയാഴ്ച മട്ടാഞ്ചേരിയിലെ കുനൻകുരിശ് പള്ളിൽ നേർച്ചയർപ്പിക്കാൻ പോവാനൊരു പരിപാടിയുണ്ടായിരുന്നു. ശരീരത്തിന് നല്ല സുഖം തോന്നാത്ത കാരണം അത് മാറ്റിവെച്ചു.

തത്തകൾ വന്ന് കൂട്ടിക്കൊണ്ടു പോയ ദിവസം

ഭൂമിയിൽ ലോഹിയുടെ അവസാനദിവസം. അച്ഛന്റെ ആ മണിക്കൂറുകളെ മകൻ വിജയശങ്കർ ഓർത്തെഴുതിയിട്ടുണ്ട്.

"ആലുവ തോട്ടക്കാട്ടുകരയിലെ വീട്.

2009 ജൂൺ 28, മൂടിക്കെട്ടിയ ഒരു പ്രഭാതം, ഞങ്ങൾ നാല് പേരും വീട്ടിലുണ്ട്. ചക്കര തലേന്ന് രാത്രി കോയമ്പത്തൂരിൽനിന്ന് എത്തിയിരുന്നു. പിറ്റേന്ന് രാവിലെ ചെക്കപ്പിനായി തിരുവനന്തപുരം ശ്രീചിത്രയിലേക്ക് പോകാനുള്ള ഒരുക്കങ്ങൾ എല്ലാം കഴിഞ്ഞിരുന്നു. ആൻജിയോഗ്രാം ചെയ്തതിന്റെ വീഡിയോ ഒരു സി.ഡി യിൽ ആക്കി കിട്ടിയിരുന്നു. ഞങ്ങൾ മൂന്നുപേരും കൂടെ അത് കാണാൻ കമ്പ്യൂട്ടറിന്റെ മുന്നിൽ ഇരുന്നു. അച്ഛൻ ഒഴിഞ്ഞു മാറി. "ഞാൻ കണ്ടാൽ ശെരിയാവില്ല.. " ഞങ്ങൾ മൂന്നുപേരും അത് കണ്ടു, ബ്ലോക്ക് ഉള്ളത് അതിൽ കൃത്യമായ കാണാം. കണ്ടു കഴിഞ്ഞു എന്ന് ഉറപ്പായപ്പോൾ ആണ് അച്ഛൻ അവിടേക്കു വരുന്നത്. അതേസമയം . ഞങ്ങൾ നാലുപേരും അതേപ്പറ്റി ഗൂഗിൾ ചെയ്തു മനസ്സിലാക്കി.

അമ്മ അടുക്കളയിലേയ്ക്കും ചക്കര മുറിയിലേയ്ക്കും പോയി. അച്ഛൻ ആ മുറിയിലെ ബാത്റൂമിലേക്കു പോയി. ഞാൻ കംപ്യൂട്ടറിന്റെ മുന്നിൽ തന്നെ ഇരിക്കുകയാണ്.

“കുഞ്ഞാ ” എന്ന വിളികേട്ട് ഞാൻ നോക്കുമ്പോൾ അച്ഛൻ ബാത്റൂമിന്റെ വാതിൽ തുറന്ന അവശനായി നിൽക്കുകയാണ്. ഞാൻ ഓടിച്ചെന്നു പിടിച്ചു. അമ്മയെ അലറി വിളിച്ചു. അമ്മയും ചക്കരയും ഓടിവന്നു. ഞങ്ങൾ മൂന്നുപേരും ചേർന്ന് അച്ഛനെ ഒരു കസേരയിൽ പിടിച്ചിരുത്തി. അമ്മ എന്തോ ഗുളിക പൊടിച്ചു അച്ഛന്റെ നാവിനടിയിൽ വച്ചുകൊടുത്തു.

അച്ഛൻ ശ്വാസം കിട്ടാതെ വില്ലുപോലെ വളയുകയാണ്. എന്തു ചെയ്യണമെന്ന് ഞങ്ങൾക്ക് ഒരു നിശ്ചയമുണ്ടായിരുന്നില്ല. അച്ഛൻ അമ്മയുടെ കൈപിടിച്ച് നെഞ്ചിൽ വച്ചു.

കാലവും ലോകവും നിശ്ചലമാവുകയായിരുന്ന അന്നേരം. എല്ലാ വെപ്രാളങ്ങളും പരവേശങ്ങളും ഒരു നിമിഷം നിർത്തി അമ്മയുടെ കണ്ണിലേക്കു ദയനീയമായി നോക്കി “സിന്ധൂ...” ആർദ്രമായ സ്വരത്തിൽ വിളിച്ചുകൊണ്ട് ആ കണ്ണുകൾ അടഞ്ഞു”

ആദ്യം ഇടപ്പള്ളിയിലെ സ്വകാര്യ ആശുപത്രിയിലും അവിടെ നിന്ന് എറണാകുളം ലിസി ആശുപത്രിയിലും എത്തിച്ചു. ലിസിയിലെ കൊറോണറി കെയർ യൂണിറ്റിൽ പ്രവേശിപ്പിച്ചെങ്കിലും അല്പാല്പമായി മരണം കീഴടക്കി കഴിഞ്ഞിരുന്നു.

പരിശോധിച്ച് ഉറപ്പിച്ച ശേഷം ഡോക്ടർമാർ ആ വിവരം സിന്ധുവിനേയും മക്കളേയും അറിയിച്ചു, ലോഹിതദാസ് നമ്മെ വിട്ടുപോയിരിക്കുന്നു.

സിന്ധുവിന് തന്റെ ഭാരം കുറഞ്ഞ് പഞ്ഞി പോലെയാവുന്നതുപോലെ തോന്നി. എല്ലാം കീഴ്മേൽ മറിഞ്ഞ പോലെ. മുത്തപ്പന് സംഭവിച്ചത് വിശ്വസിക്കാനാവാത്ത വിഭ്രാന്തിയിലായി സിന്ധു. അച്ഛന്റെ ഒടുവിലത്തെ യാത്ര വിജയിനേയും ഹരിയേയും സഹിക്കാനാവാത്ത വേദനയിലേയ്ക്ക് നിമിഷാർദ്ധം കൊണ്ട് തള്ളിയിട്ടു. ചിത്രമാകെ മാറാൻ പോകുന്നു. വെളിച്ചമേ അവശേഷിക്കുന്നുള്ളൂ വിളക്ക് അണഞ്ഞു എന്ന സത്യം.

കൽക്കത്തയിൽ മരിച്ച അടുത്തബന്ധുവിന്റെ മൃതദേഹം ഏറ്റുവാങ്ങാൻ സുന്ദർദാസും ചേട്ടൻ സുഭാഷും കോഴിക്കോട് വിമാനത്താവളത്തിൽ കാത്തിരിക്കുകയായിരുന്നു. ചാലക്കുടിയിൽ അവരെല്ലാം ക്ഷണിക്കപ്പെട്ട ഒരു ചടങ്ങിന്റെ കാര്യം ഓർമ്മിപ്പിക്കാൻ സുഭാഷ് ലോഹിയുടെ ഫോണിലേയ്ക്ക് വിളിച്ചു. ആരും ഫോണെടുക്കുന്നില്ല. വീണ്ടും വിളിച്ചപ്പോൾ ബഹളത്തിനിടയിൽ ആരോ ഇങ്ങനെ പറഞ്ഞു. “ലിസി ആശുപത്രിയിലാണ്. ലോഹി സാറിന്റെ ഹൃദയം നിലച്ചു എന്നാണ്

ഡോക്ടർ പറഞ്ഞത്."

സുഭാഷിന് ഒന്നും മനസ്സിലായില്ല. സുന്ദർദാസും സുഭാഷും ചേർന്ന് ലിസിയിൽ പരിചയമുള്ള ഡോക്ടർ സാജനെ വിളിച്ചന്വേഷിച്ചു. ഡോക്ടർ അത് ശരിവെച്ചു. ലോഹിതദാസിന്റെ മൃതദേഹം ലിഫ്റ്റിൽ താഴേയ്ക്ക് കൊണ്ടുവരികയാണ് എന്ന വിവരം നൽകി.

വൈകീട്ട് തൃശ്ശൂർ ലുലു സെന്ററിൽ ഷാജികൈലാസ് സംവിധാനം ചെയ്യുന്ന 'ദ്രോണ' യുടെ പൂജയുണ്ട്. മുഖ്യാതിഥി ലോഹിയാണ്. വരാൻ വണ്ടി അയക്കണോ എന്നറിയാൻ പത്തരയോടെ സിദ്ദു പനയ്ക്കൽ വിളിക്കുന്നു. ഫോണിൽ കിട്ടിയില്ല. വൈകാതെ ദു:ഖവാർത്തയുമായി സുന്ദർദാസിന്റെ വിളിയെത്തി. പൂജയുടെ ചടങ്ങ് ലോഹിയുടെ അനുസ്മരണമായി മാറി.

താരസംഘടനയായ 'അമ്മ'യുടെ യോഗം നടക്കുകയാണ് എറണാകുളത്ത്. പ്രിയപ്പെട്ട ലോഹിയുടെ മരണവാർത്തയറിഞ്ഞ് യോഗം നിർത്തി എല്ലാവരും 'ലിസി'യിലേയ്ക്ക് പുറപ്പെട്ടു. ആദ്യം ആശുപത്രിയിലേക്കെത്തിയത് കലാഭവൻ മണിയായിരുന്നു. പിറകേ എല്ലാവരുമെത്തി. മുരളി മാത്രം വന്നില്ല. 'ഞാൻ വന്നാൽ എന്റെ അവസാനം കൂടി കാണേണ്ടി വരും നിങ്ങൾ...' എന്നായിരുന്നു കരഞ്ഞുകൊണ്ട് മുരളിയുടെ പ്രതികരണം.എറണാകുളം മഹാരാജാസ് കോളേജിലും ആലുവ ടൗൺഹാളിലും ചാലക്കുടിയിലെ കുടുംബ വീട്ടിലും പൊതുദർശനത്തിനു ശേഷം ലോഹിയെ പഴയ ലക്കിടിയിലേയ്ക്ക് കൊണ്ടുപോയി.

നിലയ്ക്കാത്ത ജനപ്രവാഹം മൂലം വിചാരിച്ചതിലും ഒരു മണിക്കൂർ വൈകിയാണ് പിറ്റേന്ന് സംസ്കാര ചടങ്ങുകൾ തുടങ്ങിയത്. അമരാവതിയിൽ നിന്നും ഒരു കിലോമീറ്റർ ദൂരം വരെ അവസാനമായി കാണാൻ എത്തിയവരുടെ നിര നീണ്ടു. ജനാവലിയെ സാക്ഷിയാക്കി പതിനൊന്നേ മുക്കാലോടെ മക്കൾ ചിതയ്ക്ക് തീ കൊളുത്തി.

ലോഹി മരിക്കുന്ന ദിവസം രാവിലെ തത്തകളുടെ ഒരു കൂട്ടം വീട്ടിൽ വിരുന്നു വന്നിരുന്നതായി സിന്ധു ഓർക്കുന്നു. പല കിളികളും വരാറുണ്ടെങ്കിലും അങ്ങനെയൊരു തത്തക്കൂട്ടം പതിവില്ല. അവരന്ന് രാവിലെ മുതൽ കലപില കൂട്ടിക്കൊണ്ട് അവിടെയുണ്ടായിരുന്നു. ലോഹിയുടെ മരണശേഷം പിന്നീടൊരിക്കലും വന്നിട്ടുമില്ല. ലോഹിയെ കൊണ്ടുപോവാൻ വന്നവരാണ് ആ തത്തകളെന്നാണ് സിന്ധു വിശ്വസിക്കുന്നത്.

പ്രവചനം പോലെ അംഗീകരിക്കപ്പെട്ടു തുടങ്ങുന്നു.

ലോഹിതദാസ് വിടവാങ്ങി എന്ന വാർത്ത എല്ലാ മലയാള പത്രങ്ങളിലും ഒന്നാം പേജിൽ ഇടം പിടിച്ചു.

ആരായിരുന്നു ലോഹി എന്ന് എല്ലാവരും ചിന്തിച്ചു തുടങ്ങിയ സമയം. മരണശേഷമാണ് താൻ വിലയിരുത്തപ്പെടാൻ പോകുന്നത് എന്ന് ലോഹി പറഞ്ഞിരുന്നു. അതു ശരിവെക്കുന്ന വിധത്തിൽ പലയിടത്തു നിന്നും ഓർമ്മക്കുറിപ്പുകളിറങ്ങി. കഥാപാത്രങ്ങളെ പഠിച്ചു തുടങ്ങി. നിരൂപകർ അദ്ദേഹത്തിന്റെ അസാന്നിധ്യത്താൽ സംഭവിക്കുന്ന ശൂന്യതയോർത്ത് നെടുവീർപ്പുകളിട്ടു. ജീവിച്ചിരുന്ന ലോഹിക്ക് ലഭിക്കാത്ത സ്വീകാര്യതയും സ്ഥാനവും മാഞ്ഞുപോയ ലോഹിക്ക് നൽകപ്പെട്ടു. സ്മാരക പ്രഖ്യാപനം വന്നു. കഥാ ദാരിദ്ര്യവുമായി ചേർത്തുള്ള സ്ഥിരം നിരാശ പ്രകടനങ്ങളിൽ ലോഹിയുടെ പേരും ചേർത്തു. ഗൃഹാതുരത്വത്തിന്റെ ട്രെൻഡുകൾ മാറി മാറി വരുമ്പോൾ നാട്, മലയാളിത്തം തനിമ തുടങ്ങിയ സ്ഥിരം വാക്കുകൾക്കൊപ്പം 'ലോഹിതദാസ്' 'അകലൂർ', 'അമരാവതി' എന്നൊക്കെ കടന്നുവന്നു തുടങ്ങി.

കഥയെഴുതുമ്പോൾ അതിന്റെ അവസാനത്തെക്കുറിച്ച് ആകുലതകളില്ലായിരുന്നു ലോഹിതദാസിന്. ഒഴുകിയൊഴുകി അതിലേക്കു ചെന്നെത്തുമെന്നുള്ള ഉറപ്പു മാത്രമുണ്ടായിരുന്നു.

അങ്ങനെ മുന്നൊരുക്കങ്ങളില്ലാതെയായിരുന്നു കഥാകാരന്റെ വിട പറച്ചിലും. നിവേദ്യം സമർപ്പിച്ച് നടയടച്ചു.

അമരാവതി കുറേക്കാലം അടഞ്ഞുകിടന്നു. മാവിൻ ചുവട്ടിൽ പഴുത്ത മാങ്ങകൾ ആരും പെറുക്കാനില്ലാതെ വീണു കിടന്നു. ഋതുക്കൾ മാറുമ്പോൾ കുളം വറ്റുകയും നിറഞ്ഞു കവിയുകയും ചെയ്തു. വീടിനു പിന്നിൽ കസ്തൂരിമാന്റെ റീലുകൾ തുരുമ്പെടുത്തു കിടന്നു. ലോഹി യാത്രപോയ ദിവസം എല്ലാവർഷവും സിന്ധുവും മക്കളും അമരാവതിയിലെത്താറുണ്ട്. ലോഹിയെ നെഞ്ചിലേറ്റുന്ന ഒരുപാടുപേർ പലയിടങ്ങളിൽ നിന്ന്, ആരും ക്ഷണിക്കാതെ ആ ദിവസം അവിടെ ഒത്തുകൂടും. ലോഹിയുമായി അടുത്ത ബന്ധമുണ്ടായിരുന്ന അരവിന്ദൻ നെല്ലുവായി ആണ് ചെറിയ കൂട്ടായ്മ മുടങ്ങാതെ സംഘടിപ്പിക്കാറ്.

പൂജ്യത്തിൽ നിന്ന് തുടങ്ങിയ യാത്രയായിരുന്നു. അവഗണനയുടേയും ഒറ്റപ്പെടുത്തലിന്റേയും അപകർഷതാബോധത്തിൽ നിന്ന് ഉയർന്നു വന്ന് എം.ടിയും പത്മരാജനും ടി ദാമോദരനുമൊക്കെ വിരാജിക്കുന്ന തിരക്കഥയുടെ ഔന്നത്യത്തിൽ ഇടം നേടുന്നത് ചില്ലറക്കാര്യമല്ല. ഇതിഹാസങ്ങളിൽ മുങ്ങി ആരും കാണാത്ത ദ്രവ്യങ്ങളുമായി മുകൾപ്പരപ്പിലേക്ക് വരാറുള്ള ലോഹി അർഹത പോലെ അംഗീകരിക്കപ്പെട്ടിട്ടില്ല എന്ന് പറയാതെ വയ്യ.

മറ്റെല്ലാം വിട്ടേരാളൂ, കഥപറഞ്ഞിരുത്താനും അത് സംഭവിക്കുന്നത് നമുക്കു പരിചയമുള്ള ഒരാൾക്കല്ലേ എന്ന് തോന്നിപ്പിക്കാനുമുള്ള സിദ്ധി ഒന്നുമതി ചന്ദ്രനും നക്ഷത്രങ്ങളുമുള്ള കാലത്തോളം ഈ മനുഷ്യനെ ഓർക്കാൻ.

നിഴലുകൾ ഇഴചേർന്ന വള്ളുവനാടൻ നാട്ടുവഴികളിതാ നിലാവിൽ കുളിച്ച് വിജനമായി കിടക്കുന്നു.

www.ingramcontent.com/pod-product-compliance
Lightning Source LLC
LaVergne TN
LVHW090314051026
849518LV00005B/1774